நூலாசிரியர் சோ. தர்மனின் இயற்பெயர் சோ. தர்மராஜ் (பி. 1953). இவரின் புனைவுலகம் அடித்தள மக்களைச் சார்ந்தது. ஆனால் கழிவிரக்கமோ அரசியல் சீற்றமோ அற்றது. இந்தத் தனித் தன்மையே அவரை முக்கியமான படைப்பாளியாக ஆக்குகிறது. இந்த நாவல் உள்பட *கூகை, சூல், பதிமூனாவது மையவாடி, வெளவால் தேசம், சினவயல்* என ஆறு நாவல்களும், *நீர்ப்பழி* (முதல் 72 சிறுகதைகள்), *அன்பின் சிப்பி* ஆகிய சிறுகதைத் தொகுப்புகளும், *வில்லிசை வேந்தர் பிச்சைக்குட்டி* என்னும் ஓர் ஆய்வு நூலும் இதுவரை வெளிவந்துள்ளன. *சூல்* நாவல் சாகித்ய அகாடமி 2019, மனோன்மணியம் சுந்தரனார் பல்கலைக்கழகம், ஆனந்தவிகடன், சுஜாதா அறக்கட்டளை, தமிழ்நாடு அரசு ஆகிய ஐந்து அமைப்புகளிடமிருந்து விருதுகளைப் பெற்றிருக்கிறது. பிற படைப்புகளுக்காகத் தமிழ்நாடு அரசு, கனடா இலக்கியத் தோட்டம், கதா, இலக்கியச் சிந்தனை, வி. ஆர். கிருஷ்ணய்யர் அறக்கட்டளை போன்ற அமைப்புகளும் விருதுகளை வழங்கி யிருக்கின்றன. தர்மனின் படைப்புகள் பல இந்தி, மலையாளம், ஆங்கிலம் ஆகிய மொழிகளில் மொழிபெயர்க்கப்பட்டுள்ளன. அண்மையில் *கூகை* நாவலை ஆக்ஸ்போர்டு யுனிவர்சிடி பிரஸ் ஆங்கிலத்திலும் சிந்தா பதிப்பகம் மலையாளத்திலும் மொழிபெயர்த்திருக்கின்றன. இவருடைய படைப்புகள் பல கல்லூரிகளில் பாடத்திட்டத்தில் இருக்கின்றன; ஐம்பதுக்கும் மேற்பட்ட மாணவர்கள் இளநிலை, முதுநிலை ஆய்வுகளைச் செய்துள்ளனர். சூழலியல் குறித்து ஆர்வலர்க ளிடமும் மாணவர்களிடமும் உரையாடுவதில் மிகுந்த ஆர்வமுடைய தர்மன், பஞ்சாலைத் தொழிலாளியாக இருபது ஆண்டுகள் பணி யாற்றினார். விருப்ப ஓய்வுக்குப் பிறகு, முழுநேர எழுத்தாளராக, தூத்துக்குடி மாவட்டம் கோவில்பட்டியில் வசிக்கிறார்.

தூர்வை

சோ. தர்மன்

அடையாளம்

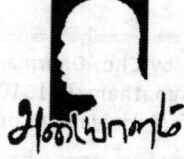

முதல் அடையாளம் பதிப்பு 2017
நான்காவது மீளச்சு 2025

© சோ. தர்மன்

வெளியீடு: அடையாளம், 1205/1 கருப்பூர் சாலை, புத்தாநத்தம் 621310, திருச்சி மாவட்டம், இந்தியா, தொலைபேசி: 04332 273444, 9444 77 2686

நூல் வடிவம்: த பாபிரஸ், அச்சாக்கம்: அடையாளம் பிரஸ், இந்தியா

ISBN 978 81 7720 268 7

விலை: ₹ 300

Thoorvai is a novel in Tamil by Cho. Dharman, Published by Adaiyaalam, 1205/1 Karupur Road, Puthanatham 621310, Thiruchirappalli District, Tamilnadu, India, email: info@adaiyaalam.net

அம்மாவுக்கு

ஒரு பருக்கைப் பதம்*

எழுத்தாளர் சோ. தர்மனின் *தூர்வை* நாவலை வாசிக்கும் போது நான் பெற்ற ரசானுபவம் மாத்துமண்காரர்கள் பெறுவார்களா என்பது சந்தேகம்தான்.

தமிழ் படைப்புலகமும் படிப்புலகமும் நாவல் என்றால் அது இப்படித்தான் இருக்க வேண்டும் என்று தீர்மானித்துக்கொண்டு விட்டது. அந்த வடிவத்தில் இம்மி பிசகினாலும் அவர்கள் தள்ளி விடுவார்கள். அந்த ஒரு காலத்தில் நடந்த ஆனந்த விகடன் சிறுகதைப் போட்டியில் எனது 'கதவு' கதைக்கும் அந்தக் கதிதான் கிடைத்தது. மூன்றாவது பரிசும் கிடைக்காததோடு அந்தக் கதை சாதாரண பிரசுரத்துக்கும் லாயக்கில்லை என்று குப்பைக் கூடைக்குத் தான் போனது. அதே ஆனந்த விகடன் இப்போது நடத்திய நாவல் பரிசுப் போட்டியில் சோ. தர்மனுடைய இந்த இதே *தூர்வை* யையும் நிராகரித்துவிட்டது.

ஆச்சரியப்பட ஒன்றுமில்லை; அது அப்படித்தான்! தமிழ் மொழியில் எழுத்து என்பது உண்டாவதற்கு முன்னால் கதை இலக்கியம் இருந்தது. மக்கள் ஒருவரிடம் மற்றவர் கதை சொல்லி அனுபவித்தார்கள், என்பதையெல்லாம் ஒரு வசதிக்காக மறந்து போனோம் நாம். அப்படி மக்கள் சொன்ன கதையின் தொடர்ச்சி தான் நமது கரிசல் இலக்கியம். மக்கள் வாய்மொழிக்கும் நமது கதை இலக்கியத்துக்கும் அப்படி ஒரு சொந்தம் உண்டு. அந்தக் கதை சொல்லி பாரம்பரியத்தை அறிந்தவர்தான் நமது கதை சொல்லலையும் அனுபவிக்க முடியும்.

கோபல்ல கிராமம் ஒரு நாவலே கிடையாது என்று அப்போது சொன்னதுக்கெல்லாம் இவைதான் காரணங்கள்.

சொல்லல் என்பதிலிருந்து நாம் உரைநடை இலக்கியத்தைத் தொடங்குகிறோம்; அவர்கள் எழுத்து என்பதிலிருந்து உரைநடை இலக்கியத்தைத் தொடங்கியவர்கள்.

* முதல் பதிப்பின் முன்னுரை

கதைசொல்லி அனுபவிக்கும் கதைகளைப் பற்றித் தமிழ்ப் படிப்பாளி உலகம் அறியாது. அறிந்துகொள்ள அதுக்குப் பிரியம் இல்லை. அவர்கள் வடிவங்களை முன்னக்கூட்டியே தீர்மானித்து வைத்திருப்பவர்கள். பொருந்தவில்லை என்றால் தள்ளிவிடுவர்!

ராமனிடம் இலக்குவன் பொன்மானைக் காட்டி இது மான் இல்லை; மான் என்பது இப்படி இருக்காது என்கிறான். அதுக்கு ராமன்: 'கடவுள் படைப்பை முற்றும் கண்டது யார்? படைப்புகளில் எத்தனையோ வகைகள் உண்டு.

என்கிறான். ஆகவே, வடிவங்களைத் தீர்மானிக்க நாம் யார். புதுசு புதுசாக அவைகளே உண்டாகும்; உண்டாக்கிக் கொள்ளும்.

சுதந்திரமான ஒரு புகைப்படக்காரன் அவன் பார்த்து வியந்த, அனுபவித்த ரசமான காட்சிகளைப் பதிவு செய்து வைப்பது போலவே படைப்பாளனும் கதைவடிவங்களைப் பல வகைகளில் பதிவு செய்கிறான். எழுத்தாளர் சோ. தர்மனும் தாம் பிறந்து வாழ்ந்த உருளைக்குடி கிராமத்துக் காட்சிகளைத் தனது எழுத்தில் பதிவு செய்கிறார். அதற்கு இந்தக் கதைசொல்லி உத்தியை அருமையாகப் பயன்படுத்தியிருக்கிறார்.

***

தலித் மக்கள் செல்வத்துடனும் செல்வாக்காகவும் வாழும் ஒரு கிராமம் உருளைக்குடி.

எல்லாக் கிராமங்களின் ஊர்மடங்களில் நடப்பதைப் போலவே உருளைக்குடியின் ஊர்மடதிலும் தினமும் மக்கள் கூடுவார்கள். பேசிச் சிரிப்பார்கள். கதைகள் சொல்லி மகிழ்வார்கள். ஒரு வகையில் அது மக்களுக்கான பள்ளிக்கூடம்! அங்கே சொல்லப் படும் கதைகளைத் திரட்டினாலே எத்தனையோ நாவல்களாக ஆகிவிடும்.

சாத்தனைப் பற்றி ஒரு கதை அங்கே.

சாத்தனை ஒரு சலவைத் தொள்ளாளி (தொழிலாளி) அவன் முடிவளத்து, *திருவண்ணாமலைக் கோயிலுக்கு நேமிக்கம் செலுத்த விரதம் இருந்த நேரம் என்று அந்தக் கதை தொடங்குகிறது. (இங்கே நான் 'தொள்ளாளி' என்று ஏன் சொல்லுகிறேன்; தொழிலாளி என்று சொல்லலாமே என்று மற்றவர்களுக்குத் தோன்றும். ஒரு

* திருவண்ணாமலை: திருவில்லிப்புத்தூருக்குப் (சீவில்லிபுத்தூருக்கு) பக்கத்திலுள்ள ஒரு வைணவ மலைக்கோயில்.

தொழிலைத் தலைமுறை தலைமுறையாகச் செய்துகொண்டு வருகிறவரைத் தொள்ளாளி என்கிறோம். மில் போன்றவற்றில் வேலை செய்கிறவரைத் தொழிலாளி என்கிறோம். 'தொள்ளாளி' என்பது ஒரு காலத்தின் சொல்; 'தொழிலாளி' என்பதும் அப்படியே.) செய்துவைக்கப்பட்ட கள்ளப் பிராந்து (கருடன்) பொம்மை சாத்தனான பக்தன் கும்பிடும்போது எழுந்து பறந்து வட்ட மடிக்கிறது! கற்பனையை மக்கள் அனுபவித்து ரசித்து மகிழ்கிறார்கள். கதையின் சுவையே இதுதான்!

கம்மாக்கரை அய்யனார் நேரிலே வந்து, கரை உடையாமல் நான் பாத்துக்கிறேன் ஊருக்குள்போய் ஆட்களைத் திரட்டிக் கொண்டுவா; அதுவரை கரை உடையாது. அதுக்கு நானாச்சி என்று சொல்லி நீர்ப்பாச்சிக் கருப்பசாமியை ஊருக்குள் அனுப்புகிறார்.

வந்தது அய்யனார் கடவுள் என்று நீர்பாச்சிக்குத் தெரிந்து விட்டது. ஊருக்குள்போய் சொல்லுகிறான். மணிகள் வரிசைகொண்ட வல்லயக்கம்பு, பாதங்களில் கட்டிய கெச்சைகளின் ஒலி. தலையில் ஊசிக்குல்லாய். இடுப்பில் கட்டிய கருங்கச்சை. உடம்பு புல்லரித்தது ஊர்க்காரர்களிடம் சொல்லும்போதே.

அந்த அய்யனைத் தரிசனம் பண்ண வேணும் என்று தோன்ற வில்லை ஊர்க்காரர்களுக்கு! தந்திரமான மூளைதான் வேலை செய்தது. யாரும் போகவேண்டாம் அங்கே மண்வெட்டி கூடையுடன். அய்யன் வாக்கு கொடுத்துவிட்டான்.

இன்றைக்கும் அந்தப் பயித்தியார அய்யனார் சொன்ன வாக்கைக் காப்பாற்றிக்கொண்டு உருளைக்குடி கண்மாயைக் கண்போலப் பாத்துக்கொண்டுதான் இருக்கிறார்!

ஏரிகாத்த ராமன்போல இங்கே கம்மாய் காத்த அய்யனார்! எப்பவும் உடையாத கம்மாய்க் கரைக்கு இப்படி ஒரு கதை என்றால் எப்பவும் × வருசம் பூராவும் × உடைகிற கம்மாய்க் கரைக்கும் ஒரு கதை உண்டு மக்களிடம்.

இப்படித்தான்; ஒரு ராஜாவுக்குச் சொந்தமான கண்மாய் உடைந்து கொண்டேயிருந்தது. ஊர் மக்களையெல்லாம் திரட்டி கரையை பலமாக உறுதியாக மராமத்துச் செய்து வைத்திருப்பான். அடுத்த மழைபெய்து கண்மாய் ரொம்பும். தேங்கிப் பொங்கி நிற்கும் தண்ணீரைப் பார்த்து இந்த ஆண்டுப்பாட்டுக்குக் கவலையில்லை நெல் விளைஞ்சிரும் என்று நினைப்பார்கள். திடீரென்று கரை உடைந்து கண்மாய்த் தண்ணீர் பூராவும் போய்விடும்.

என்ன காரணம் என்று யோசித்துப் பார்த்தாலும் யாருக்கும் ஒன்றும் புரியவில்லை. திரும்பவும் கண்மாய்க் கரையை பலப்படுத்த ஆரம்பித்தார்கள். ராஜா மேற்பார்வை பார்த்துக் கொண்டிருந்தான் அப்போது அந்த வழியாக ஒருத்தன் × யாரோ ஒரு சாமியார் போனான். ராஜா அவனைப் பார்த்து எங்கே இவ்வளவு அவசரமாப் போறே? என்று கேட்டான். 'கடவுளைப் பார்க்க'

'என்னத்துக்கு?'

'ஒரு சந்தேகம் கேக்க வேண்டியதிருக்கு'

'எனக்கும் ஒரு சந்தேகம் இருக்கு அதையும் கேட்டுட்டு வந்திரேம்?'

'சரி; சொல்லு அதையும் கேட்டுட்டு வந்திர்ரேம்.'

'இந்தக் கம்மாயை எத்தனை தபா கரைய பலப்படுத்தினாலும் திரும்பத் திரும்ப உடைஞ்சு போகுதே இதுக்கு என்ன காரணம்னு கேட்டுட்டுவா ஞாபகமா.'

'சரி'

அதுபடியே அவன் கடவுளிடம் தன் சந்தேகத்தையும் கேட்டுத் தெரிந்துகொண்டு, இந்த ராஜாவோட சந்தேகத்தையும் கேட்டானாம். கடவுள் சொன்னாராம்: 'அவம் ஒரு பைத்தியார ராஜா. வீட்டுல அவனுக்கு ரெண்டு பொட்டைப் பிள்ளைக சடங்காகி, ரொம்ப நாளா கட்டிக் கொடுக்காம இருக்கு. அதுகளுக்கு கலியாண ஆசை வந்துட்டது. காலா காலத்துல அதுகளெக் கட்டிக் கொடுக்காம இவம் வேற என்ன சோலிகளையோ கவனிச்சிக்கிட்டேயிருக்காம். கலியாண ஆசையில அதுக ஏங்கிப் பெருமூச்சு விடுற போதெல்லாம் அந்தக் கம்மாக்கரை ஒடைஞ்சி போயிரும். அதுகளெக் கட்டிக் கொடுத்துட்டா கரை உடையாது'ன்னு கடவுள் சொன்னார்.

ராஜா தன்னோட பொட்டைப் பிள்ளைகளைக் கட்டிக் கொடுத்தார். அதுக்குப் பிறகு அந்தக் கம்மாக்கரை உடையலை என்கிறது கதை.

***

இந்த நாவலில் உருளைக்குடி தலித் மக்கள் மற்றச் சாதி மக்களோடு எப்படிச் சயோத்தியமாக (அன்யோன்ய சமதையாக) வாழ்ந்து வந்தார்கள் என்பதை ஒரு சரித்திரமாகப் பதிவு செய்கிறது.

தமிழ்நாட்டின் எல்லாக் கிராமங்களிலும் எப்படி விவசாயம் சீர்கெட்டு சீரழிந்ததோ அதேபோல உருளைக்குடியிலும் நடக்கிறது.

விவசாயம் நொறுங்கி, சமூக அனாதைகளாக ஆகி நகரத்தை நோக்கிச் செல்ல வேண்டியது அல்லது விவசாயத்தைக் கைவிட்டு தீப்பெட்டி போன்ற தொழில்களில் சிக்கி சீரழிய வேண்டியது. இவர்கள் தாம் பிறந்த மண்ணிலேயே அகதிகள் ஆகிவிட்டார்கள்; ஆகிக்கொண்டிருக்கிறார்கள். இவர்களுடைய செல்வமெல்லாம் அரசியல்வாதிகள், சமூக விரோதிகள், ஆலை முதலாளிகள், அதிகாரிகள், வியாபாரிகள் போன்றவர்களின் கைகளுக்குப் போய்விட்டது.

இவையெல்லாம் ஒரு புறமிருக்க,

இங்கே இன்னொரு முக்கிய கேள்வி எழுகிறது.

இப்போது கொடுமைகளுக்கு ஆளாகிக்கொண்டிருக்கும் தாழ்த்தப்பட்ட தலித் மக்கள் இந்த நாவலைப் படித்தால் அவர்கள் முகத்தில் ஒரு கேலிப்புன்னகை எழும். இந்த 'உருளைக்குடிப் பொற்காலம்' எங்கு நடந்தது. அப்படி நடந்ததோ என்று கேட்பார்கள்.

ஒரு கலையாளன் தனது படைப்பில் ஆரம்பத்தில் ஒரு பொற்காலத்தைச் சொல்லிப் புகழ்ந்து பேசுகிறான் என்றால் அடுத்து வரப்போவது பெருஞ்சீரழிவுகளைப் பற்றி என்பதைப் புரிந்து கொள்கிறவர் புரிந்துகொள்வார்கள். அடுத்து, உடனடியாக இந்த நாவலின் தொடர்ச்சியாக அடுத்த பகுதியும் வந்துவிட வேண்டும். இது ரொம்ப முக்கியம்.

***

கரிசல் இலக்கியப் பள்ளியில் படித்துத் தேர்ந்த மிகச்சிறந்த எழுத்தாளர்களில் மிக முக்கியமானவர் சோ. தர்மன். இவரால் தமிழ் உரைநடை இலக்கியத்துக்கும் பெரும் வரவு.

ரொம்ப நிறைவாக இருக்கிறது எனக்கு.

பாராட்டுக்களுடன்
கி. ராஜநாராயணன்

தூர்வை

മുഖവുര

மழை வெறித்து மேகம் வெளுத்துக் கிடந்தது. துவைத்துப் போட்ட துணிகளாய் மேகங்கள் ஆங்காங்கே சிதறிக் கிடந்தன. வரும்போது மேற்கு மூலையில் காலூன்றியிருந்த மேகம் இவ்வளவு தூரம் பலமாகப் பெய்யும் என்று யாரும் நினைத்துக்கூடப் பார்த்திருக்க முடியாது. வைப்பாற்றில் வெள்ளம் கரை தத்தி ஓடியது. ஆற்றின் இரு கரைகளிலும் கண்ணெட்டும் தூரம்வரை தெரியும் வரிசை வரிசையாய் நிற்கும் பனைமரங்கள் நனைந்து கருப்பேறியிருந்தன. பனை ஓலைகளிலிருந்து விழும் நீர்ச் சொட்டுக்கள் ஓடும் வெள்ளத்தில் குமுளிகளாய் உருப்பெற்று நகர்ந்து உடைந்து மாறி குமுளிகளாய் ஊர்வலமாய் தண்ணீரின் ஓட்டத்தோடு விளையாட்டுக் காட்டி கண்சிமிட்டியதைப் போல மறைந்தன. ஒட்டாங்காளைகள் இரண்டும் கழுத்து மணிகள் சல்சலென்று ஓசையிட வாலைத் தூக்கி, தேள் கொடுக்காய் சுருட்டிக்கொண்டு லொக்கோட்டமும் பெருநடையுமாய் விரைந்தன. குருசாமி வண்டிக்குள் உட்கார்ந்துகொண்டு வண்டி பத்தினாலும் காற்றின் வேகத்தில் மழையில் முற்றாக நனைந்து விட்டிருந்தான். தொப்புதொப்பாய் நனைந்து, உடம்போடு ஒட்டிப்போன வேஷ்டியை அழுத்தித் தண்ணீரைச் சொடிய வைத்துக் கொண்டே மாடுகளை அதட்டி சாட்டையை விளாசினான். சேரும் சகதிகளும் தெறிக்க வண்டி வேகமாய் ஓடியது.

ஊருக்குள் நுழைந்தவுடன் நேராக வடக்காமல் திரும்பி ஐயர் வீட்டு முற்றத்தில் வந்து நிறுத்தினான். வீட்டுக்குள்ளிருந்து ஓடிவந்து எட்டிப் பார்த்த ஐயர், வண்டிக்காரன் குருசாமியைக் கண்டதும் புரிந்து கொண்டார்.

'யாரு...மாடத்தியா? மினுத்தானும் வந்திருக்கானா? மழையோட அப்பிடி என்ன தலை போற அவசரம், தாக்கல்கூட இல்லாம'

'கும்பிடுறஞ் சாமி.'

'வா, மாடத்தி உள்ள வா, வாங்க என்ன இப்பிடி திடுதிப்னு.'

'வரனும் வரனும்னு நெனச்சு சொணங்கிக்கிட்ட போகுது, வேல வெட்டியும் கொறஞ்ச பாடு இல்ல. இன்னக்கி நாளு நல்ல நாளா

இருக்கேன்னு அப்படியே சாமியவுகள பாத்தாப்லேயும் இருக்கும், ஜாதகத்த வாங்னாப்லயும் இருக்கும்னு பொறப்பட்டா சும்மா கெடந்த மேகம் இப்படித் தண்ணியா ஊத்திப் புடிச்சு.'

'காலம் தன் காலமாச்சே, மழ வாரதும் அப்பிடித்தான் போறதும் அப்பிடித்தான்.'

ஐயர் திண்ணையில் சாய்ந்து தலையணையை முதுகுக்கு அனுசரணையாய் வைத்து சுவரில் மல்லாந்து கால் நீட்டினார். குருசாமி ஒவ்வொரு பொட்டலமாய் வண்டியிலிருந்து இறக்கி வீட்டுக்குள் போகு முன்னேயே ஐயரம்மா வாங்கிவாங்கி உள்ளே கொண்டு போனது.

'என்ன மாடத்தி சொம ரொம்ப தெரியுது, எதுக்கு ஒரே மானக்கி, இல்லன்னா வாங்கிக்கிறது'

'அந்தப் பெரிய சாக்குல வத்தல். குட்டிச் சாக்கு ரெண்டுல ஒன்று உளுந்து, இன்னொன்னு பாசிப்பயறு. தட்டான் நெத்து எடுத்து குமிச்சிருக்கு. இன்னும் களத்துல போட்டு பயறாக்கல, தட்டி எடுத்தப் பெறகு ஒரு நாளைக்கு குருசாமிப் பயகிட்ட குடுத்துவிடுறன். பூசணிக்காய் ரெண்டு கொண்டாந்தன், வெங்காயமும் இன்னும் அறுக்கல.'

ஐயரம்மா வாயெல்லாம் பல்லாக நின்றது. மாடத்தி இடுப்பில் சொருகியிருந்த சுருக்குப் பையை எடுத்து கயிற்றை இழுத்தாள். வாயைப் பிளந்துகொண்ட பையிலிருந்து ரூபாயையும் வெத்தலப் பாக்கையும் எடுத்து ஐயர் முன்வைத்தாள். மினுத்தான் மடியிலிருந்து எடுத்த வெத்தலை இடிக்கும் உரலையும், அங்குவிலாஸ் புகையிலைப் பட்டையையும் கையில் வைத்துக்கொண்டு கால்நீட்டினான். தன்னுடைய மரப்பெட்டிக்குள்ளிருந்து ஜாதகத்தை வெளியே எடுத்த ஐயர் மௌனமானார். மினுத்தானின் வெத்தலை உரல் சத்தம் தவிர வேறு சத்தமில்லை. குருசாமி மாடுகளை வண்டியிலேயே கட்டிப் போட்டுவிட்டு வந்து வாசற்படியோரம் உட்கார்ந்தான்.

ஐயரிடம் எழுதக் கொடுத்திருந்த ஜாதகத்தை வாங்கிக் கொண்டு, ஜாதகத்திற்குப் பலனும் கேட்டு பாடு பழமை பேசி மாடத்தி எழுந்திருக்கும் போது பொழுது கீழிறங்கிவிட்டது. பனைமர நிழல்கள் சுள்ளாப்பு வெய்யிலில் கிழக்காமல் நீண்டு படங்காட்டின. மினுத்தான் வண்டிக்குள் பேசாமல் உட்கார்ந்திருந்தான். வண்டியின் குலுங்கலுக்கு வெற்றிலை எச்சில் ஒழுகாமலிருக்க முகத்தை அண்ணாந்து வைத்துக்கொண்டான்.

'என்ன, பெரிய மனுசா ஒன்னும் பேசாம இருக்க.'

'என்னத்தப் பேச, நம்ம கெரகப் பூலஷ் அப்படியிருக்கு, ஒன்னுக்கு மூனு கழுதயக் கெட்டி மூனு கழுத வகுத்திலயும் ஒரு புழு பூச்சியக்கூட காணுமேன்னு நாலாவதா சீனியம்மாளக் கெட்டப் போய் கொழந்த குடுத்திச்சு, கொழந்தயக் குடுத்திட்டு கடவுளு நம்மள காவு கேக்கு.'

'எதுக்கு இப்பிடி சப்பு சவரப் பேசிக்கிட்டு, பெறந்த பய கெரகம் சரியில்லன்னா, அப்பிடியேவா காலம் பூராவும் போயிரும். ஒரு வெட்டு வெலக்கு இல்லாம, ஆக்கங் கெட்டாப்ல பேசிக்கிட்டு.'

'பய பெறந்த நேரப்படி பெரிய உசுருக்கு ஆபத்து அப்படின்னு ஐயருதான் கிளீனா சொல்லிட்டார.'

காட்டுப் பாதையைவிட்டு வண்டியை மேற்காமல் திருப்பி பாலத்தை நெருங்கினான் குருசாமி.

'பெரிய உசுருன்னா நானும் பெரிய உசுருதான், பெத்தவ சீனியம்மாளும் பெரிய உசுருதான், நிய் மட்டுமா அருசுவமா பெரிய உசுரு'

மினுத்தான் மீண்டும் மௌனமாகி மூஞ்சியை உம்மென்று வைத்துக்கொண்டான். வண்டிப் பைதாவில் அரைபடும் மணலின் நெறுநெறு சத்தம் தவிர வேறு சத்தமில்லை. வண்டி கீழோர வரிசைப் பனைக் கூட்டத்திற்குள் புகுந்து மேற்காமல் திரும்பியது.

'யேல... குருசாமி வண்டிய நிறுத்துடா'

'என்ன பெரிய மனுசா வண்டிய நிப்பாட்டச் சொல்ற.'

'மாடத்தி அந்தப் பய ஜாதகத்த இங்க கொண்டா?'

'என்ன செய்யப் போற'

'அட, எடுன்னா எடுப்பியா'

மினுத்தான் ஜாதகத்தை வாங்கியதும் வண்டியிலிருந்து கீழிறங்கி வேகமாக ஆற்றைப் பார்த்து நடந்தான்.

'ஏ... பெரிய மனுசா என்ன காரியம் செய்யப்போற'

மாடத்தி போட்ட கூப்பாட்டுச் சத்தத்தை அவன் காதில் வாங்க வில்லை. போன வேகத்தில் ஆற்றுக்குள் வீசியெறிந்துவிட்டு வேகமாய்த் திரும்பினான். குதியாளம் போட்டு ஓடும் புதுவெள்ளத்தில் மிதந்து சென்றது ஜாதகம். குருசாமியும் மாடத்தியும் ஆற்றையே வெறித்துப் பார்த்துக்கொண்டு நின்றார்கள். அவர்கள் இருவரையும் கொஞ்சங்கூட சட்டை செய்யாமல் மினுத்தான் வண்டிக்குள் ஏறி

உட்கார்ந்து கொண்டான். மாடத்தியின் கண்களில் கண்ணீர் உருண்டது. அவள் பொங்கிவரும் அழுகையை அடக்கி விம்மிக்கொண்டே வண்டிக்குள் ஏறினாள். குருசாமி ஒன்றுமே பேசவில்லை. அவனுக்குச் சங்கடமாய் இருந்தது. பேசாமல் வண்டி பத்தினான்.

'சேய், என்ன மனுசன் சாவுக்கு இப்பிடியா பயப்படுவாக, மனுச உசுரு பெறந்த அன்னைக்கே சாவும் நிச்சயந்தான, கழுத என்னக்கி செத்தா என்ன, பச்ச மண்ணு ஜாதகத்த வெக்கமில்லாம ஆத்துல விட்டுட்டு வந்துநிக்க மனசு வருதாக்கும், புள்ள புள்ளனு நாலு பொண்டாட்டி கட்டி கோயில் கொளம்னு அலஞ்சு தவமிருந்து ஒத்தப்புள்ளய கண்டுருக்கு அது போதாது நமக்கு, இனிமே வாழ்ந்து அள்ளிக் கெட்டப் போறயாக்கும்.'

வண்டி பீக்கிலிபட்டி ஊர்மந்தையைத் தாண்டி காட்டுப் பிள்ளையார் கோயில் பாதைக்குத் திரும்பியது. பனைக் கூட்டத்தின் மத்தியிலிருந்த ஓலைக் குடிசையிலிருந்து விசில் சத்தம் பலமாய்க் கேட்டது.

'யேல, குருசாமி, வண்டிய நிறுத்துடா, நாடாரு விசில் அடிக்குற மாதிரி சத்தங் கேக்கு.'

மூக்கணாங் கயிற்றைச் சுண்டியிழுத்து வண்டியை நிறுத்தினான் குருசாமி. குடிசைப் பக்கத்திலிருந்து தலைத் துண்டை வீசி சைகை காட்டினார் ராசையா நாடார். அவர் கையில் பெரிய ஓலைப்பட்டை நிறைய்ய உருட்டாய் கட்டிய நுங்கும், இரண்டு குருத்தோலைகளும் வைத்துக்கொண்டு வேகமாய் ஓடிவந்தார். வண்டிக்குள்ளிருந்து மாடத்தி எட்டிப் பார்த்தாள்.

'யாரு, நாடாரா, என்ன மழையோட கொண்டு வராட்டா ஓடியா போகுது.'

'காலைல வண்டி போறத பன மேலருந்து பாத்தன், நான் நெனச்சதும் சரியாத்தான் போச்சு, ஐயருகிட்ட போய்ட்டு வாரீகளாக்கும்.'

நாடார் கொடுத்த நுங்கு பட்டையையும், குருத்தோலைகளையும் வாங்கி குருசாமி வண்டிக்குள் வைத்தான்.

'என்ன... நாடார ஊருக்கு வரக்கூடாதுன்னு முடிவு பண்ணிட்டீரா?'

'வரனும் மாடத்தி, எங்க முடியுது, ஒத்தப் பரி ஆளு. ஒரு தரம் பாள சீவலன்னா கண்ணடச்சு வம்பாப் போகும், அதுக்குத்தான்

கழுதய ஒரு திக்கமும் போகாம, காட்டுக்குள்ளேயே கெடந்து மடியிறது, நொண்டிக் கோழிக்கு உரல்க்கடதான தஞ்சம்.'

'காளியாத்தா கோயிலு பொங்கலுக்கு நல்ல கருப்பட்டியாப் பாத்து ஒரு சிப்பம் கொண்டாரும் மறந்திரப் புடாது, ஞாபகம் வச்சிக்கோரும்.'

'ஒரு சிப்பம் என்ன எத்தன சிப்பம் வேணுமானாலும் மகராசியா எடுத்துக்கோ, ஒனக்கு இல்லாத கருப்பட்டியா மாடத்தி.'

'ஊருக்கு வந்தா வத்தலு மல்லி வச்சிருக்கன் வாங்கிட்டுப் போயிரும், பெறகு யாருக்காச்சும் பெரிய மனுசன் தூக்கி குடுத்துருவான், என்னய சடைக்கப்படாது.'

'நாளைக்கே வாரன் மாடத்தி, ஒம் மகனையும் இன்னும் பாக்கலைல, பய எப்பிடி இருக்கான். மினுத்தானுக்கு இந்த வயசுக்குப் பெறகு புள்ள குடுத்திருக்கு, அதுவும் சிங்கக் குட்டியில்ல பெறந்திருக்கு எல்லாம் சோலசாமி அப்பன் பதினெட்டாம் படியானுடைய பார்வை.'

'அப்பிடிச் சொல்லுங்க, நல்லா படும்படியா, காத்துல விழட்டும்.'

மினுத்தான் கேட்டுக் கொண்டேயிருந்தவன் வண்டிக்குள்ளே இருந்தபடியே இலேசாய் சிரித்துக்கொண்டான். வண்டி, தொழுவத்தின் முன்வந்து நின்றபோது இருட்டத் தொடங்கியது.

சீனியம்மாளிடமிருந்து குழந்தையை மாடத்தி ஆவலாய் வாங்கிக்கொண்டாள்.

'என்னடி, வயித்துக்குள்ள ஒன்னயும் காணும், பாலு குடுத்தியா? இல்லியா?'

'இனிமேதான்க்கா பாலு குடுக்கனும், இப்பத்தான் ஒறங்கி எந்திரிச்சான்,'

'மாடத்தியக்காளுக்கு புள்ள மேலே பிரியத்தப் பாரு, பெத்தவகூட தோத்துப் போவா.'

'அவளும் நாலு புள்ள பெத்தவதான், கடவுளு குடுத்து வக்கல, மினுத்தானுக்கு மொதமொத வாக்கப்பட்டு வந்தவ, அவ பேருகூட சொல்ல ஒரு புள்ள இல்லாமப் போயிருச்சு.'

உரலில் நாவிப் போட்ட குருதவாலியைக் குத்தாமல் உலக்கையைப் பிடித்துக்கொண்டு பொரணி பேசிய கிழவியும், சொளகில் கீழே உட்கார்ந்து தானியத்தை நாவிக்கொண்டிருந்த மருமகளும் திடுக்கிட்டார்கள். செங்கமங்கலான இருட்டில் மாடத்தி வந்ததை அவர்கள் கவனிக்கவில்லை.

‘ஏண்டி, நம்ம பெத்தாத்தான் புள்ளையா? அக்கா பெத்தா என்ன, தங்கச்சி பெத்தா என்ன, பிள்ள மினுத்தான் பிள்ளதானடி, மினுத்தான் சொத்துக்கு ஒரே வாரிசு இந்த ராசா தாண்டி.’

மூன்று பேரும் சிரித்துக் குனுகினார்கள்.

‘என்னடி இன்னியாரம் பச்சையப் போட்டு குத்துற அவிச்சுப் போட்டு குத்தலாமில்ல.’

‘எங்க முடியுது மாடத்தியக்கா, விடிஞ்சு போயி அடஞ்சு வாரோம், அவிச்சு எங்கிட்டு காயப்போட அதுக்கு ஆரு காவலிருக்க.’

‘பச்சக் குருதவாலிச் சோத்துக்கு வெஞ்சனம் வகையா இருந்தாத்தானடி சாப்பிட முடியும்.’

‘வகைக்கு எங்க போக, ரெண்டு சூடக் கருவாட்ட பிச்சுப் போட்டு, பச்ச மொளகாய கீரிப்போட்டு உப்புச்சாரு வச்சு தொட்டுக்கிருவம்.’

‘அட. சண்டாளி, மண்ணா இருக்கும்டி, வகையா சாப்டாத் தானடி ஆம்பளைக காட்ல அலைய முடியும், ஆருக்குடி அறுப்பு, மதிப்பா, அத்தக் கொத்தா? எத்தன குறுக்கம்?’

‘கடலூரு நாக்கரு பிஞ்ச, தொலவட்டு போகனும். மதிப்புத்தான், ராத்திரி பூராவும் கொடி முடிஞ்சிட்டு விடிய கோழிச் சத்தத்துக்கு எந்திரிச்சு போகனும்.’

கிழவியும் அவள் மருமகளும் குருதவாலி அரிசியைப் பெட்டியில் போட்டு சுளகால் மூடிக்கிளம்பும் போது மாடத்தி வந்தாள். ‘இந்தாடி அடியில கை நாளிக்கு நாலுபடி பயறு போட்ருக்கன், மேல கொஞ்சம் சண்டு வத்தல் இருக்கு, போயி வீட்ல தட்டிட்டு பெட்டிய குடுத்துவிடு மறந்திராத, கொத்தளக்ற பெட்டி, வச்சிட்டு காட்டுக்குப் போயிறாத. பெரிய மனுசன் கூப்பாடு போடுவான்.’

அவர்கள் இருவரும் மாடத்தியைக் கையெடுத்துக் கும்பிட்டார்கள். இனி ஒரு மாசத்துக்கு வெஞ்சனப்பாட்டுக்குக் கவலையில்லை. நாத்தறுப்பு நேரம் வெஞ்சனப்பாடு ஒரு பெரிய திண்டாட்டம். விடிய காட்டில் இருக்க வேண்டும். ஏறு வெய்யில் வரும்முன் போனால்தான் வேலை நன்றாக சாயும். மத்தியான வெய்யிலுக்கு வீட்டுக்கு வந்துவிட்டு சோத்துப் பாட்டைப் பார்த்துவிட்டு கொடி முடிய உட்கார்ந்தால் நடுச்சாமமாகிவிடும், முத்தம் தெளித்துவிட்டுப் புறப்பட வேண்டியது தான். ஊரில் ஒரு ஈங்குஞ்சியைப் பார்க்க முடியாது.

கண்மாய் நிறை பெருக்கு. மறுகால் ஓடி நாலு நாளாகிறது.

இன்றுதான் தண்ணீர் சொடிந்திருக்கிறது. ஒரு வேளை நீர்ப்பாச்சி போய் அடைத்திருக்க வேண்டும். பெரியோடையிலும் பால்க் கொடி ஓடையிலும் தண்ணீர் வரத்து வல்லிசாக இல்லை. அந்தப் பெரிய கண்மாயில் கண்ணுக்கு எட்டுமட்டும் வெள்ளிக் குருத்தாய் மின்னும் புதுத்தண்ணீர். ஆங்காங்கே குமுக்காய் தளிர்த்து குடை பிடித்தாற்போல் நீரில் மிதக்கும் கருவேல மரங்கள், கரையெல்லாம் நீர்க்கருவையும் சங்கஞ் செடிப் புதர்களும், கரையோரம் உள் வாகரையில் வளர்ந்த சம்பும் கோரையும். சம்புக் கோரையிலிருந்து பறந்து பஞ்சாய் வட்டமிடும் விளைந்து முற்றி வெடித்த இலவம் பஞ்சைப் போன்ற சம்புக் கதிர்கள். சிறகியும், கொக்கும், நாரையும், உல்லானும் எழுப்பும் விதம் விதமான சத்தங்கள்.

வெள்ளையனுக்கும் பப்பனுக்கும் இனி வேற வேலையே கெடையாது. கண்மாய் வற்றினால்தான் மறு சோலி. கண்மாயாவது வற்றுவதாவது. ஏழு ஊர் கண்மாய்கள் பெருகி கடேசியாய் இந்தக் கண்மாய். இதிலிருந்து நேராக ஆத்தில் போய் தண்ணீர் விழுவதால் மீனுக்குப் பஞ்சமேயில்லை. மழை பெய்து தண்ணீர் திரண்டு இலேசாய் வெள்ளம் போய்விட்டாலே போதும், மீன்கள் அப்படியே தரையில் புரளும். விதவிதமாய், ஆரா, உளுவை, கெண்டை, பாம்புக் கெண்டை, கூனக் கெண்டை, பல்க் கெண்டை, அயிரை, கெழுறு, கொரவை, விலாங்கு, ஊளி, வட்டக் கெண்டை, விரால் இப்பிடி விதவிதமாய். பப்பனுக்கும் வெள்ளையனுக்கும் தூண்டியில் வந்து மீன் கடிக்கும் போதே மிதப்பின் அசைவு, குதியாளம், நகர்வு இதை வைத்தே இது இன்ன மீன் கடிக்கிறதென்று சொல்லிவிடுவார்கள். அவ்வளவுக்கு தூண்டில் அத்துபடி.

பப்பன் இன்றைக்கும் சிரிக்காமல் சொல்வான், வெள்ளையன் விலாங்கு பிடித்த கதையை. நாலஞ்சு வருசமிருக்கும். கம்மா நெறபெருக்கு. அஞ்சாறு நாளா மறுகா ஓடுது, தண்ணி ஓட்டத்துல நிக்கி, நானும் வெள்ளையனும் வண்ணான் கெடங்கோரம் ஒக்காந்து தூண்டி போடுறோம். போட்ட மாயந்தெரில சுண்டியிற வேண்டிதான். நான் பசை தடவிப் போடுறேன். வெள்ளையன் செங்கொழவித் தட்டுல புழு எடுத்துக் கோத்து போடுறான். எதுத்தாப்ல பட்டாணி அய்யாவுக இடுப்பளவு தண்ணிக்குள்ள நின்னு மாடு குளிப்பாட்டுறாக. இது பாரு ஒரு சின்னக் கழுத நமட்டிட்டே கொண்ட்டு போயி அய்யாவுக குண்டியோரம் போயி ஒரு வெட்டு வெட்டிருச்சு, வெட்டிருச்சோ இல்லியோ வெள்ளையன் பட்னு தூண்டிய சுண்டிட்டான். பட்டாணி அய்யா மாடு குளிப்பாட்றதயும்

விட்டுட்டு அய்யா அய்யானு மொனங்கிக்கிட்டே வந்து வெள்ளையன் மடியிலே வந்து விழுந்திட்டாரு, பாத்தா பட்டுக்கிருச்சு பெரிய விலாங்ன கதையா, தூண்டிமுள் பூராவும் குண்டிச் சதைக்குள்ள பூந்துக்கிருச்சு. சிரிக்கி மவன் தூண்டிய விட்டுட்டு ஒரே ஓட்டமா ஓடிட்டான். நான் செகிட்டி செகிட்டிப் பாத்துட்டு கயத்த மட்டும் அறுத்துவிட்டுட்டன், முள் உள்ளேயே இருந்து ரெண்டு நாள் பெறகு ரணம் வச்சு பழுத்ததுக்கு அப்புறம் அறுத்து பிதுக்கி யெடுத்தாக. அன்னக்கி மட்டும் பட்டாணி அய்யா கையில சிக்கியிருந்தான், பயல பெறட்டி எடுத்திருப்பாரு பெரட்டி. பய தப்பிச்சிட்டான். அதுக்குப் பெறகும் கதைய கேளுங்க, பய பய்ய போயிருக்கான். பட்டாணி அய்யா வீட்டுக்குள்ள உக்காந்துட்டு இருந்திருக்காக. இவன் சுத்திசுத்தி வரவும் அவுக புரிஞ்சுக்கிட்டாக.

'என்னடா, வெள்ளையா சுத்தி சுத்தி வார.'

'முள்ள பிதுக்கி வெளிய எடுத்தாச்சா?'

'ஆமா எடுத்தாச்சு.'

'அந்த முள் வேணும், அது ராசியான முள்ளு.'

'இந்தாடா வந்து வாங்கிக்கோ.'

தாளில் மடித்து வைத்திருந்த சிறு பொட்டலத்தை எடுத்து வெள்ளையனிடம் நீட்டினார். வெள்ளையன் கை நீட்டி வாங்கப் போனான்.

'சிரிக்கவில்ல குண்டியில முள்ளப் போட்டு இழுத்ததுமில்லாம முள்ளு ராசியான முள்ளு.'

பட்டாணி அய்யாவின் அடியில் வெள்ளையன் ஓடி ஒளிந்த கதையைப் பப்பன் இன்றைக்கும் சொல்வான்.

கண்மாயின் வடக்கோரம் தண்ணீர் மட்டத்தைத் தாண்டி பாயும் தத்து. ஓடைக்குள்ளிருந்து கெலித்து பாயும் தண்ணீரைக் கிழித்துக் கொண்டு தாவும் மீன்கள் வெள்ளிக் குருத்தாய் மின்னும். வரிசையாய் தூண்டில்கள். முதலில் சப்பான், பப்பன், வெள்ளையன், குருசு, தங்கையா வாத்தியார், இன்னும் சில சிறுசுகள். ஓடும் தண்ணீரின் இரைச்சல்.

'யேல, பேசாதிகள சின்னச் சிறுக்கி பிள்ளகளா, இப்பிடி சலசலன்னு ஓலப்பாயில நாயி மோண்டாப்ல பேசிக்கிட்டு இருந்தா மயிருதான் கடிக்கும்.'

'இன்னியும் மழைக்கி அதிகாரம் இருக்கும் போலருக்கு அதுதான்

ஒன்னு போல சொல்லி வச்சது மாதிரி ஒரு மீன்கூட படலையே. மருந்துக்குக்கூட கடிக்கமாட்டேங்குதே.'

'மீனாச வீணாசன்னு சும்மாவா சொன்னான் சொலவட, சட்டு புட்டுனு வீட்டப் பாத்து போவம்.'

கொடங்கை நிறைய ஆமணக்கு குழையுடன் தோட்டத்திலிருந்து வந்த மொன்னையன், கால் சகதியைக் கழுவிக்கொண்டே கேட்டான்.

'என்னடா சட்டி நனையுமா?'

'யாரு, மொன்னையன் மாமாவா, மாமா ஒரு பெரிய விலாங்கு பட்டுக்கிருச்சு, எடுத்து பெட்டியில போட முடியல, வந்து எடுத்து விட்டுட்டுப் போயிருமே மாமா.'

'யாரு, மாப்ளயா, வாங்க மாப்ள, நான் ஒங்கள பாக்கலையே, விலாங்கு மாட்டிக் கிருச்சாக்கும், வேற மீனுனா நான் எடுத்துருவன். வெலாங்கு மீனுனா ஒங்க அக்காதான் மாப்ள நல்ல புடிப்பா. ஏமின்னா வழுக்கு வழுக்குனு ஓடும் பாத்திகளா இப்ப போயி ஒரெட்டுல வரச் சொல்லிறன்.'

அவர்கள் தத்தி விழும் தண்ணீராய் சிரித்துக் குனுகினார்கள். மொன்னையன் நேராக மாப்பிளையின் வீட்டில் போய் நின்றான். அவன் தங்கச்சி எட்டிப் பார்த்தாள்.

'ஏமா, யே... புள்ள மீனு நெறைய்ய கெடச்சிருக்காம், மசால் அரைச்சு தயாரா வச்சிருப்பியாம், இப்ப வந்திருவானாம் ஒங்க அண்ணன் சொல்லிவிட்டான், வேற கொழம்பு வைக்க வேண்டாமாம்.'

கருப்பாயி மசால் அரைத்து வைத்துவிட்டுக் காத்திருந்தாள். கண்மாயைப் பார்த்துப் பார்த்து அவள் கண்களும் பூத்துப் போயிற்று. மாப்ள வீசுன கை வெறுங்கையாய் வீட்டுக்கு வந்தான். கருப்பாயி ஏற இறங்கப் பார்த்தாள்.

'என்ன இவன மீனக் காணும்.'

'மீனு ஒன்னுகூட படல, எனக்கு மட்டுமில்ல ஒரு தூண்டி யிலயும் படல.'

'பெறகு என்ன மயித்துக்கு மசால் அரைச்சு வைக்கச் சொல்லி விட்ட.'

'ஆர்ட்ட'

'ஆர்ட்டயா, மொன்னையன் அண்ணன்தான வந்து சொல்

லிருக்காக, பொய்யா சொல்வாக.'

மாப்ளைக்கு விஷயம் புரிந்துவிட்டது. சிரிக்கி மகனிடம் வாக்கொடுத்தது தப்பாப் போச்சு. தொத்தல் பயல் துட்டி சொல்லிப் போன கதைதான்.

தொத்தல் பயல் சரியான செவ்வாளப் பயல். இலேசாய் யாரும் வாக்கொடுத்துவிட்டு சாமானியமாக மீள முடியாது. அதே சமயம் தொழில் செய்வதில் படு சமர்த்தன். புதுச் செருப்பு கட்டினாலும் சரி, பழைய செருப்புக்கு அடிவார் போட்டாலும் சரி, அறுந்த செருப்பு தைச்சாலும் சரி, கிழிந்த வால்கள் தச்சாலும், களத்து வேலையில் நின்னாலும் பம்பரமாய் நிற்பான். சம்சாரிகளுக்கு உதவுவதில் பயல் பலே கில்லாடி.

அன்றைக்கும் அப்படித்தான். மும்முரமாய் நடந்த களத்து வேலை முடிந்து பொலி அளந்து கொண்டிருக்கும் நேரம். காளியப்ப ரெட்டியார் எவ்வளவு சொல்லியும் கேட்காமல் களத்தில் ஒன்னுமே இல்லாமல் ஒட்ட அளந்துவிட்டு கூட்டி அள்ளிக்கிற சொல்கிறார்.

'ஏஞ் சாமி, இதையும் கூட்டி அள்ளியிற வேண்டியதான, இத எதுக்கு விட்டீக.'

'கூட்டி அள்ளிப் பாருடா ஒனக்கு ரொம்பத்தான் விட்ருக்கன்.'

'வேல கணக்குக்கு ரெண்டு நாள் முழுசா ஆகுது சாமி, ஏதோ பாத்துவிடுங்க.'

'ரெண்டு நாள் ஆனா என்ன, அஞ்சு நாள் ஆனா என்ன, ஒனக்கு ஏற்பட்டது காணிதான, நாங்க களத்துல விடுறத பேசாம வாங்கிட்டுப் போ.'

'அது சரிதான் சாமி அதுக்காக ரொம்பவும் அநியாயம் பண்ணக் கூடாதுல்ல, பிச்சக்காரனுக்குப் போட்டது மாதிரி.'

'யேல, இப்ப மரியாதையா அள்ளப் போறாயா, முதுகுத் தொளிய உரிக்கனுமா?'

கோபத்தில் காளியப்ப ரெட்டியார் முகம் சிவந்தார். ஒட்டுக் காணிக்காரர்கள் ஏந்திய ஏனங்களில் கொஞ்சம் கொஞ்சம் அள்ளிப் போட்டுவிட்டு விரட்டினார். தொத்தல் பயல் முகம்வாடிப் போய் முணங்கிக்கொண்டே களத்தைக் கூட்டி அள்ளினான். அவன் முகம் இறுகிப் போயிருந்தது. பெட்டியைக் குலுக்கி கணிசம் பார்த்தான். அரைப் பெட்டி தவசம்கூடத் தேறவில்லை. அவன் பேசாமல் போனான்.

சரியாக ஒரு வாரம்தான் ஆகியிருக்கும். ஒருநாள் காலையில் கையில் மாலைகளுடனும், பழத்தார்களுடனும், வாய்க்கரிசிப் பெட்டியோடு முக்காடு போட்ட பெண்களோடு ஆண்களும் கூட்டமாய் மேலக்குடியைப் பார்க்கப் போனபோது ஊரே கூடி நின்று வேடிக்கை பார்த்தது. கூட்டம் நேராக காளியப்ப ரெட்டியார் வீட்டின் முன்னால் போய் நின்றதும் பெண்களின் ஒப்பாரி பலமாய் கேட்டது. காளியப்ப ரெட்டியாருக்கு ஒன்றுமே ஓடவில்லை. மாடுகளை அவிழ்த்துப் போய்க் களத்தில் கட்டிவிட்டு கையில் கழிவு கூளத்தோடு திரும்பிக்கொண்டிருந்தவர் திடுக்கிட்டார். அவருடைய தங்கச்சிமார்கள் சேர்ந்து கட்டி அழ ஊர்க்காரர்கள் கூடிநின்று சிரிக்க கடேசியில் தொத்தல் பயல் ஒரு மாசம் ஊரைவிட்டு ஓடித் தலைமறைவாகிப் போனான். அப்புறம் அங்க இங்க என்று துப்பு வெட்டி பெரியவர்கள் போய்க் கூட்டியாந்து ஊர் கூட்டியது பெரிய கதை.

இந்த வருசம் முதலிலேயே கண்மாய் பெருகி மறுகால் போய்விட்ட படியால் எப்படியும் நெல் விளைந்துவிடும். கிணறுகளில் தண்ணீர் வற்றாது. அய்யங்கோயில் புளியமரத்தில் இனி தொட்டில்கள் தொங்கும். நடுவை ஆரம்பித்துவிட்டால் குலவைச் சத்தம் ஓயாது. எங்கு பார்த்தாலும் மனித தலைகள், முக்காடுகள், தார்ப் பாச்சல்கள். அய்யங் கோயில் மரத்தடியிலிருந்து தெற்காமல் பார்த்தால் கடலாய் கண்மாய். கரையில் நடந்தால் காலைத் தொட்டுக்கொண்டு தண்ணீர். வாகரையெல்லாம் நண்டுப் பொந்துகள். ஆளரவம் கேட்டதும் கொடுக்கை தூக்கிக்கொண்டு பதுங்கிக்கொள்ளும். கரையில் மேலமடையோரம் கூடாரமாய் நிற்கும் படந்த ஆலமரம். அதன் விழுதுகள் யானைத் தும்பிக்கைகளாய் தண்ணீரை முகந்து பார்ப்பதைப் போல் ஆடிக்கொண்டிருக்கும். இனி விடலைப் பயல்களுக்கு ஒரே கொண்டாட்டம்தான்.

விழுதுகளைப் பிடித்துக்கொண்டு தண்ணீரில் குதித்து குதியாளம் போட, பின் ஏற கண்ணெல்லாம் சிவந்துவிடும். இன்னும் ஒரே வாரத்தில் எல்லாப் பயல்களுக்கும் தலை முடியெல்லாம் செம்பட்டையாய் மாறி மினுமினுக்கும், கழுதை ரோமத்தைப் போல. அதற்கு அடுத்து வண்ணான் பாறை. செவனானுக்கு இனி கவலையே இல்லை. சொன்னபடி வெள்ளை கொடுத்துவிடுவான். செவனானும் அனந்தியும் வெளுப்பதைப் பார்த்துக்கொண்டேயிருக்கலாம். கழுதைகள் நான்கையும் தடையை அவிழ்த்து ஓடைக்குள் மேய விட்டுவிடுவான். வெள்ளைச் சேலை ஒன்றை எடுத்து இருவரும் எதிரும் புதிருமாய் நின்றுகொண்டு தரையில் காயப் போடுவதைப்

போல தண்ணீருக்குள் மெதுவாய் விரித்து நாலு மூலைகளிலும் கல் ஏற்றிவிட்டு சேலையின் மேல் பழைய கஞ்சி அல்லது கழுதைச் சாணியை விதைத்து வைத்துவிட்டு வந்து துணிகளை வெளுப்பார்கள்.

வழுக்கப் பாறையில்
அனந்தியம்மா வெழுக்கப் போகையில்
ஆகோய் ஓகோய் ஆகோ ஓகோ.
கோரப் புல்லோரம்
குட்டிப் பாம்பு எட்டிப் பாக்கயில
ஆகோய் ஓகோய் ஆகோ ஓகோ.

கொஞ்ச நேரங்கழித்து அலுங்காமல் குலுங்காமல் நடந்து போய், அப்படியே சேலையை அலையோடு அலையாய் ஆட்டி ஆட்டி மேலே தூக்கினால், தண்ணீரெல்லாம் வடிந்துவிட சேலையின் மேல் துள்ளும் மீன்கள். அவர்கள் வீடு திரும்பும் போது துவைத்த துணிப் பொட்டலங்களோடு ஒரு பொட்டலமாய் மீனும் வரும். முன்னால் நான்கு கழுதைகள் நடக்க ரெண்டு நாய்கள் பின்னால் வர சிவனானும் அனந்தியும் நடந்துவருவதைப் பார்த்துக்கொண்டேயிருக்கலாம்.

கண்மாய்க்கரை ஆலமரத்தைப் பற்றி யார் பேசினாலும் சிவனானுக்குப் பெருமையாய் இருக்கும். மூன்று தலைமுறையை உள்வாங்கிக்கொண்டு பரந்து விரிந்து கூடாரமாய், நிழற்குடையாய் நிற்கும் பிரும்மாண்டம். சிவனானுடைய அப்பன் சாத்தன், சாத்தனுடைய அப்பன் மருதனும் சிவத்தியும் இந்த ஊருக்கு வந்த புதுசு. சிவனானுடைய அப்பன் சாத்தன் கைப்பிள்ளையாம். தொட்டில் கட்டிப்போட மரங்களேயில்லாத வெய்யில். கரையெல்லாம் சங்கஞ் செடியும், கோடாங்கிக் கிழங்குச் செடியும், பொடுதலைச் செடியுந்தான். வெளி வாகரை பூராவும் ஆதாளையும், மஞ்சணத்திச் செடியும். வேறு மரங்களே மருந்துக்குக்கூட இல்லாத நேரம். அப்போதுதான் தோட்லாம்பட்டி போய் அங்குள்ள கண்மாய் ஆலமரத்தில் வெட்டிக்கொண்டு வந்து நட்டிய ஒத்தக் கொப்பு. சிவனானுடைய அப்பன் சாத்தனைப் பற்றி நிறைய்ய கதைகள் உண்டு.

சாத்தன் முடி வளர்த்து திருவண்ணாமலை கோயிலுக்கு நேமிக்கம் செலுத்த விரதம் இருந்த நேரம். சாத்தனும் பூச்சியும் விடிய்ய கண்மாயில் நிற்பார்கள். ஆலமரத்தில் ஒரே கூச்சல். குருவிகளின் சப்தங்கள். பளார் என்று விடிந்து வெள்ளை வெய்யில் அடிக்கும் போது பாதி துணிகளை வெளுத்திருப்பார்கள்.

அப்புறம் துணிகளைக் காயப்போட்டுவிட்டு பூச்சி மட்டும் போய்

சோறாக்கிக் கொண்டு வரும்போது உச்சி மத்தியானம். அப்படியே நிறை கண்மாயில் ஒரு முங்கு நெறமுங்கு ஈரவேட்டியுடன் அய்யங் கோயிலை மூன்று சுற்று சுற்றிவிட்டு விரதம் விடவேண்டியதுதான். அன்றைக்கும் அப்படித்தான் சாத்தன் கோயிலை மூன்று சுற்றுச் சுற்றி விட்டு வந்து இலையின் முன்னால் உட்கார்ந்து ஒரு வாய் சோறு வைக்கும் முன் அண்ணாந்து ஆலமரத்தைப் பார்த்தவன் திடுக் கிட்டான். இவர்களையே வெறிக்கப் பார்த்தபடி கழுத்தை உருட்டிக் கொண்டு உச்சிக் கொப்பில் கிருஷ்ணப் பருந்து.

'அப்பா மாய கிருஷ்ணா' சாத்தன் தரையில் விழுந்து கும்பிட்டு எழுந்தவுடன் பறந்து போனது.

மறுநாளும் அதே மாதிரி. அப்போதுதான் பார்த்தான் ஆலமரத்தில் கூடு கட்டியிருப்பதை. கிருஷ்ணப் பருந்தின் தரிசனம் தொடரத் தொடர சாத்தனின் பழக்கவழக்கங்கள் மாறியதோடு, பருந்தைக் காண வில்லையென்றால், அது வரும் வரை சாப்பிடாமல் இருந்து அதன் முகத்தில் முழித்த பின்பே விரதம் விட்டான். அன்று வெகு நேரமாகியும் பருந்தைக் காணவில்லை. சாத்தன் விரதம் விடாமலேயே கிறங்கிப்போய் வீடுவந்து சேர்ந்தார்கள். மூன்று நாள் கழிந்தும் பருந்தைக் காணவில்லை. சாத்தன் கிறங்கி கண்கள் பஞ்சடைத்து படுத்த படுக்கையாகிவிட்டான். பூச்சி மரத்தைப் பார்த்துப் பார்த்து அவள் கண்களும் பூத்துப் போயிற்று. மெல்ல மெல்ல விஷயம் ஊருக்குள் பரவியது. சனங்கள் ஆச்சரியப்பட்டுப் போனார்கள். 'இப்பிடியும் உண்டுமா, வண்ணாப் பயங்கிறது சரியாப் போச்சில்ல, பெறாந்து வந்தாத்தான் சாப்பிடுவம்னா எங்கயாவது போயி புடிச்சிட்டு வந்து வீட்டுக்குள்ள கவுத்திப் போட்டு வச்சிக்கிற வேண்டியதுதான், வயிறு பசிச்ச நேரம் அத தொறந்து பாத்திட்டு சாப்பிடலாம்.'

சாத்தன் யார் சொல்லியும் கேட்கவில்லை. பருந்தைப் பாராமல் சாப்பிடவே முடியாதென்று தலையைக் குலுக்கி விட்டான். அன்று ராத்திரியே ஒரு கூட்டம் கூட்டி முடிவு பண்ணியாயிற்று.

'வண்ணாப்பயல எப்பிடியாவது சாப்பிட வையுங்கள், பய செத்துக் கித்துப் போய்ட்டா ஊரு நாறிப் போகும், முந்தி மாதிரியில்ல வேற வண்ணான் சாமானியமா வரமாட்டான்.'

சடார் கொத்தனாரும் செண்பக வேளாரும் கூட்டிவரப் பட்டார்கள். இருவரும் கோயில்களுக்கு உருவம் செய்வதிலும் பெயிண்டிங் பண்ணுவதிலும் பெரிய கில்லாடிகள். ராத்திரியே அசல்

கிருஷ்ணப் பருந்தைப் போலவே உருவம் செய்து வர்ணம் பூசி சாத்தன் வீட்டிற்கு முன்னால் இருக்கும், வேப்ப மரத்தின் தாடிக் கொப்பில் கொண்டுபோய் கட்டிவிட்டு வந்தார்கள். விஷயம் பூச்சிக்குக்கூடத் தெரியாது. காதும் காதும் வைத்தது மாதிரி ஊர்ப் பெரியவர்கள் நாலு பேர் சடார் கொத்தனார், செண்பக வேளார் தவிர்த்து ஒரு சுடு குஞ்சிக்குக் கூடத் தெரியாது.

பொழுது விடிந்தது. ஒரு சின்னப் பயலிடம் சொல்லி பூச்சியிடம் மட்டும் சொல்ல ஏற்பாடு. இப்ப கொஞ்ச நாளாக கிருஷ்ணப் பருந்தை ஊரே எதிர்பார்த்துக்கொண்டுதானே இருக்கிறது. விஷயம் கசிந்துவிட்டது. ஊர்ச்சனம் பூராவும் சாத்தனின் வீட்டு முற்றத்தில். சாத்தனைப் பூச்சி கைத்தாங்கலாய் பிடித்துக்கொண்டு முற்றத்திற்குக் கூட்டிக் கொண்டு வந்தாள். கண்களைச் சுருக்கி கை விரல்களைக் கண்ணாம்பட்டையின் மேல் வைத்து அண்ணாந்து பார்த்தான் சாத்தன்.

'யெப்பா, மாயக் கிருஷ்ணா நீ எங்கப்பா போயிருந்த'

சாத்தன் பயபக்தியுடன் தரையில் மண்டியிட்டு எழுந்தபோது பொம்மைப் பருந்து பறந்து போயிற்று. பார்த்துக் கொண்டிருந்த அத்தனை ஜனங்களும் ஆச்சரியப்பட்டுப் போனார்கள். அந்த வேப்பமரம் இன்னும் கிட்ணசாமி வேப்பமரம்தான். யாரும் அதன் மீது ஏற மாட்டார்கள். பல் தீத்தக்கூட ஒரு குச்சி ஒடிக்க மாட்டார்கள். மரத்தடியில் யாரும் மாடுகள்கூட கட்டமாட்டார்கள். விரதமிருந்து ரெண்டாஞ் சனி மூணாம் சனியென்று திருவண்ணா மலைக்குப் போகிறவர்கள் முதல் சாமியாக வேப்ப மரத்தைக் கும்பிட்டு விட்டுத்தான் போவார்கள். இந்தக் கண்மாயோடும் ஊரோடும் ஆலமரத்தோடும் உள்ள தொந்தம் சிவனானுக்குத் தலைமுறை தலைமுறையாய் பாத்தியதை உண்டு. இந்தக் கண்மாயைப் பற்றி வழிவழியாய் விளங்கும் பல கதைகள் அவனுக்கு அத்துபடி.

மழை விடாமல் பெய்யும் ஐப்பசி கார்த்திகை மாசங்களில் அநேகம் கண்மாய்கள் உடைந்து உருத்தெரியாமல் ஓடையாய்ப் போன கதை உண்டு. ஆனால் இந்தக் கண்மாய் மட்டும் அதிசயம் தான். ரெண்டு தலமுறையாய் உடையவே இல்லை என்பான் சிவனான்.

'நாலு பக்கமும் கரை தத்தி தண்ணி போயிருக்கு. ஆனா நம்ம கம்மா ஒடையில. எல்லாம் அய்யனாரப்பன் புண்ணியம்.'

பெரியாள்க சொல்வாக எத்தனையோ வருசத்திற்கு முந்தி. கண்மா

நெற பெருக்கு. கலுங்கல தொறந்து விட்டாச்சு. தண்ணி கொறய வழியில்ல. வார தண்ணிய தாமிரிக்க வழியில்ல. நாலா பக்கமும் கெத்கெத்னு சமுத்திரத்தப் போல. அன்னைக்கு ராத்திரி வேற மழக்கோப்பு இருக்கு. கொட்டு கொட்டுன்னு கொட்டுது. ராவு வந்த விருந்தாடி விடிஞ்சுதான் போவாங்கிற கதையா மழ வெறிக்கிற வழியக் காணும். எரும மாடு மோண்டாப்ல சதசதன்னு கொட்டுது. இப்ப இருக்காகல்ல நீர்ப்பாச்சி அவுக தாத்தா கருப்பசாமி கருப்பசாமின்னு, ஆள் ஒல்லினாலும், துணிஞ்ச ஆளு. எந்த இருட்டாகட்டும் காத்து கருப்பாகட்டும் கிட்ட அண்டாது கொஞ்சங்கூட பயப்பட மாட்டாக. அந்தப் பேய் மழையிலயும் சாமம்போல தலையில சம்புக் கோர வச்சுப் பின்னிய கொங்காணி, கையில அரிக்கேன் லைட், இன்னொரு கையில மம்பட்டி. ஒத்தையில கரைய சுத்திச் சுத்தி வாராக. காத்து வேற பே வாங்கு வாங்குது. கம்மாய்க்குள்ள கெடந்த பூச்சி பொட்ட பூராவும் விப்பு விருவு அடங்கின ஒடன கரைக்கு ஏறிருச்சு. தண்ணி கரைய தத்தி விழுகிற அளவுக்கு வந்திருச்சு. எழந்த எடம் பூராவும் மண்ணு கரஞ்சு கோடுகோடா நெளியுது தண்ணி. ஓடிப்போயி ஊர்ல சத்தங்காட்டி ஆட்கள கூட்டியாரணும், ஊரவும் காப்பாத்தணும். கொங்காணிப் பாயையும் மம்பட்டியையும் தூர வீசியெறிந்தான். அரிக்கேன் விளக்கைத் தண்ணீருக்குள் வீசிவிட்டு, அய்யனார் கோயில் முன்வந்து நெடுஞ்சாண்கிடையாய் குப்புற விழுந்துகிடந்தான் நீர்ப்பாச்சி கருப்பசாமி. மின்னலின் வெட்டில் தண்ணீர் பளபளத்தது. சல் சல்லென்ற சலங்க கெச்ச சத்தம். வல்லயக் கம்பை யாரோ நங்நங்கென்று ஊன்றிக்கொண்டு ஓடிவருவதைப் போலிருந்தது. 'இங்க பாருங்க சாமி மேல் பூராவும் புல்லரிக்கிறத.' குப்புறக் கிடக்கும் நீர்ப்பாச்சியின் தலமாட்டிலும் நங்கென்ற சத்தத்துடன் சலங்கைகள் குலுங்கும் சத்தம். வல்லயக் கம்பில் தொங்கும் மணிகள் எழுப்பும் சல் சல்லென்ற ஓசை.

'டேய், யாருடா நிய்யி.'

நீர்ப்பாச்சி எழுந்து நின்றான். அவனுக்கு ஒன்றுமே புரிய வில்லை. கைகளைக் கட்டிக்கொண்டு நின்றான். தலையில் ஊசிக் குல்லாய். இடுப்பில் கால்வரை தொங்கும் கருங்கச்சை. கைகளில் வல்லயக் கம்பு.

'சாமி நீர்ப்பாச்சி, காணிக்காரன் கருப்பசாமி.'

'கம்மாய சுத்திப் பாத்தயாடா?'

'ஆமா சாமி.'

'தாங்குமாடா?'

'எனக்கென்ன சாமி தெரியும், கம்மாயவும் ஊரவும் நிய் தாஞ் சாமி காப்பாத்திக் குடுக்கணும்.'

'நானும் சுத்திப் பாத்திட்டுத் தாண்டா வாரன். போ போயி ஆட்கள கூட்டிட்டு ஓடியா. நிய் வார வரைக்கு தண்ணி பன ஓசரம் போனாலும் கவலப்படாத நான் பாத்துக்கிறேன், ஓடுடா ஊருக்கு.'

நீர்ப்பாச்சி கருப்பசாமி ஊர் மடத்தில் வந்து விழுந்தான். மடத்தில் படுத்திருந்த எளவட்டங்கள், கிழடு கெட்டைகள் எல்லோரும் சத்தங் காட்டி ஊரைக் கூட்டினார்கள். ஊர் முச்சூடும் மடத்தில். மழை விட்டபாடில்லை. பார்த்ததையெல்லாம் அருள் வந்தவனைப் போல சொல்லி முடித்தான். ஊரார் ஒருவர் முகத்தை ஒருவர் பார்த்துக் கொண்டனர். பலப்பல பேச்சுக்கள். வீட்டுக்கு ஓராள் வீதம் இப்போதே போவோம் என்று ஒரு பேச்சு. மேலோரமாய் நாமே கம்மாயை வெட்டி விட்டுவிட்டு தண்ணீர் சொடிந்ததும் அடைத்துக் கொள்ளலாம் என்று ஒரு பேச்சு. இவஞ் சொல்றதப் பாத்தா ஒடஞ்சாலும் ஒடஞ்சிருக்கும் வாங்க போயி ஆடு மாடுகளையாவது கடத்துவோம். கடைசியில் ராமுக்கிழவன்தான் கேட்டான்.

'சாமி என்னடா சொல்லுச்சு கொஞ்சம் வெவரமா சொல்லு.'

'நான் வார வரைக்கு தண்ணி பன ஓசரத்துக்கு வந்தாலும் நான் பாத்துக்கிறன், நிய் கவலப்படாதேன்னு சொல்லுச்சு.'

'நிய் வார வரைக்கு நான் பாத்துக்கிறம்னு சொல்லுச்ல, அப்ப நிய் அங்க போக வேண்டாம். இன்னைக்னு இல்ல என்னைக்குமே நிய் கம்மாய்க்குப் போகவே வேண்டாம்.'

'போகாம இருந்திட்டா?'

'கம்மா என்னென்னைக்குமே ஒடையாது, அய்யனாரப்பன் காத்திக்கிடும்.'

'நீர்ப்பாச்சி காணி.'

'காணிய நிய் ஆருக்கு மாத்திக் குடுக்க சொல்றயோ அவனுக்கு மாத்திக் குடுக்க ஊர் சம்மதிக்குது.'

அன்னக்கித்தான் காணிய மாத்தி இப்ப பாக்காகளே சின்னக் கருப்பன் அவுக வகையறாவுக்கு மாத்துனது. இன்னைக்கும் பழைய காணிக்காருக வம்சம் கம்மாய் கரைக்கு வராது. கம்மா அழிஞ்சு மீன்

பிடிச்சாலும் ஒரு பங்கு அங்க போயிரும். ஊர் பூராவும் வசூல் பண்ணி குடுத்துருவாக. அதே மாதிரி அன்னைக்கு ராத்திரி கம்மா ஒடையில. சுத்துலாப்பட்ட கம்மா எல்லாம் ஒடஞ்சு போச்சு. நம்ம கம்மா கரை தத்தியும் ஒடையல. அதுலருந்து இன்னி வரைக்கு எத்தனையோ பேய் மழை கொட்டு கொட்டுனு கொட்டியிருக்கு. நம்ம கம்மா இம்மிகூட அசையல. அய்யனாரப்பன் கொடுத்த வாக்க இன்னிக்கும் காப்பாத்தும் நாளைக்கும் காப்பாத்தும். கம்மாயைக் காவல் காத்து நிற்கும் அய்யனார் சாமியை சிவனான் கும்பிட்டான்.

சிவனான் வீட்டைச் சுற்றி எப்போதும் கூட்டம் நிறைந்திருக்கும். வேலை கொஞ்சம் மத்துவமாக இருந்தால் உடனே முயல் வேட்டைக்குக் கிளம்பி விடுவான். ராத்திரி வெள்ளெலி வேட்டை. பெருச்சாளி இருந்தால் பத்தியம் வச்சுப் பிடிப்பான். காடைத் தட்டு சுவரில் தொங்கும். மொகட்டு வளையில் கதுவாலிக் கூடு. இளவட்டங்கள் சிவனானுடன் வேட்டைக்குப் போக பிரியப் படுவார்கள். விளையாட்டு சிரிப்பு எடக்கு எகடாசி கதைகள் பொழுது போவதே தெரியாது.

2

போன மாசம் ராத்திரி மேலக்குடியில் போய் வெள்ளெலி வேட்டையாடிய கதையைச் சிரிக்காமல் சொல்வான். பௌர்ணமிக்கு மறுநாளு. நெலா பட்டப்பகல் தோத்துப் போகும் அப்படி பாலா அடிக்குது. நானு, சப்பாணிப் பய, மதுக்கன், ஒன்றக்கண்ணன் நாலு பேரு. மேலக்குடிக்குள்ள போயி படப்புக்கு உள்ளே கலச்சுவிட்டு சேல புடிக்கோம். நானும் சப்பாணிப் பயலும் சேலைய சொவர் கெணக்கா புடிச்சிக்கிட்டு ஒக்கார அவுக ரெண்டு பேரும் நீளக் கம்ப வச்சு படப்புக்குள்ள ஓட்டி கலைக்க, ஓடியார எலியப் பூராவையும் சேலையால அமுக்கிப் பிடிச்சு கால மட்டும் ஒடிச்சு ஒடிச்சு பின்னிப் போட்ருக்கன். பெரிய கண்ண வச்சிக்கிட்டு பொடுக் பொடுக்னு முழிச்சிட்டுக் கெடக்கு ஓட முடியாம. திடீர்னு பாத்தா மதுக்கன் பயல ஆளக் காணும்; சரி சிரிக்கி மவன் ஒறங்கப் போயிருப்பான் வரும் போதே கண்ணக் கசக்கிட்டுத்தான் வந்தாமின்னு நெனச்சிக்கிட்டு அடுத்த படப்ல போயி சேல போட்ருக்கு, பய வடக்க கடவுக்குள்ளருந்து சிரிச்ச மானக்கு வாரான்.

'சிரிக்கி மகன எங்கல போய்த் தொலஞ்ச கலச்சு விடாம.'

'...'

'பாத்தா பய வாய் நெறைய்யா மொக்குறான். பேசக்கூட முடியாம வாய் நெறைய்யா தோச.'

'ஆர்ல குடுத்தா மதுக்கா.'

'ஆமா சாமம்போல ஒனக்கு சுடச்சுட தோச சுட்டு குடுக்காக, வாயப் பௌந்திட்டு அலையிறயே.'

'எனக்கும் கொஞ்சம் தால.'

'இந்தா வாங்கிக்கோ.'

விடிந்தால் கடைசி வெள்ளி. நல்ல நாள். ஊர் பூராவும் பலகாரத் திற்கு போட்டு ராத்திரியே சுட்டு அடுக்கி வைத்து விடுவார்கள். தீக்கொளுத்தி ராமையா பொண்டாட்டி செண்பக வல்லியம்மாள் வீட்டில், தோசையைச் சுட்டு சுட்டு பின்னால் உள்ள சுளகில் அடுக்க, மறு தோசையைக் கல்லில் ஊற்றியதும் கந்தூங்கிக் கொண்டிருப்பதை பயல் பாத்திருக்கிறான். பூனையைப் போல எட்டு வைத்து பின்னால் போய் நின்றுகொண்டு சுட்டு அடுக்கி வைத்த தோசையில் ஒரு குத்து துண்டில் மறைத்து வைத்துக் கொண்டு பயல் கெலித்துவிட்டான். எங்க நாலு பேருக்கும் சுடச்சுட நாலு தோச. படப்பு மறைவில் நின்றுகொண்டோம். திரும்பவும் பயல் சொல்லி வச்சது மாதிரியே போய் வந்தான். ஏத்தாப்பு போட்ட துண்டில் பொட்டலமாய் பனியாரம். அன்னக்கி நாலு பேருக்கும் நல்ல வேட்ட, மேகலத்தார் வீட்டுப் பண்டம். இன்னக்கி நமக்குக் குடுத்து வச்சிருக்கு. நாலு பேரும் வாய் நெறய்யா மொக்குறோம். சப்பாணிப்பய சரியான சின்னச் சிறுக்கிவில்ல சும்மா இருக்க மாட்டாம,

'யேனேய், மதுக்கன்ன, நானும் ஒங்கூட வாரன், ஒரு தூக்குவாளில கொஞ்சம் சட்னி ஊத்திக் குடுத்து விடு, வெறுந் தோச கொஞ்சம் தெகட்டுது.'

பயல் சொல்லி வாய் மூடவில்லை. நாலு பேரும் சிரிச்சு உருண்டு, ஒன்றக் கண்ணனுக்கு பனியாரம் விக்கி, பொறையேறி, செரசலடுச்சு கண்ணு முழி நெலக்குத்திருச்சு, பய மூச்சுப்பறியாம பேச மாட்டாம கைச் சாட போட்டுட்டான். தண்ணிக்கு எங்க போக அந்நேரம், எங்க தெரு கெடக்கு ஏழு மூல தள்ளி.

'தண்ணிக்கு எங்கடா போக சப்பாணி, பய செத்தாலும் செத்திருவான்.'

‘தண்ணிக்கு இன்னியாரம் எங்க போக ஆர்ட்டக் கேக்க ஓட முடியுமா, என்னமோ ஏதோன்னு ஊர்கூடிடும். பெறகு பெருங் கேவலமாப் போயிரும், பேசாம செண்பக வல்லியம்மா வீட்லயே போயி கொண்டாந்திர வேண்டியதுதான்.’

கட்டக் கம்பின் எறிக்குத் தப்பி குதித்து படப்பின் மறைவில் போய் நின்றுகொண்டான் சப்பாணி. ரொம்ப நேரங்கழித்து ஒன்றக் கண்ணன் இலேசாய் பேசினான். அவன் பேச்சு தொண்டை கட்டியவன் பேசுவது போலிருந்து. கண்களில் கண்ணீர் வழிய இலேசாய் சிரித்தான்.

‘தாயோளி, ஊராத்தி வீட்டு ஓசிப் பனியாரம்னா ஒருவாயில ஒன்ன வச்சு விழுங்குறயே அவக்காச்சி எடுத்த பயல செத்தோடத்துல சாக இருந்தல்ல.’

அன்னைக்கு வேட்டை அதோடு முடிந்தது. விடிந்ததும் சிவனான் சொன்னபோது கேட்டவர்கள் எல்லாம் சிரித்தார்கள். விதவிதமாய் நாய் வளர்ப்பான். முயல் வேட்டைக்குத் தனி. வெள்ளெலி அணில் வேட்டைக்குத் தனி.

‘என்ன செவனான் இன்னக்கி வீச்சம் ஒன்னுங் கெடையாதா?’

‘வீச்சமில்லாம சோறு உள்ள எறங்குமா சாமி, ரெண்டு கதுவாலி கெடச்சது.’

‘நானும் வரட்டுமா?’

‘மகராசனா வாங்க ஒங்களுக்கு இல்லாத சாப்பாடா.’

பூச்சி வாயெல்லாம் பல்லாகச் சிரித்து குனுகுவாள். மேகலத்தார் களுக்குகூட பூச்சியும் சாத்தனும் செல்லப் பிள்ளைகள்தான். அப்படியொரு தொந்தம் ஊரோடு. அவன் வீட்டுக்கு முன்னால் படர்ந்து நின்று நிழல் கொடுக்கும் வேலிக் கருவேல மரத்திற்கு அடியில் எந்நேரமும் கூட்டம் இருக்கும். கழுதைச் சாணியும் வெள்ளாவிக் கொச்சையும் அவர்களை ஒன்றும் செய்யாது. சம்சாரிகளை அண்டி அவன் வாழ்ந்தாலும் அவன் இல்லையென்றால் சம்சாரிகள் பாடுதான் திண்டாட்டம் என்பது தான் உண்மை.

‘உவர் மண்ணுக்குப் போன செவனான் இன்னியும் வரளயாம், அதுக்குள்ள நாற அழுக்கு சேந்து போச்சு, நெறசலுக்குள்ள வேற ‘முட்டுச் சீல’ நாலு நாளா நாறுது’ பொம்பிளைகளின் புலம்பல் நிறைய்ய கேட்கும்.

‘ஆமா சேலய மட்டும் வண்டி வண்டியா போடுங்க கரெக்ட்டா

வெள்ள கொண்டாரலன்னா அரட்டுங்க, வெஞ்சனப் பாட்டுக்னு நாளி பயறு கேட்டா குடுக்காதீக.'

'ஒனக்கு இல்லாத பயறா, செவனான் சாங்காலம் பூச்சிய வரச் சொல்லு நாளி என்ன எவ்வளவு வேணுமோ வாங்கிட்டுப் போகச் சொல்லு.'

'சும்மா வெளயாட்டுக்குச் சொன்னன் சாமியோவ், சம்சாரி களுக்கு வெளஞ்சா போதும் சாமி. ஒரு புண்ணியவாளன் இல்லன்னா இன்னொரு மகராசன் அள்ளிக் குடுப்பான். ஆண்டவன் புண்ணியத்துல ஒரு கொறையுமில்ல சாமி.'

3

ஐயர் சொன்னபடியே மினுத்தானுக்கு பிளவை பெறப்பட்டு படுத்த படுக்கையாகி விட்டான். நடு முதுகில், நாரத்தங்காய் தண்டி. நாக்கைத் துருத்தியதைப் போல சதை எட்டிப் பார்த்தது. மினுத்தான் எந்திரிக்கிறது ரெண்டாம் பட்சம்தான் என்று பேசிக் கொண்டார்கள். கொழந்த பெறந்த நேரம் சரியில்லையாம். குட்டிச் சனில பெறந்திருக்காம். கோப்பக் கொளச்சுத்தான் விடுமாம். பாவம் எப்பேர்ப்பட்ட மனுசன். மாடத்தியும் அப்படித்தான். பசின்னு காதுல கேட்டுட்டாப் போதும். நாட்டு வைத்தியர்கள் இருப்பாய் இருந்து வைத்தியம் பண்ணினார்கள். காரையும் சலமும் வெளியேறி அமுங்கும். மறுநாள் பல்லி நாக்கைப் போல சதை தலை நீட்டும். ஐயர் ரெண்டு தடவை வந்து பார்த்துவிட்டுப் போனார். மாடத்தி நேமிக்கம் போடாத கோயில் கிடையாது. எந்தச் சாமி புண்ணியமோ மூனு மாசம் கழித்து எழுந்துவிட்டான். பிழைத்தது மறு பிழைப்பு.

அவன் கோட்டோரை அவிழ்த்து மாடுகளுக்கு வாக்கூடு கட்டிக் கொண்டிருந்தான். பயிர் உழவு. கம்மம் பயிர் மொளி வைத்து விட்டால் பயிர் உழவு அடிக்க முடியாது. சடக் சடக்கென்று ஒடியும். மனுசன் படுக்கப் போயி பயிர் கொஞ்சம் மிஞ்சிவிட்டது. குருசாமியவும் கொற சொல்ல முடியாது. ஒத்தையில கெடந்து சீரழிஞ்சு சமாளிச்சான்.

மேலோரம் வரப்பில் தலை தெரிந்தது. கண்களைச் சுருக்கி அடையாளம் பார்த்தான். கையில் தொரட்டிக் கம்போடு வேல்க்

கோனார்.

'ஆரு, வேல்க் கோனாரா?'

'வாய்யா... மினுத்தான் வா, ரொம்ப படுத்திட்டியாமே, மாடத்தி சொன்னா, ஒரு கண்டம் போச்சு'

'பெழச்சதே மறுபெழப்பு கோனாரே.'

வரப்போரம் நெருங்கிய செம்மறிகளை மண்கட்டியால் எறிந்து விரட்டினார். சின்னப் பயலைச் சத்தங்காட்டி விரட்டச் சொன்னார். மினுத்தான் கலப்பை கட்டி பயிர் உழவுக்குத் தயாரானான்.

'மினுத்தான் கிட்ட ஒண்ணு கேக்கனும்.'

'தாராளமா கேளுங்க கோனார'

'ஆமா, ஒங்க அண்ணன் மகன் ஒருத்தன் பட்டாளத்திலிருந்து வந்திருக்கானா?'

'கொஞ்சம் வெவரமா சொல்லுங்க கோனார. எங்க பயக எந்தப் பய பட்டாளம் போயிருக்கான்.'

கோனார் நேத்து நடந்ததை அப்படியே சொன்னார்.

'நேத்து உச்சி மத்தியானம். ஆடுகள் பூராவும் ஓம் புஞ்சைக்கு அடுத்த தரிசுல நிக்கி. நல்ல ஒயரம். ஒட்ட வெட்ன முடி. முழுக்கைச் சட்ட, தும்ப பூவா வேட்டி. உப்பத்தூர் பாத வழி போன ஆளு பட்டுனு திரும்பி ஓம் புஞ்சைக்குள்ள நின்னு நாலு மூலயவும் சுத்தி சுத்தி வருது. மினுத்தான் புஞ்சய ஆரு சுத்திப் பாக்கா ஆளு வேத்தாளா இருக்கேனு, சின்னப் பயல ஆட்டப் பாத்துக்கிறச் சொல்லிட்டு பக்கத்துல வந்தன், பெறவும் எனந் தெரியல, ஓங்க ஊரு ஆளு மாதிரியும் தெரியல. சரி கேட்டுத்தான் பாப்பமேன்னு பைய்ய பேச்சுக் குடுத்தன்.

'அய்யா நீங்க ஆரு?'

'மேஸ் தாஸ் காஸ் பீஸ் மினுத்தான்.'

'ஆமா மினுத்தான் தெரியும், நீங்க மினுத்தானுக்கு என்ன வேணும், எந்த ஊரு?'

'மினுத்தான் அபா அபா.'

'அப்ப மினுத்தான் மகனா நீங்க.'

'ம்ம்... கரெட்.'

'அய்யா என்ன வேல பாக்கீக, எங்க இருக்கீக.'

'நான் டெஸ்தாஸ் மிலிட்ரி.'

‘பட்டாளத்துல இருக்கிகளாக்கும்.’

‘காஸ் மேஸ் பீஸ் நேஸ் வீஸ் பேஸ் டா... ஸ்’

வலது கையை நீட்டி ஆட்காட்டி விரலால் எச்சரித்துவிட்டுப் போய்விட்டார். ஆடுகள் பயிரை மேய்ந்தால் போலீசில் பிடித்துக் கொடுத்துவிடுவேன் ஜாக்கிரதை என்று சொல்லி யிருப்பார் என்று கோனார் யூகித்துக் கொண்டார். கோனார் சொன்ன அடையாளம் தோரணை எல்லாம் வைத்துப் பார்த்தபோது மினுத்தானுக்கு எல்லாம் புரிந்துவிட்டது. சிரிப்பு பொத்துக்கொண்டு வந்தது. அடக்கிக் கொண்டான்.

‘ஆமா கோனாரா எங்க அண்ணன் மகன் ஒரு பய பட்டாளத்தி லிருந்து வந்திருக்கான், விருதா கிருசு கெட்ட பய. உப்பத்தூருக்குப் போறமின்னுட்டு போன பய இங்க வெலகியிருக்கான், பய எங்கிட்ட சொல்லவேயில்லையே.’

‘நேத்து செத்தோடத்துல மனுசன கலக்கிட்டான் கலக்கி, ரொம்ப கோபக்காரப் பயலாருப்பான் போல’

கோனார் போனதுதான் தாம்சம் மினுத்தான் சிரிப்பாணியை அடக்க மாட்டாமல் சிரித்தான். அவன் சாயங்காலம் உழவு முடிந்து மாடு அவிழ்க்கும் வரை சிரித்தான். சிரிக்கி வில்லைக்கு வீட்ல போயி வச்சிக்கிரன்.

‘என்ன இன்னக்கி பெரிய மனுசன் காட்லருந்து சிரிச்சமானைக்கு வாரான், ஒழவு அடிக்கையில பொதையல் கெடச்சிருச்சா.’

‘யேய்... மாடத்தி இங்க வா, இப்பிடி குத்தாயி.’

‘என்ன பெரிய மனுசா அத கொஞ்சம் சொல்லிட்டுத்தான் சிரியேன்.’

‘நம்ம கடோடிப் பய வந்திருக்கானா?’

‘ஆரு முத்தையாப் பயலா? கழுத வந்தாலும் வந்திருக்கும் ஆரு கண்டா, அவனப் போயி இன்னக்கி அருசுவமா தேடுற.’

‘யேல, குருசாமி அந்தப் பய எங்க இருந்தாலும் போயி கூட்டியாடா.’

மினுத்தான் திண்ணையில் உட்கார்ந்திருக்கிறான். இன்னும் தார்ப்பாச்சல்கூட அவிழ்க்கவில்லை. சிவந்த மேலெல்லாம் வெய்யிலில் உப்புப் பரிந்து வியர்வை உறைந்த கோடுகள். குத்திக் காய்ச்சுகிற பெட்டி நிறைய வறுத்த நிலக்கடலை, பக்கத்தில் உடைத்த அரைவட்டு கருப்பட்டி. முத்தையா வந்து மெல்ல தலையைச்

சொரிந்தான்.

'வாடா... முத்தையா. வா. எப்ப வந்த'

'நான் வந்து நாலு நாளாகுது சின்னயாவ்.'

'நம்ம காட்டுப் பக்கம் போனியாடா.'

'ஆரு கோனாரு சொன்னாரா?'

'போனியா? இல்லியால.'

'அவன அந்தப் போடு போடலன்னா, பிஞ்சய அழிச்சாட்டம் பண்ணிருவான், இனிமே இந்தச் சென்மத்துக்கும் நம்ம பிஞ்ச பொலியிலகூட மிதிக்க மாட்டான், வேற பயகளும் பயப் படுவான், கொஞ்ச நேரத்துல மனுசன் பேமுழி முழிச்சிட்டாரு.'

மாடத்தியும் மினுத்தானும் சிரித்துக் குனுகினார்கள். குருசாமி சிரிப்பதற்குத் தோதாகக் கதவின் மறைவில் நின்றுகொண்டான். அவனால் சிரிப்பானியை அடக்கவே முடியவில்லை.

'தாயோளி, எங்க அண்ணன் அப்புச்சுப்பன் பேரக் கெடுக்கனுமுனே பெறந்த பயடா நிய், எங்க அண்ணன் தும்முன வீட்ல வாசற்படி மிதிக்கமாட்டான்.'

'சின்னய்யா ஒனக்கு ஒன்னும் தெரியாது. நிய் அந்தக் காலத்த நெனச்சுக்கிட்டு அந்தக் காலத்து மனுசனாவே இருந்திராத. காலம் மாறிப் போச்சு.'

'ஆமா, இங்கிலிஸ் பேசுனயாம கோனாரு சொன்னாரு. பெரிய வெள்ளக்காரத் தொர மகன்.'

'தொர பேசுனாத்தான் இங்கிலிசா? நான் பேசுனா இங்கிலிஸ் இல்லயா? நாக்க உள்ள இழுத்து வச்சு மடிச்சிக்கிட்டு தஸ்புஸ்னா இங்கிலிஸ் தானா வந்துட்டுப் போகுது.'

மாடத்தி முத்தையாவுக்குப் பெரிய பலகாரக் கொட்டான் நிறைய வறுத்த நிலக்கடலையும் கருப்பட்டியும் கொண்டு வந்து கொடுத்தாள். மினுத்தானுக்கு முத்தையாவின் வாயைச் சீண்டிப் பார்ப்பதில் ஆசை.

'வெள்ளைக்காரத் தொர நிலக்கடல எப்படித் திம்பாரு.' முத்தையா வேகவேகமாக கடலையை உரித்துத் தொளியை வாயில் போட்டு மென்றுகொண்டே பருப்புக்களைத் தூர எறிந்தான். மாடத்தியின் முதுகில் ஓங்கி அடித்துக்கொண்டே மினுத்தான் சிரித்து உருண்டான். அவன் வாயிலிருந்து மென்ற கடலைப் பருப்பு மடியில் விழுந்ததைக்கூடக் கவனிக்கவில்லை.

'நம்ம என்னென்ன செய்யிறமோ அதுக்கு ஏறுக்கு மாறா செஞ்சா அதுதான் வெள்ளக்காரத் தொர.'

'யேல, முத்தையா ஓம்மேல ஆவலாதி ஜாஸ்தியா வருது.'

'என்ன ஆவலாதி சின்னய்யா வருது, களவாண்டனா, கன்னம் போட்டனா, இல்ல எவ கையவாவது புடிச்சி இழுத்தனா, காத்துல கெடந்த நகைய அத்தனா?'

'போன மாசம் மீனாட்சியாபுரம் பாத்தி கட்டப் போனியா?'

'ஆமா போனன்.'

'அங்க போயி என்ன கூத்து பண்ணுன.'

'அதையும் வந்து சொல்லிப் புட்டாங்களா, இந்தப் பயக வாயத் தச்சாலும் நிக்காது.'

மத்தியான வெய்யில். மீனாட்சிபுரம் நாடார் தோட்டம் பாத்திகட்டு. மதிப்பு வேலை. எல்லாம் உருளைக்குடி ஆட்கள். வேலை மும்முரமாய் நடக்கிறது. எங்கேயோ சுத்தித் திரிந்து விட்டு அன்றுதான் ஊருக்கு வந்திருந்தான் முத்தையா. ஆள் நிறைய்ய வேலை செய்யுமிடங்களில் முத்தையா இருந்தாலே போதும். அந்த இடமே கலகலப்பாய் இருக்கும். ஒரு வேலையும் தெரியாவிட்டால் கூட அதற்காகவே அவனைக் கூட்டிக்கொண்டு போவார்கள். அன்றும் அப்படித்தான். மதிப்பு வேலை, ஆகையால் இடுப்பாத்தக்கூட நிமிர முடியவில்லை. மீனாட்சிபுரத்து பெரியாட்கள் நாலைந்து பேர் ஒரு வெள்ளைப் பேப்பரில் நிறைய கையெழுத்து வாங்கிக்கொண்டே வந்தார்கள். தெரிந்தவர்கள் எல்லாம் கையெழுத்துப் போட்டார்கள். முத்தையாவின் நிறை வந்ததும் பேப்பரை நீட்டி பேனாவையும் கொடுத்தார்கள். அவன் கைகளிரெண்டையும் வேஷ்டியில் அழுத்தித் தேய்த்துத் துடைத்துவிட்டு பேனாவையும் பேப்பரையும் வாங்கிக் கொண்டான்.

'என்ன வெசயமா கையெழுத்து.'

'எங்க ஊர் ஊருணி மேடேறிப் போச்சு. அத ஆழப்படுத்த கலெக்டருகிட்ட மனுக் குடுக்கனும். அதுதான் கூடப் பத்து கையெழுத்து இருக்கட்டுமேன்னு ஒங்க கிட்டேயும் வாங்குறோம்.'

முத்தையா கையில் பேப்பரை வாங்கியதும், பேனாவைக் கன்னத்தில் தொட்டுக்கொண்டே வரிவரியாகப் படிக்கிற பாவனை யாகத் தலையை அங்கிட்டும் இங்கிட்டும் இலேசாய் அசைத்துக் கொண்டே முனங்கினான். பாத்தி கட்டிக் கொண்டிருந்த குருவன்

மம்பட்டியை வாய்க்காலில் வீசிவிட்டு வேகமாய் ஓடிப்போய் சில்லோடைக்குள் ஒளிந்தான். அவனால் சிரிப்பை அடக்க முடிய வில்லை. மூக்கன் ஒன்றுக்குப் போகிற சாக்கில் மஞ்சனத்திச் செடி மறைவில் உட்கார்ந்துகொண்டு சிரித்துக் குனுகினான். கருவாயன் வாய்க்குள் அரைத் துண்டைத் திணித்தும் சிரிப்பை அடக்க முடியாமல் கண்களில் கண்ணீர் வர முழித்தான். மீனாட்சிபுரத்துக் காரர்கள் ஒன்றும் புரியாமல் நின்றார்கள். கொஞ்ச நேரம் படிப்பதைப் போல் பாவ்லா காட்டிய முத்தையா திரும்பவும் பேப்பரையும் பேனாவையும் கொடுத்தான்.

'என்னப்பா கையெழுத்துப் போடாம திருப்பித் தார.'

'நான் கையெழுத்துப் போட்டா ஒங்க காரியமே கெட்டுப் போகும்.'

'எதுக்குக் காரியம் கெடுது. சும்மா போடுப்பா.'

'இது உருளகுடி முத்தையா கையெழுத்துனு பார்த்த ஓடனயே கலெக்டருக்குத் தெரிஞ்சு போகும். மீனாட்சியாபுரத்து ஆளுக பொய் பெட்டிசன் குடுத்துருக்காகன்னு ஒங்க மனுவையே தள்ளுபடி பண்ணிருவாரு.'

மீனாட்சிபுரத்துக்காரர்கள் ஒருவர் முகத்தை ஒருவர் பார்த்துக் கொண்டு பேனாவையும் பேப்பரையும் வாங்கிக்கொண்டு நடந்தார்கள். முத்தையாவுக்குக் கையெழுத்தும் போடத் தெரியாது. அ ஆவன்னாவும் தெரியாது என்ற விஷயம் அவர்களுக்குத் தெரிய வாய்ப்பில்லை.

'முத்தையா படிப்பு ரொம்ப கூடுன படிப்போ.'

'அந்தப் பயக்கிட்டப் போயி எதுக்குச் சொல்லனும் எனக்குக் கையெழுத்து போடத் தெரியாதுனு, நாளப்பின்ன ஒரு சோலியா அந்த ஊருக்குப் போறமின்னு வச்சுக்கோ நாயி மதிக்குமா நம்மள.'

'பெரிய மனுசனுக்கு இப்பிடிக் கதன்னா போதும். சோறு தண்ணிகூட வேண்டாம்.'

'யேய்... மாடத்தி ஓம்புள்ள கையெழுத்து ஜில்லா கலெக்டருக்கே தெரியுமாமே படிப்பு என்ன படிப்போ.'

அவர்கள் சிரிப்பாணி அடங்கு முன்னயே முத்தையா ஓடிப் போய்விட்டான். இனி அவன் இலேசில் அகப்பட மாட்டான். எப்புத் தப்பாய் வந்து மாட்டிக்கொண்டால் பொழுது போவதே தெரியாது. முத்தையாவுக்குக் குழந்தை குட்டி ஏதும் கிடையாது. தனிக்

கட்டைதான். கெட்ன பொண்டாட்டி ஒருத்திகூட இருக்க வில்லை. நாலாவதாக வேண்டாமென்று நாடு சுத்துகிறவன். அதனாலேயே முத்தையா காடோடி முத்தையாவாகிப் போனான். அவன் ஊருக்கு வருவதும் தெரியாது, போவதும் தெரியாது. வந்தால் ஊரே கலகலப்பாக இருக்கும்.

அவனுடைய முக்கிய வேலை தூண்டில் போட்டு மீன்பிடிப்பது. நிறைய கிடைத்தால் விலைக்கு விற்பான். இல்லையென்றால் வத்தலைக் கிள்ளிப்போட்டு வதக்கித் தின்றுவிட்டுப் படுத்துக் கொள்வான். எப்போதுமே வெள்ளையும் சொள்ளை யுமாய் திரிகிற ஆள் ஊரில் முத்தையா மட்டுமே. வெள்ளை வேட்டி பண்டாரம் என்றால் அவனுக்குத்தான் செமிக்கும்.

'என்ன முத்தையா சுப்பு போயி ஒரே மானக்கி இருந்துக்கிட்டா. போயி கூட்டியாரப்படாது?'

'கழுத எப்பிடிப் போச்சோ அப்பிடி வரட்டும், எந்தப் புள்ள எனக்கு காலக் கட்டிட்டு கெடக்கு.'

'சே, அப்பிடிச் சொல்லாத. பொண்டாட்டி புருசன் சண்ட வாரதுதான், அவளும் கோவம் தாவமின்னு போறதுதான், நம்மளும் போய் கூட்டியாறதுதான் எல்லாம் சகஜந்தான்.'

முதல் பொண்டாட்டி சுப்பம்மாளைக் கூப்பிட அவள் ஊரான சிப்பிப்பாறைக்குப் போனான் முத்தையா. வாசல்படியில் உட்கார்ந் திருந்த சுப்பு இவனைக் கண்டதும் வீட்டுக்குள் போய் ஒளிந்து கொண்டாள். சிறுசுகள் ஓடிப்போய் தகவல் சொல்லியிருக்க வேண்டும். முத்தையா வீட்டு முற்றத்தை மிதித்தபோது சுப்பு சொன்ன வார்த்தைகள் தெளிவாய் காதில் விழுந்தன.

'முத்தையா என்ன ஆனமேல வாரானா, இல்ல குருத மேல வாரானா, ஆள்மேல் ஆளுவந்து சொல்றீக.'

அப்படியே வாசல்படி மிதிக்காமல் திரும்பி நடந்தான். மெனக்கிட்டு கோயில்பட்டி போய் ஒரு குதிரை வண்டியை வாடகைக்கு அமர்த்தி திரும்பவும் சிப்பிப்பாறை வந்துசேர்ந்தான். வண்டிக்குள் அவன் மட்டும். வீட்டுக்கு முன்னால் போய் வண்டியை நிறுத்தி ஒரு கால் சுப்பு வீட்டின் வாசல்படியில், இன்னொரு கால் குதிரை வண்டியில்,

'ஓம் புருஷன் குருத மேலதான் வந்திருக்கான் ஓடன ஊருக்குப் பெறப்படு.'

குதிரை வண்டியைக் கண்டதும் ஊர்ச்சனம் அம்புட்டும் கூடிவிட்டது. சுப்பும் ஒன்றும் பேசவில்லை. பொட்டலத்தைத் தூக்கிக்கொண்டு பொசுக்கென்று புறப்பட்டு வண்டிக்குள் உட்கார்ந்தாள். இப்படியே அவள் கோபமாய்ப் போவதும் இவன் போய் கூட்டியாரதும் வழக்கமாய்ப் போய் அப்புறம் கூப்பிடப் போகாமலேயே இருந்துவிட்டான். ஊர்ப் பெரியவர்கள் போய் தாலி தீர்த்துவிட்டு வந்தார்கள். சுப்பு ரெண்டாந்தரமாய் வேற ஊருக்கு வாக்கப்பட்டுப் போய் நாலு புள்ளக்காரியாகிப் போனாள்.

ரெண்டாந்தரம் அய்யநேரி போய் முத்துமாரியைக் கட்டிக் கொண்டுவந்தான். ஒல்லி பொம்பள. கறுப்புனாலும் மொகலச்சணம். நல்ல வேலக்காரி. ஒரு கணம் சும்மா இருக்கமாட்டாள். ரெண்டு மூனு வருசம்தான் அவளும். பழைய குருடி கதவத் தொறடி கதைதான். முத்தையா அலைந்து பார்த்தான், வார வழியக் காணும், ராத்திரியே கோப்புக் கட்டி விட்டான்.

மேலத் தெருவில் சுந்தரம் தம்பி கருமலையான் சரியான மொடுகு. நல்ல ஒயரம். அதற்கேத்த ஈடுதடி. மணிக்கை தண்டி மீச. ரத்தக் கண்ணு. காத்துல தரிப்பு. பாத்தா பெரிய சண்டியர்கூட தோத்துப் போவான். முத்தையா எப்படியோ கருமலையானை தாசா பண்ணி, வேல்க்கம்பு ஒன்னு தயார் பண்ணி கத்தியைக் கழட்டி இடுப்பில் சொருவிக் கொண்டான். இருவரும் கைவீசி நடந்தார்கள். கம்பு கருமலையான் கையில் முன்னும் பின்னும் குதியாளம் போட்டது. வழி நெடுக முத்தையா பாடஞ் சொல்லிக் கொடுத்துக்கொண்டே வந்தான். அவர்கள் ஊர்வந்து சேர இருட்டிவிட்டது.

'யேய் சிரிக்கிவில்ல, நல்லாக் கேட்டுக்கோ நான் சொன்னத அப்பிடியே சொல்லனும், சொல்லலே அதே கம்பப் புடுங்கி ஒன்னய தகத்துருவன் தகத்து.'

'நிய், ஓம்பாட்ல இரு முத்தையாண்ண, அங்க வந்து பாரு அய்யா வசனத்த.'

மேலக்களத்தில் ஊரே கூடியிருந்தது. முத்தையா மேகாட்டு சண்டியரைப் போய் கூட்டிக்கொண்டு வந்திருக்கிறான் என்று குசுகுசுவென்று பேசிக்கொண்டார்கள். கூட்டம் அமைதியா யிருந்தது.

'என்னப்பா, முத்தையா, நாங்க என்ன ஓம் பொண்டாட்டிய அனுப்ப மாட்டம்னா சொன்னோம். இப்பிடி பெரிய பெரிய ஆளையெல்லாம் கூட்டியாந்திருக்க, இது ஒனக்கே நல்லாருக்கா.'

'முத்தையா கூப்பிட்டுட்டான அப்பிடின்னுதான் வந்தன் அருகு வெட்ற வேலயப் போட்டுட்டு.'

முத்தையா திடுக்கிட்டுப் போனான். சிரிக்கி மவன் காரியத்த கெடுத்து குட்டிச் சுவராக்கிருவன் போலருக்கு. கருமலையான் களத்து குத்துக் கல்லில் உட்கார்ந்து கால் மேல் கால் போட்டு மீசையைத் திருக்கிக் கொண்டேயிருந்தான். வேல்க்கம்பு படுக்கை வசத்தில் மடியில் கிடந்தது. பார்ப்பதற்கு இருட்டில் கருப்பசாமி கோயில் சிலை மாதிரி தெரிந்தது.

'சரி, அய்யா வந்திட்டாகல்ல, பெரியவுக சொன்னாச் சரி நம்ம என்ன சொல்ல இருக்கு, அய்யா சொல்றத ஊரு அப்பிடியே ஏத்துகிறது.'

'என்னய்யா நாஞ்சொல்றது சரிதான.'

கூட்டத்தில் பெரிய மௌனம். முத்தையா கருமலையானின் வாயையே பார்த்துக்கொண்டிருந்தான்.

'சரி சொல்லுங்க கட்டனாலும் நெட்டனாலும் நாங்க ஏத்துக்கிறோம்னு சொல்லிட்டோம்ல்ல, பெரியவுக என்ன சொன்னாலும் சரி.'

கருமலையான் இரட்டை விரலைக் கவட்டையாய் வாயில் வைத்து புளிச்சென்று வெற்றிலை எச்சைத் துப்பினான். இடது புறங்கையால் மீசையைத் தடவி விட்டுக்கொண்டான். வெற்றிலைச் சிவப்புக் களத்தில் மின்னியது. தொண்டையைப் பலமாகக் கனைத்துக் கொண்டான். முத்தையாவுக்கு சந்தோஷம் தாங்க முடியவில்லை. தன்னுடைய பாடம் வேலை செய்கிறதென்று நினைத்துக்கொண்டான். முத்தையா சொல்லிக் கொடுத்திருந்த வசனத்தைக் கருமலையான் வல்லிசாய் மறந்துவிட்டான்.

'ம்ம்... நாங்களும் வந்திருக்கிறோம், நீங்களும் இருக்கிறீர்கள், பெண்ணிடம் கேட்டுக் கொள்ளுங்கள், அதற்கு மேல் உங்கள் இஷ்டம்.'

முத்தையா முகம் இறுகிப் போனது. அவன் மனசுக்குள்ளேயே கருமலையானை வைது தீர்த்தான்.

'சிரிக்கி மகன ஊருக்கு வா ஒன்னய நொங்க கழட்றன்.அருகு வெட்ற பயங்கிறது சரியாப் போச்சுல்ல, சம்பளம் ஒங்க ஆத்தாட்டப் போயி வாங்கிக்கோ.'

கூட்டம் சலசலத்தது.

'பெரிய மனுசர்னா பெரிய மனுசர்தான், பொண்ணோட இஷ்டத்த கேட்டுக்கோங்கனு சொல்லிட்டார, அது இல்ல மனுசன்.'

'ஆமா இன்னக்கி அனுப்பிட்டாலும் அங்க போயி வாழப் போறது அவதான, அவர் சொல்றதுதான் ஞாயம்.'

பெண்ணுக்கு முத்தையாவுடன் வர இஷ்டமில்லையென்றும், ஆகவே இனி ஒருநாள் வந்து தாலி தீர்த்து விட்டுப் போகும் படியும் கூட்டத்தில் சொன்னார்கள். திரும்பவும் முத்தையா தான் சொல்லிக் கொடுத்த வசனத்தைச் சொல்லும் படி கருமலையானின் காலில் மிதித்தான். கருமலையான் கால்களைத் தூக்கிக் கல்லின்மேல் வைத்துக்கொண்டான்.

இரண்டு பேரும் ஊருக்குத் திரும்பிக் கொண்டிருந்தார்கள்.

'தாயோளி, படிச்சு படிச்சு சொல்லியும் காத்துல ஏறல.'

'முத்தையாண்ண கூட்டத்த பாத்ததும் நிய் சொல்லிக் குடுத்தது அம்புட்டும் வல்லிசா மறந்து போச்சுண்ண.'

'நடந்தத எல்லாம் விட்ருங்க, இந்த ஒரு தடவ எப்பிடியும் எனக்காக அனுப்பிவையுங்க, இனிமேல் என்னனாலும் நான் பாத்துக்கிறன் அப்பிடின்னு ஒனக்குச் சொல்லத் தெரியலையோல சோறு திண்ணிப் பயல ஒன்னய செருப்பால அடிக்கணும்ல. வேலச் சம்பளம் மயித்தத் தாரன் வாங்கிட்டுப் போ, எருமை மாடு மேய்க்கிற ப்யங்கிறத சரியா காட்டிட்டியே.'

முத்தையாவின் வண்டி வண்டியான வசவுகளை வாங்கிக் கட்டிக்கொண்டு கருமலையான் ஊர்வந்து சேர்ந்தான். பாவம் அவனுக்கு ஒருநாள் அருகு வெட்டுச் சம்பளம் வம்பாய் போச்சு.

4

மினுத்தான் மகனைத் தோளில் வைத்துக்கொண்டு தோட்டத்தைச் சுற்றிப் பார்த்துவிட்டு ஓடைக்கரையில் நின்று எட்டிப் பார்த்தான். உளியன் ஜாதிச் சேவல் குஞ்சுகளுக்குக் கரையான் புற்றைத் தோண்டி மேய விட்டுக்கொண்டிருந்தான். கருப்பு நிற ஜாதிச் சேவல் குஞ்சுகள் போட்டி போட்டுக்கொண்டு கரையான்களை இரைப்பையில் நிரப்பின. மினுத்தான் ஓடையின் கரைமேல் நிற்பதை உளியன் கவனிக்கவில்லை. அவன் குஞ்சுகள் கரையான் பொறுக்குவதையே பார்த்துக்கொண்டிருந்தான். அவன் முழங்கையில் கூட்டைத் தொங்கவிட்டிருந்தான். அந்த அலுமினிய பெயிண்ட் அடித்த கம்பிக்

கூடு காலை வெய்யிலில் மின்னியது.

'யார்ரா தாயோளி ஓடைக்குள்ள?'

'ஆரு, மினுத்தான் மாமாவா, மாமா வாங்க, என்ன சின்ன மைனரோட தோட்டத்த சுத்திப் பார்க்க வந்தீகளாக்கும்.'

'என்னடா உளியா இந்த வட்டமும் பந்தயம் உண்டா?'

'என்ன மாமா அப்பிடிக் கேட்டுப்புட்டீக, ஓராட்டயாவது நம்ம சேவல தோக்க அடிக்கலன்னா தலமுடியவே வெட்ட மாட்டேன்னு முடி வளத்துட்டு அலையிறாரு வெரதம் இருக்காரு வல்லியாபுரத்து செபத்தையா. அப்பிடியிருக்க பின்வாங்கிட்டா நம்ம ஊருக்கு கேவலம்ல்ல மாமா.'

'மூனு வருசமும் தொயந்து நிய்தானடா செயிச்சிருக்க கமுதய போதும்னு அந்த கெத்தோட ஒதுங்கிர வேண்டிதானடா, தெக்கூர் வடக்கூர்க்குள்ள வம்பு தும்புனு வந்திட்டா மோசமில்லடா.'

'வம்பு தும்புக்கெல்லாம் பயந்தா முடியுமா மாமா, கழுத உண்டானபடி ஆயிட்டுப் போவுது, அப்பிடி விதி போட்ருந்தா போய்ச் சேர்ரது எந்தப் புள்ள காலக் கெட்டிட்டு கெடக்கு, அதுக்காக பின்வாங்கக்குடுமா.'

'சிட்டா எங்கிட்ட சொல்லி வருத்தப்பட்டு அழுதா, அதுதான் ஒங்கிட்டச் சொல்றேன்.'

'பொட்டகழுதைக்கி என்ன தெரியும், கூர் கெட்ட கழுதைக்கி.'

'நிய் போற போக்கப் பாத்தா சம்சாரிக் கோப்பவே மறந்திருவே போலருக்கே.'

'என்ன பெரிய சம்சாரிக் கோப்பு, போகும்போது கூடவா கொண்ட்டு போறோம், பாக்கும் மட்டும் பாக்கிறது அதுக்கு மேல உண்டானபடி இருக்கு.'

'மாட்ட வித்துட்டய வேற மாடு எதுக்ல இனியும் வாங்கல.'

'இனி நாலு மாசம் எங்கயும் போகமுடியாது. சேவலத் தயார் பண்ணவே சரியாப் போகும். தைப் பொங்கல் போட்டி முடிஞ்சப் பெறவுதான் புது மாடு புடிக்கணும்.'

'எப்படியோ அதுக்கு மேல ஒம்பிரியம். சின்னப்புள்ளயா படிச்சுப் படிச்சு சொல்றதுக்கு.'

மினுத்தான் கரைமேலேயே நடந்து போய் பெருவாய்க் காலுக்குள் இறங்கினான். அரைப்பனை வரையிலும் சுற்றிப்

படர்ந்திருந்த பீர்க்கங்கொடிகளில் காய்கள் தொங்குவதை உற்றுப்பார்த்தான்.

ஓடைக்குள்ளிருந்து உளியன் சத்தம் போட்டான்.

‘மாமோவ், வெஞ்ஞனப் பாட்டுக்கு ஒன்னுமில்ல அஞ்சாறு பீக்கங்காய் புடுங்கிக்கிறேன்.’

‘ரொம்ப பிஞ்ச புடுங்கிறாத. மாடத்தி காய்கள எண்ணிப் போட்ருப்பா, பிஞ்ச புடுங்கிட்டா வசவு உரிப்பா.’

மினுத்தான் போவதையே பார்த்துக்கொண்டிருந்த உளியன் ஓடைக்குள் வேகமாய் ஓடினான். சேவல் குஞ்சுகள் முட்களுக்குள்ளும் செடிகளுக்குள்ளும் பதுங்கிக்கிடந்தன. உயரே பறந்துபோன பருந்தின் நிழல் தெரிந்திருக்க வேண்டும். ஒவ்வொன்றாய்த் தேடிப்பிடித்து கூட்டுக்குள் அடைத்தான். அதன் இரைப்பைகள் நிரம்பி மினுமினுத்தன. தண்ணீர் குடித்தால் போச்சு. கரையான் சாகாது. குஞ்சுகள் செத்துப் போகும். அவன் தண்ணீர் பக்கம் போய்விடாதபடி ஒவ்வொன்றாய் இரைப்பையை ஊதி உரோமம் நீக்கி பிதுக்கிப் பார்த்தபின் கூட்டை மூடினான்.

உளியன் சரியான உருட்டுக் கட்டை. கால் கொஞ்சம் பித்துக்கால். நடையில் பொய் மிதி தெரியும். செருப்பு இல்லாமல் ஒரு எட்டு வைக்க முடியாது. சிட்டாளை ரெண்டாந்தரம் கட்டியும் குழந்தை குட்டி இல்லாதவன். அவனைப் பொறுத்த மட்டில் சம்சாரிக் கோப்பு என்பது ரெண்டாம்பட்சம். ஜாதிச் சேவல், வேட்டைநாய் ரெண்டுந்தான் அவனுக்கு கட்ன பொண்டாட்டி. அவனுடன் சண்டை போடும் போது சிட்டாள்கூட அப்படித்தான் சொல்வாள்.

புரட்டாசி மாசம் பிறந்துவிட்டால் உளியனுக்குத் தூக்கமே கிடையாது. வளர்க்கிற ஜாதிப் பெண் நாய்கள் பூத்துவிடும். அவன் வீட்டைச் சுற்றிலும் ஊர் நாய்கள் எல்லாம் பலியோ பலி என்று காத்துக் கிடக்கும். வீட்டின் கதவைப் பூட்டியிருந்தாலும் சிலநேரம் கதவைப் பரட் பரட்டென்று பிராண்டும். எல்லாவற்றையும் சங்கிலி போட்டுக் கட்டி காவல் இருப்பான். வீட்டுக்குள்ளிருந்து பூத்த பெண் நாய்களின் ம்க்கூம் ம்க்கூம் என்ற முனங்கல் விடியுமட்டும் கேட்டுக்கொண்டேயிருக்கும். நாயை ஈத்துக்கு விட்டுவிட்டால் பெலக் குறைவு. குட்டி ஈனாமல் பார்த்துக் கொள்ள வேண்டும். உளியன் சங்கிலியைக் கையில் பிடித்துக் கொண்டு ஒவ்வொரு நாயாய் வெளியே கொண்டுவந்து படப்பு மறைவிற்குக் கொண்டு போவான். கூடவே எல்லா நாய்களும் வரும். சண்டை போட்டுக்கொள்ளும். பெண் நாய்

ஒன்றுக்கிருந்த இடத்தில் ஒரு பெரிய யுத்தமே நடக்கும். கையில் வைத்திருக்கும் கட்டைக் கம்பால் ஓங்கி எறிவான். கால் கால் என்று கத்திக்கொண்டே ஓடி பிறகு, வந்து மோப்பம் பிடிக்கும். சங்கிலியைக் கையோடு சுற்றியிருப்பான். திரும்பவும் எல்லா நாய்களும் பின்தொடரும்.

'என்னய்யா மருமகன கல்யாணம் முடிஞ்சு இப்பத்தான் பட்னப்பரிசம் போறீகளாக்கும்.'

'ஆமா கொட்டுக் காரப்பய வரல, அப்பிடியே முன்னால போயி கொட்டு அடிங்களேன்.'

நாய்களைக் கொண்டு போய் வீட்டுக்குள் அடைத்துக் கட்டிப் போட்டுவிட்டு அவன் மட்டும் வெளியே வருவான். அப்போதும் நாய்கள் அவனைப் பின்தொடரும். பூத்த நாய்களின் கவுச்சி வாடைக்கு ஆண் நாய்கள் சுத்தும்.

'என்னம்மா உளியம்மா சமஞ்சிட்டயாக்கும். எளவட்ட மாருக பின்னாலயே சுத்தறாக.'

'ஆமாமா கட்டாயம் இன்னக்கி குச்சில் கெட்ட வந்திருக்க, பெறகு சொல்லலையேன்னு சடைக்கப்படாது, பழத்தார் வாங்காம வந்திராதிக.'

சுற்றி இருப்பவர்கள் சிரிப்பார்கள். அப்படியும் சில சமயம் இந்தக் குப்பை நாய்கள் பலியோ பலியென்று கிடந்து இசகு பிசகான நேரம் பார்த்துக் காரியத்தை முடித்துவிடும்.

உளியன் அந்த நாயைப் பட்டினி போட்டு சுடச்சுட தினைக் கஞ்சி மட்டும் போடுவான். சினைப்பட்டாலும் கரைஞ்சு குறைப் பிரசவமாய் வெளியேறிவிடும். அப்படியும் வரவில்லையென்றால் அதன் அடிவயிற்றில் ஓங்கி ஓங்கி காலால் எத்திக் கரைத்துவிடுவான். அப்படிப்பட்ட நேரங்களில் அவனுக்கும் சிட்டாவுக்கும் சண்டை ஓயாது.

'இப்பிடி கருமஞ்செய்யிற பயன்னு தெரிஞ்சா ஒனக்கு அறுக்க வந்திருப்பனா,இப்பிடி உயிர்ப் பாவம் செய்யிற பயலுக்கு மயிராக் கொழந்த பிறக்கும். வாயில்லா சீவன்னாலும் உசுரு நம்ம உசுறப் போலத்தான், பச்சப் புள்ளய சங்க நெரிச்சு கொல்றதும், உண்டான செனநாய் வகுத்துல எத்தி குட்டியக் கொல்றதும் ஒன்னுதான், இந்தப் பாவம் ஒன்னய சும்மாவிடாது. நாய்ப்பாவம் பெரிய பாவம்.'

சிட்டாவும் உளியனும் சண்டை போடும் போதெல்லாம்

குப்பாண்டிக் கிழவன் சொல்வான்.

'பொரட்டாசி பெறந்துட்டா நாலு கால்பட்ட நாய்க தான் சண்டை போட்டுக் கிட்டு கெடக்னா இந்த ரெண்டு கால்பட்ட நாயும் எதுக்கு சண்டை போடுதுக.' சிட்டா கோபித்துக்கொண்டு போய்விடுவாள். உள்ளூரில் இருக்கும் தன் தம்பி வீட்டில் போய்ப் படுத்து எந்திரிச்சு வருவாள். நாய் வயதாகி முயல்வேட்டைக்கு தோது இல்லாமல் போன பிறகு அதை ஜாதி நாய்களுடன் சேரவிட்டு காவல் இருந்து சினைப் பட்டவுடன் பொன்னோ பூவோ என்று பாதுகாத்து குட்டியெடுத்து வளர்ப்பான். பெரும்பாலும் அப்படி நாய்கள் ஒன்று அல்லது இரண்டு குட்டிகள்தான் போடும். தூரத்து ஊர்களில் இருந்தெல்லாம் நாய்க்குட்டி கேட்டு ஆள்மேல் ஆள் வருவார்கள். சாமானியமாக யாரும் உளியனிடமிருந்து குட்டி வாங்கிவிட முடியாது.

சேவலும் அதே மாதிரிதான். கருக்கலில் எந்திரிச்சு கரையான் புற்று தேடி கிள்ளிவிட்டு கொத்திப் பிரக்க விட்டு காவல் இருப்பான். வரும்போதே கிணற்றில் இறங்கி தண்ணீரில் முக்கிவிட்டு அதன் கழுத்தை நாலு பக்கமும் முறுக்கி முறுக்கி ஒடித்து ஒடித்து, பந்தாய் சுருட்டி ஒரு பெரிய பள்ளிக்கூடமே நடக்கும் கிணற்றுக்குள். அப்படிப்பட்ட சேவலைத் தூக்கும் போதுகூட ஜாக்கிரதையாகத் தூக்க வேண்டும். பின்பக்கம் கூடி கவட்டுக்குள் கையைவிட்டு தூக்கி விட்டால் போச்சு. சேவல் கையின் மேல் புணர்ந்துவிடும். முன்பக்கமாக இரைப்பையோடு கையை உள்ளே விட்டுத் தூக்க வேண்டும். அப்புறம் கேப்பை வாங்கி வந்து நல்லெண்ணெய்யில் குழப்பி வாயைத் திறந்து திறந்து உள்ளே தள்ளுவான்.

ஒவ்வொரு தைப் பொங்கலுக்கும் மறுநாள் கரிநாள் அன்று சேவல் சண்டை கடலையூரில் பிரமாதமாய் நடக்கும். முதல் பரிசு வாங்கும் சேவலுக்கு மாலைகளும் பணமுடிப்பும் குவியும். மூன்று வருடமாய் உளியன் சேவலுக்குத்தான் முதல் பரிசு. வீட்டுக்கு ஒரு ஆள், வண்டி கட்டிவருகிறவர்கள், நடந்துவருகிறவர்கள் என்று கூட்டம் நிரம்பி வழியும். சேவல்கள் சண்டை போடும்போது உளியன் மூஞ்சியைப் பார்க்க வேண்டும். அவனே சண்டை போடுவது போல் இருக்கும்.

'ம்... அய்ய்... அதுதாண்டா அடி. அய்ய் அப்பிடி... ம்ம்ம்' அவன் கைச் சாடையும் ஆட்டமும் குதியாளமும் சுற்றிச் சுற்றி வருவான். ஜெயித்து மாலையும் கழுத்துமாய் இளவட்டங்கள் ஒன்றுகூடிக் கூட்டமாய் அழைத்து வரும் போது சிட்டாள் பூரித்துப் போவாள். மருமக்கமார்கள், கொழுந்தியாமார்கள், மதினிமார்கள், மாமன்முறை

கொண்டாடுவோர் அத்தனை பேரும் ஆரத்தி தட்டோடு நிற்கையில் சிட்டாள் வாயெல்லாம் பல்லாக ஓடியாடித் திரிவாள்.

ஊர் வாயிலில் பொதுமடம். அடுத்து ஊர்க் கிணறு. அதையடுத்து காளியம்மன் கோயிலும் கோயிலைச் சுற்றிய வேப்ப மரங்களும் புளிய மரங்களும் கொஞ்சம் தள்ளி உயர்ந்து நிற்கும் கல்தூண். அதன் உச்சியில் நான்கு பக்கமும் கண்ணாடி சிமினியிலான ஊர்ப் பொதுவிளக்கு. பொழுதடைந்துவிட்டால் மடம் நிரம்பி வழியும் கூட்டம். கிழடு கெட்டைகள், கல்யாணமாகாத இளவட்டங்கள், சிறுசுகள், வீடு தோது இல்லாதவர்கள் என்று கூட்டம் சேர்ந்துவிடும். நாட்டாண்மை கல்தூணில் ஏறி விளக்கைப் பொருத்திவிட்டு மேலக்களத்தில் நின்றான். ஊர்ப்பொது உரல்கள் வரிசையாய்க் கிடந்தன. எப்போதும் நெல் குத்தி குத்தி உமிகள் நிறைந்து அந்த இடம் மேடேறிப் போய்க் கிடந்தது. உமியின் கதகதப்பில் இரண்டொரு நாய்கள் கந்தூங்கின. மேலக் கடைசி உரலில் நல்லப்பன் உட்கார்ந்து கால்களைத் தொங்கப் போட்டுக்கொண்டு நாடியில் கையை வைத்துக்கொண்டு மேற்காமல் போகும் வண்டிப் பாதையை வைத்த கண் வாங்காமல் பார்த்துக்கொண்டிருந்தான். நாட்டாமை அவனிடம் ஒரு பீடி வாங்கி, பற்றவைத்துக் கொண்டான்.

'என்னண்ணே, மடத்துக்குப் படுக்கப் போகலையா? ராத்திரியில வண்ணாக் குடி நாய் வெள்ளாவி மேல ஒக்காந்தாப்ல ஒத்தையில ஒரலு மேல ஒக்காந்துக்கிட்டு என்ன யோசன பண்ற.'

'போகனும், மூத்த பய வரதம்பட்டிக்குப் போனான். இன்னும் பயலக் காணும், அதான் பாத்துக்கிட்டு இருக்கன்.'

'பய வரமாட்டன் பய... பாலு குடிக்கிற பயலா, எளவட்டப் பய வராம எங்க போவான்?'

நாட்டாமைக்குத் தெரியும் நல்லப்பன் எதுக்காக உரலில் உட்கார்ந்து தவமிருக்கிறான் என்று.

கிடை காவல் சண்முகம் பெண்டாட்டி பெருமாத்தாளுக்கும் நல்லப்பனுக்கும் ரொம்ப நாளாய் தொடுப்பு உண்டும். பெருமாத்தா புருசன் கிடை காவலுக்குப் போயிருப்பான். மேலப் புஞ்சை, இன்னைக்கு கிடை. எப்படியும் பெருமாத்தாள் இன்னைக்கு சோறும் சுடு தண்ணியும் கொண்டு போவாள். அதுதான் நல்லப்பன் ஆட்டொரலில் தவமிருக்கிறான்.

மடத்தில் மேலப் படியோரம் முத்தையா. அதற்கு அடுத்து குந்துலு. குந்துலும் முத்தையாவைப் போலவே எகடாசி புடிச்ச பயல்.

நாட்டாமை வந்து முத்தையாவின் காதில் கிசுகிசுத்தான். முத்தையா குந்துலுவைச் சத்தம் போடாமல் எழுப்பி மெதுவாய் விஷயத்தைச் சொன்னான். இருவரும் துண்டை உதறி விட்டுப் போனார்கள்.

'யேலேய்... ஏய் குந்துலு நிய் நேரா இப்பிடியே தெரு வழியா போகாம, குறுக்க கூடிப் போயி, சாத்தன்கிட்ட வாடாமல்லிக் கலர்சேல ஒன்னு வாங்கிட்டு, ஓடமரத்துல வந்து நில்லு, நான் வீட்டுல போயி ஈயச் சட்டியும் தூக்கு வாளியும் எடுத்துக்கிட்டு அங்க ஓடியாறன். சுருக்கா வரனும் காரியத்த கெடுத்துராத.'

ரெண்டு பேரும் ஓடமரத்து நிழலில் வேஷம் கட்டினார்கள். குந்துலு வாடாமல்லிக் கலர் சேலை கட்டி முக்காடு போட்டு, ஈயச்சட்டியைத் தலையில் வைத்து தூக்கு வாளியைக் கையில் பிடித்துக்கொண்டு அசல் பெருமாத்தாளாய் மாறிப் போனான். முத்தையா குறுக்குப் பாதைவழியாய் ஓடிப் போய் குந்துலு சொன்ன இடத்தில் ஒளிந்துகொண்டான். தூரத்தில் பெருமாத்தாள் சோறு கொண்டு போவதை நிலா வெளிச்சத்தில் அரிச்சலாய் பார்த்தான் நல்லப்பன். வடக்காமல் திரும்பவும் வண்டிப் பாதையில் போகாமல் நேராகச் செல்லும் ஒற்றையடிப் பாதையில் நடந்தாள் பெருமாத்தாள். மஞ்சணத்தி செடி மறைவில் முத்தையா. சற்று பின்னாலேயே வந்து கொண்டிருந்த நல்லப்பன் வேகமாய் ஓடி வந்து நெருங்கி நின்றான்.

'யேய், பெருமாத்தா, யேய் கழுத, எதுக்கு அவ்வளவு தூரம் போற, இந்நேரம் இங்கு ஆரு வரப்போறா?'

அவள் போய்க்கொண்டேயிருந்தாள். நடை உடை பாவனைகள் அசல் பெருமாத்தாள் தோத்துப் போவாள். குனிந்து கரம்பைக் கட்டியொன்றை எடுத்து எறிந்தான். வேடிக்கை பார்த்துக்கொண்டு இருக்கும் முத்தையாவுக்குச் சிரிப்பை அடக்க முடியவில்லை. பாதையைவிட்டு விலகி கிடங்குக்குள் உட்கார்ந்து ஈயச் சட்டியையும் தூக்குவாளியையும் ஓரமாக வைத்துவிட்டு முக்காட்டோடு காத்திருந்தான் குந்தலு.

'என்ன கழுத, கோட்டிக்காரக் கழுத, இன்னக்கி இங்க வந்துட்ட'

சொல்லிக்கொண்டே வேகமாய் கிடங்கிற்குள் இறங்கிய நல்லப்பன் உட்கார்ந்திருக்கும் குந்துலுவைச் சேர்த்து அணைத்தான். முகத்தை வேறு பக்கம் திருப்பி வைத்துக்கொண்டு மாராயம் பண்ணி திமிறினான் குந்துலு. கிடங்கின் வாகரையில் மேலே முத்தையா. முக்காட்டுச் சேலையை நீக்கியவுடன் குந்துலு சொன்னான்.

‘அடி, செருப்பால.’

நல்லப்பனுக்கு கையும் ஓடவில்லை, காலும் ஓடவில்லை. அவன் விருளி அத்துப் போனான். நாக்கு உள்வாங்கிக் கொண்டது. நா உலர்ந்து மேலண்ணம் ஒட்டிக்கொண்டது. மேலே ஏறிட்டுப் பார்த்தான்.

‘கெழட்டுத் தாயோளி, ஒனக்கு அஞ்சு புள்ளப் பெத்த பெறகு தொடுப்பு கேக்குதோ தொடுப்பு’

‘சே... சே... சே... மானங் கெட்டுல போயிருச்சு. நாளைக்கே முத்தையா ஊர் பூராவும் தமுக்கடிச்சிருவான, சும்மாயே ஆவலாதியாக் கிடக்கு’

‘சோலசாமி சத்தியமா இன்னையிலருந்து இந்த சோலிய விட்றன், ஒங்கள கையெடுத்துக் கும்பிடுறன் ஊர்க்குள்ள சொல்லி கேவலப் படுத்தியிராதிக.’

நல்லப்பன் ராஞ்சினப்பட்டு தலை கவிழ்ந்துகொண்டான். அவர்கள் மூன்று பேரும் மடத்தில் வந்து படுத்தார்கள். முத்தையா விடிய விடிய உறங்கவில்லை. அவன் மனசு கனத்துக் கிடந்தது. விடிந்து எல்லோரும் எழுந்து போன பின்னும்கூட நல்லப்பன் உறங்கினான். அவனுக்கு வெக்கம் பிடுங்கித் தின்றிருக்க வேண்டும். மூன்று நாட்கள் ஆகியும் நல்லப்பனைப் பார்க்க முடியவில்லை. முத்தையாவைக் கண்டதும் அவன் ஒளிந்துகொண்டான்.

5

கண்மாய்கரை வரிசைப் பனையில் மங்காளை பதநீர் இறக்கிக் கொண்டிருந்தான். கள் குடிக்க வந்தவர்கள் கையில் நொறுக்குத் தின்பண்டங்களுடன் காத்துக் கிடந்தார்கள். நுரை ததும்ப அவன் இறக்கிய கலயத்தில் கொளவிகள் மிதந்தன. பதிவாய் குடிக் கிறவர்கள் ஒளித்து வைத்த இடத்திலிருந்து ஓலைப் பட்டையை எடுத்து நீட்டினார்கள். கொளவிகளையும் பாளை சீவல்களையும் வடிகட்ட சில்லாடையைப் பட்டையின் மேல் பிடித்துக்கொண்டு கள் ஊற்றினான், மங்காளை. பட்டையில் இஸ்ஸ் என்ற சத்தத்துடன் நுரையெழுப்பி நிறைந்தது கள். இனி ரெண்டே ரெண்டு பனைதான் பாக்கி. ரெண்டையும் இறக்கி மினுத்தான் வீட்டுக்குக் கொண்டு போக

வேண்டும். நேத்து சாயங்காலமே குருசாமி வந்து சொல்லிவிட்டுப் போய்விட்டான். யாரோ இரண்டு விருந்தாட்கள் வந்திருப்பார்கள் போலும்.

பனையடியில் யாருமில்லை. எல்லா ஆட்களும் போய் விட்டார்கள். அடுத்த பனையில் ஏறப்போன மங்காளை தற்செயலாய் மேற்காமல் பார்த்தான். கிட்டத்தில் வெள்ளையும் சொள்ளையுமாய் சோமுப்பிள்ளையும் எட்டப்ப முதலியாரும். பனையை அண்ணாந்து பார்த்தார்கள். மங்காளைக்கு ஒன்றும் பிடிபடவில்லை.

'யேய்... காசி மகன எங்களுக்கு ஆளுக்கு ஒரு பட்ட குடு.'

'ஏஞ்சாமி நெசமாத்தான் கேக்கிகளா?'

'ஏன், நாங்க குடிக்கக் கூடாதா? ஒனக்கு துட்டுத்தான வேணும்.'

'எதுக்கு சாமி இந்த நாறக் கழுதயப் போட்டு குடிச்சிக்கிட்டு வாந்தி கீந்தி எடுத்திட்டா கேவலம், எந்த நேரமும் போலீஸ் வேற வரும். எதுக்கு வம்பு சாமி பேசாமப் போங்க.'

'நிய் எங்களுக்குக் குடுக்கக் கூடாதுன்னு என்ன என்னமோ பேசுற.'

'குடுக்கக் கூடாதுன்னு பேசல சாமி. ஞாயத்த சொல்லிட்டன், கேக்க மாட்டேங்கீக, அதுக்கு மேல ஒங்க இஷ்ட்டம். நாளக்கி கொஞ்சம் கருக்கல்லயே வந்திட்டீகனா மொத ஆளா ஊத்தி விட்ருவன், யாருக்கும் தெரியாமயேகூட போயிரலாம்.'

மங்காளை தனக்குள் சிரித்துக்கொண்டான். காலம் மாறிப் போச்சு. பிள்ளைமாரும் முதலியாரும் பனையடி தேடி, கள் குடிக்க வந்து விட்டார்கள். மயிருகூட மழ பெய்யாது. மேகலத்தாருங்கிற மதிப்பே இல்லாமப் போயிருமே. அவன் இறக்கு முட்டியைத் தூக்கிக்கொண்டு பாளை அரிவாளுடன் மினுத்தான் வீட்டுக்குப் போனான். நுரை தளும்பி முட்டியிலிருந்து கள் வெளியே வடிந்தது.

மினுத்தான் தொழுவத்தில் மாடுகளுக்குக் கூளம் போட்டுக் கொண்டிருந்தான். ஆண்டிபட்டியிலிருந்து வந்திருந்த இரண்டு விருந்தாட்கள் அவனுடன் பேசிக்கொண்டிருந்தார்கள். அந்த இரண்டு பேருக்கும் மங்காளை பட்டை பிடித்து கள் ஊற்றினான். இருவரும் வயிறு முட்டக் குடித்தார்கள். பிள்ளைவாளும் முதலியாரும் கள் குடிக்க வந்த கதையை மங்காளை சொன்ன போது மினுத்தான் ஆச்சரியப்பட்டுப் போனான். மாட்டுத் தொழுவத்தின் கதவை இலேசாய்த் திறந்து தலை நீட்டினான் முத்தையா. அவன்

மினுத்தானைக் கண்டதும் கதவைச் சாத்திவிட்டு ஓடப் பார்த்தான்.

'ஆர்ராவன், முத்தையா பயலா, இங்க வால நிய்யும் ஒரு பட்ட ஊத்திக்கோல.'

கள் குடித்துக்கொண்டிருந்த முத்தையாவிடமும் மங்காளை முதலியார் கள் குடிக்க வந்த விஷயத்தைச் சொன்னான்.

'அப்படியா சங்கதி, காலைல பனைக்கு நான் வாரன்.'

மங்காளை மினுத்தான் கொடுத்த துட்டை வாங்க மறுத்து விட்டு போயே விட்டான்.

விடிந்தும் விடியாத அரிச்சலான இருட்டு அந்தக் கருக்கலில் முத்தையாவும் மங்காளையும் கரைப் பனை வரிசைக்குப் போய்க் கொண்டிருந்தார்கள். கதுவாலிகளின் சன்னமும், மயில்களின் கூவலும் கண்மாய்க்குள் ஓயாமல் கேட்டன. மங்காளை முதல் பனைதான் ஏறியிருப்பான், பனையடியில் எட்டப்ப முதலியாரும் சோமுப் பிள்ளையும்.

'வாங்க சாமிகள வாங்க, ரொம்ப வெள்ளனத்திலேயே வந்திட்டிக போலருக்கு.'

'பெறகு நேத்து மாதிரி கெடைக்காமப் போயிருச்சுனா.'

கீழே இறங்கி வந்ததும் முதல் வேலையாக ஆளுக்கொரு பட்டையை நீட்டினான். குத்துக்கால் வைத்து கரைமேல் உட்கார்ந்து குடித்தார்கள். ஏற்கெனவே கலயத்தில் தயாராய்க் கொண்டு வந்திருந்த வடி தண்ணீரை அளந்து ஊற்றினான். சோமுப்பிள்ளை இலேசாய் முகஞ் சுளித்தார். எட்டப்ப முதலியார் கண்களை இறுக மூடிக்கொண்டு உறிஞ்சினார். மங்காளை இருவரையும் உற்றுப் பார்த்துக்கொண்டே நின்றான். பட்டையில் மெதுவாய் மிதந்துவந்த சோற்றுப் பருக்கை ஒன்று பிள்ளை வாளின் உதட்டில் ஒட்டியது. ப்பூவென்று துப்பினார்.

'என்னப்பா இது பனையிலிருந்து எறக்ன கள்ளுல பருக்க வருது.'

'அந்தக் கலயத்த வீட்டுக்குக் கொண்டட்டு போய்ட்டுக் கொண்டட்டு வாரன் பாருங்க, பொண்டாட்டி எடுத்து புழங்கிட்டு சரியாக் கழுவாம வச்சிருப்பா போலருக்கு. காட்டுக்குள்ள பனையடியில அதெல்லாம் பாத்தா முடியுமா? சரக்கு எப்படியிருக்கு அதச் சொல்லுங்க, இன்னக்கி மொதச் சரக்கே ஓங்களுக்குத்தான்.'

இருவரும் முகத்தை அழுத்தித் துடைத்துக் கொண்டார்கள். நாக்கால் உதடுகள் இரண்டையும் தடவி மெச்சுக் கொட்டினார்கள்.

'சரக்கு ரொம்ப பிரமாதம்ப்பா, புளிப்பு அளவா இருக்கு,

நாளைக்கும் கொஞ்சம் வச்சிரு.'

ரூபாயை வாங்கிக்கொண்ட மங்காளை அவர்கள் இரண்டு பேரும் கரையைவிட்டு இறங்கி கண்மாய்க்குள் போகும்வரை பார்த்துக் கொண்டே நின்றுவிட்டு, தலைமறைய கரைமேல் ஏறிப்பார்த்தான். அவர்கள் தள்ளாடி கால்கள் இடறி ஒருவர் மீது ஒருவர் மோதி குறுக்கு முத்துச்செடியின் மேல் விழுந்து எழுந்து ஒருவரையொருவர் இடித்துக்கொண்டே நடந்தார்கள். மங்காளைக்கு சிரிப்பாணி பொத்துக்கொண்டுவந்தது.

'யே... தாயோளி மக்கா சுத்தமான வடி தண்ணிக்கி இவ்வளவு போத இருக்கு, நாளைக்கி வாங்க சாத்தங்கிட்ட சொல்லி கழுத மோத்திரம் புடிச்சு வக்கச் சொல்லி இது வெள்ளக்காச்சிப் பனையில ஏறக்ன கள். பிரமாதமா இருக்கும்னு ஊத்திவிடுறன், போத அப்பிடி ஏறுதோ வடி தண்ணிப் போத, காலு பின்னல்ல செய்யிது.'

மங்காளை கண்மறையும் வரை பார்த்துக்கொண்டே நின்றான். சோமுப் பிள்ளையின் கை எட்டப்ப முதலியாரின் தோளில் கிடக்க, அவர்கள் லம்பி லம்பி நடந்துபோனார்கள். இருவரும் நாகிரெட்டியார் ஓடைக்குள் இறங்கி மறையும் வரை பார்த்துக்கொண்டே நின்றான் மங்காளை.

'காலக் கெரகாசாரத்துக்கு கரிச்சான் காவடி எடுத்து ஆடுச்சாம், கத அது மாதிரியில்ல போகுது.'

அவர்கள் ஓடைக்குள் இறங்கி தெற்காமல் நாலு எட்டுத்தான் வைத்திருப்பார்கள். போலீஸ்காரனின் விசில் சத்தம் கேட்டது. இருவரும் தெகச்சு நின்றார்கள். பின்னர் ஆளுக்கொரு பக்கமாய் ஓட்டம் பிடித்தார்கள். சோமுப்பிள்ளை தலைதெறிக்க ஓடியதில் அவருடைய வேஷ்டி அவிழ்ந்து இலந்தைச் செடியில் மாட்டிக் கொண்டது. எடுத்தால் போச்சு, அவர் குனியாமலே அவிழ்த்துவிட்டு ஓடினார். இருவர் ஓட்டத்தையும் பனைமேல் இருந்து பார்த்த மங்காளை சிரியோ சிரியென்று சிரித்துக் குனுகினான். அடர்ந்த மொச்சிச் செடிகளின் கூட்டத்திற்குள்ளிருந்து முத்தையா மெல்ல தலைநீட்டி எட்டிப்பார்த்தான். அவன் ரொம்ப சிரித்தால் அழுவதைப் போல இரண்டு கண்களிலும் கண்ணீர் வடியும். அவன் துண்டால் கண்களைத் துடைத்துக்கொண்டால்கூட அவனால் சிரிப்பை அடக்க முடியாமல் பெருமூச்சுவிட்டான்.

'என்ன, போலீசு சும்மா வாரீக, ரெண்டு பேர்த்தையும் பெறங்கையைக் கெட்டி கொண்டாரக் கூடாது.'

‘இனிமே, மங்காள நிய்யே போயி ரெண்டு பேர்த்தையும் கள் குடிக்க வாங்கன்னு கூப்பிட்டாக்கூட வரமாட்டாங்க.’

முத்தையா கையில் சோமுப்பிள்ளையின் அரவண்ட் வேஷ்டி வெள்ளிக் குருத்தாய் மின்னியது.

‘நல்லாப் பாத்தயா முத்தையாண்ண முதலியாரு அண்டராயர் எங்கயாவது கெடக்கும். இந்தச் ஜென்மத்துக்கு இல்ல இனிமே ஏழேழு ஜென்மத்துக்குனாலும் வடக்காம தலவச்சுப் படுக்க மாட்டாரு முதலியாரு.’

மறுநாள் மடத்தில் சொல்லிச் சொல்லி சிரித்தார்கள்.

மினுத்தான் மகனுக்கு காது குத்தி முடியிறக்க நேமிக்கம் போட்டிருந்தார்கள். குலதெய்வம் எப்போதும் வென்றான் சோலைசாமி கோயில், சித்திரை பிறந்துவிட்டால் எண்ணிக் கொண்டே பதினெட்டு நாள். பதினெட்டாம் பெருக்கு ரொம்ப விசேஷமாய் இருக்கும். சித்திரை பிறந்துவிட்டாலே ஊரில் இதே பேச்சாகத்தான் இருக்கும். இருளாண்டிக் கிழவன் உறங்கவே மாட்டான். அவனிடம் கேட்டால் எல்லாமே அத்துபடி. இத்தனை நடையன் (கிடாய்) இத்தனை மிருகம் (பன்றி) இத்தனை கீரி (சேவல்) போகிறது, இன்னார் இன்னார் இன்ன நேமிக்கம் இதுவரை இத்தனை வண்டி தயார் என்ற எல்லா விவரத்தையும் சொல்வான். அவன் சொல்லும் போதே எச்சில் ஊறி கடவாயில் வெள்ளை நுரை வழியும். சோத்துக்கு அலஞ்ச பய சோலசாமி கோயில் போன்னு சொலவடை. எத்தனை உருப்படிகள் கொண்டு போனாலும் சரி, அது எத்தனை நாள் ஆனாலும் சரி அங்கேயே இருந்து தின்று அழிக்க வேண்டும். ஒரு ரோமம்கூட திரும்ப வீட்டுக்குக் கொண்டு வரக்கூடாது. சில வருடம் நாலைந்து நாட்கள்கூட இருப்பு போட வேண்டியது வரும், தினம் ஒன்றாய் காலிபண்ணுவார்கள். கூடாரவண்டிகள் கட்டெறும்பு வரிசையாய்ப் போய்க் கொண்டிருக்கும். போகும் போதே போட்டிபோட்டு வண்டிக்கு வண்டி முந்துவார்கள். கெதியான மாட்டுக் காரர்கள் இதற்காகவே மாட்டைத் தயார் பண்ணிக்கொண்டு வந்திருப்பார்கள்.

மாடத்தியின் விரதம் இன்றோடு முடிகிறது. அவள் வளர்த்த மிருகம் சின்ன யானைக் குட்டியைப் போல் நிற்கிறது. இரண்டு கடவாயிலும் சிங்கப் பற்களை நீட்டிக்கொண்டு அது உர் உர்ரென்று உருமிக்கொண்டு நடந்து வரும்போது எல்லோரும் பயபக்தியோடு கும்பிடுவார்கள். சாயங்காலம் ஆகிவிட்டால் தலை முழுகி ஈரச்சேலையுடன்

காளியம்மன் கோயிலை மூன்று சுற்று சுற்றிக் கும்பிட்டுவிட்டு வீட்டிற்கு வந்தால் அதுவும் தயாராய் வந்து நிற்கும். ஒன்று மாடத்திக்கு இன்னொன்று சாமிக்கு இரண்டு இலைகள் போட்டு சீனியம்மாள் பரிமாறுவதை, கையில் தன் மகனை வைத்துக் கொண்டு பார்த்துக்கொண்டே நிற்பான் மினுத்தான். மாடத்தி தன் இடது கையால் மிருகத்தின் முடியைக் கோதிவிட்டுக்கொண்டே விரதம்விட்டு முடிப்பாள். சோதனைக்குப் போல் இலையில் கொஞ்சம் சோற்றை உழப்பி வைத்துவிட்டு போய்விடும். இலையின் ஓரமெல்லாம் நரகல்கள் ஒட்டியிருக்கும். அந்த இலையை அப்படியே முன்னே இழுத்து அதில் சோறு வாங்கி சாப்பிடுவாள் மாடத்தி. கொஞ்சம்கூட முகம் சுளிக்கமாட்டாள். வித்தியாசம் பார்த்தால் தெய்வக் குற்றம்.

'பெத்த பிள்ளைக்குக்கூட ஆரும் இப்பிடி வெரதம் இருக்க மாட்டாக, மாடத்தி ஆளே சொடிஞ்சிட்டாள.'

ஊர்ச் சனம் அம்புட்டும் காலில் விழுந்து விபூதி வாங்கும்.

வரிசையாய்ச் செல்லும் கூடாரவண்டிகள். சாமிகூட நடந்துவரும் இளவட்டங்கள். மாடத்தியும் சாமியுடன் நடந்தே கோயில்வரை வருவாள். பத்து இருவது வருசத்துக்கு முன்னாடி. மொத்தம் பன்னெண்டு உருப்படி சேர்ந்து போச்சு. ஒரு வாரம் ஆகியும் எங்களால அழிக்க முடியல. கோட மழ பே வாங்கு வாங்குது. காத்துனா அப்பிடிக் காத்து பேக்காத்து. அநேக மரத்த தூரோட புடுங்கி வீசிருச்சு. கல் மழ தெள்ளுத் தண்டி விழுகுது. அநேக சனம் கௌம்பிருச்சு. இன்னும் அழிக்க வேண்டியது அஞ்சு உருப்படி இருக்கு. கொண்ட்டு வந்தது எதையும் திருப்பிக் கொண்டு போகக்கூடாது. என்னடா செய்ய அப்பிடின்னு ஒரே ரோதனையா யிருக்கு. சரி உண்டானபடி இருக்குனு பூசாரி கிட்டப் போயி கேட்டோம். பூசாரி சொன்னாரு. நீங்க ஒன்னும் கவலைப்பட வேண்டாம். அத்தனை உருப்படியவும் சோறாக்கி கறியாக்கி அழிக்க மட்டும் அழிச்சிட்டு மிச்சத்த குழி தோண்டி பூமிக்குள்ள எறக்கி வாழ எலயப் போட்டு மூடி, அதுக்கு மேல மண்ணப் போட்டு மூடிருங்கன்னு சொன்னாரு. அந்தப்படியே மொடா மொடாவா உள்ள எறக்கி மூடியாச்சு, ஊருக்கும் போயாச்சு. அடுத்த வருசம் வந்து அத தோண்டிப் பாத்தா அப்பிடியே இருக்கு. இப்பத்தான் பொங்கி எறக்னது மாதிரி கப கபனு ஆவி பறக்கு.

இதைச் சொல்லி முடிக்கும் முன்னால் குறைந்தது ரெண்டு மூனு தடவையாவது தன் மேலெல்லாம் புல்லரிப்பதை

எல்லோரிடமும் காட்டிவிடுவான் இருளாண்டி. அப்பேறப்பட்ட தெய்வம் சோலைசாமி. அத்தனை கறி சோறு நடமாடினாலும் இன்னும் ஒரு ஈ எறும்புகூட அங்கே அண்டாது. களவு போனதாக அந்தக் கோயிலில் வரலாறே கிடையாது. எடுத்தவன் சோதனையால் பூசாரியிடமே கொண்டு வந்து கொடுத்த கதைகள் ஏராளம்.

மொட்டை மண்டையோடு மினுத்தான் மகனைப் பார்த்தவர்கள் அசல் மினுத்தான் மொகச்சாடை அப்படியே இருக்கிறது என்று சொன்னார்கள். அஞ்சு விரலிலும் மோதிரம் மின்ன இடுப்பில் வெள்ளிக் கொடி, காதில் தரிப்பு பயல் ரொம்ப முறுக்காய் இருந்தான். வெண்கலக் கும்பா நிறைய வெள்ளி ரூபா நாணயங் களை மாடத்தி ஏந்திப் பிடிக்க இரண்டு கைகளாலும் மூன்று குத்து அள்ளி பயல் உண்டியல் போட்டான். மினுத்தானும் மாடத்தியும் சீனியம்மாளும் பூரித்துப் போய் நின்றார்கள். வந்த பண்டாரங்கள் அத்தனை பேருக்கும் அள்ளி அள்ளிப் போட்டான்.

‘பய, தாராளகாரப் பயலா வருவான், கையில கொஞ்சமா அள்றானானு பாரு.’

‘சேன, வச்சது ஆரு, அவுக மாடத்தி பெரியம்மாள்ல வச்சிருக்கா, வெதவேற, செடி வேறயா.’

பதினெட்டு வண்டிகளும் வரிசையாய்த் திரும்பிக்கொண் டிருந்தன. மினுத்தான் வண்டியை குருசாமி பத்தினான். இலேசாய் மாடுகளை விரட்டினாலும் குருசாமிக்கு வசவு வண்டி வண்டியாய்க் கிடைக்கும். விரட்டுகிற வண்டிகளுக்கெல்லாம் வழிவிட்டு ஒதுங்கிக்கொள்வான். அவர்கள் கீழ ஈரால் புளியந்தோப்பைத் தாண்டி போய்க்கொண்டிருந்தார்கள்.

சொல்லி வைத்தது மாதிரி எல்லா வண்டிகளும் ரோட்டோரமாய் நின்றன. எல்லோரும் இறங்கி என்னமோ ஏதோவென்று முன்னால் ஓடினார்கள். ஐந்தாவதாகப் போய்க் கொண்டிருந்த வண்டியில் மாடு ஒன்று நாக்கை வெளியே நீட்டிக்கொண்டு வாயிலிருந்து வெள்ளை நுரை வழிய மேல் மூச்சு கீழ் மூச்சு வாங்கிக்கொண்டு கேது கேதன்று இளைத்துக்கொண்டு நின்றது. அதன் கண் முழிகள் இரண்டும் இமைகொட்டாமல் முழித்தது முழித்தபடியே இருக்க வயிறு கெத்கெத்தென்று மத்தளமாய் ஊதிப் புடைத்திருக்கக் கீழே சாய்ந்தது. எல்லா வண்டி ஆட்களும் கூடிநின்று வேடிக்கை பார்த்தார்கள்.

கூட்டத்தோடு கூட்டமாய் நின்ற பேச்சியம்மாள் தூக்கி

எறியப்பட்டவள் போல் பொத்தென்று கீழே விழுந்து ரோட்டில் புரண்டாள். தலைமுடியை அவிழ்த்துப் போட்டுக்கொண்டு மாராப்பு சேலைகள் விலக ரவிக்கை இல்லாத கறுத்த இரு முலைகளும் குதியாளம் போட குதித்து குதித்து கும்மாளம் போட்டுக்கொண்டு சாமி ஆடினாள். பற்களை நெறுநெறுவென்று கடித்தாள். வெண்கல மணியாய் சிரித்துப் பெரும் சத்தம் போட்டாள். கூடி நின்ற பெண்கள் குலவையிட்டார்கள். நிறைய பேர் காலில் விழுந்து வணங்கினார்கள். அவள் விபூதியை எடுத்து புகையாய் அவர்கள் மேல் எறிந்தாள்.

'கைக்குத்தஞ் செஞ்சிட்டு கால்லயாடா விழுகுறீக.'

'அப்பிடி ஒன்னுந் தெரியலையே சாமி...'

'தெரியலையா, போங்கடா சன்னதிக்கு, பூசாரிக்கிட்டப் போயி கேளுங்கடா சொல்லுவாரு.'

அவள் ஆடி அடங்கினாள். அந்த மாட்டைப் போலவே அவளும் கேது கேது என்று இளைத்துக்கொண்டு நின்றாள்.

எல்லா வண்டிகளும் அந்தப்படியே நிற்க ஓத்த வண்டி மட்டும் சிட்டாய்ப் பறந்தது. பூசாரி எல்லா விஷயத்தையும் புட்டுப் புட்டு வைத்து திருநீறு கொடுத்தார்.

'கொண்ட்டு வந்தது பூராவும் அப்பனுக்குத் தானப்பா.'

'ஆமா, சாமி.'

'அழிக்க முடியலன்னா விட்டுட்டுத் தானப்பா போகனும்.'

'ஆமா சாமி.'

'அப்படியிருக்க அஞ்சாவதா போன வண்டிக்குள்ள அப்பனோட காணிக்க அரை மொடா இருக்குதய்யா.'

'தெரியலையே சாமி.'

'இந்தா போயி இந்தத் திருநீத்த மாட்டுமேல போடு, காணிக்கைய எடுத்து அங்கயே பொதச்சிட்டுப் போங்க.'

கோயிலுக்குப் போய் வந்தவர்கள் அஞ்சாவது வண்டியை உருட்டிப் பார்த்தார்கள். பூசாரி சொன்னபடியே மண்பானைக்கு அரைபானை கறி, கூளத்தைப் போட்டு மூடி வண்டியின் பின்பக்கம் ஒளித்து வைக்கப்பட்டிருந்தது. அதன் பக்கத்திலேயே இருளாண்டிக் கிழவன் திருட்டு முழி முழித்துக் கொண்டு, 'தாயிளி எச்சுவாறிப் பய; அங்கதான் தின்னய ஒரு மொடா கறி இன்னுமா அட படல.'

‘அவனயும் சேத்துக் குழி தோண்டி பொதச்சிருவம்.’

‘பச்சக்கறி தின்னி. அவக்காச்சி எடுத்த பய.’

அவனுக்கு வண்டி வண்டியாய் வசவுகளும் பூசையும் செம்மையாய் விழுந்தது. பூசாரி சொன்னபடியே அதை வண்டியிலிருந்து பய பக்தியுடன் இறக்கி ரோட்டோரம் குழி தோண்டிப் புதைத்தார்கள். திருநீற்றை மாட்டின் மேல் பூசியவுடன் கொஞ்ச நேரத்தில் மாடு எழுந்து நின்றது. மீண்டும் வண்டிகள் குதியாளம் போட்டுக் கொண்டு சென்றன. இருளாண்டிக் கிழவன் மட்டும் நடந்து வந்தான். அவனை யாரும் வண்டியில் ஏற்றவில்லை.

‘ஏ, பெரிய மனுசா இருளாண்டிய வண்டில ஏத்திக்கோ பாவம்ப்பா, எச்சிக்காளத்தனம் பண்ணிட்டான். எச்சுவாரி பய அதுக்காக நடக்கவிட்டா தண்ணி நா வறட்சி எடுத்து நாக்குத் தள்ளி செத்தாலும் செத்துப்போவான்.’ அவன் குருசாமிக்குப் பின்னால் இருப்புச் சட்டத்தில் உட்கார்ந்துகொண்டான். அவன் முகம் கவலையில் இறுகிக்கிடந்தது. ஒருவேளை கைக்கு எட்டியது வாய்க்கு எட்டவில்லையே என்ற கவலையோ என்னவோ! ஊரோரம் உள்ள ஒற்றைப் பனை குத்துக் கல்லில் எல்லோரும் தேங்காய் உடைத்து சாமி கும்பிட்டார்கள். இதுவரை கூட வந்த சோலையப்ப சாமியை வழியனுப்பி வைத்தார்கள். குதியாளம் போட்டுக்கொண்டு வெற்று வண்டிகள் ஊருக்குள் நுழைந்தன. இருளாண்டி மட்டும் குறுக்குப் பாதை வழியே போய், படப்புகளின் மறைவிலேயே வீட்டுக்குப் போனான்.

வண்டி விரட்டுவதிலும் முன்னால் போகிற வண்டியை விலக்கி முந்துவதிலும் கொட்டவாலன் கெட்டிக்காரன். எப்பேர்பட்ட வண்டிக்காரனும் அவனிடம் பிச்சை வாங்க வேண்டும். குருசாமிக்கு முன்னால் மினுத்தான் வீட்டில் அவன்தான் சம்பளக்காரன். இப்ப இருக்கிற ஒட்டாங் காளைகள மாதிரியே ரெண்டு மயிலக் காளை நின்னுச்சு. மாடுனா அப்பிடி மாடு உரிச்ச வாழப்பழம் போல. ரெண்டுக்கும் கூடு கொம்பு. பாக்கப் பாக்க ஆசையாருக்கும். வண்டிச் சத்தம் பின்னால கேட்டுட்டா போதும். வாலத் தூக்கி முதுகு மேல தேள் கொடுக்கா வச்சிக்கிரும். கெசப்புடுங்கா புடுங்கும். தாமிரிக்க முடியாது. தட்டி விட்டா சொன்னா சொன்னபடி பறக்கும். ஏழு எட்டு வருசமிருக்கும், அந்த வருசம் வெள்ளாம வழுத்த போடு. நம்ம ஊர்ல பருத்திப் பொதி எட போட்டுக் கீழ ஈரால் ஜின்னிங் பாக்டரிக்குப் போகனும். ஒன்போது வண்டி. வண்டிக்கு பதினாலு பொதி. கீழ ஏழு,

மேல ஏழு வாரிக் கம்பு வச்சு நீட்டிக் கெட்டியிருக்கு. மொத வண்டி கொட்டவாலன் வண்டி பொடி நடையா போயிட்டு இருக்கு. பின்னால வந்த குதிர வண்டிக்காரப்பய விலகப் போற பய சும்மா போகாம, பைதாவுக்குள்ள சாட்டக் கம்பக் குடுத்து டக் டக் டக் டக்-ன்னு சத்தங் குடுத்திட்டான். பின்னாலருந்து வண்டிதான் வெலகுதுன்னு ரெண்டும் வெரண்டுருச்சு. மூக்கணாங் கயத்த இழுத்து இழுத்து பாக்கன் தாமிரிக்க முடியல, விட்டுப்புடிச்சிட்டன். பத்து மைல் தூரம் குதிர வண்டிக்காரன் எகசாரு வச்சுப் பாத்தான். வெலகவே முடியல. ரொம்ப பிந்திக் கிட்டது மாதிரி தெரியும். ஒரு வீச்சுல வண்டிக்குப் பின்னால வந்திருவான். கீழ ஈராலு பசாருக்குள்ள நொழையிரம் ஆக்காட்டி வெரலும் நடு வெரலும் நீட்னது மாதிரி. சனம் பூராவும் கேன்னு கூடிநின்னு வேடிக்க பாக்குது. விடாத விடாதனு பசாரு பூராவும் ஒரே சத்தம். அந்தானக்கி சடக்னு கிட்டங்கியப் பாத்து வண்டிய திருப்பிட்டான்.

பருத்தி மருக பூராத்தையும் எறக்கிட்டு மாட்டுக்குக் கூளம் போட்டா மொகந்துகூடப் பாக்கல. தண்ணி ஒரு சொட்டு குடிக்கல. ரெண்டும் மேல்மூச்சு வாங்கிட்டு நிக்கி, வாயெல்லாம் நொர தள்ளிப் போச்சு. எனக்னா வருத்தமான வருத்தமில்ல. மினுத்தான் மாட்ட அதட்டிப் பத்த சம்மதிக்க மாட்டான். ஒரு தடிப்பு மேல இருந்தாக்கூட வாப்பேறுவான். ரொம்ப நேரங்கழிச்சு மத்த வண்டிக்காரங்க வந்து சேந்தாங்க.

'கோட்டிக்காரப்பயல நெற பாரத்த வச்சிக்கிட்டு குதிரவண்டிக் காரப்பய கூடப் போயி போட்டி போடலாமா?'

'வெலகிட்டானா வெலகலயாடா?'

'குதிரைய செயிக்க முடியுமா?'

'கடேசி வரைக்கி எவ்வளவோ தல கீழ நின்னு பாத்தான் குதிரைக்காரன் ஆனா பச்சா பலிக்கல.'

பருத்திப் பொதிகளை இறக்கிவிட்டு வாடகைப் பணத்தை வாங்கிக்கொண்டு வண்டிகள் வரிசையாய்த் திரும்பிக்கொண்டு இருந்தன. கொஞ்ச தூரம்தான் போயிருக்கும். பின்னால் சல் சல்லென்ற சலங்கை சத்தத்துடன் குதிரை வண்டி. வெள்ளைக் குதிரை. நல்ல வாட்டசாட்டமான குதிரை. வேறு ஆள். வேறு வண்டி. முன்னால் சென்ற கொட்டவாலன் வண்டி குதியாளம் போட்டது. அவன் சுண்டி சுண்டியிழுத்து நிறுத்தினான். வண்டியைக் குறுக்கே நிறுத்தி மறித்தான் குதிரை வண்டிக்காரன்.

‘வரும்போது பந்தயம் போட்டு வெரட்டுனயாமே, இப்ப வர்ரயா போட்டுப் பாப்பம்.’

‘நாங்க போட்டி போட வரலயா பேசாமப் போங்க.’

மாடு ரெண்டும் தயார்தான். தட்டி விட்ரலாமென்னு பாத்தன். பெறகும்கூட வந்தவங்க சத்தம் போடப் போயி பேசாம இருந்துட்டன். பின்னால் வந்த வண்டிக்காரர்கள் இறங்கி வந்து சண்டை போடவும் குதிரைவண்டிக்காரன் பேசாமல் போய்விட்டான். பாவம் கொட்டவாலன் அந்த வருசத்தோட சரி. ராத்திரியில் தூரியில் மீன் களவாங்கப் போனவன் பேயடிச்சு கையும் காலும் விளங்காமல் போய் பச்சைப்புள்ளையாய்த் தவழ்ந்து திரிகிறான். இந்தக் கதையை அவன் சொல்லும் போது கண்களை உருட்டி உருட்டிச் சொல்வான். கைகளை அசைத்து ஜாடை காட்ட முடியாது. கண்கள்தான் பேசும். இப்ப அப்படி மாடுங் கெடையாது. வண்டியுங் கெடையாது. கயத்தார் வண்டிச் சத்தம் வெண்கலப் பானை ஓசையிட்டது மாதிரி இருக்கும். விளாம் பழ ஓட்டில் பம்பரம் செய்து சுத்தவிடும் போது கேக்குமே ஒரு சத்தம் அது மாதிரி கேக்கும்.

சித்திரை மாசம் பதினெட்டாம் பெருக்கு முடிந்துவிட்டால் வைகாசி மாசம் காளியம்மன் கோயில் பொங்கல் பிரமாதமாய் நடக்கும். அநேக ஊர்ப் பொங்கல்கள் சித்திரையிலேயே முடிந்து விடும். கடேசி வைகாசி பொங்கல் ஆகையால் கூட்டம் அலை மோதும். மூன்று நாளும் கிராமமே திக்கு முக்காடிப் போகும். கவுரு குத்து, அக்னி சட்டி, கிடாய் வெட்டு, அரிவாள் ஏற்றம் என்று நாலா ஊர்ச்சனமும் நிறைந்து கிடக்கும். கள் குடிப்பதற்கென்றும், கவுரு குத்து செய்முறைக்கென்றும் நிறைய பேர் வருவார்கள். கீழக் கடேசியில் தெருவில் கவுருகுத்தி, மேலக் கடேசி தெருவரை சாமியாடி வருவார்கள். மாமன்மார்கள் எல்லோரும் மஞ்சள் தண்ணீரை வாளியில் வைத்துக்கொண்டு ஓடி ஓடி ஆடி வருபவரின் இரு கக்கத்திலும் அடிப்பார்கள். மொணங்கி பெண் வேஷம் கட்டுவான். அசல் பொம்பிளை தோத்துப்போவாள். கொட்டுக்கார கிழவன் எண்ணெய் விக்கிற செட்டியார் வேஷம். தலையில் தோண்டிக் கலயம். கலயத்திற்குள் குட்டைக் கனை அகப்பை. சும்மாடு கூட்டி அதன்மேல் கலயத்தை வைத்துப் பொம்பிளைகள் பக்கம் எண்ணெய் வாசனையை முகர்ந்து பார்க்கச் சொல்லித் தெளிப்பான். எருமை மாட்டின் மூத்திர வாடை கப்பென்று வீசும். கழுகுமலையான் கருப்பசாமி பிய்ந்த வட்டச் சொளகைக் கழுத்தில் கட்டித் தொங்கப்

போட்டுக்கொண்டு வட்டக் கொட்டு அடிப்பவனைப் போல் பாவ்லா போடுவான். மங்கான் நரிக்குறத்தி வேஷம். சிறுசுகள் பூராவும் கையில் வேப்பிலைகளைக் கொத்தாய் வைத்துக்கொண்டு ஆட்டம் போடும். அவர்கள் தலையில் ஓலைக் கொட்டான்களைக் கவுத்தி அதில் கோழி உரோமங்களை நிறைய சொருகியிருப்பார்கள். ஆட்டம் போட்டுப் பாடுவார்கள்.

ஆகோ அய்யாகோ
கம்பு குத்து கவுரு குத்து
ஆகோ அய்யாகோ.

கோயில் வந்து சேர்ந்ததும் சாமி அருள் வந்து அரிவாள் மேல் நடந்து உத்திரவு சொல்லும். பெரும்பாலும் புதுமாடு வாங்கப் போகிறவர் களும், குழந்தை குட்டி இல்லாதவர்களும் குறி கேட்பார்கள். சாமி உத்திரவுகள் சொல்லி நேமிக்கம் போடும். காதில் நகைகளும், கழுத்தில் சங்கிலிகளும் அன்றைக்கு மட்டும் தான் ஜொலிக்கும்.

மறுநாள் வேடிக்கை கும்மாளம் ஊரே ஜொலிக்கும். போன பொங்கலுக்கு மடத்துக்கு முன்னால் கொப்பம்பட்டி நரிக்குறத்தி ஆட்டம். மடத்தின் வடக்குத் திண்டில் படுத்து உறங்கிய கிட்ணன் சாமத்தில் புரண்டு படுத்தவன் பொத்தென்று கீழே விழுந்தான். விழுந்த மாயம் தெரியாமல் எழுந்தவன் வடக்காமல் ஓட்டம் பிடித்தான். ஆட்டம் பார்த்துக்கொண்டிருந்த ஒவ்வொருவராய் அவனைத் தொடர்ந்து பின்னால் ஓடினார்கள். என்ன என்ன என்ற கேள்விக்குப் பதிலேயில்லை. ஓட்டம் ஒரே ஓட்டம். கடேசியில் கிட்ணன் சொன்னான்.

'எந்தப் பயலுக்காவது கொஞ்சமாவது கூறு இருக்கா. நான் ஓடியாந்தா இவுகளுக்கு என்ன, நான் பிய்யத் தின்னா இவ்வளவு பேரும் பிய்யத் திம்பாங்களா?'

சொல்லிச் சொல்லி சிரிப்பார்கள். இன்றும்கூட சொலவடை யாகச் சொல்லிக் காண்பிப்பார்கள். என்ன ஏது என்று கேட்காமல் நடந்து கொண்டால் கிட்ணன் பெயர்தான் முதலில் வந்து நிற்கும்.

புதுமாடு வாங்குகிறவர்கள் எல்லோரும் ஒன்றாகச் சேர்ந்துதான் போவார்கள். சில சமயம் பத்துப் பேர் பதினைந்து பேர் என்றுகூடச் சேர்ந்துவிடும். சுற்று ஊர் ஆட்களும்கூட வருவதுண்டு. கோழி மடத்தான் பெருமாள் மாடு பார்ப்பதில் கெட்டிக்காரன். சுழி பார்ப்பதிலும், பல் பிடித்துப் பார்ப்பதிலும், பாய்ச்சல் உண்டா, வாதம் உண்டா ஒட்டுப் பல்லா என்று சகலமும் பார்ப்பதில்

பெரிய கில்லாடி. சேலம், தொட்டியம், உப்பரமங்கலம் என்று வெகுதூரம் போய் மாடு வாங்கி வருவார்கள். வருசா வருசம் கோழி மடத்தான் பெருமாளும், பெரிய பிள்ளையும் எப்படியும் போவார்கள். அவர்கள் இரண்டு பேருக்கும் மாடு வாங்கப் போகிறவர்களுடைய பொதுச் செலவு. பெரிய பிள்ளை நாலுந் தெரிந்தவர். சாத்திரம், சகுனம், ஜோஸ்யம், மந்திரம், செய்வினை, காத்து, கறுப்பு என்று அவருக்குத் தெரியாத தொழிலே கிடையாது. கிணற்றுக்குள் இறங்கிக் குளித்துவிட்டு சுவர் ஏறி மேலே வந்ததும் துண்டை உதறி மேலே வீசி எறிந்துவிட்டு நடப்பார். துண்டு அவர் தலைக்கு மேலேயே பந்தல் போட்டது மாதிரி குடை பிடித்துக்கொண்டே வரும். பெரிய பிள்ளை குளித்து முழுகி திருநீறு பூசி சூரிய நமஸ்காரம் பண்ணி கிழக்காமல் வீடு திரும்பிக் கொண்டிருந்தார். மிளகாய் செடி தோட்டத்தின் கீழோர வரப்பில் நாராயணன். வரப்பு நெடுகிலும் குண்டு குண்டாய் பூசணிக் காய்கள். சர்க்கரைப் பூசணி சரியான போடு.

'யாரு நாராயணனா?'

'ஆமா சாமியோவ் வாங்க,'

'ரெண்டு காய் குடுத்தா என்னப்பா கொறஞ்சா போயிருவ.'

'காலங்காத்தால வாய் வச்சிட்டீரல்ல, நெற பொழியில கழுத வாய் வச்சாப்ல மயிரா உருப்படும், இன்னியும் தலக்காய் கூட புடுங்கல அதுக்குள்ள ஓசி மயிரு கேக்க வந்துட்டீரு.'

'மனுசன் கேட்டா மனசார குடுக்க மாட்டீகடா, எலிக்குக் குடுப்பீக, வண்டுக்குக் குடுப்பீக, பூச்சிக்குக் குடுப்பீக,'

பெரிய பிள்ளை வண்டிப் பாதையில் புழுதி மண்ணைக் குனிந்து எடுத்து உள்ளங்கையால் வைத்து பூ என்று ஊதிவிட்டுத் திரும்பிப் பார்க்காமல் நடந்தார்.

மறுநாள் காலையில் தோட்டத்தைச் சுற்றிப் பார்க்கப் போன நாராயணன் திடுக்கிட்டுப் போனான். ஒவ்வொரு பூசணிக்காயின் மேலேயும் அஞ்சாறு எலிகள் ஏறி உட்கார்ந்துகொண்டு குடைந்து குடைந்து ஓட்டைப் போட்டுக்கொண்டிருந்தன. நாராயணன் சூ சூ என்று விரட்டியும் பயந்து ஓடவில்லை. போவது போல் போக்குக் காட்டிவிட்டு மீண்டும் வந்து காய்களின் மேலே ஏறிக்கொண்டன. நாராயணனுக்குப் பெரியபிள்ளை சொன்னது அப்போதுதான் ஞாபகத்துக்கு வந்தது.

'மனுசர் கேட்டா குடுக்க மாட்ட, எலிக்குக் குடுப்ப.'

நாராயணன் பெரிய பிள்ளையின் வீட்டு முற்றத்தில் வந்து நின்றபோது யாரோ ஒரு குழந்தைக்குப் பார்வை பார்த்துக் கொண்டிருந்தார். வேப்பங்குளையை வீசி வீசி முனுமுனுத்தார். வாயில் ஓயாமல் வந்த கொட்டாவியை வாயைத் திறக்காமல் நெறித்து வெளியே விட்டார். நாராயணனையும் கடைக் கண்ணால் பார்த்துக் கொண்டார்.

'கும்புடுறஞ் சாமியோவ்.'

'யாரு நாராயணனா? என்னடா காலாங் காத்தால.'

'சாமி தோட்டம் பூராவும் எலி கூட்டங் கூட்டமா.'

'மனுசர் கேட்டா நிய் தரமாட்ட, எலிக கேட்டா குடுப்பயாக்கும், சரி இப்ப நான் என்ன செய்யனும்.' பட்டமரமாய் நாராயணன் தரையில் விழுந்து கும்பிட்டான்.

'இந்தா இந்தத் திருநீத்தப் பிடி. கைய இறுக்கிப் பொத்திக்கோ. தோட்டத்துல போய்தான் கைய திறக்கனும். எந்தப் பக்கமாவது ஒரு தெசைய விட்டுட்டு மூனு தெசையிலயும் திருநீத்தப் போட்ரு. போடும் போது பெரிய பிள்ள பெரிய பிள்ள பெரிய பிள்ளனு சொல்லிக்கிட்டே போடனும்.'

திருநீறு போடாத திசையை நோக்கி எலிகள் கூட்டம் கூட்டமாய் வெளியேறிப் போவதை நாராயணன் வைத்த கண் வாங்காமல் பார்த்துக்கொண்டே நின்றான். இன்றைக்கும் பெரியபிள்ளை சமாதியில் பலபேர் பொங்கல் வைப்பார்கள். பயறு, சோளம், கடலை, கொழுக்கட்டை அவித்துப் படைப்பார்கள். எலிகள் வரக்கூடாது. வெள்ளாமையைப் பூச்சிகள் நாசப்படுத்தக்கூடாது. வண்டுகள் விழக்கூடாது, வெள்ளாமை நல்லபடியாய் விளைய வேண்டும் என்ற நேமிக்கம் போடுவார்கள். பொங்கல் வைத்து காணிக்கை போடுவார்கள்.

6

மாடு வாங்கப் போனவர்கள் எல்லாரையும் கவுண்டர் வரவேற்றார். எப்போது மாடு வாங்கப் போனாலும் அடைக்கலம் தருகிறவர் கவுண்டர்தான். இன்று நேற்றல்ல அவருடைய தாத்தா காலந் தொட்டு நடந்து வருகிற ஒரு பழக்கம். தென்னை மரங்களுக்கு நடுவில்

நார்க்கட்டிலில் சாய்ந்து படுத்திருந்த கவுண்டர் நாய் குரைக்கிற சத்தத்தைக் கேட்டதும் எழுந்து வந்தார்.

'யாரு, வாங்க வாங்க ஊர் நாட்டு ஆளுங்களா, என்ன பெருமாளு ஆளு மெலிஞ்சிட்டயே, பெரியபிள்ளை நிய்யுந்தான் ஆளு விட்டுட்டியே...'

'வயசாகிப் போச்சில்ல, எல்லாம் அப்படித்தான்.' கவுண்டர், பெருமாள், பெரியபிள்ளை மூன்று பேரைத் தவிர எல்லோரும் கீழே பாயில் உட்கார்ந்தார்கள். ஏறு வெய்யில் முகத்தில் அடித்ததால் அவர்கள் கட்டிலை நகர்த்திப் போட்டு மேற்காமல் திரும்பி உட்கார்ந்து கொண்டார்கள். கவுண்டரம்மா செம்பு நிறைய தண்ணீருடன் வெளியே வந்தது.

'என்ன பெருமாளு இப்பிடிப் போயிட்ட, பெரியபிள்ள ஒனக்கு என்ன வந்துச்சு பிள்ளக் குளவிபோல ஆளு ஒடுங்கிட்டயே...'

கவுண்டரம்மா கொடுத்த தண்ணீரைக் குடித்து தாகம் தீர, நெஞ்சு குளிர்ந்து பெருமூச்சுவிட்டார்கள். ஊரில் மழ தண்ணி வெவசாயம், வெள்ளாமை, சண்டை, சச்சரவு, போன வருசம் வாங்கிப் போன மாடுகள் எல்லாவற்றையும் கவுண்டர் அக்கறையோடு விசாரித்தார். பெருமாளும் பெரியபிள்ளையும் விளக்கமாகச் சொல்லிக் கொண்டிருந்தார்கள். கவுண்டரம்மா வெளியே போய்ச் சத்தம் போட்டு வேலைக்காரனைக் கூப்பிடுவது கேட்டது.

கவுண்டருக்கும் பெருமாளுக்கும் பழக்கம் ஏற்பட்டது பெரிய கதை. அநேக வருசங்களுக்கு முந்தி பெருமாள் மாடு வாங்க வந்திருந்தான். மினுத்தான், தன்னாசி, முன்டானி, கோணக் கட்டையன், பைப்பன் எல்லோரும் மாடு வாங்கிவிட்டார்கள். கடேசியாய் பெருமாள் வந்து சேர்ந்த இடம் கவுண்டர் வீடு. பெரிய கவுண்டரிடம் நாலு ஜோடி மாடுகள் நின்றன. ஒரு ஜோடியைப் பேசி அட்வான்ஸ் கொடுக்க மடியைத் தொட்டுப் பார்த்தால் பணத்தைக் காணோம். பெருமாள் பச்சப் புள்ளையப் போல் குலுங்கி குலுங்கி அழுதான். கவுண்டர் பார்த்துக் கொண்டே நின்றார். கூட வந்த அழகிரிப் பகடையிடம் கேட்டார்.

'எந்த ஊர்டா அழகிரி?'

'தெக்க வெகு தூரம், உருளக்குடி சாமி?'

'போயிருக்கியா?'

'வருசா வரும் நாந்தான் சாமி மாடு பத்திட்டுப் போயி அங்க விட்டுட்டு வருவன்.'

பெரிய கவுண்டர் ஆறுதலாகப் பெருமாளை முதுகில் தடவிக் கொடுத்தார். அட்வான்ஸ் கொடுத்த அந்த ஜோடி மாட்டையே அவிழ்த்துக் கயிற்றைப் பெருமாளின் கையில் கொடுத்தார். அவனுக்கு கண்ணைக் கட்டியது. பேச நா எழவில்லை.

'சாமி...'

'போ, கொண்டு போயி நல்லா வெவசாயம் பாரு, அடுத்த வருசம் வெள்ளாம எடுத்திட்டு வரும்போது பணம் கொண்டு வந்து குடு போதும்.'

பெருமாள் அவர் காலில் விழாத குறையாக நன்றி சொன்னான். இல்லையென்றால் இந்த ஒரு வருஷ வெள்ளாமை வேறு நட்டம். பழைய மாட்டை விற்ற ரூபாயைக் களவு கொடுத்தாயிற்று. அவனுக்குக் கவுண்டர் தெய்வமாக உதவினார்.

ஊருக்கு வந்த அந்த வருசமே பெரிய கவுண்டர் காலமான செய்தியை அழகிரி வந்து சொன்னபோது பெருமாள் கதறி கதறி அழுதான். அடுத்த வருசம் மாடு வாங்கப் போனபோது சின்னவரிடம் பணத்தை எண்ணி நீட்டினான். சின்னவர் பெருமாளைக் கட்டித் தழுவிக்கொண்டார். பெரியவர் போன பின்பும்கூட பெருமாள் நாணயமாக நடந்துகொண்டான். அன்றிலிருந்து இன்று வரை அவர்கள் பழக்கம் சாதாரண மனித பழக்கத்தையும் மீறி நிற்கிறது. சமயத்தில் அது எத்தனையோ பேருக்கு உதவுகிறது.

எல்லோரும் பணப் பைகளையும் துணி முடிச்சுகளையும் கவுண்டரம்மாவிடம் கொடுத்தார்கள். பணத்தை எண்ணாமலேயே வாங்கி வாங்கி மடியில் வைத்தது. கவுண்டர் எல்லோரையும் கூட்டிக்கொண்டு கிணற்றுக்குப் போனார். அவர்கள் கிணற்றுக்குள் இறங்கி அலுப்பு தீரக் குளித்தார்கள். தென்னை மரத்தில் ஏறி மட்டைப் பிய்த்துக்கொண்டிருந்தவனிடம் இளநீர் வெட்டச் சொல்லி உத்திரவு போட்டார் கவுண்டர், வெய்யிலுக்கு இதமாய் வயிற்றைக் குளிப்பாட்டியது இளநீர்.

'அடேய், மட்ட பிச்சது போதும், சுருக்காப் போயி மேலத் தோட்டத்துல, நல்ல இலையா ஒரு பத்து இலை அறுத்திட்டு சுருக்கா ஓடியா.'

கவுண்டர் வீட்டுக்குப் பக்கத்தில் போன உடனேயே சமையல் மணம் மூக்கைத் துளைத்தது.

கவுண்டரம்மா சோறு பரிமாற அவர்கள் உரிமையோடு கேட்டு

வாங்கி வயிறாறச் சாப்பிட்டார்கள். சாப்பிட்ட இலையை எடுத்தவர் களுடன் கவுண்டரம்மா சண்டை போட்டது. அவர்கள் திண்ணையில் போய் உட்கார்ந்தபோது தாம்பாளத்தில் கொளுந்து வெற்றிலையோடு கவுண்டர் உட்கார்ந்திருந்தார். இனி சுற்றுப்பட்டியெல்லாம் அலைந்து மாடு தேடுவார்கள். அதுவரை பணம் கவுண்டர் வீட்டிலேயே இருக்கும். மாடு பார்த்து மனசுக்குப் பிடித்து விலை திகைந்து அட்வான்ஸ் போட்டுவிட்டு வந்து பணத்தை வாங்கிப் போய், பணம் கட்டி மாடு வாங்குவார்கள். அவர்கள் இருவர் மூவர் என்று சொதை சொதையாய்ப் பிரிந்து போனார்கள்.

'யேய், ஜாக்கிரதையா போய்ட்டு வாங்கப்பா. மாட்டப் பாத்து வாங்குங்க, வம்பு தும்ப வெலக்கி வாங்கிட்டு வந்து நிக்காதீக, பெரிய புள்ள மாயம் மந்திரம் வேண்டாம் பேசாம மாட்டப்பாரு.'

அவர்கள் கவுண்டரிடமும், கவுண்டரம்மாவிடமும் கும்பிட்டு விடைபெற்றார்கள். கவுண்டர் பெரிய பிள்ளையிடம் சொல்வதில் அர்த்தம் இல்லாமல் இல்லை. போன மூனா வருசம், இதேமாதிரி தான் மாடு வாங்க வந்திருந்தார்கள். பெரியபிள்ளையும் சவட்டையனும் அலைந்து திரிந்து ஒரு சின்ன ஊருக்குள் நுழைந்தார்கள். வேணாப்பரிந்த வெய்யில் மண்டையைப் பிளக்கிறது. தண்ணி நாவறட்சி எடுத்து ஒதடு ஒணருது. ஊர்ப் பக்கத்துல நல்ல தண்ணீர் கிணறு. ரெண்டு கொமருக மட்டும் தண்ணி எறச்சிட்டு இருந்தா. சவட்டயனைப் போயி தண்ணி குடிச்சிட்டு வரச்சொல்விட்டு பெரியபிள்ளை மரத்தடியில் உட்காந்துட்டாரு. சவட்டையன் நல்ல வளர்த்தி. சரியான பிராயம். வளலப் பாம்பப் போல. வளர்த்திக்கு ஏற்ற சவக்சவக் நடை. கட்டுக் கட்டா சுருட்ட முடி. முக லட்சணமான பயலுங்கூட.

'தாயி, கொஞ்சம் தண்ணி குடுங்க.'

'எந்தூரு'

'தெக்க வெகு தூரந் தாயி.'

'வர்ணம்'

'ஃச்சாதிதான் தாயி.'

'அப்ப தள்ளி நின்னு கைய ஏந்து ஊத்துறன்.'

சவட்டையன் இரு கைகளையும் ஏந்தினான். வாளியில் இறைத்துக்கொண்டு வந்த தண்ணீரைக் குனிந்து கையேந்தி இருக்கும் சவட்டையன் முன்வந்து நின்று ஊற்றினாள். சவட்டையன்

கண்முழி இரண்டையும் மேல் நோக்கி வாளியைப் பார்ப்பதுபோல வாளிப்பான மார்பகங்களையே பார்த்துக் கொண்டிருந்தான். குனிந்து தண்ணீர் ஊற்றிய அவள் மாராப்பு சேலை விலகி ரவிக்கை இல்லாத கறுத்த இருமுலைகளும் திமிரிக்கொண்டு குத்திட்டு நிற்பதை வைத்த கண் வாங்காமல் பார்த்துக் கொண்டிருந்தான். சவட்டையன் விட்ட அனல் பெருமூச்சில் தண்ணீர் புரை யேறியது. அவள் கையில் கொஞ்சம் தண்ணீரை அள்ளி அவன் தலையில் தெளித்துவிட்டுப் போய்விட்டாள். சவட்டையன் அப்படியே தண்ணீரைக் குடித்த மானக்கி குனிந்தபடியே கையேந்திய படியே நிமிர முடியாமல் நின்றான்.

பெரிய பிள்ளைக்கு விஷயம் புரிந்துவிட்டது. அவர் உடம்பை ஒரு உலுக்கு உலுக்கி துள்ளி ஓடி அவள் நடந்துபோன கால் தடத்து மண்ணைக் குத்தாக அள்ளி எடுத்துக்கொண்டு மரத்தடிக்கு வந்தார். வலது கையில் மண்ணை இறுக்கிப் பிடித்துக்கொண்டு தொடையில் மேலும் கீழும் உரசினார். அவர் அப்படிச் செய்வது அரிப்பெடுத்தவன் சொறிவதைப் போலிருந்தது. முச்சந்தியில் நின்ற அவள் தண்ணீர் குடத்தைக் கீழே போட்டுவிட்டு மானம் காக்கப் போராடினாள். அவளுடைய சேலை பாதத்திலிருந்து மேல் நோக்கி ஏறிக் கொண்டிருந்தது. அவள் பிடித்துப் பிடித்துக் கீழே கையை வைத்து அழுத்திப் பிடித்துக்கொண்டு குனிந்தபடியே இருந்தாள்.

ஊர் கூடிவிட்டது. போவோர் வருவோர் என்று ஏக கூட்டம். கூட்டத்தின் நடுவே பெரியபிள்ளை அசையாமல் நின்றார்.

'அய்யா ஒமக்கு இது நல்லாருக்கா?'

'இந்தா நிக்கான இது ஒங்களுக்கு நல்லாருக்கா?'

பெரியபிள்ளை உருப்போடுவதை நிறுத்தினார். அவள் ஓடி வந்து காலில் விழுந்தாள். திரும்பவும் ஒரு கை தண்ணீரை அள்ளி சவட்டையன் மேல் எறிய அவன் ஓடிவந்தான். அதிலிருந்து அவளுக்கு வாக்கு பலிக்காதபடியான உருவைப் போட்டுவிட்டு இருவரும் நகர்ந்தார்கள். இரவில் பெரியபிள்ளை மேலெல்லாம் காந்தல் எடுப்பதாகச் சொல்லிக்கொண்டு அங்குமிங்கும் ஓடினார். அவர்கள் ஊருக்குப் போன பிற்பாடுதான் தெரிந்தது. ஊரில் பாதி வீடுகள் தீப்பிடித்து மொட்டையாய் நின்றன. மூங்கில் சில் ஒன்று வெடித்துச் சிதறி கருப்பசாமி கோயில் கூரையில் போய் விழக் கோயிலும் தீப்பற்றி எரிந்தது. ஊர்ச்சனம் பூராவும் பார்த்துக்கொண் டிருக்கக் கூரை மட்டும் அப்படியே அலாக்காகக் கிண்ணத்தை

உருட்டிவிட்டாற்போல் தூரப் போய் விழுந்தது. பெரியபிள்ளைக்கு அரிச்சலாக தீ தெரிந்திருக்க வேண்டும்.

7

மகாதேவர் கோயில் இன்று இடிந்து சுவரெல்லாம் மஞ்சனத்திச் செடிகளும் ஆலமரமும் முளைத்து மேதி பாழடைந்து கிடக்கிறது. கொத்தாலமேடு என்று சொல்லப்படுகின்ற இந்த இடத்தில் முந்தி ஒரு பெரிய ஊர் இருந்ததாகப் பெரியவர்கள் சொல்வார்கள். குழி தோண்டும் போது சாணக்கிழங்கு தோண்டும் போது சிவப்பு நிற பாப்பாரப் பாசிகளும் உடைந்த விதவிதமான மண் ஓடுகளும் ஏராளம் வரும். வெள்ளி செவ்வாய்களில் கண்மாய்க் கரைமேல் ஏறிப் பார்த்தால் தங்கப் பல்லக்கில் முனிகளும் பேய்களும் ஏகமாய் ஊர்வலம் போகும். பெரியபிள்ளை மட்டும் அங்கே போய் அவைகளுடன் இருந்துவிட்டு விடிந்துதான் வருவாராம். அந்த இடத்தில் ஒரு பெரிய புதையல் இருப்பதாகவும் அதை ஏழு முனிகள் காத்துக்கொண்டிருப்பதாகவும் அடிக்கடிச் சொல்வார். நல்ல முத்தன்பட்டிக்குப் போய்விட்டு குறுக்குப் பாதை வழியே வந்த காக்காயன் ராத்திரியில் இந்தப் பாதை வழியே வந்ததாகவும், அன்று வெள்ளிக்கிழமையாகையால் புதையலை வெளியே எடுத்துப் போட்டுவிட்டு முனிகள் பேசிக்கொண்டிருந்ததாகவும் தான் சத்தியமாக இந்த ரெண்டு கண்ணாலயும் பாத்ததாகவும் சத்தியம் செய்வான்.

இன்றோடு நாப்பத்தொரு நாள் விரதம் முடிந்தது பெரிய பிள்ளைக்கு. இன்று ராத்திரி புதையல் தோண்ட வேண்டிய நாள். பெரியபிள்ளையைச் சேர்த்து ஏழுபேர். கடப்பாரை மண்வெட்டி சம்மட்டி ஆப்பு எல்லாவற்றையும் அந்தப் பாழடைந்த இடி கிணற்றுக்குள் கொண்டுபோய்த் தோண்டிக் கொண்டிருந்தார்கள். பெரியபிள்ளை கிணற்றுக்கு மேல் இருந்து முனிகளுக்குக் காவல் இருக்கிறார். நாலு முனிகளை வசக்கி பச்சக் கலயத்துக்குள் அடக்கியாச்சு. ணங் என்ற கடப்பாரைக் கம்பியின் சத்தம். வெண்கல அண்டாவின் விளம்பில் பட்டு எதிரொலித்தது. பாய்ந்து வந்தது ஒத்தை முனி. பெரிய பிள்ளை பலமாக உருப்போட்டார்.

'டேய், பைய்யா குத்துங்கடா, அண்டாச் சத்தம் அங்க கேட்டிருக்கும்

போலருக்கு. ஒரு கழுதமட்டும் கொஞ்சம் சேட்ட பண்ணுது. அமைய மாட்டேங்குது. புடிச்சு ஆலமரத்துல கெட்டிருக்கன் குதியாளம் போடுது. திமிருது.' சொல்லிக் கொண்டிருக்கும் போதே சடசடவென ஆலமரத்தின் பெரிய கொப்பு ஒன்று ஒடிந்து விழுந்தது.

'அடேய், கொப்ப முனி ஒடிச்சிருச்சு. தப்பிச்சிருச்சு, ஓடியாந்திருங்க இனி என்னால தாமிரிக்க முடியாது.'

பெரியபிள்ளை தலை தெறிக்க ஓட்டம் பிடித்தார். கிணற்றுக்குள் இருந்த மற்ற ஆறு பேரும் தப்பிச்சோம் பிழைச்சோம் என்று ஓட்டம் பிடித்தார்கள். அந்தப் புதையல் இன்னும் அப்படியே இருக்கிறது. யாரும் எடுக்கல. எடுக்கவும் விடல. மடத்தில் இப்பிடிப் பேய்க் கதைகளைக் கேட்பதற்காகவே முத்துவீரன் முன்னால் ஒரு கூட்டம் எப்போதும் உட்கார்ந்திருக்கும்.

'போன நாலா வருஷத்துக்கு முந்தின வருசம் ராவுத்தம் பட்டிக்காட்ல கெட கெடக்கு. நான் கெட காவல். இப்ப காவக்காக்கான்ல பெருமாத்தா புருசன் அவனோட அப்பன் ஏதோ சோலின்னு வெளியூர் போய்ட்டான். நான் ஒத்தையில நடுக்காட்ல, நாயி ஒன்று தொனைக்கு நிக்கி. கெழம செவ்வா கிழம. நெற அமாவாச. இருட்டுனா இருட்டு பே இருட்டு. நாயி சகட்டு மானைக்கு கொரச்சிக்கிட்டு நாலா தெசையிலையும் ஓடுது. எதுக்க பாத்தா ஒன்னயும் காணும். ஆடுகளும் திடீர் திடீர்னு எந்திரிச்சு வெரண்டு ஓடுது. கலையுது. என்னால ஒத்தைல தாக்காட்ட முடியல. கொஞ்சம் தள்ளி ஒரு நாலு ஏக்கர் தரிசு கெடக்கு. அதுக்குள்ள பாத்தா ஒரே ஆட்டம். ஏழு எட்டு பேய்க கூட்டமா வட்டமா நின்னுக்கிட்டு ஆட்டம் போடுதுக. கிட்டத்துல போயி பாத்தா 'எனக்குப் போட்டுப் பாத்தா நல்லாருக்கும்', 'எனக்குப் போட்டுப் பாத்தா நல்லாருக்கும்' அப்படின்னு சத்தம் கேக்குது. நானும் பைய்ய கண்டாங்கிச் சீலையை மூடிக்கிட்டு கத்திக்கம்ப கக்கத்துல இடிக்கிக்கிட்டு ரொம்ப கிட்டப்போயி பாத்தா ஒவ்வொரு பேய் கையிலும் ஒரு குத்து சங்கிலி. தக தகன்னு மின்னுது. பைய்ய நானும் கூட்டத்தோடு கூட்டமா சேர்ந்திக்கிட்டு எனக்குப் போட்டுப் பாத்தா நல்லாருக்கும், எனக்குப் போட்டுப் பாத்தா நல்லாருக்கும்னு ஆட்டம் போடுறன். எங்கழுத்துல எல்லா சங்கிலியயும் போட்ருச்சு, எங்கையில ஒரு குத்து சங்கிலி, அந்தானைக்கு கண்டாங்கிச் சேலையைத் தூர வீசிட்டுக் கத்திக் கம்ப எடுத்து ஒரு செலாவரிச எடுத்து வெரட்டி அடிச்சிட்டன். வசமா கெடச்சுப் போச்சுன்னு தூக்கு வாளிக்குள்ள கொண்டாந்து மூடி

வச்சிட்டு மரத்துல தூக்கிட்டன். விடிஞ்சதும் தூக்குவாளிய கையில எடுத்துக்கிட்டு வீட்ல போயி உக்காந்து நானும் ஒங்க பாட்டியும் தொறந்து பாத்தா உள்ள ஒன்னயும் காணும்.'

புளிச்சென்று வெற்றிலை எச்சிலைத் துப்பிய முத்துவீரன் மடத்து தூணில் முதுகைச் சாய்த்து கால் நீட்டிக்கொண்டான்.

'பெறகு சங்கிலி எங்க போச்சு தாத்தா'

'சங்கிலி ஒங்க ஆத்தா இதுக்குள்ள போச்சு. ரத்தக்குறி காட்டாம அவசரப்பட்டு வந்திட்டம்பாரு எம்புத்திய செருப்பால அடிக்கனும், அன்னக்கி மட்டும் ரத்தக்குறி காட்டியிருந்தா இன்னியாரம் லட்சாதிபதியாருப்பன். இன்னக்கி ஊர்ல மேச்சம் சாரி நானாத்தான் இருப்பன். ஆனா இன்னக்கி தெனத்துக்கு ஒரு வாய் கஞ்சிக்கு தொன்னாந்திட்டு நிக்க வேண்டிருக்கு. ஒரு சின்ன சிறுக்கிவில்ல கூட மதிக்கமாட்டேங்குது.'

விடலைகளும் எளவட்டங்களும் எழுந்து படுக்கப் போவார்கள். முத்துவீரன் தலை சாய்ப்பான். அவர்கள் சாமானியமாக உறங்க மாட்டார்கள். முத்துவீரனைத் தினம் படாத பாடுபடுத்தி விட்டுத்தான் படுப்பார்கள். இருட்டில் பூனைபோல் மெதுவாய்ப் போய் அவன் மூடிப்படுத்திருக்கும் வேட்டியைப் படக்கென்று பிடுங்கிப் போட்டுவிட்டு ஓடிவிடுவார்கள்.

'யேய் சிரிக்கிபிள்ளைகளா, ஓடக்காட்ல பெறந்த பய புள்ளகளா, ஒங்கள ஒரு பேதி வந்து கொண்டட்டுப் போக.'

மற்றவர்கள் எல்லாம் வந்து சிரித்துக் குனுகுவார்கள். கொஞ்ச நேரந்தான், திரும்பவும் இதே கதைதான். முத்துவீரனின் அதே வசவு தான். இதுவரைக்கும் அவன் கையில் எந்தப் பயலும் அகப்பட்டதே யில்லை. பல மாதங்களாகத் தொடர்ந்து இதே கூத்துதான்.

'ஏங் கையில மட்டும் எந்தப் பயலாவது எம்புட்டுக்கிட்டீங்க ஒங்க ஆத்தா வச்ச சேனப்பாலு கலங்கிப் போகும்'

அன்றைக்கும் இதே போல் விளையாட்டெல்லாம் முடிந்து நல்ல உறக்க நேரம். நடுச்சாமம். மடத்தினுள் டக்டக்கென்ற பூட்ஸ் சத்தம். ஒவ்வொருவராய் எழுப்பி வாயை ஊதச் சொல்லி கள் சாராய வாடை வந்தவர்களையெல்லாம் பிறங்கையைக்கட்டி வரிசையாய் உட்கார வைக்கிறார்கள். மேலோர கல் தூணின் பக்கத்தில் வேட்டியை நிறைய மூடி நல்ல தூக்கத்தில் முத்துவீரன். வேகமாய்ப் போன போலீஸ்காரன் மூடியிருந்த அவன் வேட்டியைப் படக்கென்று சுண்டி இழுத்தான்.

முத்துவீரனுக்குக் கோபம் மூக்கிற்கு வந்து விட்டது. எத்தனை மாசக் கோபமோ யாருக்குத் தெரியும். வழக்கமாய் இந்தப் பயகள்தான் கேலி பண்ணுகிறார்கள் என்று நினைத்து வேகமாய் எழுந்தவன் இருட்டில் எதிரே நிற்பவன்தான் வேட்டியை இழுத்தவன் என்று கன்னத்தோடு சேர்த்து ஒரு வப்பு வச்சான்.

'டேய், அடிக்கவாடா செய்ற ராஸ்கல் புடிச்சு கைய கட்டுங்க' முத்துவீரனை இரண்டு பேர் பிடித்துக்கொள்ள மூஞ்சிக்கு நேராக லைட் அடித்துப் பார்த்தார் ஏட்டையா. மூஞ்சியை சுருச்சு கண்களை இறுக்கிப்பார்த்தான் முத்துவீரன்.

'சரியான போத என்னல தாயோளி ஊதுல.'

முத்துவீரன் ஊத முடியாது என்ற பாவனையாகத் தலைய ஆட்டினான்.

'ஊதப் போறயா ராஸ்கல் சாத்தவா.'

அடிக்கிப் பயந்து பூத்தென்று ஊதினான் முத்துவீரன். ஏட்டையா மூஞ்சி மொகறையெல்லாம் சேலம் பட்டணம் பொடி எச்சில். அவர் கண்களைக் கசக்கிக்கொண்டு நின்றார். கையைக் கட்டி உட்கார வைத்திருந்தவர்கள்கூட சிரித்தார்கள். முத்துவீரன் நாலு பூசையோடு வீடு வந்து சேர்ந்தான். மற்றவர்களை மாடுகளைப் போல தளைஞ்சு நடத்திக் கூட்டிக்கொண்டு போய்விட்டார்கள்.

'ஏட்டையாவையே, அறையனும்னா சாமானியப்பட்ட நம்மலால முடியுமா, முத்துவீரனைப் போல தைரியசாலியாலதான் முடியும்.'

'ஆமா, தாத்தா சப் இன்ஸ்பெக்டர எப்ப அடிக்கப்போற'

'அதா, ஒங்க ஆத்தா சமஞ்ச அன்னக்கி'

'கெழட்டு சிரிக்கிமவனுக்கு மப்பு இன்னும் கொறையில.'

'நெறய்யா இருக்கு நிய்யும் கொஞ்சம் வாங்கிக்கோ.'

மாட்டுத் தொழுவத்தில் காடியோரமாய் உட்கார்ந்துகொண்டு நாற்றுக் கூளத்தின் வேர்களில் ஒட்டியிருக்கும் சிறுசிறு கரம்பைக் கட்டிகளை உதுத்து உதுத்து விட்டுக்கொண்டிருந்தான் மினுத்தான். கூளத்தை நெறுநெறுவென்று அள்ளி மொக்கின காளைகள். மயிலைக்காளையின் முதுகில் வரிவரியாய் சாட்டையின் விளாசல்கள், பின்னத்தியஞ் சப்பையில் தார்க்குச்சி குத்தியதற்கான புள்ளி புள்ளியான இடங்களில் ரத்தம் கசிந்துகொண்டிருந்தது. மினுத்தான் தடவித் தடவிவிட்டான். பனங்கூந்தை வில்லையாய்

நறுக்கி சாக்கில் எடுத்துக்கொண்டு உள்ளே வந்தான் குருசாமி.

'ஏன்டா, குருசாமி எதுக்டா மாட்ட இப்பிடி அடிச்சிருக்க.'

'நான் அடிக்கல பெரியப்பாவ், கடேசி ரெண்டு நடைக்கி ஒங்க மகன்தான் போனான், அவங்கிட்ட கேட்டுக்கோங்க'

'அவன குப்பைய அள்ளித்தானடா விடச் சொன்னன்'

'அள்ளித்தான் விடச் சொன்ன, கேட்டாத்தான, நிய் அள்ளிவிடு குருசாமிண்ண நான் போயி வேகமா தட்டிட்டு வந்திரம்னு தார்க்கம்ப புடுங்கிட்டுப் போய்ட்டான்.'

மினுத்தான் வேகமாய் தொழுவத்தைவிட்டு வெளியேறி வீட்டுக்குப் போனான். மினுத்தான் மகன் பெரியசோலை வெண்கலக் கும்பாவில் கம்மங் கஞ்சியைக் கரைத்து வைத்துக் கொண்டு முகட்டு வளையைப் பார்த்துக்கொண்டு உட்கார்ந்திருந்தான். மாடத்தி வறுத்த நிலக்கடலையை உரித்து பருப்பை அவனிடம் கொடுத்துக் கொண்டிருந்தாள். சீனியம்மாள் ஆமணக்கங் குலையிலிருந்து காய்களை ஆய்ந்து கடகாப் பெட்டியில் போட்டுக் கொண்டிருந்தாள். கம்மஞ்சோறு கும்பாவில் குறையாமல் அப்படியே இருந்தது.

'ஏன்டா, பெரியசோல மாட்டப் போட்டு அந்த அடி அடிச்சிருக்க, இழுக்க மாட்டமினு சண்டித்தனமா பண்ணிச்சு'

'...'

'காத்துல ஏறலயோ, ஒன்னத்தானல கேக்கன்.'

'ஆமா, மாடு பெரிய மாடு, இவுகதான் அருசுவமா மாடு வச்சிருக்காக அடிச்சிட்டாகளாம் மெனக்கெட்டு கேக்க வந்துட்டாக, போயி ஊர்க் கூட்டம் போட்டு வெசாரிக்கச் சொல்லு, எதுக்கு அடிச்சாமின்னு'

'கெழவன் சொன்னா கின்னட்டிக்காரன் கேக்க மாட்டான், அத மாதிரி நிய் கேக்க மாட்ட, சம்சாரிக் கோப்பவும் விட்ருவ, ஒன்னைய நாலு எழுத்து படிக்க வச்ச எம் புத்திய செருப்பால அடிக்கனும், ஒத்தப் புள்ளன்னு செல்லங் கொடுக்கப் போயி இப்ப நெஞ்சுல ஏறி மிதிக்குது'

மாடத்தி பச்சைக் கண்டாங்கியால் முகத்தைத் துடைத்துக் கொண்டாள். ஆனாலும் கண்ணீர் நிற்கவில்லை. சீனியம்மாள் குனிந்த தலை நிமிரவில்லை. பெரியசோலை கும்பாவைச் சரட்டென்று முன்னால் தள்ளிவிட்டு எழுந்து போய்விட்டான்.

'கஞ்சியும் வேண்டாம் ஒரு மயிரும் வேண்டாம்.'

மாடத்தி கெஞ்சிப் பார்த்தாள். சீனியம்மாள் அழுது அழுது சொன்னாள். அவன் பெத்த தாயையும் வளர்த்த தாயையும் மீண்டும் அழ வைத்துவிட்டுப் போய்விட்டான்.

'என்ன பெரிய மனுசா மாட்ட ரெண்டு அடி அடிச்சிட்டா என்ன, நம்ம மாட்டத்தான அடிச்சிருக்கான், ஊரார் மாட்டவா அடிச்சிட்டான். இதுக்குப் போயி புள்ளய அரட்டப் போயி புள்ள வெறும் வகுத்தோட போயிருச்சு.'

'போனா போகட்டும் கொளத்தோட கோவிச்சிட்டுப் போனா ஆரு குண்டி நாறும், வகுறு காஞ்சா புள்ளையாண்டன் தன்னால வந்திட்டுப் போறாரு.'

'ஏடி, யே சீனி நிய் எதுக்கு அழுவுற புள்ளக்காரி மனசு வருத்தப் படக்கூடாதுடி.'

காலையில் எழுந்ததும் வெய்யிலுக்கு எட்டாமல் காட்டுக்குப் போன குருசாமி கூடையும் மம்பட்டியுமாய் வீட்டுக்குள் வந்தான். அவன் மேலெல்லாம் குப்பை சிதறிய மண் வியர்வையில் நச நசத்தது.

'ஏல, யேய் குருசாமி எல்லாக்குமியவும் செதறியாச்சா, இல்ல கொற கெடந்து போச்சா?'

'எல்லாத்தையும் செதறியாச்சு, இன்னைக்கே ஒரு பெரட்டு பெரட்டிட்டா தேவல, இல்லன்னா கூளம் குப்பைய காத்துக் கொண்டு போயிரும். ஒரு பெரட்டுனா பத்து நாள்ல உள்ள அமுங்கி செமிச்சுப் போகும். மழ தண்ணி பேஞ்சிட்டாலும் கவலயில்ல. காட்டுத்தண்ணி வெளியேறிருச்சுனா ஒத்தக் குப்ப புஞ்சையில நிக்காது.'

அவன் அடுப்புக் கரி ஒன்றை எடுத்து நறுக்கென்று கடித்து மென்றான். பல் விளக்கிக்கொண்டே கிணற்றடிக்கு நடந்தான். இனி வந்து சாப்பிட்டதும் மாட்டை அவிழ்த்தால் பொழுதடைந்து தான் வீடு வந்துசேருவான்.

ஊர்க் கிணற்று மிதிகல்லில் பதினைந்தாம்புலி ஆட்டம் மும்முரமாய் நடந்துகொண்டிருந்தது. குரூஸ் சாம்பானும் வடக் கத்திப் பிள்ளையும் எதிர் எதிராய் உட்கார்ந்துகொண்டு கவனமாய் காய் நகர்த்தினார்கள். பக்கத்தில் காடோடி முத்தையா, மங்காளை, பெரிய சோலை எல்லோரும் வேடிக்கை பார்த்துக்கொண்டு இருந்தார்கள். குமுக்காய் தளிர்த்துக் கூடாரமாய் நிற்கும் வேம்பின் குளிர்ச்சி விளையாட்டுக்கும் வேடிக்கை பார்ப்பதற்கும் தோதாய் நிழல்

பரப்பியிருந்தது. வடக்கத்திப் பிள்ளையின் வெற்றிலை எச்சில் சாயம் கொட்டியதைப் போல பரவிக் கிடந்தது. பெரியசோலையைக் கண்டதும் குருசாமி நின்றான்.

'என்னல இங்க வந்து நிக்க, எங்கூட காட்டுக்கு வாடா ஒழவு சொல்லித்தாரன்.'

'நான் காட்டுக்கு வரல, கெழட்டு சிரிக்கிமகன் காலங்காத்தால வாய்க்கு வந்தபடி பேசுறான்.'

'ஒங்க அப்பன் தானல பேசிட்டா என்ன.'

குருசாமி போய்விட்டான். அவனுக்கு ஏகப்பட்ட வேலைகள் கெடக்கும். இங்கே நின்று வேடிக்கை பார்த்தால் அவ்வளவுதான் மினுத்தானுக்கு பதில் சொல்லி முடியாது. கூடுவாரோடு கூடி குட்டிச் சுவராய்ப் போயிராத என்று அரட்டுவான். பதினைந்தாம் புலி ஆட்டம் பார்க்க இன்னும் கொஞ்சம் கூட்டம் சேர்ந்துகொண்டது.

'என்னடா, மங்காள மழப் பதினி எப்பிடியிருக்கு.'

'ராத்திரி மழை வந்துட்டா காலைல பதினி ஒன்னுக்கும் உதவாது, கலயத்தில் தண்ணி கட்டி பதினி வம்பா போகும்.'

'கருப்பட்டி காய்ச்சிற வேண்டிதானடா.'

'நச்சுப் புடிச்ச பய வேல, அது நமக்குத் தோதுப்படாது'

'நேத்து வெள்ளக்காச்சிப் பனையில் ஒத்தக் கலயத்துல பதினி நெறயா இருக்கு, அதுக்குள்ள பாத்தா ஒரு அயிரமீனு துள்ளுது'

'அயிர மீனா, பனமேல எப்பிடில அயிரமீனு வரும்'

'அப்ப நான் என்ன பொய்யா சொல்றன்'

மங்காளையின் இந்தப் பேச்சு காதில் விழுந்ததும் முத்தையா நெருங்கி பக்கத்தில் வந்தான்.

'என்ன பனையேறி மாப்ள என்னத்த அவுத்து விடுறாக.'

'பதினிக் கலயத்துக்குள்ள அயிரமீனு துள்ளுச்சாம்.'

'கலயத்த பனமேல கட்டியிருந்தீகளா, இல்ல கம்மா தண்ணிக்குள்ள கவுத்தியிருந்தீகளா?'

'கலயத்த ஒங்க அக்கா கவுட்டுக்குள்ள கெட்டியிருந்தன்'

'அப்படின்னா கட்டாயம் அயிரமீனு கலயத்துக்குள்ள வந்திருக்கும். சந்தேகமேயில்ல, மாப்ள சரியாத்தான சொல் லிருக்காக.'

எல்லோரும் சிரித்து ஓய்ந்தார்கள்.

‘அது எப்பிடிடா முத்தையா அவ்வளவு கரெக்டா சொல்ற?’

‘மாமா... போன மாசம் ராத்திரியில ஒருநாள் மழ பேஞ்சதுல்ல, அன்னைக்கி வீட்டு முத்தத்து வரைக்கி ஒரே வெள்ளக்காடு, மழயும் வெறிக்கிற மாதிரி தெரியல, மக்காள மாப்ளயோட அக்காவுக்கு ஒன்னுக்கு அவசரம். மழ எங்கவிட, அவ எப்ப ஒன்னுக்கு இருக்கன்னு, முத்தத்துல நின்னு சேலய தெரச்கிக்கிட்டு தண்ணியோட தண்ணியா போகட்டும்னு போற வெள்ளத்துல அடிச்சிட்டா, அடிச்சிட்டு வீட்டுக்குள்ள வந்து நிக்கா அவ சேலைக்குள்ளருந்து அயிரமீனு துள்ளுது.’

‘என்னல ரெண்டு பயலும் எல்லாத்தையும் பயித்தாரப் பயலாக்குறீக, அந்தப்பய பதினிக் கலயத்துக்குள்ள, அதுவும் பனமேல அயிரமீனு வந்ததுங்கான், இந்தக் காடோடிப்பய சேலைக்குள்ளருந்து அயிரமீனு வந்ததுங்கான்.’

‘சின்னையா பனை ஓல சொட்டுப் போட்டு அந்தச் சொட்டு வழியா அயிர மீனு ஏறி பனைமேல இருக்கிற கலயத்துக்குள்ள போகும் போது, ஓடுற தண்ணில ஒன்னுக்கிருந்தா அது வழியா ஏறி சேலைக்குள்ள அயிரமீனு போகாதா.’

பதினைந்தாம் புலி ஆட்டத்தை நிறுத்திவிட்டு எல்லோரும் சிரித்துக் குனுகினார்கள். வடக்கத்திப் பிள்ளையின் வெற்றிலை எச்சில் கடவாயில் ஒழுகியது. மங்காளப்பயல் தூரத்தில் வேகமாய்ப் போய்க்கொண்டிருந்தான். மாடத்தியைக் கண்டதும் பெரிய சோலை மூஞ்சியை உம்மென்று வைத்துக்கொண்டான்.

‘ஏன்டா, சாப்டாம ஒன்னுங்காம இப்பிடி வந்து நிப்பயாக்கும், ஒங்க அப்பன் நாலாலு கூடுன எடத்துல நிக்கவே வெக்கப்படுவான், நிய் என்னடான்னா யார் சொன்னாலும் கேக்க மாட்டேங்க.’

மாடத்தி பெரியசோலையின் தலையைக் கோதிவிட்டாள். அவள் கையைப் பிடித்துக்கொண்டு வீட்டுக்கு நடந்தான். ‘சின்னப் பாப்பாவ கையைப் புடிச்சு கூட்டிட்டுப் போறயாக்கும்.’

வீட்டுக்குள் மினுத்தானைக் காணவில்லை. மாடத்தி முன்னால் உட்கார்ந்து தாங்கி தடுக்கி பெரியசோலையைச் சாப்பிட வைக்க அவன் சாப்பிட்டு முடித்தான்.

‘குருசாமி வடகாட்டுக்கு ஒழவுக்குப் போயிருக்கான்டா. நிய் கூடப் போயி சாலடிச்சு பழகு. வரச் சொல்லிட்டுப் போயிருக்கான், போடா

ஒழவு சொல்லித் தருவான்.' பெரியசோலை பதிலேதும் சொல்லாமல் வெளியேறினான்.

கண்மாயில கொஞ்சம் தண்ணீர் வற்றியிருந்ததால் நடு நடுவே திட்டுக்கள் தெரிந்தன. நரிக்கிடங்கோரம் மலைப்பட்டி குறவன் தூண்டில் போட்டுக் கொண்டிருந்தான். அவன் ஊரிலிருந்து விடிய வந்துவிடுவான். எல்லோருடைய வீட்டிலும் விளக்கு மாற்றுப் புல் பிடுங்கிக் காயப்போட்டு தண்ணீர் தெளித்து வைத்திருப்பார்கள். பனஞ்சில்லாடைகளும் கிடக்கும். குறவன் வந்திருப்பது தெரிந்து விட்டால் போதும், மடத்திற்கு முன்னால் இருக்கிற வேப்ப மரத்திற்கு அடியில் குறவனைச் சுற்றி பனஞ்சில்லாடைகளும் விளக்குமாற்றுப் புற்களும் அம்பாராமாய்க் குமிந்துவிடும். குறவன் பாட்டுப் படிப்பதிலும் பெரிய கொம்பேறி. சுற்றிலும் பாட்டுக் கேக்கவே ஒரு கூட்டம் இருக்கும். அவன் மதுரையில் மணிக் குறவன் மாண்ட கதையை மிக அருமையாகப் பாடுவான். குரல் கொஞ்சம் பிசிறடித்தாலுங்கூட கேட்க இனிமையாய் இருக்கும்.

டெப்போ பஸ் ஓட்டி வரும்
டி.வி.எஸ் டைவரய்யா
மன்னன் மணிக்குறவன்
மாண்ட கத சொல்லிவாரன்
மக்களப் போல மதிச்சு-நீங்க
மன்னிக்கனும் பிழ பொறுத்து

உச்சி மத்தியானத்திற்கெல்லாம் வேலையை முடித்துவிட்டு கண்மாய்கரையில் வந்து நிற்பான். தவசம் வாங்கி மூட்டையாய்க் கட்டி மடத்தில் வைத்துவிடுவான். முதல் வேலையாகக் கண்மாய்க்குள் இறங்கி திட்டுத் திட்டாய்த் தெரியும் மேடுகளில் கொக்கு கண்ணி போடுவான். சின்ன சின்ன மீன்களையும், தவசங்களையும் சிதறிவிட்டுக் கரையில் வந்து உட்கார்ந்து தூண்டில் போட்டு மீன் பிடிப்பான். கொஞ்ச நேரத்திற்கெல்லாம் கூட்டங்கூட்டமாய்ப் பறந்துவரும் கொக்குகள் திட்டில் உட்கார்ந்து பறக்க எழும்பும்போது கண்ணியில் கால் மாட்டிக்கொள்ளும். க்கொ க்கொ க்கொ என்ற பரிதாபமான சத்தம் வந்தவுடன் குறவன் தூண்டிலைப் போட்டுவிட்டு முழங்கால் தண்ணீருக்குள் பாய்ந்து ஓடுவான். தூண்டிலைப் பெரியசோலை வாங்கிக்கொண்டான். அவன் அகப்பட்ட கொக்குகளைப் பிடித்துக்கொண்டுவந்து இறக்கைகளைப் பின்னி கால்களை ஒடித்து கரையில் போட்டிருப்பான். பொடுக்

பொடுக்கென்று முழித்துக்கொண்டு வெண்சங்குகளாய்ப் படுத்துக் கிடப்பதைப் பார்க்க பரிதாபமாய் இருக்கும். பொழுதடைய அவன் போகும்போது பார்த்தால் தவசப் பொட்டலம் தலையிலும் இரு கக்கத்திலும் கொக்கும் மீனும் தொங்க கித்தாப்பாய்ப் போவான்.

குருசாமி தண்ணீர் நாவறட்சி எடுத்துப் போய் வீடு வந்து சேர்ந்தான். லாடஞ் செம்பு நிறைய தண்ணீரை மோந்து கட கடவென்று ஒரே மூச்சில் குடித்தான்.

'என்னடா குருசாமி சின்னப் பயல எங்க காணும்.'

'சின்னப்பயலும் வரல ஒரு பயலும் வரல.'

'தூக்குவாளில தண்ணி குடுத்து ஓங்கிட்ட குடுக்கச் சொன்னம்டா.'

தூக்குவாளி தண்ணீருடன் தொழுவத்து முகட்டுக் கட்டையில் தொங்கியது. மலைப்பட்டி குறவனை வழியனுப்பி வைத்து விட்டுப் பெரியசோலை வீட்டுக்கு வந்தான். மாடத்தியும் மினுத்தானும் ஏதும் பேசவில்லை.

'நல்ல புள்ள பெறல. சொல்லுக் கேளாப்புள்ளப் பெத்தா கொலத்துக்கே ஈனம்னு சொலவட, எனக்கு வாச்சிருக்கு.'

மினுத்தான் தானாகப் பேசிக்கொண்டான்.

நீராரு ஊர்க்காலி மாடுகளைத் திரட்டி பத்திக்கொண்டு போனான். செகிட்டுப் பிள்ளையின் நொண்டிக் குதிரையும் மாடுகளுடன் மேய்வதற்காகப் போய்க்கொண்டிருந்தது. ராஜகம்பீரமாய் அதன் மேல் நீராரு. நீர் வடியும் யானைக்கால் பந்தலில் இருந்து தொங்கும் சுரைக்காயைப் போல குதிரையின் விலாவில் தொங்கியது. குதிரை வேகமாய் நடக்கும்போது காற்றில் ஆடும் சுரைக்காயைப் போல வீங்கிய அந்தக் கால் குதித்துக் குதித்துத் தொங்கியது. விடலைகள் எல்லோரும் குதிரையை விரட்டினார்கள். காட்டுக்குப் போன பின்னால் ஆளாளுக்கு ஒரு ரவுண்டு கொடுப்பான். அதற்குக் கூலியாக ஒரு கூறு பருத்தி கொடுக்க வேண்டும். பெரிய சோலை ஒரு கூறு பருத்தி கொடுத்து முதலில் ஏறினான். அவன் வீட்டிலிருந்தே பருத்தியைக் களவாண்டு கொண்டுவந்திருக்க வேண்டும். பீடி குடிக்காதவர்களைக் கட்டாயம் பீடி குடிக்க வைப்பான் நீராரு. பெரிய கிடங்கு தோண்டி ஆளுக்கொரு கூறு பருத்தியை அதனுள் வைத்து மூடிவிடுவான். பருத்தி போட்டவர்கள் எல்லோரும் வட்டமாய் உட்கார்ந்து ஒவ்வொருவராய் கையை மடக்கி வைத்துக்கொண்டு ஓங்கிக் குத்தவேண்டும். ஒரு ஆள் ஒரு குத்துதான். அதற்கடுத்து

அடுத்த ஆள். இப்படியே குத்தும் போது யார் குத்தும் போது புதைத்து வைத்திருக்கிற பருத்தி வெளியே தெரிகிறதோ அவன் எல்லாப் பருத்தியையும் தோண்டி எடுத்துக் கொள்வான். சொல்லி வைத்தது போல ஒவ்வொரு தடவையும் நீராருதான் ஜெயிப்பான். அடுத்தஆள் குத்தும் போது பருத்தி வெளியே தெரிந்துவிட்டால் எடுக்க விடமாட்டான். நிய் கைய சாச்சு வச்சு குத்துன, நேரா குத்தாம மண்ண இழுகிவிட்ட என்று சாக்குப் போக்கு சொல்லி சண்டி விவகாரம் பண்ணி மறுபடியும் விளையாட வைப்பதில் படு கில்லாடி.

பெரியசோலைக்குப் பொழுது நன்றாகக் கழிந்தது. மலைப்பட்டி குறவனோடு சேர்ந்து கொக்கு கண்ணி போடவும், கிணற்று மிதிகல்லில் பதினைந்தாம்புலி ஆட்டத்தை வேடிக்கை பார்க்கவும், நீராருடன் சேர்ந்து குதிரைச் சவாரி போகவும், குத்துப் பருத்தி விளையாட்டு விளையாடவும், நிலக்கடலை தோட்டத்தில் போய் பையன்களுடன் எலி வெட்டவும் பழகிக்கொண்டான். மினுத்தான் ஆள் தவங்கிக்கொண்டே வந்தான். அவன் ஆவலாதி சொல்லாத ஆள் கிடையாது.

'பய, கை வேலைய மாத்திருவான்னு பாத்தா வசத்துக்கு வரமாட்டேங்கான, என்னதான் சம்பள ஆள் பார்த்தாலும் தனது ஆள் பார்த்தது மாதிரி வேல சாயுமா.'

மினுத்தான் களத்தோரம் உட்கார்ந்து கிழிந்த சாக்குகளைக் கோணி ஊசியால் தைத்துக்கொண்டிருந்தான். மாடத்தி தலையில் துணியால் வண்டு கட்டிக்கொண்டு தட்டான் நெத்து தட்டிக் கொண்டிருந்தாள்.சீனியம்மாள் தெறித்து விழும் பயறுகளை விளக்குமாற்றால் கூட்டிக் கூட்டிக் களத்திற்குள் தள்ளிக் கொண்டிருந்தாள். மினுத்தான் மாடத்தியை உற்றுப் பார்த்தான்.

'மாடத்தி செத்த இப்பிடி வாயேன்.'

'மாடத்திக்கு என்ன வச்சிருக்க.'

'அட வந்திட்டுதான் போயேன்.'

மாடத்தி மினுத்தான் ஓரம் போய் கால் நீட்டி உட்கார்ந்தாள். சீனியம்மாள் பயறு தட்டினாள்.

'பய, போற போக்கு எனக்கு ஒன்னும் சரியா தெரியல, காலா காலத்துல ஒரு கல்யாணத்த பண்ணி வச்சிட்டா பய வசத்துக்கு வந்திருவான், நம்மளும் நிம்மதியா கண்ண மூடலாம். ரொம்ப நாளா ஓங்கிட்ட சொல்லனும் சொல்லனும்னு நெனச்சு கடேசியா

இன்னக்கி விடிஞ்சிருக்கு.'

'சரி மால பூத்திருச்னா நிக்கவா போகுது, எதுக்கும் ஐயருக் கிட்டபோயி ஒரு கை கேட்டுட்டு வந்திருவம்.'

'பயகிட்ட இதப்பத்தி ஒன்னும் சொல்லிராத, பய என்ன கோப்புல இருக்கானோ, அய்யரு என்ன சொல்லப் போறாரோ.'

8

சரியாகப் பொழுதுகூட விடியவில்லை. முதல் ஆளாய் தண்ணீர் எடுக்கப் போன பொம்பிளைகள் குசுகுசுவென்று பேசிக் கொண்டார்கள். என்னவென்று ஒருவரும் சரியாய்ச் சொல்ல வில்லை. விடிந்ததும் பார்த்தால் மடத்துத் திண்டில் சுடுகாட்டு கருப்பையா, அரிவாள் வேல், பொன்னுத்தேவர் மூன்று பேரும் உட்கார்ந் திருந்தார்கள். மூன்று வேல்க் கம்புகளும் மடத்தின் மூலையில் கத்திகள் பளபளக்க சாத்தி வைக்கப்பட்டிருந்தன. அகன்ற கறுப்பு எடவார். இடுப்பில் துருத்திக்கொண்டிருக்கும் சூரிக்கத்தி. பக்கத்தில் உறை வீச்சரிவாள். ஒவ்வொருவராய் வந்து அவர்களுக்கு முன்னால் தரையில் உட்கார்ந்தார்கள். துண்டுகளை எடுத்து கக்கத்திலோ அல்லது முழங்கையிலோ தொங்கப் போட்டுக்கொண்டு பவ்ய மாகக் கும்பிட்டார்கள். செருப்பு போட்டிருந்தவர்கள் கழட்டி கையில் தூக்கிக்கொண்டு வந்து உட்கார்ந்தார்கள். எல்லோரும் கசகசவென்று பைய்யப் பேசிக் கொண்டார்கள். என்ன ஏதென்று ஒருத்தருக்கொருத்தர் மெதுவாய் கேட்டுக்கொண்டார்கள். வெற்றிலையையும் பீடிக்கட்டையும் பக்கத்தில் கொண்டுபோய் ஒருவன் வைத்தான்.

பெரிய பாக்கு ஒன்றைக் கையில் எடுத்த பொன்னுத் தேவர் ப்பூவென்று ஊதி வாயில் போட்டுக்கொண்டார். பெரிய மீசையைப் புறங்கையால் நீவி விட்டுக்கொண்டார். எல்லோரும் மௌனமாய் உட்கார்ந்திருந்தார்கள். பொம்பிளைகள் எல்லோரும் கொஞ்சம் எட்டி நின்று வேடிக்கை பார்த்தார்கள். மொத்தத்தில் அனைவர் முகங்களும் இறுகிக் கிடந்தன. என்ன ஏதென்று அறிந்துகொள்ள ஆவலாய் இருந்தார்கள். கூட்டம் போட்ட சிறுசுகளைக் கெட்ட வார்த்தை சொல்லி வைது விரட்டினார்கள்.

'என்னடா மினுத்தான எங்க இன்னியும் காணும்.'

மினுத்தானைக் கூட்டியார ஓடினார்கள்.

'கும்புடுறஞ் சாமியோவ், என்ன காலங்காத்தால கம்போட.'

'மினுத்தான் இப்பிடி வாப்பா, சும்மா இங்க வந்து இரு.'

'இல்ல சாமியோவ், இங்கயே இருக்கன், இங்ஙனனா சாந்துக்கிற கொஞ்சம் தோதாருக்கு.'

'ராத்திரி நரி ஒன்னு தப்பிச்சு இங்க வந்திருச்சு மினுத்தான்.'

'நரி தப்பிச்சு ஊருக்குள்ளயா வந்திருச்சு.'

'ஊருக்குள்ளதான் வந்திருச்சு, அத இப்ப புடிச்சிட்டுப் போகத்தான் வந்திருக்கோம்.'

'அப்ப நரி நாலுகால் நரியில்ல, ரெண்டு கால்பட்ட நரியா.'

'சரியா சொல்லிட்டான மினுத்தான்.'

'வெவரமா சொல்லுங்க சாமி, வெயிலேறுது சனங்க காடு கரைக்குப் போக வேணா, ஓங்களுக்கென்ன மகராசா மாருக மெனக்கிட்டு ஒக்காந்திட்டு இருப்பீக.'

மினுத்தான் சொன்னவுடன் மூன்று பேரும் சிரித்துக் கொண்டார்கள். பொன்னுத்தேவர் வெற்றிலை எச்சைத் துப்பித் துப்பித் தரையில் சாயம் பூசினார். நேத்து நடந்தது இதுதான்.

விடிந்தால் மாசிப்பபடப்பு கோயில்பட்டி போய் சகல சாமான் களும் வாங்கிக்கொண்டு மறுநாள் அவிப்பதற்காக மொச்சைப் பயறும் வாங்கிய குரூஸ் துணை ஆள் இருக்கும் என்ற நம்பிக்கையில் பசாரிலேயே பொழுதைக் கழித்துவிட்டான். கிருஷ்ணன் கோவில் சத்திரத்தில் பதினைந்தாம் புலி ஆட்டத்தையே பார்த்துப் பார்த்து பொழுது போனது தெரியாமல் அவசர அவசரமாய் சாமான்கள் வாங்கி துணையாளைத் தேடும் போது நன்றாய் இருட்டிவிட்டது. நிறை அமாவாசை. இருட்டு கெச இருட்டு. எப்படிப் போனாலும் மகாதேவர் கோயில் ஒற்றையடிப் பாதை வழிதான் போயாக வேண்டும். பேச்சுத் துணைக்குக்கூட ஒரு சுடுகுஞ்சி கிடையாது. தலையில் சுமை. மனசில் பயம். வெறுக் வெறுக்கென்று நடந்துவந்தான் குரூஸ். உப்போடையைத் தாண்டிக் கரையில் ஏறியவுடன் ஒத்தப் பனையின் மேல் அலறிய ஆந்தையின் சத்தத்தில் மேலெல்லாம் புல்லரிக்க சொருக் மூத்திரம் மோண்டுவிட்டான். அப்பிடியே திரும்பிவிடலாமா என்றுகூட யோசித்தான். பாதி தூரம் வந்தாச்சு. எப்படியும் ஊர் போயாக வேண்டும். ராத்திரியில் வேகப் போட்டால்தான் காலையில் மொச்சைப் பயறு திங்க முடியும். ஊரெல்லாம் பயறு திங்க நம்ம

வீட்டில் மட்டும் இல்லையென்றால் கேவலம். பொண்டாட்டிக்கு வேறு பதில் சொல்லியாக வேண்டும். இல்லையென்றால் சத்திரத்திலேயே படுத்துவிட்டு காலையில் போய்க் கொள்ளலாம். மனசு திக்திக்கென்று அடித்தது. சில் வண்டுகளின் இரைச்சலும், மினுக்மினுக்கென்று பறந்து போகும் மின்னட்டாம் பூச்சிகளின் வெளிச்சமும், கோணக்க மானக்கா வென்று பறந்து திரியும் வௌவால்களும் அவனுக்குப் பயத்தை அதிகரித்தன.

அவன் பயந்தது சரியாப் போயிற்று. மகாதேவர் கோயில் வராந்தாவில் தீவட்டி வெளிச்சம் அரிச்சலாய்த் தெரிந்தது. எப்படியும் திருட்டுப் பயல்கள் இருப்பார்கள் என்று அவன் நினைத்தது சரியாப் போயிற்று. சண்முகம் சொன்ன போதெல்லாம் தான் கேலி பண்ணியதை இப்போது நினைத்துக்கொண்டான். போலீசுக்குத் தப்பி அலைகிறவர்கள் மகாதேவர் கோயிலில்தான் ஒளிந்து கிடக்கிறார்கள் என்றும் போன மாசம் பட்டப் பகலில் ஆடு அறுத்து சோறு சமைச்சு சாப்பிட்டதாகவும், தான் அந்த வழியாக நல்ல முத்தன்பட்டிக்குப் போய்விட்டு வந்ததாகவும், தன்னையும் கூப்பிட்டுச் சாப்பிடச் சொன்னதாகவும், சாராயம் ஊற்றிக் கொடுத்ததாகவும் சண்முகக் கிழவன் சொன்னபோது பாதிப்பேர் நம்பவில்லை. குரூஸ் கேலி பண்ணினான். இப்போது அதெல்லாம் உண்மையென்று நம்புவதைத் தவிர வேறு வழியில்லை. வேற பாதையும் கிடையாது. காட்டு வழியே போனாலும் காலில் செருப்பு கிடையாது. பாதையை விட்டுவிட்டால் ஊர்போய்ச் சேருவது ரெண்டாம்பட்சம்தான். அவன் மனசை இறுக்கிக் கொண்டு எட்டு வைத்தாலும் நெஞ்சு பக் பக்கென்று அடித்துக்கொண்டது. வரிசைப் பனையிலிருந்து காய்ந்த ஓலை ஒன்று காற்றுக்குப் பனையை உரசிக்கொண்டே கீழே பொத்தென்று விழுந்தது. குரூஸ் கால் வழியே கழிந்துவிட்டான். இப்போது தெளிவாகத் தெரிந்தது. தீப்பந்தங்கள் எரிவதும், அதன் வெளிச்சத்தில் ஆட்கள் படுத்துக் கிடப்பதும், அடுப்பு மதமத வென்று எரிவதையும் கண்டான்.

கோயிலை ஒட்டித்தான் பாதை. எப்படி மறைந்து நடந்தாலும் அரவம் கேட்டுவிடும் அல்லது உருவம் தெரிந்துவிடும். குரூஸ் வருவதைப் பார்த்துவிட்டார்கள் போலும். சுத்தமாகப் பேச்சு சத்தத்தைக் காணவில்லை. தலையில் வைத்திருந்த பொட்டனத்தை இறக்கி இரு கைகளிலும் ஏந்திக்கொண்டு பூனையாய் அடிமேல் அடியெடுத்து வைத்தான்.

‘இந்நேரம் அதுல போறது எவன்டா?’

கரகரத்த முரட்டுக் குரல் அதட்டியது. குரூஸ் கொஞ்சம்கூட தாமதிக்கவில்லை.

‘அத கேக்கிறது எவன்டா?’

பதிலைக் காணவில்லை. நம் இடத்திலேயே வந்து அதுவும் ஒத்தையாளாய் நின்றுகொண்டு இந்த ரெண்டுங் கெட்ட நேரத்தில் இவ்வளவு தைரியமாகக் கேட்பதாக இருந்தால். பொன்னுத் தேவர் கொஞ்சம் திகைத்தார். அரிவாள் வேலுவும் சுடுகாட்டு கருப்பையாவும் ஒருவர் முகத்தை ஒருவர் பார்த்துக்கொண்டார்கள். கேட்ட மாயம் தெரியவில்லை. குரூஸ் கெசப் புடுங்காய் புடுங்கி விட்டான். அவர்கள் சுதாரித்து எழுந்து விரட்டியபோது அவன் ரொம்ப தூரம் முந்திவிட்டான். வெறுத்தவன் குண்டி வெறுங் குண்டி. அவன் ஓட்டத்தைத் தொயரவே முடியவில்லை. வள்ளியா புரத்தில் நாய்கள் குரைக்கும் சத்தம் கேட்டது. அவர்கள் வள்ளியா புரத்திற்குள் நுழைந்தபோது ஆட்கள் சிலர் முழித்துக்கொண்டு இருந்தார்கள்.

‘இப்ப ஒரு பய ஓடியாந்தான அந்தப் பய யாருடா?’

‘இங்க உள்ள ஆளு யாரும் இல்லய்யா. உருளக்குடி குரூஸ் சாம்பான்தான் இப்ப தல தெறிக்க ஓடுறான். நாய்ச் சத்தங் கேட்டு நாங்க முழிச்சிட்டோம்.’ உருளைக்குடிக்கும் வள்ளியாபுரத்திற்கும் கண்மாய் கரைதான் ஊடு சுவர். கரையில் ஏறிக் கீழே இறங்கிவிட்டால் போதும். புங்க மரத்து ஓடையும் நாலெட்டு தள்ளி ஊர்க்கிணறும் கோயிலும். இப்போது உருளைக்குடியில் நாய்கள் குரைக்கும் சத்தம் கேட்டது. குரூஸ் தூரத்தில் வரும்போதே துண்டையெடுத்து கக்கத்தில் இடுக்கிக்கொண்டான்.

‘யார்ரா குரூஸ், நிய்தானா அந்த சண்டியரு?’

‘தொரைகளே, இந்த நாய்க்குட்டிதான் குரூஸ்.’

அவன் நெடுஞ்சான் கிடையாகக் காலில் விழுந்து குப்புறப் படுத்துக்கொண்டான். மினுத்தான் உதட்டைப் பிதுக்கிக்கொண்டு சிரித்தான்.

‘சரி, சரி எந்திரி இப்படியே கெடந்தா ஒறங்கினாலும் ஒறங்கிருவ’ கூட்டம் சிரித்து மகிழ்ந்தது.

‘தொரைகிட்டருந்து உத்தரவு வராம செத்தாலும் நான் எந்திரிக்க மாட்டன்.’

‘நாப்பயல, எந்திரிக்கச் சொல்லுங்க சாமி, என்ன ஏதுன்னு

வெசாரிப்போம்.'

'யேலேய், எந்திரிடா, நிய் பெழச்சிக்கிருவடா.'

அவன் துண்டையெடுத்து இடுப்பில் கட்டிக்கொண்டு பவ்யமாக நின்றான். நடந்த கதையைப் பூராவும் பொன்னுத்தேவர் சொன்ன போது எல்லோரும் விழுந்து விழுந்து சிரித்தார்கள்.

'சரி, எதையாவது அபதாரத்தப் போட்டுக் கதைய முடிங்க.'

'அபதாரமெல்லாம் வேண்டாம்ப்பா, அவன ஒரு தரமாவது வசமா குளிப்பாட்டி விடனும்.'

'இப்ப என்ன குளிக்காமயா இருக்கான். நீங்க வந்து குளிப்பாட்டி விட.'

'யேய், மினுத்தான் வெளையாட்டுப் பேச்சு பேசாத, பயலுக்குக் கொழுப்பு ஜாஸ்தியாயிருக்கு.'

'கொழுப்பு ஜாஸ்தியா இருக்கப் போய்தான், அந்த ஓட்டம் ஓடியிருக்கான் ஒங்களால தொயர முடியாம.'

'அந்தக் கொழுப்பக் கொஞ்சம் எடுக்கனும்.'

'கண்டத கழியதப் பேசாதிக அவனும் ஒரு தொல்லாளிப் பய. ஏதோ நடந்து போச்சு, நீங்களும் வந்திட்டீக, ஊரும் கூடிருச்சு, ஊரக்கூட்டி வச்சிக்கிட்டு அடிப்பன் பிடிப்பம்னா நல்லாவா இருக்கு.'

'சரி, மினுத்தான் ஒம் மனசுப்படியே விடு. ஒரு பைசல் பண்ணி காரியத்தை முடி, நிய் என்ன சொன்னாலும் சரிதான், நாளைக்கி நமக்கு ஊர் வேணும், ஊரப் பகைக்கக் கூடாதுல்ல.'

'ம்... இது பேச்சு. நூத்துல ஒரு பேச்சு. யேல, குரூசு போயி வெத்தலக் கெட்டு வாங்கிட்டு, நாலு தேங்காய் வாங்கிட்டு ஓடியா, வெத்தலய அங்க குடுத்திட்டு, தேங்காய கோயிலுக்கு வெடல போடு ஓடுல.'

மினுத்தான் சொன்னவுடன் குரூஸ் வேகமாகக் கடையைப் பார்த்து நடந்தான். கூட்டம் கொஞ்சம் கொஞ்சமாய்க் கலைந்தது. சிதறு தேங்காய் பொறுக்குவதற்காக சிறுசுகள் கோயிலுக்கு ஓடினார்கள். இரண்டு பெரிய முட்டிக் கலயத்து நிறைய கள்ளோடு மங்காளைப் பயல் வந்தான். அவர்கள் மூன்று பேரும் வயிறுமுட்டக் கள் குடித்தார்கள். குரூஸ் கொடுத்த வெற்றிலையை வாங்கிக் கொண்டார்கள். ஆனாலும் குரூசுக்குத் தன் பயம் போகவில்லை. அவன் முகம் கறுத்து கொராவிப் போயிருந்தது. எடவார் பையி லிருந்து பத்து ரூபாய் தாளையெடுத்து மங்காளையிடம் நீட்டினார்

பொன்னுத் தேவர். மங்காளை வாங்க மறுத்து விலகினான்.

'டேய், ஒரு சொட்டு பதனீர் எறக்க என்ன பாடு படனும்னு எனக்கு நல்லாத் தெரியும்டா. வாங்கிக்கோ நாங்க ஓசி குடிச்சிட்டுப் போய்ட்டா ஓம் வகுறு பட்டினி கெடக்கக் கூடாதுடா, அது பாவம்.'

'சாமி நெசமாத்தானா துட்டு குடுக்கீக, நாங்க எல்லாம் மனுசரா இல்ல மாடா. ஊருக்குள்ள இருக்கீகளா இல்ல வனாந்திரத்துல இருக்கீகளா, கடவுளு எங்களுக்கு ஒன்னும் கொற வைக்கல, ஒங்களுக்கு ஒரு செம்பு கள் வாங்கிக் குடுத்ததுல ஒன்னும் மினுத்தான் கொறஞ்சு போக மாட்டான்.'

குரூஸ் ரொம்பவும் மாறிப் போய்விட்டான். பதினைந்தாம் புலி ஆட்டம் ஆடுகின்ற இடத்துக்கோ அல்லது ஊர் மடத்திற்கோ வருவதை அடியோடு நிறுத்திக்கொண்டான். பழைய சவடால் போன இடம் தெரியவில்லை. ஆள் ஊரில் இருக்கிறானா இல்லையா என்றுகூட சிலர் பேசிக்கொண்டார்கள். அவன் மறந்தாலும் சிலர் அதை மறக்காமல் அடிக்கடி ஞாபகப்படுத்திக் கொண்டிருந்தது அவனுக்கு ரொம்பவும் சங்கடமாய் இருந்தது.

'ம்... எந்தச் சாமி புண்ணியமோ அன்னைக்கி எப்பிடியோ தப்பிச்சுட்ட, ஒனக்கு நல்ல காலம் இருக்கப் போயி அவங்க கையில எம்புடல, எம்புட்டுருந்தா கந்து கந்தா வெட்டிப் போட்ருப்பாக, இந்நேரம் ஆருகண்டா எவரு கண்டானு போயி ஒங்குழியில கரடு மொளச்சிருக்கும், இப்பவும் என்ன, என்னைக்கிருந்தாலும் ஒனக்கு சனியன்தான், அவுங்க கையினால தான் ஒனக்கு சாவு, நெனச்சிக்கிட்டே இருந்து சோலிய முடிச்சிருவாக, அப்பத்தான் அவங் களுக்குக் கண்ணடைக்கும்.'

பத்துப் பதினைந்து நாள்தான் ஆகியிருக்கும். ரெண்டு நாளாக குரூஸைக் காணவில்லை என்று பேசிக்கொண்டார்கள். பெரும் பாலும் எங்கே போனாலும் ராத் தங்க மாட்டான். ரோசம்மா சொந்தக் காரர்கள் இருக்கும் இடமெல்லாம் தேடிப் பார்த்துவிட்டாள். ஒரு துப்பும் கிடைக்கவில்லை. குரூஸ் அப்பன் வேதமுத்து தேடித் தேடி அலைந்து அலுத்துவிட்டான். இரண்டு பிள்ளைகளும் அப்பாவை நினைத்து அழுவதாகப் பேசிக் கொண்டார்கள். அவன் காணாமல் போன அன்றே கட்டச் சுப்பு வீட்டில் கோழிகளைக் காண வில்லை யென்று தெருவில் நின்று தினம் வசவு கொடையாய்க் கொடுக்கிறாள்.

திடீரென்று ஒருநாள் பால்க்கொடி ஓடைக்கு விறகு வெட்டப்

போனவர்கள் பொம்பிளைகள் தலைவிரி கோலமாய் ஓடி வந்தார்கள். அவர்கள் சொன்னதைக் கேட்டதும் ஊரே பால்க் கொடி ஓடையில் கூடிவிட்டது. குமுக்காய் தளிர்த்து பின்னிக்கொண்டு கிடக்கும் பால்க் கொடிகள். கம்பரக் கத்தியாய் காய்த்து நீட்டிக் கொண்டிருக்கும் காய்கள். அந்த ஓடை முழுவதும் இம்மிகூட இடமில்லாமல் பின்னிக் கிடக்கும் பால்க் கொடிகள். இரு கரைகளிலும் நீண்டிருக்கும் வரிசைப் பனைகள். ஒரு பனந்தூரின் பக்கத்தில் மஞ்சனத்திச் செடியின் மேல் குரூஸ் போட்டிருந்த துணிகள் உலர்ந்த ரத்தக் கறையுடன் கிடந்தன.

அவன் பனியன் மாதிரி கையில்லாத ஒருவகை ஜிப்பா போடுவான். வெள்ளையாய் மில் கச்சைத் துணி. அது வெள்ளை நிறம் மாறி சுத்த சிவப்பாய்க் காய்ந்து விறைப்பேறிப் போய்க் கிடந்தது. துண்டும் தொப்பு தொப்பாய் நனைந்து சிவப்பாய்க் கிடந்தது. கச்சை வேஷ்டி பூராவும் இரத்தத் திட்டுகள். அவனுடைய ஜிப்பா சட்டையின் இடது விலா பக்கத்திலும் வயிற்றுப் பக்கத்திலும் வேல்க் கத்தி குத்தியதன் அடையாளம்போல் கத்தி வசத்திற்கு கிழிவு. பார்த்த பொம்பிளைகள் எல்லோரும் உச் கொட்டி அழுதார்கள். ரோசம்மா இரண்டு பிள்ளைகளையும் கட்டிப் பிடித்துக்கொண்டு ஒப்பாரி வைத்தாள். வேதமுத்து பனையில் முட்டி முட்டி கதறி அழுதான். இரு கைகளாலும் தன் முகத்தில் அறைந்துகொண்டான். சுற்றி நின்றவர்கள் மௌனமாகிப் போனார்கள்.

'எனக்குதானடா நிய் கொள்ளி வைக்கனும், இப்ப நான் ஒனக்கு கொள்ளி வைக்க வச்சுட்டாகள பாவிக'

அவனை இரண்டு பேர் பிடித்துக் கைத்தாங்கலாகக் கூட்டிக் கொண்டு போனார்கள்.

எங்கே தேடியும் குரூஸ் உடலைக் காணவில்லை. ஊரில் பலர் பலவிதமாகப் பேசிக் கொண்டார்கள். நாலு நாளைக்கு முன்னால் அந்த மூன்று பேரும் நடுச்சாமம்போல வந்ததாகவும் குமுள் ஆணியடித்த செருப்புச் சத்தம் கிரீச் கிரீச் என்று கேட்டதாகவும் நாய் குரைப்பதைக் கேட்டுதான் முழித்துப் பார்த்தபோது அவர்கள் குரூசைக் குண்டுக்கட்டாய்க் கட்டித் தூக்கிக்கொண்டு போனதைப் பார்த்ததாகவும் கூடப் பேசிக் கொண்டார்கள். கட்டச் சுப்பு அதே நாளில் கோழி களவு போனதற்காக இதுவரை வைது வந்த வசவுகளை நிறுத்திக் கொண்டாள். அவளுக்குத் தெரிந்துவிட்டது கோழிகளை யார் பிடித்துப் போயிருப்பார்கள் என்று. இனி வைதால்

குரூஸ் கதிதான் நமக்கும்.

விஷயம் கேள்விப்பட்டதிலிருந்து மினுத்தானுக்கு ஒரே ரோதனையாய் இருந்தது. எவ்வளவு சொல்லியும் இப்பிடிப் பண்ணிட்டுப் போய்ட்டாகளே, கழுதப் பயல நாலு அடியாவது அடிச்சி விட்ருக்காம, வம்பா கொல பாவத்த ஏத்துட்டாகளே, இன்னக்கி வடக்குத் தெரு குரூஸ், நாளக்கி நம்மட்ட வரமாட்டாகன்னு என்ன நிச்சயம். காடோடி முத்தையா கேட்பது சரிதான் என்று பட்டது மினுத்தானுக்கு. எப்படியும் பொன்னுத் தேவரைப் பார்க்கவேண்டும் என்று நினைத்துக்கொண்டான். மாடத்தி நித்தம் சொல்லி வாப்பேறினாள். காசு பெறாத ஒன்னுமில்லாத காரியத்துக்கே இப்படின்னா? அப்ப, இந்த ஊரப்பத்தி அவுக மனசுல என்ன நெனச்சிருக்காக? இதென்ன ஊரா? இல்ல காடா?

காலையில் தெரு உரலில் பருத்தி விதை ஆட்டிக்கொண்டிருந்தான் மினுத்தான். சாக்கால் தலையில் பெரிய கொங்கானி போட்டுக் கூடை நிறைய சாணி அள்ளி குப்பைக் கிடங்கிற்குச் சுமக்க மாட்டாமல் குன்னி, போய்க் கொண்டிருந்தான் குருசாமி. அவன் மேலெல்லாம் மாட்டு மூத்திரம் வடிந்து கோடு கோடாய் சொட்டுப் போட அவன் வேகமாய் லொக்கோட்டம் ஓடினான். காடோடி முத்தையா அப்போதுதான் படுத்து மடத்திலிருந்து தூக்கச் சடவோடு எழுந்து வந்துகொண்டிருந்தான்.

'அய்யாவுக்கு இன்னும் தூக்கம் விடல போலருக்கு, விடிய விடிய செரச்சு குமிச்சிருப்பாக, யேல, ஏய் சிறுக்கிவில்ல கூப்டுறது காத்துல ஏறலயோல.'

'என்ன பெரிய்யா கால்ங் காத்தால.'

'பெறகு வீட்டுக்கார வாடா முத்தையா. ஒங்கிட்ட ஒரு முக்கிய வெசயம் பேசனும்.'

முத்தையா மினுத்தான் வீட்டுக்குப் போன போது பெரிய சோலை சோத்துக்கு முன்னால் உக்காந்து வெண்கலக் கும்பாவில் தாளம் போட்டுக்கொண்டிருந்தான்.

'என்னடா முத்தையா காலைலயே வழி தப்னாப்லருக்கு.'

'தம்பி எப்பிடி சாப்டுறாகனு பாத்துட்டுப் போகலாமின்னுதான் வந்தன்.'

'ஏண, வந்தா வந்த சோலியப் பாத்துட்டுப் போ,ஏங்கிட்ட வாக்குடுக்காத.'

'மாடத்தி பெரிம்மா பிள்ளய இடுப்புல தூக்கிவச்சு ஊட்டி விட்ற வேண்டிதான.'

தொழுவுக்குள் மினுத்தானின் செருமல் சத்தங் கேட்டது. முத்தையா இங்கிருந்து சத்தங் கொடுத்தான்.

'பெரிய்யாவுக்கு என்ன கொண்டாந்திருக்கடா முத்தையா காலங் காத்தால தேடி வந்திருக்கய என்ன விசயம்.'

மினுத்தான் திண்ணையில் உக்காந்து சுவரில் சாய்ந்து கொண்டான். முத்தையா கீழே உக்காந்துகொண்டான்.

'என்ன பெரிய்யா வரச் சொல்லிட்டுப் பேசாம இருக்க. சட்னு வெசயத்த சொல்லு தலைக்கு மேல வேல கெடக்கு.'

'பெரிய சில்லா கலெக்ட்ரு, வேல ரொம்ப இருக்கத்தான் செய்யும்.'

'சில்லா கலெக்டருக்கு என்ன ரெண்டு கொம்பா இருக்கு. அவரும் நம்மளப் போல மனுசன்தான.'

'யேல, முத்தையா எனக்கு நிய் ஒரு வேல செய்யனும்டா.'

'மொதல்ல என்ன வேலன்னு சொல்லு.'

'எப்பிடியாவது பொன்னுத் தேவரப் பாத்து நான் வரச் சொன்ன தாகத் தாக்கல் சொல்லிரனும்.'

'ஏன், குரூஸ் போனது காணலியாக்கும்.'

'வேற ஒன்னும் நிய் பேசக்கூடாது. எங்க மினுத்தாப் பெரிய்யா, ஒங்கள கட்டாயம் பாக்கனுமின்னு சொன்னான், இந்த நாலே வாத்ததான் நிய் பேசனும்.'

முத்தையாவும் பெரியசோலையும் மகாதேவர் கோயில் போய்ச் சேர்ந்தபோது உச்சி மத்தியானம். வெய்யிலுக்கு நல்ல குளுமை யாயிருந்தது. இரண்டு மூன்று நாளைக்கு முன்னால் அடுப்பெரித்த தடயங்களும், ஒரு உரலும், உலக்கையும், சுற்றிலும் கோழி உரோமங்களும் சிதறிக் கிடந்தன. வெளவால் புழுக்கைகளின் கொச்சை வாடை குமட்டியது. தெற்கோரக் கடவுக்குள் ஒரு சேலை கிடந்தது. பக்கத்தில் ஒரு ஜோடி செருப்பு கழட்டியபடியே அலுங்காமல் கிடந்தது. வேறு எந்த ஆளரவத்தையும் காணவில்லை.

'என்னண்ணே, முத்தையாண்ண அப்படியே ஒரு ஒறக்கம் போடுவம், எப்படியும் கண்டிசனா வராம இருக்க மாட்டாக, சொல்லிட்டுப் போயிருவம், இவ்வளவு தூரம் வந்திட்டு சும்மா

போனா கெழவன் நாற வசவு வைவான்.'

உள்ளே கிடந்த காய்ந்த ஓலைகளையும், செத்தைகளையும் கூட்டி பரத்தி விரித்து துண்டைத் தலைக்கு வைத்துப் படுத்தார்கள். கடுமையான உச்சி வெய்யிலுக்கும், சுகமான காற்றுக்கும் இருவரும் சீக்கிரமாகவே உறங்கிப் போனார்கள். சரியான தூக்கம். ஒரு பயங்கர அலறல் சத்தம். இரண்டு பேருக்கும் குலை நடுக்கம். முழித்துப் பார்த்தால், காலில் பெரிய இரும்பு விலங்கோடு தலையை விரித்துப் போட்டுக்கொண்டு மஞ்சள்நிற தெத்துப்பல் தெரிய சிரித்தபடி பழநியம்மாள். அவள் கைகளில் பெரிய பாறாங்கல். முத்தையாவும் பெரியசோலையும் அங்க பிடித்த ஓட்டம் வீட்டில் வந்துதான் நின்றார்கள்.

'இந்தக் கோட்டிக்காரக் கழுத காலில விலங்கோட அதயும் இழுத்துக்கிட்டே அங்க போயிருக்கிறத பாரு.'

மறுநாள் பொன்னுத்தேவர், அரிவாள்வேல், கருப்பையா மூன்று பேரும் மடத்தில் வந்து உட்கார்ந்தார்கள். ஊரிலிருந்து யாருமே பக்கத்தில்கூடப் போகவில்லை. சதாசிவப் பண்டாரம்கூட மடத்தின் மூலையில் பேசாமல் உட்கார்ந்திருந்தான். வேதமுத்தும் ரோசம்மாளும் தான் கூப்பாடு போட்டுக்கொண்டு ஓடிவந்தார்கள். அதற்குப் பிறகுதான் ஒரு சிலர் பக்கத்தில் நெருங்கி வந்தார்கள். கடேசி ஆளாக மினுத்தான் வந்து சேர்ந்தான். யாரும் எதுவுமே பேசவில்லை. ஒரு பெரிய நீண்ட மௌனம். ரோசம்மாளின் விம்மலைத் தவிர. வர வர விடியக்காலை நேரமாகையால் கூட்டம் அதிகம் கூடிவிட்டது. அவர்கள் மூன்று பேர் மட்டும் மடத்தின் திண்டின் மேல் இருக்க மற்ற ஜனங்கள் எல்லோரும் அவர்களுக்கு முன்னால் கீழே குழுமி யிருந்தார்கள். யாரோ ஒரு பொடியன் மேலே ஏறிப்போய் உட்கார்ந்தான். அவனை அதட்டிக் கீழே வந்து உட்காரும்படி சத்தம் போட்டார்கள்.

'அதுக்கென்னப்பா சும்மா இருந்தா இருந்துட்டுப் போறான்.'

'இப்பிடியே சொல்லி சொல்லித்தான் வசமா கெடா விட்டுப் போய்ட்டுக.'

'மத்தவகதான் சொல்றாகனா மினுத்தான் நிய்யுமா அப்பிடி நெனைக்க.'

'அப்ப குரூஸ் பய சாவுக்குக் காரணம் வேணுமில்ல. இப்பிடி செய்றவுக அன்னைக்கி எதுக்கு வெத்தல பாக்கு மாத்தி ராசியாகனும், ஊர எதுக்கு ஏமாத்தனும்,'

பொன்னுத்தேவர் சடக்கென வேகமாய் எழுந்தார். இடுப்பில் கட்டியிருந்த அகன்ற கருப்பு எடவாரை உருவினார். பக்கத்தில் கிடந்த வீச்சரிவாளையும் வேல்க்கம்பையும் எடுத்து கூட்டத்தின் முன்னால் குனிந்து வைத்தார்.

'எத்தன சொல்லியும் நம்ப மாட்டேங்கீக, இந்தாங்க ஆளுக்கு ஒரு அடி அடிச்சு, எங்கல இங்னயே கொன்னு போட்ருங்க எங்களுக்குச் சம்மதம், அப்பிடியும் சந்தேகம் தீரலன்னா நாங்க மூனு பேரும் இங்கேயே உக்காந்திருக்கோம். போயி போலீச கூட்டிட்டு வந்து புடிச்சு குடுங்க.'

இதைச் சற்றும் எதிர்பார்க்காத கூட்டம் கசகசத்தது. எப்பிடியும் துப்பு வெட்டி யார் செய்தது என்று கண்டுபிடிக்க வேண்டிய பொறுப்பு எங்களது என்றும் தயவுசெய்து யாரும் எங்களை சந்தேகப்பட வேண்டாம் என்றும் சத்தியம் செய்த பின்னர் கூட்டம் கொஞ்சம் கொஞ்சமாய்க் கலைந்தது. பலரும் பலவாறாகப் பேசிக்கொண்டு போனார்கள். அரிவாள் வேல் துப்பிய எச்சில் மடத்தின் முற்றத்தில் கோலமிட்டுக் கொண்டே வந்தது. இதைப் பார்த்துக்கொண்டிருந்த சதாசிவப் பண்டாரத்திற்குப் பொறுக்க முடியவில்லை. ஓடிப் போய் ஓலைக் கொட்டான் நிறைய மணல் அள்ளிக்கொண்டு வந்தான்.

'சாமிமார எச்சில இதுல துப்புங்க.'

அரிவாள் வேல் வெக்கப்பட்டுப் போயிருக்க வேண்டும். ஒவ்வொரு தடவையும் எட்டிப் போய் துப்பிவிட்டு வந்து உட்கார்ந்தார். பண்டாரம் ஊர்க் கிணற்று வாளியில் தண்ணீர் இறைத்து எச்சிலைக் கழுவினான். மடத்தில் ஒரு காக்கா எச்சம் கூடப்பட்டுவிடக் கூடாது. அவ்வளவு சுத்தமாக வைத்திருப்பான். சின்னப் பிள்ளைகள் விளையாடும் போது ஒன்னுக்கிருந்துவிட்டாலோ அல்லது வெளிக்கிருந்து விட்டாலோ உடனே சுத்தம் பண்ணி கழுவி விடுவான். மடத்தைச் சுற்றிலும் அரளிச் செடிகளும் வேப்பங்குட்டியும் அவன் வைத்ததுதான். நித்தம் தவறாமல் தண்ணீர் ஊற்றுவான்.

சதாசிவமும் இப்பிடித்தான் திடீரென்று ஒரு நாள் வந்து சேர்ந்தான். இப்பிடி எத்தனையோ பண்டாரங்கள் பரதேசிகள் பைத்தியங்கள் வந்து போயிருக்கிறார்கள். பத்து வருசமாகத் தங்கியது கிடையாது. அன்றைக்கும் இப்பிடியே சாயங்காலம் கையில் திருவோடும் காவி வேஷ்டியுமாய் மடத்தில் வந்து உட்கார்ந்தான். ஊர்வழக்கப் படி நாட்டாண்மையும் எளவட்டங்களும் ஊர்ச் சோறு வாங்கிக் கொண்டு வந்து போட்டார்கள். எப்போது தூங்கி எந்திரிச்சானோ

தெரியவில்லை. காலையில் மடமும் மடத்தைச் சுற்றிய முற்றமும் சுத்தமாய்க் கூட்டிக் குமித்து தீ வச்சு பொசுக்கி எல்லா வேலைகளையும் உரிமையோடு செய்தான்.

நாட்டாண்மைக்காரர் வீடு தேடிப்போய் இரண்டு வாளிகள் வேண்டும் என்று கேட்டு, செவ்வாய், வெள்ளி இரண்டு நாளும் மடத்தைக் கழுவி விட மறந்தது கிடையாது. இன்றைக்கும் அவனைப் பற்றி சுற்று கிராமமெல்லாம் பேசுவார்கள். தினம் ஒரு வீட்டிலிருந்து சோறு வரும். வருடத்திற்கு இரண்டு ஜோடி வேஷ்டியும் துண்டும், ஊர் பொதுவில் எடுத்துக் கொடுப்பார்கள்.

'சாமி மன்னிக்கனும் வெத்தல எச்சு ரொம்ப அசிங்கப் படுத்திருச்சு.'

'பெரிய மனுசர்கள் பண்டாரம் மன்னிக்க என்ன இருக்கு.'

'அப்படி இல்ல சாமி, செய்க பெரிசா இல்லியே...'

பொன்னுத்தேவர் எடவாரின் பக்கவாட்டுப் பையிலிருந்து பத்து ரூபாய் தாளை எடுத்துப் பண்டாரத்திடம் நீட்டினார். அதை பவ்யமாகத் திருவோடு ஏந்தி வாங்கிக்கொண்டான். இனி அவன் யாரிடமும் பீடி ஓசி கேட்க வேண்டியதில்லை. நேரம் உச்சி மத்தியானம் ஆகிவிட்டது. முத்தையா வந்து அவர்களைக் கூப்பிட்டான். மூன்று பேரும் மினுத்தான் வீட்டிற்குப் போன போது பாய் விரித்து குருத்து இலை விரித்து தண்ணீர் வைக்கப் பட்டிருந்தது. மாடத்தி பரிமாற அவர்கள் வயிறாரச் சாப்பிட்டார்கள். இலையில் பருக்கை நழுவியது.

'சோத்தப் போட்டு வச்சிக்கிட்டு சொல்றாளேன்னு நெனைக் காதீக, எதுக்கு இப்பிடி அலையனும், கழுத உண்டானபடி இருக்குனு போயி ஆசராகிட்டு தாயோட பிள்ளையோட சேராம இது என்ன பொளப்பு நாப் பொளப்பு. தெனம் செத்துச் செத்துப் பிழைச்சது மாதிரி.'

'போகனும் மாடத்தி, அதுக்கும் நேரங்காலம் வரனுமில்ல, ஆசராகப் போறமினுட்டு, பழயபடியும் அந்தப் பயகிட்ட மாட்டிரக் கூடாதில்ல. பொண்டாட்டி புள்ளக நெனப்பு இருக்கத்தான் செய்யிது. இருந்தென்ன செய்ய, நம்ம தல விதின்ட்டு போக வேண்டி தான், ஒன்னயப் போல புண்ணிய வாட்டி கையினால சோறு சாப்பிடனும்னு லவிச்சிருக்கு அலையிறோம்.'

'சோறு என்ன சாமி பெரிய சோறு, கல்லுலயும் சோறு

கத்தாழையிலயும் சோறு, தொண்டைக்குக் கீழ போய்ட்டா நரகல், நமக்கு நாலு மனுசர்தான் சாமி வேணும்.'

மினுத்தான் வெற்றிலை பாக்குடன் உட்கார்ந்திருந்தான். பெரிய சோலை மெதுவாய் வந்து எட்டிப் பார்த்துவிட்டு பின் வாங்கினான். மினுத்தான் கண்ணைச் சிமிட்டினான். பொன்னுத் தேவர் புரிந்து கொண்டார்.

'யாரு, சின்ன முதலாளியா, இப்பிடி வாடா, ஓங்கிட்ட ஒரு விஷயம் கேக்கணும்.'

மெல்ல வந்து திண்ணையில் உட்கார்ந்தான். மாடத்தி பெட்டி நிறைய வறுத்த நிலக்கடலையும் இரண்டு கருப்பட்டி வட்டும் கொண்டுவந்து வைத்தாள். அவர்கள் கடலையை உரித்துக் கொண்டே பேசினார்கள். சுண்ணாம்பு வெற்றிலையோடு வந்த முத்தையா மினுத்தானிடம் கொடுத்துவிட்டு உட்கார்ந்தான். சீனியம்மாளும் மாடத்தியும் தள்ளி உட்கார்ந்து வேடிக்கை பார்த்தார்கள்.

'என்னடா... பெரியசோலை ஓங்கப்பன் ஒனக்குப் பொன்னு பாத்திட்டு அலையிறான், நிய் சொன்ன வார்த்த கேக்காம வேல வெட்டி செய்யாம சின்னப் பயககூட அலஞ்சா எப்பிடிடா? ஓங்க அப்பனுக்கு வயசா திரும்புது.'

'...'

'அப்பிடி கேளுங்க சாமி நல்லா கேளுங்க, அவனுக்கு இங்க என்ன கொற, இனியும் வெளையாட்டுப் புள்ளயா அலஞ்சா எப்பிடி, கொஞ்சமாவது பொறுப்பு இல்லாம, அடுத்த வாரம் கோயில் பட்டில போயி தீத்தம் பாக்கிறதுக்கு இப்பவே ஜோடி சேர்த்துட்டு அலையிறான். வருஷப் பெறப்பும் அதுவுமா வீட்ல இருக்காம அங்க எதுக்குப் போகனும், கூட்டத்துல ஒரு லாப நட்டம் வரும். நமக்கு எதுக்கு அந்த வம்பு.'

'என்னடா ஒன்னும் பேச மாட்டேங்க. கல்யாணம் வேணுமா வேண்டாமா? அதையாவது சொல்லு.'

'...'

அவர்கள் மூன்று பேரும் ஆளுக்கு ஒரு லாடஞ் செம்பு நிறைய தண்ணீர் குடித்துவிட்டு வெற்றிலை போட்டார்கள். பெரிய சோலையைக் காணவில்லை.

'சரி, மினுத்தான் நாங்க கௌம்புறோம். காலா காலத்துல ஒரு கட்டயப் போடு. அப்பத்தான் பய வசத்துக்கு வருவான்.

மாடத்திக்கும் வேலைக்கு ஆள் வேணும். சீனியம்மாளுக்கு வீட்டு வேல சரியாப் போகும். காட்டு வேலைக்கு மாடத்திக்கு மாத்தாள் மாதிரியும், பயல வசக்னது மாதிரியும் இருக்கும். ஒன்னும் பேசாம போயிட்டான்ல துணிஞ்சு எறங்கு.'

அவர்கள் கடவு வழியாய்ப் போய் பால்க்கொடி ஓடைக்குள் இறங்கி மறைந்தார்கள். வடகாட்டு ஓடப்பு வரைக்கும் போய் வேலிக்கருவமரத்து மறைவிலேயே மகாதேவர் கோயிலை அடைவார்கள். யாரு கண்ணிலேயும் பட்டால் ஒரு நேரத்தைப் போல் ஒரு நேரம் இருக்காது.

9

சித்திரை ஒன்னாந்தேதி கோயில்பட்டி செண்பகவல்லியம்மன் கோயில் தீர்த்தத் திருவிழா பிரசித்தம். இரண்டு தேர் ஓடும். விடிய விடிய வேடிக்கைகள் நடக்கும். சிலம்பாட்டம், ஒயில் கும்மியாட்டம், கரகாட்டம், வில்லுப்பாட்டு, நாடகம் விடிய விடிய கூட்டம் அலைமோதும். சுற்று கிராமம் பூராவும் கூடார வண்டிகள் கட்டிப் போவார்கள். கோயில் மைதானம் களைகட்டிவிட்டது. இரண்டு தேர்களும் ஜோடித்து புதுப்பெண்ணாய் நிற்கின்றன. வடம் பிடிக்க கூட்டம் முண்டியடிக்கிறது. பக்கத்து ஊரான மூப்பன் பட்டிக்காரர்கள் வந்துதான் தடி போட வேண்டும். அதுவரை தேர் நிலையிலேயே நிற்கும். மேள தாளத்துடன் குடைநிழலில் மாலை யோடு அழைத்து வருவார்கள். பூரண கும்ப மரியாதை அவர்களுக்கு. மேளச் சத்தம் கேட்கிறது. கூட்டம் முந்துகிறது. நெளிகிறது. பிந்துகிறது. ஒவ்வொருவர் கழுத்திலும் மாலையும் மணிக்கையில் பூச்சுற்றலுமாக எளவட்டமார்கள் மாப்பிள்ளை களாய் வருகிறார்கள். அவர்கள் வந்துவிட்டதற்கு அடையாளமாகக் கொட்டுச் சத்தம் பலமாய்க் கேட்கிறது. ஜனங்களின் கூப்பாடும் விசில் சத்தங்களும், அவர்கள் உத்திரம் போன்ற கனத்த தடியைத் தூக்கி ஓடிவந்து தேர்க்காலில் டங் டங்கென்ற சத்தத்துடன் ஊன்றி தெண்ணுகிறார்கள். தேர் அசைகிறது. தும்பிக்கைகளாய்த் தொங்கும் அலங்கார மாலைகள் ஆடுகின்றன. கூட்டம் கையெடுத்து கும்பிட்டு வடம் பிடிக்கிறது. தாயே, செண்பகவல்லி தாயே, தாயே அம்மா தாயே, தேர் அசைந்து அசைந்து நிலையைவிட்டு நகர்கிறது. இரண்டு தேர்களும் கோயிலைச் சுற்றி மறுபடி தன் நிலைக்கு வர ராத்திரியாகிவிடும்.

பெரியசோலையும் முத்தையாவும் இன்னும் அஞ்சாறு இளவட்டங்களும் தார்ப்பாச்சல் கட்டிக்கொண்டு தேர் இழுக்கிறார்கள். அவர்களை அதட்டி வேலை வாங்குகிறான் ராமுக்கிழவன். அவனுடைய நரைத்த கொடுக்கரிவாள் மீசையும், வெள்ளையாய் அடர்ந்த தடித்த புருவங்களும் தாட்டிகமான உடம்பும் பார்க்கவே பயமாய் இருக்கும். சிலம்புக் கம்பு கக்கத்தில் இருக்க ஓடி ஓடி அவர்கள் பக்கத்திலேயே வருகிறான்.

தேர்கள் இரண்டும் நிலைக்கு வந்தவுடன் அவர்கள் வேடிக்கை பார்க்கப் புறப்பட்டார்கள். ராமுக்கிழவன் அந்த சிலம்புக் கம்பை வேறு யாரிடமும் கொடுக்கமாட்டான். கீழேயும் வைக்கமாட்டான். அவனுக்கு இடது கையும் நன்றாக விளங்கும். பெரும்பாலும் நொட்டாங்கை கிழவன் அல்லது பீச்சாங்கை கிழவன் என்றே சொல்வார்கள். வருசம் பூராவும் சிலம்புதான். ஒவ்வொரு ஊராய்ப் போய்த் தங்கியிருந்து சொல்லிக் கொடுத்துவிட்டு அரங்கேற்றி முடித்து ஊருக்கு வருவான். ஊரைவிட்டுப் போனால் சமயங்களில் நாலஞ்சு மாசம்கூடக் கழித்து வருவான். ஒரு ஊரில் அரங்கேற்றி விட்டு குருதட்சனையாக சிலம்பு பழகியவர்கள் எடுத்துக் கொடுத்த ஒரு பொட்டணம் புதுவேட்டி புதுதுண்டுகளோடு ஊர்வந்து சேர்வான். ராமுவாத்தியார் என்றால் சுற்று வட்டாரம் பூராவும் சிறு பிள்ளைக்குக்கூடத் தெரியும். கருப்பு - வளத்தி - புருவக்கெட்டு மீசை. ரம்பக் கண்கள். கம்பு பிடித்துவிட்டால் அவன் முகமே வேற்றாள் முகம் மாதிரி தெரியும். பல்லை நெறுநெறுவென்று கடித்துக்கொண்டு பாவ்லா போட்டால் கால் வரிசையைப் பார்த்துக்கொண்டேயிருக்கலாம். அப்படி ஒரு செண்டிப்பு. கம்பு அவன் கையில் விளையாடும். துள்ளும், சிரிக்கும், வளையும், நெளியும், வட்டமிட்டு சங்கு சக்கரம் சுத்தும், ஓசையெழுப்பும், ஆட்டம் போடும். ஒரு வட்டம் போட்டுவிட்டு அதனுள்ளே நின்றுகொள்வான். சுற்றிலும் நின்று எத்தனை பேர் அடித்தாலும் அவனை அந்த வட்டத்திற்குள்ளேயிருந்து வெளியே கிளப்ப முடியாது. எகசாலு வச்சாலும் நடக்கவே நடக்காது.

அவர்கள் சோடா கம்பெனி முன்னால் கரகாட்டம் பார்த்துக் கொண்டு நின்றார்கள். அந்தப் பக்கம் மேளச் சத்தம் பலமாய்க் கேட்டது. எட்டிப் பார்த்தால் சிலம்பாட்டம். யாரோ ஒருவன் எந்த ஊரோ தெரியவில்லை புலி வேஷம் கட்டி ஆடினான். கால் வரிசை மிகப் பிரமாதமாய் இருந்தது. ராமுக்கிழவன் ரசித்துப் பார்த்தான். பக்கத்தில் பெரியசோலையும் நாலைந்து எள வட்டங்களும் கொஞ்சம் தள்ளி காடோடி முத்தையா.

திடீரென்று ராமுக்கிழவன் முகம் கடுப்பாகி இறுகியது. புருவம் சுண்டியது. மீசை துடித்தது. புலி வேஷம் கட்டி ஆடியவன் இரட்டை வால் கட்டியிருந்தான். இரட்டை வால் கட்டி விட்டால் எனக்கு எதிரி எவனுமே கிடையாது. யாரும் என்னோடு மோதலாம் என்று சவால் விடுகின்ற அடையாளம். அதுதான் இரட்டை வால். கிழவன் பல்லை நறநறவென்று கடித்தான். வேட்டியை எடுத்து தார்ப்பாச்சல் கட்டினான். கழுத்தில் கிடந்த துண்டை எடுத்து தலப்பா கட்டி உச்சியில் இரட்டைக் குஞ்சம் வைத்தான். பெரியசோலைக்குப் புரிந்துவிட்டது. இனி கிழவனை யாரும் தடுத்து நிறுத்த முடியாது. அவன் முத்தையாவையும் மற்றவர்களையும் கூப்பிட்டு ஒன்றுசேர்த்தான். எல்லோரும் எவ்வளவு சொல்லியும் கிழவன் கேட்கவில்லை. ஜனங்கள் வட்டமாய் நின்று வேடிக்கை பார்க்க புலி வேஷம் போட்டவன் ஆதாளி போட்டுக் கொண்டிருந்தான். கூட்டத்தை விலக்கிக் கொண்டு கிழவன் உள்ளே பாய்ந்தான். கம்பைத் தரையில் ஊன்றி ஏறிட்டுப் பார்த்தபடி அவன் எதிரே நின்றான். மேளச் சத்தம் நின்றது. மயான அமைதி.

'ஒத்தவால அவுத்துரு.'

'அவுக்காவிட்டா.'

'அறுத்து எறிவன்.'

புலி வேஷக்காரன் முகமூடியைக் கழற்றி தூர எறிந்தான். கையில் மாட்டியிருந்த புலிநக உறைகளைக் கழட்டினான். தொப்பியைத் தூர எறிந்தான். கையில் கம்புடன் நின்றான். அவனும் சரியான வளர்த்தி. படர்ந்த முகம். பெரிய உருண்டை யான சிவப்பேறிய கண்கள். சரியான பிராயம். இருவரும் எதிர்எதிராய் நின்றார்கள். கூட்டத்தில் ஊசி விழுந்தாலும் கேட்கும். அப்படி ஒரு மௌனம். மேளச்சத்தங்கூட நின்று போயிற்று. முத்தையா பெரியசோலையிடம் ஓடிப் போய்ச் சொன்னான்.

'ஊருக்கு ஆள் விடனும்.'

'எதுக்கு.'

'கெழவனுக்குக் குழி தோண்ட.'

'சீ, ஆக்கங்கெட்ட பேச்சுப் பேசாத, கெழவன் எப்பாடு பட்டாவது செயிச்சிருவான்.'

'செயிச்சாலும் சங்கடந்தான்.'

'எதுக்கு'

'அந்த ஊர்ப் பயக நெறைய வந்திருக்கான், கெழவன் செயிச் சிட்டாலும் நம்மள அடிப்பாங்க.'

'அப்பிடி அடிச்சா அடிக்கட்டும், செண்பகவல்லியாத்தா காமாட்ல செத்துட்டுப் போவம், அதுக்காக பயந்தா ஓடுவாக.'

பெரியசோலையின் பேச்சு முத்தையாவுக்கு நியாயமாகப் பட்டிருக்க வேண்டும். அவன் மற்ற இளவட்டங்களையும் ஒன்று கூட்டி யோசனை பண்ணினான். அவங்க ரெண்டு பேர்ல ஆரு தோத்தாலும் சரி, செயிச்சாலும் சரி, பேசாம வேடிக்க பாக்க வேண்டியது. கூட்டத்திலிருந்து எவனாவது லேசா நோண்டிட்டாலும் போதும் ஆளுக்கு ஒருத்தன தீட்டிட்டு ஓடிற வேண்டியது. ஆராரு எப்பிடி எப்பிடி ஓடினாலும் நேர மகாதேவர் கோயில்ல வந்து ஒன்னு சேந்திக்கிற வேண்டியது, பெறகுதான் ஊருக்குப் போகனும். அந்தப் படியே பேசி ஆளுக்கொரு பக்கமாய்ப் பரவலாய் நின்று கொண்டார்கள். சூரிக்கத்தியையும் அரிவாளையும் தொட்டுப் பார்த்துக்கொண்டார்கள்.

புலி வேஷக்காரன் எந்த வகையிலும் கிழவனுக்குச் சளைத்தவ னில்லை என்பது தெரிந்து போயிற்று. கிழவனின் பாச்சா பலிக்க வில்லை. அவன் விடுகின்ற ஒவ்வொரு அடியையும் சமாளிக்க முடியாமல் திணறினான் ராமுக்கிழவன். நெற்றிக்கு நேராக வந்த நேர் குத்தைப் பின்னால் ஒத்தக் கையை ஊன்றி உட்கார்ந்து தப்பித்தான். முத்தையாவுக்கு இருப்புக் கொள்ளவில்லை. நாசமாப்போற கெழட்டுப் பய இப்பிடி வம்ப வெலைக்கு வாங்கிட்டான். வர வரக் கூட்டம் தாமிரிக்க முடியவில்லை. கிழவன் துவண்டுவிட்டான். கிழவனின் அடிகளை அவன் லேசாகத் தடுத்து சமாளித்தான். கிழவன் பயங்கரமாகக் கத்திக்கொண்டு கம்பைச் சுழற்றி வலது கையால் தரையைப் பரசிக்கொண்டு ஒரு பொய்யடி விட்டான். குதித்து தப்பித்தவனின் கால் தரையில் தொடு முன்னயே இடது கையால் மின்னல் வேகத்தில் ஒரு அடி. இதைச் சற்றும் எதிர்பாராத புலிவேஷக்காரன் குதித்துத் தப்ப வழியில்லை. அவனுடைய வலது கரண்டைக்கால் ஒடிந்து தொங்கியது. அவன் அப்படியே குப்புற விழுந்தான். கிழவன் அவன் கட்டியிருந்த இரட்டை வாலைப் பிடுங்கி தூர எறிந்தான். கிழவனின் காலைப் பிடித்துக்கொண்டு முகம் தூக்கி ஏறிட்டுப் பார்த்தான். கிழவன் அவன் முன்னால் உட்கார்ந்தான்.

'எந்த ஊரு.'

'நாயக்கர்பட்டி.'

'எந்த நாயக்கர்பட்டி.'

'நாலாந்தள நாயக்கர்பட்டி.'

'வாத்தியாரு.'

'சென்னியப்பன்.'

'இல்லிக் கண்ணு சென்னியப்பனா.'

'ஆமா.'

'அடப்பாவி நாந்தனடா அவனுக்கு வாத்தியாரு.'

'அப்ப நீங்க.'

'ராமு வாத்தியாரு.'

புலி வேஷக்காரன் ராமுக்கிழவனின் மடியில் சாய்ந்தான். ராமுக்கிழவன் கூட்டத்தை ஏறிட்டுப் பார்த்தான். அவன் கண்களில் கண்ணீர் வடிந்தது. தலைத் துண்டை அவிழ்த்து மீண்டும் சுற்றும் முற்றும் பார்த்தான். பெரியசோலை ஓடிப் போய் முன்னால் நின்றான்.

'போயி இந்தத் துண்டைத் தண்ணில முக்கிட்டு ஓடியாடா.'

அவன் பக்குவமாய் வசம் பார்த்து ஈரத்துண்டைக் காலில் சுற்றினான். அந்த ஊர்க்காரர்கள் சுற்றி நின்று ராமுக்கிழவனைக் கையெடுத்துக் கும்பிட்டார்கள். அவன் ஒவ்வொருவர் கைகளையும் பிடித்து ஆசீர்வதித்தான். போகும்போது கிழவனுடைய கம்பை வேண்டும் என்று கேட்டார்கள். பெரியசோலையின் கல்யாணத் திற்கு மட்டும் விளையாடிவிட்டு தானே ஒருநாள் ஊருக்கு வந்து கம்பை உங்களிடமே கொடுப்பதாகச் சொன்னான்.

'நீங்கனு தெரிஞ்சிருந்தா இந்தக் கோட்டிக்காரப் பயல ரெட்டவாலு கெட்ட விடுமா?'

'எதுத்து நிக்கிறது எம்புள்ளன்னு தெரிஞ்சிருந்தா நான் கம்பு பிடிச்சிருப்பனா?'

'அய்யா மனசுல ஒன்னும் நெனச்சுக்கிறப் படாது, கட்டாயம் ஊருக்கு வரனும்.'

'எம்புள்ளய எங்கையாலயே அடிச்சு கால ஒடிச்ச பாவிடா நானு.'

'வாத்தியாரய்யா, அப்படியெல்லாம் பேசக்கூடாது. வாத்தியாரு கிட்ட மோதி தோத்ததுல பெரும எங்களுக்குத்தான் வேற வாத்தியார்

வெளையாட்லயா தோத்துப் போனோம். ஒங்க வெளையாட்டு, ஒங்க கம்பு, ஒங்க மனசு.'

அவர்கள் புலி வேஷக்காரனைக் கைத்தாங்கலாகக் கூட்டிக் கொண்டு போனார்கள். இரு கைகளையும் இருவர் தோள்மேல் போட்டுக்கொண்டு கிந்தி கிந்தி நடந்து போனான். கிழவன் முகத்தைத் தொங்கப் போட்டுக்கொண்டு ஊர் வந்துசேர்ந்தான்.

'எம்புள்ளயவே அடிச்சிட்டனடா... பாவிகளா...'

கிழவன் பல நாட்கள் முகம் கொறாவித் திரிந்தான். பொங்கலுக்கு விளையாடாமல் ஒதுங்கிக்கொண்டான்.

விதைப்பு மும்முரமாய் நடந்தது. மினுத்தானும் குருசாமியும் இரட்டைக் கலப்பை. மாடத்தியும் சீனியம்மாளும் பின்னாலேயே பட்டம் போடுகிறார்கள். அவர்களுக்குப் பின்னால் முத்தையா பட்டத்து விதைகளை மூட கம்பி இழுக்கிறான். பெரியசோலை உழவுக்கு முன்னால் கண்ணுக்குத் தெரிகிற முள்ளையெல்லாம் பெறக்கி வரப்பில் போய் குமிக்கிறான். நாலு சால்தான் விதைக்க முடியும். மழை பாட்டம் பாட்டமாய் புகையாய் அடைத்துக் கொண்டு வரும். அவர்கள் விதைப்பதை நிறுத்திவிட்டு மாட்டின் மறைவில் நடுங்கிக்கொண்டு நிற்பார்கள். கிழக்கேயிருந்து மேகம் பொதி பொதியாய் தாழப் பறந்து வரும். ஒரு பாட்டம்தான். பெறகு நாலு சால்கூட விதைக்க முடியாது. அடுத்த பாட்டம் தூரத்தில் புகையாய்த் தெரியும். மினுத்தானுக்குக் கோபம் பொத்துக்கொண்டு வரும். முகத்தில் வடியும் தண்ணீரைத் துடைத்தபடி சொல்வான்.

'ஆமா நேர இங்கதான வா. மேல ஏறக் கெணக்கா, போயேன் வடக்காம உப்போடையப் பாத்து.'

'பெரிய்யா மழ பாத தெரியாம அலையுது. அதுதான் அப்பிடியே போயி ஒங்கிட்ட பாத கேட்டுட்டுப் போக வந்திருக்கு.'

ஈரவாடையிலும் சிரித்துக் குனுகுவார்கள்.

'மாடத்தி மறந்திராம நாலு வெள்ளரி வெதைய ஊண்டிப் போடு, வரப்புல பீக்க வெத ஊண்டிரு, ஊட ஊட சீனியவர போட்ரு வத்தலுக்காகும்.'

துணிப் பொட்டலங்களையெல்லாம் அவிழ்த்து அவிழ்த்து இனம் பார்ப்பாள் மாடத்தி. விதைப்பு வந்துவிட்டால் ஊரில் ஒரு ஈங்குஞ்சியைப் பார்க்க முடியாது. சாயங்காலம் மடத்தில் இதே பேச்சாகத்தானிருக்கும். என்னென்ன விதைத்தோம்,

நாளைக்கு என்ன வெதைக்கப் போறோம், மழையின் அளவு இதே பேச்சாகத்தானிருக்கும். அன்றைக்கும் அப்படித்தான் பேசிக் கொண்டிருந்தார்கள். விளாமரத்துப் பட்டியிலிருந்து சினுக்கன் வந்திருந்தான். ஒவ்வொரு வருஷமும் விதைப்புக்குக் கட்டாயம் வந்துவிடுவான். அவனுடைய அக்காள் பார்வதி ஒத்தப்பிரி ஆள். கொஞ்சம் காடுகரை உண்டு. அதை விதைத்துக் கொடுத்துவிட்டு ஊருக்குப் போவான். பெரிய வாயாடி. கதையளப்பதிலும் எகடாசி பேசுவதிலும் பெரிய கில்லாடி. அவன் வாயைச் சீண்டி கதை கேட்பதற்காகவே ஒரு கூட்டம் வரும்.

‘என்னப்பா சினுக்கா ஒங்க ஊர்ப்பக்கம் மழ தண்ணி எப்படி, வெதப்பு எல்லாம் முடிஞ்சு போச்சா இல்ல இனிமேதானா.’

‘அங்கிட்டு மழ கொஞ்சம் ஒரும்புதான். ஒரு மழதான் காடு நனைய விழுந்திருக்கு, துவர பயறு பருப்பு வெதப்புதான் நடக்கு, பருத்தி கம்புக்கு மழ காணாது.’

‘அப்ப இந்த வருஷம் இங்கிட்டு முந்திருச்சு.’

‘என்ன முந்துனாலும் வெளச்சலு அங்கிட்டு மாதிரி இங்கிட்டு வெளையாது.’

‘எதுக்கு அங்கிட்டு அப்படி வெளையுது, இங்கிட்டு எதுக்கு வெளைய மாட்டேங்கு.’

‘இங்க வாரதுக்கு மொதநாள், எங்க ஊரு கெங்கையா நாக்கருக்கு வெதைக்கப் போயிருந்தன்.’

தொவர வெதப்பு. மாடுகளுக்கு வாக்கூடு போடாம ஒரு எட்டு பத்த முடியல, ஒழவு சாலு முங்க தொவரம் பயறு, களத்துல காயப் போட்டது மாதிரி அப்பிடியே மாடுக அள்ளி அவக் அவக்னு மொக்குது. கால்ட்டு எத்துனா மண்ணுக்குப் பதிலு பயறுதான் மிதிபடுது, உழவு முங்க வெத போடுறாரு நாக்கரு.’

‘இதென்னடா பெரிய அருசுவமா இருக்கு, நானும் எத்தனையோ புஞ்ச வெதச்சிருக்கன், மாடு வாய் போட்டு அள்ளித்திங்கற அளவுக்கு வெத ஆருமே வெதச்சது கெடையாது.’

‘அப்ப நான் என்ன பொய்யா சொல்றன்.’

மேலத் தூணோரம் முத்தையா உட்கார்ந்திருந்ததை யாரும் கவனிக்கவில்லை.

‘இது ஒரு பெரிய அருசுவம்னு பெரிசா பீத்துறயாக்கும். அய்யநேரி வேலாஞ் செட்டியார் வாழத் தோட்டத்துல மாரி மூலையில

ஒரு வாழ மூனு கொழ போட்ருக்கு. அதுக்குப் பக்கத்துல ரெண்டு வாழ ஒன்னோட ஒன்னு மொக்க போட்ட மானக்கி நிக்கி, ஊர்ச்சனம் அம்புட்டும் கூட்டம் கூட்டமா போயி வேடிக்க பாக்காக, முந்தா நாள் நானும் போயி மெனக்கிட்டு பாத்திட்டு வந்தன்.'

எல்லோரும் சிரித்து உருண்டார்கள்.

'அதெப்பிடில வாழ மொக்க போடும், ஒத்த வாழ மூனு கொழ தள்ளும்.'

'அப்ப நான் என்ன பொய்யா சொல்றன்.'

'சொல்றத சொல்லு கொஞ்சம் பொருத்தமா சொல்லு.'

'மாடு வாய் நிறையா அள்ளித் திங்கிற அளவுக்கு வெதை வெதைக்கும் போது வாழ மொக்க போடாம என்ன செய்யும், ஓம் புளுவ ஓம் ஊரோட வச்சுக்கோ, இங்க ஓம் பாச்சா பலிக்காது, இல்ல புளுவனும்னா வா போட்டி போட்டு புளுவிப் பாப்போம், நீயா, நானானு.'

சினுக்கன் வாயடங்கிப் போனான். எல்லோரும் மடமே அதிர சிரித்து உருண்டார்கள்.

'அப்ப முத்தையா கூடப் போனா வாழ மொக்க போடுறதப் பார்க்கலாம்.'

'ஆமா வரும்போது ஒந்தங்கச்சியவும் மறந்திராம கூட்டிட்டு வந்திரு, அவளும் பாக்கனுமில்ல.'

தினம் இப்படித்தான் மடம் கலகலத்து ஓயும். ஊர்க்கதை முதல் உலகத்துக் கதைவரை பேசப்படும். சதாசிவப் பண்டாரம் திருவோட்டைத் தலையணையாய் வைத்து பீடி குடித்துக் கொண்டே கேட்டுக்கொண்டிருப்பான்.

கொஞ்ச நேரத்திற்கெல்லாம் வேலை செய்த அலுப்பு உடம்பை அமுக்க குறட்டைகள் கேட்கும்.

விதைப்பெல்லாம் முடிந்து வேலைகள் ஒரும்பானவுடன் மாடத்தியும் மினுத்தானும் கீழ்நாட்டுக் குறிச்சி போய் அய்யரைப் பார்த்துவிட்டு வந்தார்கள். அய்யர் பச்சைக்கொடி காட்டிவிட்டார். மினுத்தானுக்கும் மாடத்திக்கும் ஏகப்பட்ட சந்தோஷம். பயலுக்கு ஒரு கால்கெட்டு போட்டுவிட்டால், நம்ம கை வேலையை மாத்தி விடுவான் என்று. பெண் பார்க்கிற விஷயம் பெரிய சோலைக்கும் தெரிந்துவிட்டது. அரசல் புரசலாய்ப் பேசுகின்றதை வைத்து அவன் தெரிந்துகொண்டான். ஆனால் அவன் ஒன்றும் சொல்லவில்லை.

'மாடத்திக்கு மருமகளா வர எந்தப் புண்ணியவாட்டிக்கு குடுத்து வச்சிருக்கோ, எத்தன தல மொறனாலும் இருந்து திங்கலாம், வாரவ ராசாத்தியா இருக்கலாம்.'

நாலு பொம்பிள்ளைகள் சேர்ந்த இடமெல்லாம் இதே பேச்சுதான். சுத்துப்பட்டி எல்லாவற்றிலும் இருந்து பெண் பற்றிய சேதிகள் வரத் தொடங்கியது. மாடத்தியும் இரண்டொரு இடம் போய்ப் பார்த்துவந்தாள். ஒன்றும் திகையவில்லை. எப்படியும் தை மாசம் கல்யாணம் முடித்துவிட வேண்டும் என்ற அய்யரின் சொல்லுக்காக ஆளாய்ப் பறந்தாள். கடேசியாய் ஆண்டிப் பட்டியிலிருந்து வந்த சேதி மனசுக்குப் பிடித்தது. பட்டாளத்து பூலித்துரை மகள் பொன்னுத்தாயைப் போய் அவர்கள் பார்த்த போது மனசு நிறைந்தது. சம்பந்தி தேனம்மாளுக்கும் சந்தோஷம் தாங்கவில்லை. தலைப் பிள்ளையைச் சரியான இடத்தில் கரையேற்றிவிடலாம் என்ற மகிழ்ச்சி. பட்டாளத்துக்காரரும் அந்த வட்டாரத்தில் தாட்டீகமான புள்ளி என்பதில் மாடத்திக்கும் மினுத்தானுக்கும் ரொம்பவும் பிடித்துப் போயிற்று.

பெரியசோலையிடம் விஷயத்தைச் சொன்னபோது அவன் ஏதுமே பதில் பேசவில்லை. முத்தையாவையும் பெரிய சோலை யையும் போய் பெண்ணைப் பார்த்துவிட்டு வரச் சொன்னபோது முத்தையா தலைகால் தெரியாமல் குதித்தான். ஒரு பெரிய மனுசனாகிப் போன சந்தோஷம் அவனுக்கு. ஒரு நல்ல நாளாகப் பார்த்து முத்தையாவும் பெரியசோலையும் பெண் பார்க்கப் புறப்பட்டார்கள். அவர்கள் காலையிலேயே குளித்து முழுகி வெள்ளையும் சொள்ளையுமாய் ஊடுபாதைவழி நடந்தபோது மாடத்தி கண்மாய்கரை அய்யனார் கோயில் வரை வந்து வழியனுப்பினாள். மகாதேவர் கோயிலின் மொட்டை தளத்தின் மேல் படுத்திருந்த வேல்த் தேவரும் சுடுகாட்டு கருப்பையாவும் தூரத்தில் வரும்போதே இவர்களைக் கவனித்து விட்டார்கள். முத்தையாவின் கைவீச்சு அவனை எங்கிருந்தாலும் இலேசாய் அடையாளம் காட்டி விடும்.

'யார்டா அது, எளவட்டங்க ரெண்டு பேரும் மாப்பிள்ளைக மாதிரி எங்க கௌம்பிட்டீக.'

'முக்கியமான சோலியாப் போகும்போது எங்க போறீகனு கேக்கலாமா? பாத்தா தெரியலையாக்கும் என்ன சோலியா போறம்னு.'

முத்தையாவின் பதிலில் தேவரும் கருப்பையாவும் சிரித்துக்

கொண்டார்கள்.

'பொண்ணு யார்டா முத்தையா? எந்த ஊரு? ஆரு மக?'

'யேங்... அப்பிடி வாங்க வெசயத்துக்கு.'

'முத்தையா நிய் ரொம்ப பெரிய மனுசனாயிட்டடா.'

'ஆண்டிப்பட்டி பட்டாளத்துக்காரர் மகளப் பாக்கப் போறம், மாடத்தி பெரியம்மாதான் போயி பாத்துட்டு வரச் சொன்னா.'

'யாரு... நம்ம தேனம்மா மகளா, மாடத்தி சரியான எடத்துலதான் எறங்கியிருக்கா, பூலியிட்ட சொல்லுங்க, பொண்ணு குடுக்கலனா கருப்பையாவும் தேவரும் வந்து தூக்கிட்டுப் போயி தாலி கட்டி வச்சிருவாகலாமின்னு சொல்லுங்கடோய்.'

அவர்கள் ஊரை எட்டிய போது உச்சி மத்தியானம். ஊரில் ஒரு ஈங்குஞ்சியைக்கூட காணவில்லை. ஐப்பசி கார்த்திகை மாசமென்றால் காட்டு வேலைக்கு ஆள் கிடைக்காது. அடைமழை வெறித்து வெய்யில் உறைத்தவுடன் ஊர்ச்சனம் பூராவும் காடு களில்தான். மதிப்புக்களை வெட்டு மும்முரமாய் நடக்கும். கொத்தனுக்கு எங்கே இல்லாத கிராக்கியும் வந்துவிடும். பெருங் கொண்ட சம்சாரிகள் இப்படி சமயங்களில்தான் நடையாய் நடப்பார்கள். விடிந்தால் அவர்கள் முகத்தில்தான் முழிக்க வேண்டும். தாத்தையா நாயக்கர்தான் நன்றாகச் சொல்வார்.

'தாயோளி பித்துக் காலு சொத்தக் கால பயலுக்கெல்லாம் வந்த மவுசப் பாரு, களையெடுப்பு முடிஞ்சு போச்சுனா, கடவாப்பல்ல குத்திட்டு வேப்ப மரத்துல படுத்து எந்திரிக்கிற பயகலுக்கு இவ்வளவு கெராக்கி, காலம் ஓங்க காலம் டோய்.'

அவர் தலை அங்கிட்டு மறையவும் நெளிச்சான் சொல்வான்.

'கஞ்சிக்கி இல்ல சாமின்னு, நாழி தவசம் கேட்டாலும் மனசார குடுக்க மாட்டாரு. கழுத கள கொஞ்சம் மேயட்டுமே. ஒரு செலவுக்கு இரு செலவுன்னு போட்டுப்பாத்தா தான தெரியும் பொட்டியாருக்கு.'

உண்மையிலேயே தாத்தையா நாயக்கர் அப்படிப்பட்டவர் இல்லைதான். அவருடைய அக்காள் கெங்கம்மாளின் வார்த்தையை மீறி ஏதும் பேசமாட்டார். மத்தபடி சுத்த அப்பிராணி. கொத்தளப் பதிலிருந்து கொடுக்கல் வாங்கல் வரை அம்புட்டும் அக்காள்தான். காதுக்கு ரெண்டு பாம்படத்தையும் போட்டுக்கொண்டு வெள்ளைச் சேலையை வரிந்து கட்டிக்கொண்டு வேலை வாங்கும். வேலை

என்றால் அப்படி வேலை நார்ப்பரிகிற வேலை. யாரும் அதோடு நெற போட முடியாது. கூலிக்காரர்களை வேலை வாங்குவதில் படுசமர்த்து. அதற்காகவே முக்கால மூனு வீசம் பேர் தாத்தையா நாயக்கருக்கு வேலையென்றால் அர்ச்சுனன் பேர் பத்து என்று ஓடிப் போவார்கள். கொத்தளப்பிலேயும் ரொம்ப கறாராக இருக்கும். இருட்டி விளக்கு பொருத்திவிட்டால், வெள்ளி, செவ்வாய்க் கிழமைகள் இப்படி நிறைய சாஸ்திரங்கள் பார்த்து கொத்து கொடுக்கும். அவர்கள் வீட்டில் பதிவாளாய் வேலை செய்கிற தெக்குத் தெரு மொட்டையன் வார்த்தைக்கு மட்டும் அம்மாவிடம் தனி மவுசு உண்டு. அவனும் தெலுங்கு பேசிப் பழகிவிட்டான். புஞ்சைக்கு வேலைக்கு ஆட்கள் வருகிற போதே அரிப்பை ஆரம்பித்துவிடும்.

'ஆருடி அவ புள்ளக்காரி, ஒனக்கு தொட்லு கெட்டவும், பால் குடுத்து புள்ள அமத்தவுமே நேரஞ் சரியாப் போகும். பெறகு எங்கிட்டு கூடி நெற போகும். நாளக்கி நிய் வர வேண்டாம், வேல கெடந்தா கெடக்கட்டும், மிச்ச வேலய நாங்க பாத்துக்கிருவம்.

மெல்லச் சொல்லுவாள் வள்ளியம்மாள்.

'நல்லா கண்ணச் சாச்சு அண்டாங்காக்கா கெனக்கா முழிச்சிக் கிட்டு, புள்ள கொள்ளி இல்லாத அறுதலிங்கிறது சரியாத்தான இருக்கு, இவ புருசன் தன் சாவு செத்திருக்க மாட்டான், இவ அளப்பற தாங்க மாட்டாமத்தான் மண்டயப் போட்ருப்பான்.'

கெங்கம்மாளுக்குப் பின்னால் நின்றுகொண்டு களை செதுக்கியால் ஓங்கி அடிப்பது போல் பாவ்லா காட்டி நாக்கைத் துருத்துவாள். சனங்கள் ஊமைச் சிரிப்பாணி சிரிப்பார்கள். உச்சி மத்தியானம் ஆகி அடித்திரும்பினாலும் சாப்பிட விடமாட்டாள். நிறை போய்க் கொண்டேயிருக்கும். வள்ளியம்மைதான் எழுந்து முன்னால் போய் குனிந்து ஒரு செடியைப் பிடுங்குவாள். அதுதான் அடையாளம். அதற்கு மேல் நிறை போகக்கூடாது என்று அர்த்தம்.

'என்னடி வள்ளியம்ம ஓடிப்போயி என்னத்த புடுங்கிற.'

'ஒன்னும் புடுங்கல சாமி, தங்கங் கெனக்கா வெய்யிலுக்கு மினுங்கிச்சு, ஓடிப் போய் பாத்தா பீங்காங் கண்ணாடி.'

'சாமியோவ், நகைய நல்லா தொட்டுப் பாத்துக்கோங்க. அந்து விழுந்தாலும் விழுந்திருக்கும்.'

நிறை அந்த இடத்தில் போனதும் நகராது. அதைத் தாண்டிப் போகிறவர்களின் முதுகில் ஈர மண் உருண்டையின் எறிதின்னென்று

விழும்.

'யெல, மாடசாமி ஒன்ரை டவுன்பஸ் போயிருச்சால.'

'ஒன்ரை போயி திரும்பி வரப் போகுது.'

'மில் ஊத்தங் கூட கேக்கல.'

'ஓங் காத்துல... ய வச்சு அடச்சிட்ட போலருக்கு.'

இத்தனை பேச்சுக்களையும் காதில் வாங்கிக் கொள்ளாமல் கெங்கம்மாள் நிறை மட்டும் போய்க்கொண்டேயிருக்கும். பின்னால் திரும்பிக் கூடப் பார்க்காது.

'சாமி, நேரம் அடித்திரும்பிருச்சு சாப்பிட்டுக்கிரட்டும்.'

'அதுக்குள்ளயா பசிச்சிருச்சு, கொற நெறய எடுத்திட்டு சாப்பிட்டா அதுக்குள்ள செத்தா போயிருவீக.'

வள்ளியம்மாள்தான் முதல் ஆளாய் எந்திருச்சு தூக்கு வாளிகள் தொங்கும் கருவ மரத்தைப் பார்த்து நடப்பாள். அவ்வளவுதான் காக்காய் கூட்டமாய் எல்லோரும் மொளேரென்னு எந்திருச்சு ஓடுவார்கள். கெங்கம்மாளின் வசவு காற்றோடு கலக்கும்.

வட்டமாய் உட்கார்ந்து சாப்பிட குமுக்காய்த் தளிர்த்து மூக்குத்தி களாய்ப் பூத்து நிற்கும் கருவ மரத்தின் நிழல் தோதாயிருக்கும். கெங்கம்மாள் தூரத்தில் போய் ஒரு கருவங்குட்டி நிழலில் உட்கார்ந்துகொள்ளும். துணைக்கு கூடவே மொட்டையன் எதிர் எதிராய் ரெண்டு பேர்த்தயும் பற்றி வண்டி வண்டியாய் பொரணி பேசுவார்கள். மிச்சம் சொச்சத்துக்கு அண்டங் காக்கைகள் வட்டம் போடும்.

'என்ன சாப்பிட்டாச்சுல்ல, வெருசனா எந்திரிங்க, இப்பிடி கால் நீட்டி ராமாயணம் பேசிக்கிட்டு இருந்தா வேல சாஞ்சாப்லதான்.'

'சாமி, குடிச்ச கஞ்சி கூட்ல போயி சேந்துக்கிரட்டும், இன்னியும் எச்சுக் கை ஒனரல, அதுக்குள்ள எந்திரி எந்திரின்னா எப்பிடி.'

'ஆமா அந்த மானக்கி நெய்யும் சோறும் எறங்க மாட்டேங்கு.'

'நெய்யும் சோறும் சாப்பிடுறாப்லருந்தா ஒங்ககிட்ட வந்து எதுக்கு இந்தப் புடுங்கு படனும்.'

அடுத்த வசவுக்குக் காத்திருக்காமல் நிறையில் போய் உட்கார்வார்கள். இனி சாயங்காலம் வரைக்கு இடுப்பாத்தகூட நிமிர முடியாது.

'ஏட்டி, வள்ளியம்மா, ஒனக்கு வாய்க் கொழுப்பு ரொம்ப

ஜாஸ்திடி, ஒம் புருசன் தட்டுப்பட்டா சொல்றன்.'

முத்தையாவும் பெரியசோலையும் ஊருக்கு மத்தியில் உள்ள வேப்பமரத்து சிமெண்ட் மேடையில் உட்கார்ந்திருந்தார்கள். காடு கரைக்குப் போனவர்கள் ஒவ்வொருவராய்த் திரும்பிக் கொண்டிருந்தார்கள். எல்லோரும் ஒரு மாதிரியாகப் பார்த்துக் கொண்டு போனார்கள். பெரியசோலைக்குக் கண்ணைக் கட்டிக் காட்டில் விட்டது போலிருந்தது. ஒரு ஆள்கூட அடையாளம் தெரிந்த ஆள் இல்லை. கையில் தூக்குவாளியும் மடி நிறைய கீரையுமாக பிள்ளைத்தாச்சியைப் போல முனியம்மா வேகமாக வந்து கொண்டிருந்தாள். முத்தையாவைப் பார்த்ததும் திடுக்கிட்டுப் போனாள். முத்தையா தலையைக் குனிந்துகொண்டான். முனியம்மாளின் அக்காளைத்தான் முத்தையா முதன் முதலில் கட்டி தீர்த்தது. இப்போது அவள் வேறு ஊருக்கு வாக்கப்பட்டுப் போய் அஞ்சாறு புள்ளை குட்டிக்காரியாகிப் போனாள். ஆகவே தான் முத்தையா ராஞ்சனப்பட்டு முகஞ்சுளித்தான். அநேகமாக இந்த ஊருக்குப் போக்குவரத்தைக்கூட குறைத்துக் கொண்டான். நல்லது பெல்லதோட சரி. மத்தபடி யார் வீட்லயும் கை நனைத்தது கிடையாது. முனியம்மாள் பக்கத்தில் வந்து நின்றாள்.

'வாங்க மாமா, என்ன இப்பிடி திடு திப்னு வந்து நாதியத்தவக மாதிரி ஊர் மேடையில் ஒக்காந்திட்டு இருக்கீக, வீட்ல போயி இருக்க வேண்டியதான, இது ஆரு மாமா வேத்தாளாருக்கு எனக்கு ஒன்னும் எனந்தெரியல.'

'நம்ம மாடத்தி பெரியம்மா மகன்.'

'மினுத்தான் மாமா மகனா, சின்னப் புள்ளையில பார்த்தது, எத்தப் பெரியவீட்டுப் புள்ள இப்பிடி நடுத்தெருவுல வந்து உட்காந்துக் கிட்டு, ஊர்ச்சனம் பூராவும் ஒங்கப்பன் பேரக் கேட்டால கையெடுத்துக் கும்பிடுமே, அக்காளத் தீந்தப் பெறகு உருளக்குடி ஆளு ஒத்த ஆளு எனந்தெரிய மாட்டங்கு, அங்க போறதுக்கே நீசமில்லாமப் போச்சு. கழுதைக்கு ஒங்ககிட்டருந்து காலந்தள்ளக் குடுத்து வைக்கல, இப்ப போயி அஞ்சாறு புள்ள குட்டியோட கெடந்து சீரழியிறா, சரி வாங்க மாமா வீட்டுக்கு, கொளுந்தப் பிள்ள நீங்களும் வாங்க, இனிமே ஓயாம வரப்போற ஊரு, மதினி வீட்ட மறந்துராதிக, ஏழபாளன்னு ஒதுக்கி வச்சுராதிக, கல்யாணத்துக்குக் கட்டாயம் பாக்கு வையுங்க. இல்லன்னா பாத்துக்கோங்க பாத்து.'

அவர்கள் இருவரும் முனியம்மாளின் பின்னால் நடந்தார்கள். அவள் புருஷன் தூங்கன். அப்போதுதான் மண்வெட்டியும் கையுமாக முற்றத்தில் நின்றான். மேலெல்லாம் சேரும் சகதியும். தார்ப்பாச்சல் இடுப்பில் அவிழ்க்காமல் இறுகிக் கிடந்தது.

'ஆரு, முத்தையாண்ணனா? ஏது தைப்பிற கண்டாப்லருக்கு, என்னண்ண வழி தப்பி வந்திட்டீகளா?'

'வராத ஆளு வீட்டுக்கு வந்திருக்கு வாங்க ஒக்காருங்கனு சொல்லாம, தூர அங்கிட்டுப் போ ஓம்மூஞ்சியும் மொகறையும் நல்லா செங்காநார கெணக்கா.'

'பாத்தையாண்ண முத்தையாண்ண ஒங்கொளுந்தியா வாரவர்த்த.'

அவர்கள் திண்ணையில் உட்கார்ந்தார்கள். வட்டச் சொளகை முன்னால் வைத்து மடியை அவிழ்த்து கீரையைக் கொட்டிவிட்டு அடுப்பைப் பற்ற வைத்தாள். ஈயக் காப்பிச் சட்டியின் இரைச்சல் இலேசாய்க் கேட்டது. தூங்கனும் எல்லா விஷயத்தையும் தெரிந்துகொண்டான். கடுங்காப்பியின் சூடு இதமாய் இருந்தது. காப்பியைக் குடித்ததும் முத்தையா பீடி ஒன்றைப் பற்ற வைத்து சுண்டினான். தூங்கனும் ஒரு பீடி வாங்கிப் பற்றவைத்தான்.

'சரி, தம்பி இருங்க நான் போயி ஊருணியில ஒரு முங்கு முங்கிட்டு வந்துரன், முத்தையாண்ண ரொம்ப நாளக்கிப் பெறகு வந்தருக்கீக, சாப்டாம போயிரப் படாது, ஏய் முனியம்மா சட்னு சோத்தப் பொங்கு.'

தூங்கன் ஊருணியைப் பார்த்து நடையைக் கட்டினான்.

'என்ன மாமா, ஒன்னும் பேசாம இருக்கீக, மொகங் கொராவித் தெரியுது, இப்பிடியிருக்க நான் பார்த்ததேயில்லயே, ஒத்தையில இருந்தாலும் ஊரவே சிரிக்க வைப்பீங்களே, இப்ப ஏங் மனசப் போட்டுக் கொழப்புறீக.'

'ஒங்க அக்காள நெனச்சன் நெஞ்சு கனக்குது.'

'அதுக்கு என்ன செய்ய மாமா, ஆராருக்கு என்ன லவி போட்ருக்கோ அந்தப்படிதான் நடக்கும், நாங்க ஒங்கள குத்தமா சொன்னோம், அவளுக்குக் குடுத்து வச்சது அம்புட்டுத்தான்ட்டு போக வேண்டிதான், இப்ப என்ன கெட்டுப் போச்சு தீந்து கெட்டாத ஜாதியா? ஒங்களுக்கு ஒரு சிறுக்கின்னா, அவளுக்கு ஒரு பய அம்புட்டுத்தான்.'

அடுப்பில் உலை காய்ந்து குதியாளம் போட்டது. முனியம்மாள்

அரிசியை சருவச் சட்டியில் போட்டுக் களைந்தாள்.

'இங்க கேளு முனியம்மா, தேனம்மா வீட்டுக்குப் போகாமலேயே பொண்ணப் பாக்கனும், பொண்ணு புடிச்சிருந்தாதான் அங்கு போகணும், கை நனைக்கனும், இல்ல இப்பிடியே நடையக் கெட்டிரனும், பெறகு அங்க போய்ட்டு கை நனைச்சிட்டு பொண்ணு புடிக்கலன்னா மாடத்திப் பெரியம்மா எங்க ரெண்டு பேர்த்தையும் வெளக்கு மாத்தால சாத்துவா, மினுத்தாப் பெரிய்யா மானங்கெட்ட பயகன்னு காரித் துப்புவான்.'

'பொண்ணு புடிக்காம என்ன, எல்லாத்துக்கும் இருக்கிற மாதிரிதான் அவளுக்கும் இருக்கு, அவளுக்கு மட்டும் ஒரு பக்கம் கோணிச்சுக் கிட்டாருக்கு, அவளுக்கென்ன ராசாத்திக்கு, அதெல்லாம் கொழுந்தப் புள்ளக்கி பொருத்தமா இருக்கும்.'

இரண்டு பேரும் ஊமைச் சிரிப்பாணி சிரித்தார்கள்.

'என்ன கொழுந்தப் புள்ள சிரிக்கீக, நாஞ் சொல்றது சரிதான, மாமாவுக்குத்தான் எங்க ஊரு தண்ணி குடுத்து வைக்கல, நீங்க ளாவது வாங்க, அத வச்சாவது நம்ம சாதி சனம்னு நாங்களும் ஒட்டிக்கிறம், நீங்களும் தூரம் தொலவட்டுனு போயிராதிக.'

அவள் வேகவேகமாய் அரிசியைக் களைந்து உலையில் போட்டு விட்டு வெளியே போனாள். கொதி நீரில் உலை மூடி நீந்தியது, பெரியசோலையின் மனசைப் போல. பானையின் விளிம்பில் நுரை தழும்பிக் கோடாய் வடிந்தது.

முனியம்மாள் வடக்குத் தெருவுக்கு வந்து கடவு வழியாகப் போய் தேனம்மாள் வீட்டை எட்டிப் பார்த்தாள். அப்போதுதான் அவர்களும் காட்டிலிருந்து வந்திருக்க வேண்டும். தேனம்மாள், அடுப்படியில் உட்கார்ந்து ஊதுகுழலால் தீ ஊதிக்கொண்டிருந்தாள். மகள் பொன்னுத்தாய் குளித்த தலையின் ஈரம் உணருவதற்காகத் தலையை விரித்துப் போட்டுக்கொண்டு சினுக்குவளியால் தலை முடியைக் கோதிக்கொண்டிருந்தாள். கறுத்த வளர்த்தியான கருங்கூந்தல் அவள் முதுகில் விரிந்து புட்டத்தைத் தொட்டுப் பரந்து தொங்கியது.

'எக்கா... தேனமக்கா எங்க இருக்கா அடுப்படியில யாருக்க, நல்லகீர காட்டுக்கீர கொண்டாந்திருக்கன் துடுப்பும், தொயிலும் கலந்து எளங்கீர, கொஞ்சம் கொண்டாரட்டா, கடஞ்சா தொட்டுக்கிறலாமில்ல.'

சொல்லிவிட்டு பொன்னுத்தாயை ஓரக்கண்ணால ஒரு வெட்டு

வெட்டிவிட்டு தேனம்மாளின் காதோரம் குனிந்து கிசுகிசுத்தாள். தேனம்மாள் புரிந்துகொண்டாள். அவள் வேகமாக முற்றத்திற்கு வந்தாள். அங்கே பொன்னுத்தாய் கவனமாய்த் தலையில் சிக்கெடுத்துக் கொண்டிருந்தாள்.

'ஏட்டி, யே, பொன்னுத்தாயி தலைய முடிஞ்சிட்டு முனியமக்கா கூடப் போயி, கொஞ்சம் கீர தருவா வாங்கிட்டு சட்னுவா, அங்க இங்க வாயி பாத்துட்டு நிக்காத, பொழுதடஞ்சு போச்சு ஒந் தம்பிமாரு வயிறு பசிக்னு வந்திருவாங்க.'

முனியம்மாளும் பொன்னுத்தாயும் தெற்காமல் நடந்தார்கள். தேனம்மாள் வாசலில் நின்று பார்த்துக்கொண்டேயிருந்தாள். அவர்கள் இருவரும் வீட்டுக்குள் நுழைந்த உடனேயே பெரிய சோலையும் முத்தையாவும் சுதாரித்து நிமிர்ந்து உட்கார்ந்து கொண்டார்கள். முனியம்மாள் கீரையை அள்ளிக்கொண்டு மச்சு வீட்டுக்குள்ளிருந்து திண்ணையின் பக்கத்திற்கு வந்தாள். அவள் முகம் சந்தோஷமாய் மலர்ந்திருந்தது.

'என்னடி பெட்டி ஒன்னுகூட இல்லையே, எப்பிடிடி கொண்ட்டு போவ, கொழுந்தப்புள்ள ஒங்க துண்டக் கொஞ்சம் இப்பிடி குடுங்க, பொன்னுத்தாயி கொண்ட்டு போகட்டும், பெறகு நீங்க வாங்கிக் கோங்க.'

பொன்னுத்தாய்க்கு விஷயம் புரிந்துவிட்டது.

'ஓங்கீரையும் வேணாம், ஒன்னும் வேணாம்.'

அவள் ஓட்டமாய் ஓடி மறைந்தாள். மூன்று பேரும் சிரித்துக் குனுகினார்கள்.

'என்ன... முத்தையா மாமா, கொழுந்தப்புள்ள பொண்ணப் பாத்திட்டீகள்ள, போதுமில்ல வேற எதையும் பாக்க வேணாமில்ல,'

அவள் கொஞ்சம் கீரையை அள்ளி மடியில் திணித்துக் கொண்டு வேகமாய் வெளியேறினாள். வீட்டில் பொன்னுத் தாயைக் காணவில்லை. தேனம்மாள் சிரிச்சமானமாக்கி வாசலில் நின்றாள். இருவரும் சிரித்து சிரித்துப் பேசினார்கள். தேனம்மாள் வீட்டைக் கூட்டி ஒதுங்க வைத்தாள். பாய்களை எடுத்து உதறி விரிப்பதற்குத் தோதாக மடித்துப் போட்டாள். தம்பிமார்களை அதட்டிக் கூப்பிட்டாள். முத்தையாவும் பெரியசோலையும் மெதுவாய்த் தலை நீட்டினார்கள். முனியம்மாள் வாயெல்லாம் பல்லாக நின்றாள்.

'கொழுந்தப்புள்ள வலது கால எடுத்து வச்சு வாங்க, மாமா

நெலையில முட்டியிறாம தல குனிஞ்சு வாங்க.'

'சீ, கழுத சும்மா கெட, வா முத்தையா, வாங்க தம்பி.'

தேனம்மாள் வரவேற்ற கையோடு பாயை உதறினாள். இருவரும் பாயில் உட்கார்ந்து சுவரில் சாய்ந்துகொண்டார்கள். சிகரெட்டும் வெற்றிலை பாக்குமாக தேனம்மாளின் மூத்த அண்ணன் சொக்கன் உள்ளே வந்தான். வாழை இலைகளைச் சுருட்டியபடி இளைய அண்ணன் வீரன் எட்டிப் பார்த்தான். சின்னத் தம்பி இருளன் குடத்து நிறைய தண்ணீரைக் கொண்டு போய் முற்றத்தில் வைத்துவிட்டு கை-கால் கழுவிட்டு வந்து சாப்பிடும்படி வற்புறுத்தினான். பெரிய சோலையின் கண்கள் எவ்வளவு தேடியும் பொன்னுத்தாய் தட்டுபடவேயில்லை. அவன் முகட்டு வளையை அண்ணாந்து பார்த்துக்கொண்டு உட்கார்ந்திருந்தான்.

அவர்கள் வயிறாரச் சாப்பிட்டுவிட்டு எழுந்தார்கள். சாப்பிட்ட இலைகளை எடுக்க முனியம்மாள் முந்திக் கொண்டாள். அவர்கள் இருவரையும் ஊருணிக்கரை இச்சி மரத்துவரை வந்து தேனம்மாளும் முனியம்மாளும் மூன்று அண்ணன் தம்பிகளும் வழியனுப்பினார்கள். அவர்கள் சாப்பிட்டுவிட்டுப் போனதில் எல்லோருக்கும் ரொம்ப மகிழ்ச்சி. பெண் பார்க்க வருகிறவர்கள் பெண் வீட்டில் சாப்பிட்டுவிட்டால் பாதி கல்யாணம் முடிந்தது மாதிரிதான். யாருமே சாமானியமாகக் கை நனைத்துவிட மாட்டார்கள்.

மகாதேவர் கோயிலைத் தாண்டும்போது நன்றாக இருட்டி விட்டது. கோயிலில் ஆளரவத்தைக் காணவில்லை. நிறை பெருக்காய் நிற்கும் கண்மாய் கரையில் வரும்போது தண்ணீரில் நிலா விளையாடியது. முற்றிய கதிரோடு நிற்கும் சம்புக் கோரைகள் காற்றில் சலசலத்தன. டுமுக் டுமுக்கெனத் துள்ளி விளையாடும் நீர்க் கோழிகள் ஆளரவம் கேட்டதும் தண்ணீரில் முங்கின.

அவர்கள் கண்மாய் கரை அய்யனார் கோயிலைக் கும்பிட்டுவிட்டு கரையிலிருந்து கீழிறங்கி வயல் வரப்பில் நடந்தார்கள். மினுத்தானும் மாடத்தியும் மடத்தின் கீழோரத் திண்டில் உட்கார்ந்து மேற்காமல் பார்த்துக் கொண்டேயிருந்தார்கள்.

'என்னடா, முத்தையா இவ்வளவு நேரமாச்சா? ஒரு சோலிக்குப் போனா, போனம் வந்தம்னு இருக்க வேண்டாமா? இப்படியா ஓட்டி அடஞ்சு வாரது.'

'முன்னப் பின்ன தாக்கல் இல்லாம திடு திப்னு போனா அவுக

என்ன கெனாக் கண்டாகளா நாங்க வாரமின்னு, வேல வெட்டி நேரம், சனங்க பூராவும் காட்லருந்து பொழுதடஞ்சுதான வாராக.'

ஊர்க் கிணற்றில் தண்ணீர் இறைத்து கால்களில் ஒட்டியிருந்த சகதியையெல்லாம் கழுவிவிட்டு வீட்டுக்குப் போனார்கள்.

'என்னடா பய என்ன சொன்னான்?'

பெரியசோலையைக் காணவில்லை. அவன் இளவட்டமார்க ளோடு மடத்துக்குப் படுக்கப் போயிருக்க வேண்டும். முத்தையாவும் மினுத்தானும் மாடத்தியும் ராத்திரி ரொம்ப நேரம்வரை பேசிக் கொண்டிருந்தார்கள். சீனியம்மாள் பக்கத்தில் பொம்மையாய் உட்கார்ந்திருந்தாள். மினுத்தானுக்கும் மாடத்திக்கும் ஒரு பெரிய சுமையை இறக்கி வைத்த நிம்மதி.

முத்தையா முற்றத்தில் நின்று வானத்தை அண்ணாந்து பார்த்தான். பட்ட பகலாய் நிலா. பரந்த கரிசல் நிலமாய் வானம். வெடித்த பருத்திக் காடாய் நட்சத்திரங்கள். ஆராங்கூட்ட வெள்ளி உச்சியில் மின்னியது. போர்வையை மூடிக்கொண்டு மடத்திற்கு நடந்தான். தெரு உரல் ஓரம் நெல் உமிக் கதகதப்பில் படுத்திருந்த நாய் தலையைத் தூக்கி இலேசாய் உறுமியது. அவன் விலகி நடந்தபோது புளியமரத்து நிழலில் இரண்டு பேர் நிற்பது அரிச்சலாய்த் தெரிந்தது. முத்தையா வைக் கண்டதும் மரத்தின் தூரோரம் ஓடிப்போய் ஒளிந்தனர். முத்தையா எறிவதற்காகக் குனிந்து கல்லெடுத்தான்.

'ஏணேய்... முத்தையாண்ண எறிஞ்சிராத நம்மாள்தான்.'

பித்துக்கால் காளியப்பனும் கெண்டல் சுப்பையனும் கிட்டத்தில் வந்தார்கள்.

'ஏல, சிறுக்கி வில்லகளா, சாமம்போல இங்க என்னல மயித்தப் புடுங்கிற சோலி.'

'பால்க்கொடி ஓடையில முத்துக்குட்டி தூரி போட்ருக்கான் மீனு அள்ளப் போறோம் நிய்யும் வாரயா.'

மூன்று பேரும் வடக்காமல் போகும் வண்டிப் பாதையில் நடந்தார்கள். மேலக்குடி நாய்களின் சத்தத்தில் இரண்டொருவர் எட்டிப் பார்த்துவிட்டு கதவைச் சாத்திக்கொண்டார்கள். கருப்பசாமி கோயில் புளிய மரத்தில் கெவுளி கெச் கெச்சென்று அடித்தது. எதிரே மொட்டைப் பனையில் அலறிய ஆந்தையை நோக்கி கல் ஒன்றை எறிந்தான் கெண்டல் சுப்பையா.

'ஆக்கங் கெட்ட கழுத எப்பிடி அலறுது பாரு?'

பால்க்கொடி ஓடையில தண்ணீர் ஓடிக்கொண்டிருந்தது. மீனுக்காகவே தூரிக்காரன் கண்மாயின் கலுங்கலில் ஒரு பலகையை உருவி தண்ணீரைத் திறந்துவிட்டிருப்பான். தண்ணீர் ஆற்றைத் தொட்டுவிட்டால் போதும். மீன்கள் மளமளவென்று ஏறிவரும். பின் தண்ணீரை அடைத்துவிட்டால் தண்ணீர் சொடிய சொடிய ஏறிய மீன்கள் எல்லாம் இறங்கி வரும். கொஞ்ச நேரத்தில் தூரி நிறைந்துவிடும். அவர்கள் மூன்று பேரும் போய் கலுங்கல் தண்ணீரை அடைத்தார்கள். வேலிக்கருவ செடி மறைவில் உட்கார்ந்து பீடி பற்ற வைத்துக்கொண்டார்கள். பேச்சு சத்தங் கேட்டால் மீன்கள் இறங்காது. அவர்கள் கைச் சாடை போட்டு பேசிக்கொண்டார்கள்.

தண்ணீர் ஓட்டம் குறைய குறைய மீன்கள் சலசலத்து இறங்குவது தெளிவாய்க் கேட்டது. முட்களை சிலிர்த்துக்கொண்டு சர்ரென்று நேர்கோடாய்த் தண்ணீரைக் கிழித்துக்கொண்டு ஏறி இறங்கி தூரியில் நிறையும் மீன்களைப் பார்த்துக்கொண்டே உட்கார்ந் திருந்தார்கள். முத்தையா கரையில் நின்றுகொண்டு ஆள் ஊசாட்டம் பார்த்தான். கெண்டல் சுப்பையனும் பித்துக்கால் காளியப்பனும் ஓடைக்குள் இறங்கி, முழங்கால் அளவு ஓடும் தண்ணீரில் நின்றார்கள். குனிந்து இரு கைகளாலும் தூரியைத் தூக்கி கணம் பார்த்தான் சுப்பையன். தூரி கணமாயிருக்கவும் சிரித்துக்கொண்டார்கள். தூரியைத் தண்ணீரைவிட்டு வெளியே அலாக்காகத் தூக்கிப் பார்த்தபோது உள்ளே மீன்கள் துள்ளுவது நிலா வெளிச்சத்தில் வெள்ளிக் குருத்தாய் மின்னியது. அவர்கள் தூரியைத் தூக்கிக்கொண்டு கரைக்கு வந்தார்கள்.

‘ஏல, சுப்பையா தூரியோட தூக்கிட்டுப் போனா, ஆவலாதி யாகிப் போகும், மீனமட்டும் தட்டிட்டு தூரிய அப்பிடியே கெட்டிருவம், போகும் போது தண்ணியவும் தொறந்து விட்டுட்டுப் போய்ட்டா ஒன்னுந் தெரியாது. தூரிய காணுமின்னா முத்துக்குட்டிப் பய எப்படியும் துப்பு வெட்டிருவான், ஓம் பித்துக்கால் தடத்த வச்சே கண்டுபிடிச்சாலும் கண்டுபிடிச்சிருவான், நுனிக்கால் தடம் அடையாளந் தெரியும் காட்டிக் குடுத்துரும்.’

‘மீனத் தட்டிட்டுப் போக ஏனம் ஒன்னும் கொண்டாரலியே.’

‘நாங்க இங்க இருக்கோம் நிய் ஊருக்கு ஓடிப் போயி ஊரச் சத்தங்காட்டி மூனு பேரு வீட்லயும் ஓலக் கொட்டான் வாங்கிட்டு முத்துக்குட்டிப் பயகிட்டயும் தாக்கல் சொல்லிட்டு வா, அறிவு கெட்ட பயல வேட்டிய அவுத்து தட்டிட்டு சட்டு புட்டுனு தூரிய கெட்டுல.’

கோமணத் துணியுடன் நின்றுகொண்டு பித்துக்கால் காளியப்பன் கட்டியிருந்த வேஷ்டியை அவிழ்த்தான். தரையில் விரித்து தூரியின் பின்பக்க சொருகை உருவி மீனைத் தட்டினார்கள். கெண்டைகளும் கெளுரும் துள்ள அஞ்சாறு விலாங்குகள் நெளிந்தன. சடாரென வேஷ்டியை மடக்கி பொட்டலமாய்க் கட்டி உருண்டைப் பொதியாய் வைத்துக்கொண்டார்கள். வேகமாக ஓடைக்குள் இறங்கி பழையபடியே தூரியைக் கட்டிவிட்டு கால் தடங்களைத் தண்ணீர் இறைத்து அழித்துவிட்டு, கோரைப் புற்களை மடக்கி அதன் மேல் கால் வைத்து தடம் பதியாமல் கரையேறினார்கள். கண்மாயின் கலுங்கலை முன்போல திறந்த வுடன் தண்ணீர் ஓடைக்குள் பாய்ந்தோடியது.

படப்புகளின் மறைவில் நின்று ஆள் பார்த்தார்கள். விருட்டென்று கடவுக்குள் நுழைந்து கெண்டல் சுப்பையாவின் வீட்டைத் தட்டினார்கள். வள்ளியம்மாள் தூக்கச் சடவோடு கதவைத் திறந்தாள். நடுவீட்டில் பிள்ளை குட்டிகளும் பேச்சிக் கிழவியும் உறங்கிக்கொண்டிருந்தார்கள். அவர்கள் மெதுவாய் மச்சுவீட்டுக்குள் போய் அரிக்கேன் விளக்கு வெளிச்சத்தில் மூட்டையை அவிழ்த் தார்கள். கொஞ்சம் மீன்கள் துள்ள ஏழெட்டு பெரிய தண்ணீர் பாம்புகள் நெளிந்தன. விலாங்கு என்று நினைத்ததெல்லாம் பாம்புகள். மம்பட்டிக் கனையைத் தூக்கிக்கொண்டு வந்து டமார் என்று ஓங்கியடித்தான் சுப்பையன். அவர்கள் அங்குமிங்கும் ஓடியதில் அடுக்குப் பானைகள் சரிந்து டமார் என்று விழுந்தது. பெரிய பாம்பு ஒன்று வராந்தாவிற்கு வந்துவிட வள்ளியம்மாளும் பேச்சிக் கிழவியும் பிள்ளைகளைத் தூக்கிக்கொண்டு தெருவில் ஓடிப்போய் நின்று கூப்பாடு போட்டனர். ஊர்விழித்துக் கொண்டது. முத்தையா வேகமாய் வெளியேறி மடத்தைப் பார்த்து ஓட்டம் பிடித்தான். கம்புங் கையுமாய் ஊரே சுப்பையன் வீட்டின் முன்னால். வள்ளியம்மாளும் பேச்சிக் கிழவியும் சத்தம் போட்டு வைதுகொண்டிருந்தார்கள். அவர்கள் ஒவ்வொரு பாம்பாய்த் தேடிப் பிடித்து அடித்து வெளியே போட்டார்கள். தானியங்கள் சிதறி, அடுக்குப் பானைகள் நொறுங்கி வீடே அல்லோகலப்பட்டது. ஊர்ச்சனம் பூராவும் சிரித்து உருண்டார்கள். கோவணத் துணியோடு சுப்பையன் விக்கிப்போய் நின்றான்.

மடத்தின் ஒரு மூலையில் முத்தையா ஒன்றுமே தெரியாதவன் போல் முடங்கிக் கிடந்தான். எப்படியும் விடிந்தவுடன் மினுத்தானின் வசவு அவனுக்குக் கிடைக்கும். முத்துவீரக் கிழவன் சொன்னான்.

‘ஏல, சுப்பையா மீன அள்ளிட்டு வந்து இப்படியா நடுவீட்ல போயி தட்டுவாக கோட்டிக்காரப் பயகளா போகும் போதே மசால் அரைச்சு அடுப்ல கொதிக்க வச்சிட்டு போயிறனும், அப்படியே பொட்டணத்த கொண்டாந்து சட்டியில் தட்டிரனும் வேல ரொம்பசுளுவா முடிஞ்சு போகுமில்ல.’

‘கெழட்டு சிரிக்கி மவன இப்ப பேசாம போறியா பூச வேணுமா?’

‘பூச ராத்திரி வள்ளியம்மா குடுத்தால்ல வெளக்குமாத்துப் பூச அது காணலியாக்கும், ப்பூ துப்புக் கெட்ட பயல.’

விடிந்தபோது ஊரோடு சிரித்துக் குனுகினார்கள்.

‘மாமோவ் சுப்பையா மாமா நம்ம வீட்டுப் பக்கம் நாலஞ்சு பாம்பு லாந்துது வந்து புடிச்சுக் குடுத்தறப்புடாது.’

10

கார்த்திகை மாசம் பிறந்துவிட்டாலே இளவட்டங்களுக்கும் கொமருகளுக்கும் ஏக கொண்டாட்டம்தான். திருக்கார்திகையன்று தொடர்ந்து மூன்று நாட்களுக்கு ஊர் ஜெகஜோதியாய் ஜொலிக்கும். எல்லாக் கோயில்களுக்கும் தீப வெளிச்சத்தில் பிரகாசிக்கும் சிறிய அழகான கிளியஞ் சட்டிகளில் எண்ணெய் ஊற்றி திரி போட்டு குமரிகள் கோயில் கோயிலாய் தீபமேற்றுவார்கள். வீட்டின் வாசற்படிகளிலும் மாடக்குழிகளிலும் தீபம் பிரகாசிக்கும். சுடுகாட்டில் தன்னுடைய முன்னோர்களைப் புதைத்த இடத்தில் மண்ணாலேயே சிறிய வீடு மாதிரி செய்து அதனுள் விளக்கு வைப்பார்கள். இளவட்டங்களும் கொமருகளும் சிறுசுகள்கூட மூன்று நாளும் விடிய விடிய உறங்கமாட்டார்கள்.

பத்து நாளைக்கு முன்னாடியே பிடுங்கி காயப்போட்டு உலர்த்திய ஒட்டுப்புல்லை ஆமணக்கு இலைகளில் பந்து பந்தாய்ச் சுருட்டி ஒளித்து வைப்பார்கள். இளவட்டங்கள் கொமருகளை விரட்டி வீடு புகுந்துகூடத் தூக்கிவந்து ஒட்டுப் புல்லைத் தலையில் தேய்ப்பார்கள். அதுபோல் கொமருகளும் முறைகார இளவட்டங்களை வளைத்துக் கொண்டு தலையைப் பிய்த்து எடுத்துவிடுவது போல் ஒட்டுப்புல் தேய்த்து மகிழ்வார்கள். முறைகார இளசுகளுக்கு இந்த மூன்று நாளும் சந்தோஷமான விளையாட்டு. யாரும் ஒன்றும்

சொல்லமாட்டார்கள். மூன்றாம் நாள் பனை உயரம் எரியும்படியான சொக்கப்பனை கொளுத்தி, இளவட்டங்கள் தீயைத் தாண்டி வீர விளையாட்டு விளையாடுவார்கள். பெண்கள் சிரட்டையை உரசி அழகிய கிளியஞ்சட்டிபோல் செய்து எண்ணெய் ஊற்றி விளக்கேற்றி தன்னையும் அலங்கரித்து ஊர்வலமாய்ப் போய் நின்ற கண்மாயில் மிதக்க விடுவார்கள். பெண்கள் மிதக்கவிடுகின்ற அந்த தீபங்களைக் கல்லால் எறிந்து தண்ணீருக்குள் மூழ்கடிப்பதற்காக இளவட்டங்கள் முன்கூட்டியே வந்து ஒளிந்திருப்பார்கள். அவர்களைக் கண்டு பிடித்து எறியவிடாமல் தடுப்பதற்காகப் பெண்கள் மல்லுக்கட்டி பெண்கள் வேஷ்டி சட்டையையெல்லாம் கூட உருவிவிடுவார்கள். இந்த மூன்று நாள் உள்ள சுதந்திரம் நாலாவது நாள் காணாமல் போய்விடும்.

சொக்கப்பனை கொழுந்துவிட்டு எரிந்து சாம்பலாய்க் களத்தில் படியும். அந்தச் சாம்பலை ஊரோடு போட்டி போட்டு அள்ளி பெட்டிகளில் சேமிப்பார்கள். அந்தச் சாம்பலை வெள்ளாமைகளில் தூவினால் நல்ல மகசூல் கிடைக்கும் என்ற நம்பிக்கை. அதேபோல் சொக்கப்பனை எறியும்போது காய்ந்த பனை மட்டைகளைத் தீயில் சொருகி, எரிய வைத்து, பாதி எரிந்தபின், கரிக்கட்டையாய் எடுத்துப் போய் அதைத் தோட்டம் புஞ்செய்களின் நடுவே ஊன்றி வைப்பார்கள். கண் திருஷ்டி படாது என்ற நம்பிக்கை.

பெரியசோலை கொஞ்சம் மாறித்தான் போய்விட்டான். தை மாசம் கல்யாணம் என்பது உறுதியாகிவிட்டது. முத்தையாவும் ஊர் சுற்றுவதைக் குறைத்துக்கொண்டு இங்கேயே தங்கிவிட்டான். தை மாசத்திற்குள்ளாகவே ஒரு நாள் வந்து நிச்சயம் பண்ணி பரிசம் போட்டு வெற்றிலை பாக்கு பரிமாறிக்கொள்ளும்படி தேனம்மாளிடமிருந்து தாக்கல் வந்திருந்தது. இன்ன தேதியில் வருகிறோம் என்று முத்தையா மட்டும் போய் தாக்கல் சொல்லிட்டு வந்தான்.

இரண்டு வில்வண்டிகள் ஆறு பெரிய வண்டிகள் போய் நின்றன. முன்கூட்டியே தகவல் சொல்லியிருந்ததால் வேலுவும் கருப்பையாவும் வந்திருந்தார்கள். அது பரிசம் போடுகிற வீடாகத் தெரியவில்லை. கல்யாண வீட்டைப் போல கூட்டம். பந்தி பரிமாறுவதிலிருந்து சகலத்திற்கும் முனியம்மாள் ஓடியாடி திரிந்தாள். அவளுக்கு அப்படி ஒரு சந்தோஷம். இரண்டு ஊர் நாட்டாண்மைகளும் எதிர்எதிராய் உட்கார்ந்துகொண்டார்கள். கூட்டம் தெருவில் பிதுங்கியது.

'ஓகோ உறவு முறையாரே ஆண்டிப்பட்டி பூலித்தொரமக பொன்னுத்தாய்க்கு, உருளக்குடி மினுத்தான் மகன் பெரியசோல பரிசம் போடுறான், பரிசம் போடுறான், பரிசம் போடுறான்.'

பெண்களின் குலவைச் சத்தம் காதைப் பிளக்கும். இப்பிடியே மூன்று தடவை சொல்லிய பின்னால் மினுத்தானும் பொன்னுத் தாயின் தாய்மாமன் சொக்கனும் தாம்பூலம் மாற்றிக்கொண்டார்கள். தேனம்மாள் பூலித்துரையின் போட்டோவின் முன்னால் உட்கார்ந்து அழுதுகொண்டிருந்தாள்.

'எதுக்கு அழுகனும் தூரம் தொலவட்ல இருக்கிற ஆளு வரும் வராமயும் போகும், அத நெனச்சா முடியுமா? ஒனக்குத்தான் அண்ணன் தம்பிமாரு இருக்காகளே சகலத்தையும் பாத்துக் கிறதுக்கு.'

அந்தப் போட்டோவில் பூலித்துரை பத்துப் பதினைந்து பேரோடு பட்டாளத்து உடுப்பில் நின்றுகொண்டிருந்தார்.

'ஒரு நல்ல காரியம் நடக்கும் போது இப்பிடி இளிஞ்சா எப்படி, மனுஷிக்கு தைர்யம் வேண்டாமா...'

'என்ன இருந்தாலும் தலப் புள்ளயில்லயா? புருசன் பக்கத்துல இருந்தா ஒரு தெம்புதான...'

இரண்டு மூன்று பெண்கள் அவளைச் சண்டை போட்டு அழாதிருக்கும்படி சொன்னார்கள். வேலுவும் கருப்பையாவும் அப்போதே புறப்பட்டுவிட்டார்கள். பொன்னுத்தாய் பரிசச் சேலையை சந்தோஷமாய் உடுத்திக்கொண்டாள். அவள் பெரியவர் களின் காலில் விழுந்து கும்பிட்டாள்.

கருக்கலில் எந்திரிச்சு மாடுகளைத் தொழுவத்திலிருந்து அவிழ்த்துக் கொண்டுபோய் வெளியே கட்டுவது, சாணி சகதி அள்ளிக் கொண்டு போய் குப்பையில் போடுவது, மாடுகளுக்குப் பருத்திக் கொட்டை புண்ணாக்கு ஆட்டுவது, கூளம் போடுவது போன்ற வேலைகளைக்கூட பெரியசோலை செய்தான். குருசாமிக்கு வேலை குறைந்து போயிற்று. மினுத்தானுக்கும் மாடத்திக்கும் மனசுக்குள் ரொம்ப சந்தோஷம். சீனியம்மாள்கூட ஆச்சரியப்பட்டுப் போனாள்.

'புது மாப்பிள்ளை ஓடியாடியில்ல வேல பாக்காக, இப்பவே இவ்வளவு அக்குசுனா பொண்டாட்டி வந்தப் பெறவு தூக்கி தோள் மேல வச்சிக்கிருவாக போலருக்க.'

மாமன் மச்சினன்களின் கேலிப் பேச்சுக்களை அவன் சட்டை

செய்யவில்லை. நல்ல மழை. நல்ல மகசூல். கீழக் காட்டிலும் பொட்டக் காட்டிலும் பருத்தி சக்கப் போடு. பருத்திக்குள் பட்டம் போட்ட நிலக்கடலை, உளுந்து, பாசிப் பயறு, மொச்சைப்பயறு, தட்டப் பயறு மூடை மூடையாய் நிறைந்தன. தப்பி முளைத்த வெள்ளரிகூடப் பழுத்து மணத்தது. மிதுக்கம் பழம், மணத்தக்காளி மடிமடியாய்க் காய்த்தது.

'தாயோளி சரியான பட்டத்துல வெதப்பு விழுந்து மழயும் ஏறிமாறிப் பேஞ்சுட்டா கரிசக் காட்டப் பீட்டுப் பண்ண எதாலயும் முடியுமா? அப்பிடியே உப்பா குமிஞ்சிராது குமிஞ்சி.'

துவரைச் செடிகள் வனாந்திரமாய் வளர்ந்து நின்றன. ஆள் உள்ளே போனால் தலை தெரியாது. அவ்வளவு வளத்தி அடர்த்தி. கிராமத்தில் செல்வம் பொழிந்தது. சம்சாரிகள் சந்தோஷத்திற்கு அளவே இல்லை. கூலிக்காரர்கள் தின்று செழித்தார்கள். களத்தில் இடமில்லை. படப்புகளாகவே வைத்திருந்து பொலியாக்கினார்கள். குலுக்கைகள் நிறைந்து நிறைமாத கர்ப்பிணியாய் நின்றன. மினுத்தானும் மாடத்தியும் குருசாமியும் பம்பரமாய்ச் சுழன்றார்கள். வேலைகளை ஒரும்பாக்கிவிட்டால் கல்யாண வேலைகளுக்குத் தோது. தைப் பொங்கல் முடிந்ததும் கையோடு கல்யாண வேலையை ஆரம்பிக்கணும்.

விடிந்தும் விடியாத கருக்கிருட்டு. மூளிக்காதி வேகமாய் வந்து கதவைத் தட்டினாள்.

'யெக்கா மாடதிக்கா, யெக்கா மாடத்தியக்கா.'

'மாடத்தியக்காளுக்கு சாமம்போல என்னடி கொண்டாந்திருக்க செகிட்டு சக்களத்தி.'

'முத்தையாவ எங்கக்கா காணும்?'

'முத்தையாவுக்கு என்ன வச்சிருக்க?'

'எங்க சின்னச் சிறுக்கி நாளு நாளா ஒரு வடியா இருந்தா. இன்னக்கி பல்லக் கெட்டிக்கிருச்சு. பெலமா சிரிக்கா, நாக்க துருத்துறா, மட்டைய மடிச்சு கடிக்கா, பார்வ ஒன்னும் சரியில்லை, மொகம் பூராவும் கருப்படஞ்சு தெரியுது, கறுப்புக் கோளாறு மாதிரி இருக்கு.'

'அதுக்கு முத்தையா என்ன பண்ணுவான்டி.'

'வன்னிமடைக்குப் போயி ராக்கன கூட்டியாரனும்.'

'ஆமா, வருசம் பூராவும் அருசுவமா ஓம்மகளுக்குத்தான் பேய் பிடிச்சு ஆட்டுது, மத்த பொம்பிளைக ஏல்லாம் ஊருல இல்ல, ஓம்மகளுக்கு வருசம் தவறாம பேயி எங்கிட்டு இருந்துதான் வருதோ.'

‘என்ன செய்ய என்னப் புடிச்ச சனியன் காலக்கிரகாசரம் எங்கள விட்டுப் போக மாட்டேங்கு. போன வருஷமும் பத்து நூறு செலவு, இந்த வருஷமும் கெரகப் பூலம் விடல, கடம் நொடம் வாங்கியாச்சும் பாக்கனுமில்ல. ஒன்னே கண்ணுனு வச்சிருக்கன், அதும் இல்லன்னா எனக்கு ஆருக்கா இருக்கா, தவிச்ச தண்ணி குடுக்க நாதியில்ல, அறுக்கப் போன எடத்ல அறுதலியா வந்துட்டா அவ கெரகம், இன்னி ஒரு பய வரமாட்டேங்கான் புடிச்சுக் குடுத்திட்டா நிம்மதியா கண்ண மூடலாம்.’

மூளிக்காதி பேசிக்கொண்டிருக்கும் போதே கண்ணீர் முத்து முத்தாய் இறங்கும். உதடுகள் துடிக்கும். வாய் கோணும், பேச்சே வராது அழுகைதான் வரும்.

‘சரி, அழுவாம வீட்டுக்குக்குப் போ, மடத்துல படுத்திருப்பான், எந்திரிச்சு வந்த ஒடன சொல்றன், விடிஞ்ச ஒடன வா.’

‘யெக்கா மறந்திராம சொல்லிருக்கா, நல்லாருப்ப ஒனக்கு கோடிப் புண்ணியம்.’

மூளிக்காதி இரு கையெடுத்துக் கும்பிட்டுவிட்டு முந்திச் சீலையால் மூக்கைப் பிடித்துக்கொண்டு போய்விட்டாள். பாவம் புருசன் இல்லாத ஒத்தப்பரி ஆள். ஓடு காலி மகளைக் கெட்டித் தீர்த்துவிட்டு நித்தமும் அழுகையும் கண்ணீருமாய். மாடத்தி பெருமூச்சுவிட்டாள். மாடத்திக்குத் தெரியும் ஊருக்குத் தெரியும், ஒலகத்துக்குத் தெரியும். அவளுக்கு வருசா வருசம் என்ன பேய் பிடிக்கிறதென்று. பாவம் இந்த மூளிக்காதிக்குத் தெரியமாட்டேன் கிறது. கழுதய செருப்பால அடிக்க ஆள் இல்லாம இந்த எடுப்பு எடுத்திட்டு அலையிறா. நொண்டிக் கோழிக்கு ஒரக்கடதான் தஞ்சம்னு இவளுக்கு அவள விட்டா வேற நாதியில்ல, கழுத அலையுது.

மூளிக்காதியின் புருசன் சாகும்போது ஒரே மகள் முத்தம்மாவை இவள் கையில் பிடித்துக் கொடுத்துவிட்டு கண்ணை மூடிக் கொண்டான். கடவுள் வேண்டுமென்றே வம்புக்காகவே சில பெண்களை வசீகரமாய்ப் படைத்து விளையாடுவான் போலும். அப்படியொரு முகக்களை முத்தம்மாவிற்கு. கொஞ்சம் கறுப்பா னாலும் களையான முகம். கத்தையாய் சுருட்டைமுடி. நெத்து உடம்பு. அளவான வளர்த்தி. நேர்த்தியான பல். அவள் இடது கையைக் கொஞ்சம் லாத்தி வீசி நடக்கும் போது பாச்சக்காளை வருவது போலிருக்கும். சிரித்தால் பளிச்சிடும் ஒழுங்கான பல் வரிசை

அவள் முகத்திற்கு மேலும் எடுப்பாய்த் தெரியும். ஒரு தளுக்கு மல்லிகைப் பூவைக் கொண்டையில் வைத்துக்கொண்டு கொலுசு போன்ற தண்டைகள் குலுங்க அவள் இரட்டைப் பானையுடன் கிணற்றிலிருந்து வரும் போது நின்று பார்க்காத சனங்களே இருக்காது.

எல்லாரையும்போல்தான் அவளும் வாக்கப்பட்டுப் போனாள். கெட்டிட்டுப் போன பயலும் நல்ல புண்ணியவாளன்தான். ஆனால் முத்தம்மாளுக்குக் கொடுத்து வைக்கவில்லை. மறுவருசமே வரப்பில் புல் அறுக்கப் போனவன் நல்ல பாம்பையும் சேர்த்துப் பிடித்து அறுத்து கையில் கொத்தி காட்டிலேயே வாயில் வெள்ளை நுரை தள்ள செத்துக் கிடந்தான். ஊர் வாயை மூட முடியவில்லை.

'சண்டாளி வந்த நேரம் சர்ப்பம் தீண்டி செத்துட்டான்.'

'மூல நட்சத்திரத்துல ஆளான கழுதனு தெரியாமப் போச்சு தெரிஞ்சிருந்தனா இந்தச் சிறுக்கிய கொண்டாந்திருப்பனா?'

'குட்டிச் சனியில பெறந்த கழுத வந்து கோப்பக் கொளச்சிருச்சே...'

'ஆடி மாசம் பெறந்த சனியன் அலயக் கொளய அடிக்கிம்கிறது சரியாப் போச்சு.'

இவ்வளவு ஏச்சுக்களையும், பேச்சுக்களையும் வாங்கிக் கட்டிக் கொண்டு ஊர் வந்துசேர்ந்தாள் முத்தம்மாள். அவளை யார் கட்டினாலும் கட்டியவனுக்கு ஆயுசுக்கட்டை என்பது வேதமாகிப் போச்சு. இனி அவளுக்குக் கல்யாணம் ரெண்டாம் பட்சம்தான். தாயும் மகளுமாய்த் தனித்து உழைத்து ஊர் வாய்க்குப் பயந்து வாழ்ந்தாலும் சொட்டை சொல் வரத்தான் செய்தது. பூரித்து நிற்கும் இளமை. புண்ணைக் கொத்தும் காக்கையாய் பருவம். ஏழை பொண்டாட்டி எல்லாத்துக்கும் மதினிதானே!

அவள் நீண்ட மூங்கில் கம்பைக் கையில் வைத்துக்கொண்டு அதன் நுனியில் மாட்டியிருக்கும் பிசின் செதுக்கியை முன்னால் தெரியப் பிடித்துக்கொண்டு நிமிர்ந்து நடந்து வருவாள். மடியில் ஓலைக் கொட்டான் துருத்திக் கொண்டிருக்கும். பெரும்பாலும் மாராப்பை இழுத்து மார்பகங்களை மூடவே மாட்டாள். வெய்யிலில் அலைந்து வருவதால் உப்புப் பரிந்து வெள்ளையாய் உறைந்த அந்த சாயம் போன ரவிக்கையைக் கிழித்துக்கொண்டு வெளியே வரத் துடிக்கும் கேப்பைக் களி உருண்டையைப் போன்ற இறுகிய கெட்டி யான திரண்ட பருத்த மார்பகங்கள் குதித்துக் குதித்து எக்காளமிட நடந்துவருவாள்.

103

‘அடேய் வழியவிட்டு ஒதுங்குங்கடா பாச்சக் காள வருது, ஆர முட்டிச் சாய்ப்பம்னு அலையிது அம்புட்டுக் கிட்டாப் போச்சு.’

முத்தம்மாள் கோபப்படவே மாட்டாள். பிசின் கம்பை மாறிப் பிடித்துக்கொண்டு கேலி பண்ணுகிறவர்களின் கவுட்டுக்குள் சொருவுவது போல் பாவ்லா காட்டுவாள். அவர்கள் ஓடி ஒளிவார்கள். அவள் யாருடனும் கூட்டுச் சேர்ந்து பிசின் எடுக்கப் போவதே கிடையாது. அதே போல் பிசின் நிறைய சேர்ந்தவுடன் கோயில் பட்டிக்கோ அல்லது விருதுநகருக்கோ தனியே போய்விட்டு இரண்டு நாள் கழித்துக்கூட வருவாள்.

பாவம் மூளிக்காதி தெக்க வடக்க தெரியாவதள், தான் உண்டு தன் வேலை உண்டு. இப்படித்தான் போன வருசமும் வன்னி மடைராக்கன் வந்து மூன்று நாளாக ராப்பகலாக உடுக்கடித்து பேய் விரட்டிவிட்டுப் போனான். முத்தையாவைத் தேடி மறுபடியும் மூளிக்காதி வந்தபோது முத்தையா மாடத்தியின் வீட்டில் சாப்பிட்டுக்கொண்டிருந்தான். மினுத்தானும் மாடத்தியும் திண்ணையில் உட்கார்ந்திருந்தார்கள்.

‘என்னடா முத்தையா ஒன்னய பாக்கவே முடியல.’

‘தெனம் வேலைக்குப் போறமில்ல.’

‘என்ன வேலக்கி.’

‘வேலாஞ்செட்டியாருக்குச் செக்காட்ட’

‘சம்பளம் எம்புட்டு குடுக்காரு.’

‘பத்து ரூவாயும் நாலுபடி நல்லெண்ணெய்யும்.’

‘அதுதான பாத்தன் வேட்டி சட்டையெல்லாம் அட்டுப் பிடிச்சு போய் இருக்கேனு, ஒம் பொண்டாட்டி எப்பிடிடா இருக்கா, சும்மா இருக்காளா.’

‘குளியாமத்தான் இருக்கா.’

‘இது என்ன மாசம்.’

‘பதினொன்னு நடக்கு.’

‘சரி, இருக்கட்டும் இருக்கட்டும், ஆணோ பெண்ணோ கடவுள் புண்ணியத்துல கால விட்டுக் கழிஞ்சாப் போதும்.’

மினுத்தானும் மாடத்தியும் சிரித்துக் குனுகினார்கள். முத்தையா கொஞ்சங்கூட சிரிக்காமல் பேசினான்.

‘தாலி தீர்ந்து எத்தன வருசம் ஆகுது, கழுதைக்கு அதுகூட

தெரியல பாரு.'

முத்தையா வன்னிமடைக்குப் போய் ராக்கனைக் கூட்டிக் கொண்டுவர சம்மதித்தான். இனி நாலைந்து நாட்களுக்கு முத்தையா பாடு வளம்தான். ராஜ உபசாரம்தான். எல்லாமும் ராக்கனோடுதான். ராக்கன் பம்பைத் தலைமுடியைப் படரவிட்டு, இரு தோள்களிலும் வெள்ளிக் காப்புகள் இறுகக் கட்டி,கழுத்தில் புலிப்பல் தாயத்து தொங்க முன்னும் பின்னும் ஆடி ஆடி உடுக்கு அடித்தால் பார்க்கவே பயங்கரமாய் இருக்கும். ராக்கனுடைய அப்பன் சாலையான் ராப்படியாய் ஊருக்குள் வரும்போது தெருவில் ஒரு ஈங்குஞ்சிக் கூட எட்டிப் பார்க்காது. வெள்ளி அல்லது செவ்வாய்க் கிழமைகளில் கருங்கச்சை உடுத்தி கறுப்புக் குல்லாய் வைத்து வெற்று மேலோடு காலில் சலங்கை கெச்சம் சல் சல்லென்று ஓசையிட கையில் ஒரு சிறு அரிக்கேன் விளக்கும் மறுகையில் மணியும் பிடித்து, முட்டெலும்பு அல்லது மணிக்கை எலும்பை வாயில் கவ்வியபடி ய்யே...ய் என்று ஒரு அரட்டு அரட்டி ஓசையெழுப்புவான். ஜன்னல் வழியே எட்டிப் பார்த்தால் கூட குலை நடுங்கிப் போகும்.

கதவைப் பாதி திறந்து வைத்துக்கொண்டு சுளகு நிறைய தவசத்தை கை மட்டும் நீட்டும். வாங்கி கடகாப் பெட்டியில் தட்டி விட்டு திருநீறு வைத்த சுளகை நீட்ட கை மட்டும் வாங்கிக் கொண்டு டப்பென்று கதவைச் சாத்தும். தெரு முழுக்க இதேதான். சாலையான் செத்த பிறகு அவன் மகன் ராக்கன் வரத் தொடங்கினான்.

மூளிக்காதியின் வீட்டில் கூட்டமான கூட்டம். ராக்கன் மேலெல்லாம் வியர்வை மினுமினுக்க முன்னும் பின்னும் ஆடியாடி பாட்டுப் பாடிக்கொண்டே உடுக்கடிக்கிறான். எதிரே வெண் கலத்தினால் ஆன பலவித சின்னச் சின்ன சாமி உருவங்கள். முத்தையா பக்கத்தில் உட்கார்ந்துகொண்டு நொறுக்கிய தூள் சாம்பிராணியை அள்ளி அள்ளிப் போட்டு கங்குள்ள கரண்டியிலிருந்து புகையாய் எழுப்புகிறான். எதிரே முழங்கால் ஊன்றி மண்டியிட்டு இரு கைகளையும், தரையில் ஊன்றி தவழ்ந்து வருபவளைப் போல முத்தம்மாள், விரித்த தலை முடியைச் சுழட்டி சுழட்டி வட்டமடித்து பற்கள் நறநறக்க நாக்கைத் துருத்தி உதடுகளைக் கடித்துக் கொண்டு கெக்கெக்கே யென்று பலமாய் சிரித்து உடுக்கின் தாளத்திற்கு ஏற்றபடி பேயாடுவதைப் பார்ப்பதற்குக் கூட்டம் அலைமோதும்.

வேத்துக் கன்னி
மாறப் போறன்

வழியை விடு
ஓடப் போறன்
ஓடப் போறன்-நான்
ஓடப் போறன்

டொண்டன் டொஸ்க் டொண்டன் டொஸ்க். டொண் டொஸ்க். ஒத்தச் சனம் இருக்காது. காதவழிக்கு ஓடிப்போய் ஒளிந்து கொள்வார்கள். முத்தையாவும் ராக்கனும் மட்டும்தான். கொஞ்ச நேரத்தில் ஒவ்வொருவராய் வர பழையபடி கூட்டம் கூடிவிடும்.

ஓடக்கர ஒத்தப்பன
ஒத்தப்பன பக்கத்துல
செத்துப்போன சந்தனம்மா-நான்
சந்தனம்மா சந்தனம்மா.

டொண்டன் டொஸ்க் டொண்டன் டொஸ்க்.

'சந்தனம்மா கழுததான் தொயந்திருக்கா. கழுத தூக்குப் போட்டு நாக்குத் தள்ள நாண்டுக்கிட்டு நின்னு செத்த கழுதையில்ல. லேசா விடுவாளா.'

'இந்தச் சிறுக்கியும் வேகாரிச் சிறுக்கிதான். பிசின் எடுக்கப் போற தேவிடியாளுக்கு பூவு கேக்குதாக்கும் பூவு.'

இன்றைக்கு மூன்றாவது நாள். பேய் மலையேற வேண்டிய நாள். நேற்றே முக்காலும் சத்தியமா மலையேறிவிடுகிறேன் என்று முடி எடுத்துக் கொடுத்துவிட்டாள் முத்தம்மாள். ராக்கன் அந்த முடியை வாங்கி பச்சை மண் கலயத்தில் வாங்கிப் போட்டு மூடிவைத்துக் கொண்டான். சந்தனம்மாளுக்கு விருப்பமான முத்தம்மாள் கேட்ட எல்லாவற்றையும் நேற்றே வாங்கியாயிற்று. ஒரு பந்து மல்லிகைப்பூ, வளையல், மிஞ்சி, கண்மை, கறி திங்க இரண்டு வெள்ளைச் சேவல்.

நடுச்சாமம் கெச இருட்டு. முத்தம்மாள் பெரிய பாறாங் கல்லைத் தலையில் தூக்கி வைத்துக்கொண்டு டங்டங் டங்கென்று பூமியதிர தெருவழியே ஓடினாள். ராக்கன் உடுக்கடித்துக்கொண்டே அவள் பின்னால் ஓட, ஆம்பிளைகள் மட்டும் அவர்களுக்குப் பின்னால் ஓடினார்கள். அவள் மயானக் கரையோரம் கல்லைப் போட்டதும், பூப்போல திரும்பி நடந்தாள்.

'கழுத மூனு நாளா என்ன ஆட்டம் போட்டுச்சு இப்பப்பாரு காத்தாடிப் போயி போறத.'

இரண்டு வெள்ளைச் சேவல்களையும் அறுத்து பேய்க் கல்லின்

மேல் ரத்தக் குறி காட்டிவிட்டு அடுப்பு பற்றவைத்தார்கள். ஒரு அடுப்பில் சோறு. இன்னொன்றில் கறி. முத்தையா அதட்டிக் கொண்டே கூட்டத்தை எண்ணிப் பார்த்தான். இருபது முப்பது பேர், ஆளுக்கு ஒரு துண்டுகூட வராது. முத்தையா அடுப்போரம் இருந்த சப்பானை கைச்சாடை காட்டிக் கூப்பிட்டு ராக்கனிடம் போய்க் காதில் ஏதோ கிசுகிசுத்தார்கள். கறி வெந்து, மணம் மூக்கைத் துளைத்தது. பேய்க்கல்லின் முன்னால் இரண்டு இலை போட்டு படைத்தாயிற்று. இனி சாப்பிட வேண்டியதுதான் பாக்கி. எல்லோரும் நாக்கில் எச்சில் ஊற இலையையே பார்த்துக் கொண்டிருந்தார்கள்.

'என்ன ராக்கா... எங்க வேல எல்லாம் முடிஞ்சது கலயத்தப் போயி தாவிச்சிட்டு வா, காலா காலத்துல விடியுமின்ன ஊரப் பாத்துப் போவம்.'

ராக்கன் அந்த மண் கலயத்தைப் பய பக்தியுடன் தூக்கினான். அதற்குள்ளேதான் சந்தனம்மாளை அடைத்து வைத்திருக்கிறான். அதைக் குழிக்குள் வைத்து புதைத்து விட வேண்டும். அப்படி தாவிச்சு விட்டால் இனி யாரையும் அவள் அண்ட முடியாது. ராக்கன் தோண்டியிருந்த குழியோரம் போனவுடன் சட்டென நின்றான். மொட்டைப் பனையில் ஆந்தை பலமாய் அலறியது.

'என்ன ராக்கா தெகைச்சிட்டு நிக்க.'

'இந்தக் கழுத கொஞ்சம் திமிருது மாதிரி தெரியுது.'

ராக்கன் சொல்லிக்கொண்டே அந்தக் கலயத்தை இரு கைகளாலும் பிடித்துக்கொண்டு மல்லுக் கட்டுவது போல் பாவ்லா காட்டி அங்குமிங்கும் திமிரினான்.

'யே... சாமி என்னால தாமிரிக்க முடியல, ஓடிருங்க இப்ப கலயத்த தூர விட்டெறியப் போறன், எம்மேல குத்தஞ் சொல்லாதிக சாமியோவ்...'

சொல்லி வைத்தது போலவே முத்தையா அரிக்கேன் விளக்கை ஊதி அணைத்தான். இருட்டில் என்ன ஏதென்றுகூடப் பார்க்க முடிய வில்லை. கூட்டம் நாலா திசைகளிலும் சிதறி ஓடியது. அவர்கள் திரும்பவும் விளக்குப் பொருத்திய போது மூன்றே மூன்று பேர் மட்டுமே. ராக்கன், முத்தையா, சப்பான். அவர்கள் வயிறுமுட்ட சாப்பிட்டார்கள். மீதியைப் பானையோடு தூக்கிக்கொண்டு புறப்பட்டார்கள்.

காலையில் மொன்னையன் காலில் தைத்த முட்களை எண்ணிக்

கொண்டிருந்தான். மங்குச் சாத்தன் முட்டுக் காயத்திற்கு எண்ணெய் போட்டுக் கொண்டிருந்தான்.

'என்ன மாப்ள ராத்திரி ஓட்டத்துல ஆரு முந்துனது.'

'முந்தவா பிந்தவா எந்த தெசன்னு கண்டமா முள்ளுன்னு கண்டமா தண்ணின்னு கண்டமா ஊர்வந்து சேந்ததே எந்தச் சாமி புண்ணியமோ.'

மறுநாள் மடத்தில் சப்பானும் முத்தையாவும் சொன்ன போது எல்லோரும் விழுந்து விழுந்து சிரித்தார்கள். மினுத்தான் நான்கு நாட்களாகத் தன்னாலயே நினைத்து நினைத்துச் சிரித்தான்.

தைப் பொங்கலுக்குள் எல்லா வேலைகளையும் முடித்து விட்டால் கல்யாண வேலைகளைக் கவனிக்க தோதாயிருக்கு மென்று வேலைகளை ஒரும்பாக்கிக் கொண்டார்கள். மாடத்தி முத்தையாவிடம் சொல்லிவிட்டாள்.

'யேல, முத்தையா காடோடியா அலஞ்ச காலத்துல அலஞ்சது போதும். பெரியசோல கல்யாணம் முடிஞ்சப் பெறவுதாண்டா எங்கயும் போகனும்.'

முத்தையாவுக்கு அது சரி என்று பட்டிருக்க வேண்டும். அவன் மும்முரமாய் வேலை செய்து கூடமாட ஒத்தாசையாயிருந்தான். குருசாமியும் பம்பரமாய் நின்றான். தைப் பொங்கலுக்கு மாடு இல்லாதவர்கள் எல்லாம் ஒரு கட்டு புல் கொண்டு வந்து மினுத்தான் வீட்டில் போடுவார்கள். தொழுவமே நிறைந்து விடும். அவர்கள் எல்லோருக்கும் சாப்பாடு மினுத்தான் வீட்டில்தான். கூட்டம் நிறைந்து கிடக்கும். அவியல், பொரியல் என்று இலைபோட்டு மாடத்தி ஓடி ஓடி பரிமாறுவாள். யார் கட்டுப் பெரிய கட்டு என்று திறமை பார்ப்பார்கள்.

கடலையூர் வெங்கிடசாமி நாயக்கர் கடையின் முன்னால் மினுத்தான் வண்டி போய் நின்றபோது நாயக்கர் பட்டறையை விட்டு எழுந்து ஓடிவந்து வரவேற்றார். மாடத்தி தாம்பூலத்தில் பாக்கு வைத்து நீட்டினாள். அவர் இரு கைகளாலும் தொட்டுக் கும்பிட்டு நெற்றியில் ஒற்றிக்கொண்டு பாக்கை எடுத்துக் கொண்டார்.

'கட்டாயம் கல்யாணத்துக்கு வந்துரனும் சாமி.'

'கல்யாணம் நம்ம வீட்டுக் கல்யாணம் மாடத்தி. வராம இருப்பனா.'

கல்யாணச் சாமான்கள் எழுதிய சிட்டையைக் கொடுத்துவிட்டு,

'போட்டு வச்சிட்டு தாக்கல் சொல்லுங்க சாமி, இன்னும் பாக்கு வைக்க வேண்டியது நெறய்ய கெடக்கு. சோம்பிராதிகயாவுகம் சாமியோவ்...'

'தாக்கலு என்ன தாக்கல் மாடத்தி, நானே கொண்டாந்து சேத்துரன் போதுமா?

அவர்கள் நாயக்கரிடம் கும்பிட்டு விடைபெற்றார்கள். வெங்கிடசாமி நாயக்கருக்கும் உருளைக்குடி சம்சாரிகளுக்கும் அப்படியொரு தொந்தம் காலங்காலமாய், தலைமுறை தலைமுறையாய். வீட்டுக்கு வேண்டிய சாமான்களிலிருந்து மாடுகளுக்குத் தேவையான பருத்திக்கொட்டை புண்ணாக்கு முதல் கொண்டு எதுவானாலும் கேட்டபடி தூக்கிவிடுவார். அதேபோல் வெள்ளாமைகள் கம்பு, கேப்பை, சோளம், பயறு வகைகள் உளுந்து, தட்டப்பயறு, பாசிப்பயறு, எள், பருத்தி, ஆமணக்கு, வத்தல் எதுவானாலும் மூடைமூடையாய் வண்டி வண்டியாய் அவருக்குத் தான் விற்பார்கள். வருடம் பூராவும் வாங்கிய சாமான்களுக்குரிய பணத்தைக் கழித்துதான் கணக்கு. மறுபேச்சுக்கே இடமில்லை. அப்படியொரு நம்பிக்கை. நாயக்கர் கடை என்றால் நியாயம் இருக்கும் என்று நம்பினார்கள் சம்சாரிகள். அதேபோல் இந்த வருசம் போனாலும் அடுத்த வருசமாவது விளைந்தால் கொடுத்து விடுவார்கள் என்று நாயக்கரும் மனப்பூர்வமாக நம்பினார். இதுவரை ஏமாற்றியதேயில்லை.

முத்தையாவும்கூட ஊர் ஊராய்ப் போய் பாக்கு வைத்துவிட்டு வந்தான். எந்த வேலை வெட்டியும் இல்லாத ராஜ சாப்பாடு. அநேகம் பேர் கேலிகூட பண்ணினார்கள்.

'ம்... முத்தையா பாடு வளம்தான், மணியடிச்சாஞ் சோறு, குடுத்து வச்ச மகராசன்.'

சிப்பிப் பாறையிலிருந்து கொன்னவாயன் முத்தையாவைப் பார்க்க இரண்டு தடவை தேடிவந்து மூன்றாவது தடவையாகப் பிடித்து விட்டான். அவன் முகங்கொராவிப் போய் இருந்தான்.

'என்ன... ம் ம் முத்தையாண்ண ஆ... ஆளப்பாக்கிறதுக் கடவுளைப் பாத்தாப்லயிலருக்கு.'

'என்ன சமாச்சாரம். தம்பிக்குக் கல்யாணம் வருதில்ல அதான் அங்க இங்கனு அலையிறன்.'

'இந்தச் சிறுக்கி போயி இருந்துக்கிட்டு கோனக் கலப்ப சாத்துறா.'

'போயி எவ்வளவு நாளாச்சு.'

‘அது கழுத போயி ஒரு வருசம் ஆகப் போகுது.’

‘கூப்பிட்டதுக்கு என்ன சொல்றா.’

‘அவளுக்கு எங்கூட வந்து குடும்பம் நடத்த நெனப்பிருக்கு. அவ தம்பி ஒரு பீச்சாங் கைப் பய இருக்கான். அந்தப் பயதான் ஊளக் கெடுக்கான்.’

‘என்ன சொல்றான்.’

‘ஒனக்கு இதே பொழப்பாப் போச்சு, கூட்டிட்டுப் போக பெறகு மூனா நாளே வெரட்டிவிட, வேற சோலி இல்ல, கழுத எப்பிடியும் இருந்துட்டுப் போறா ரெண்டுல ஒன்ன முடிச்சிட்டுப் போயிரு, இனிமே ஒஞ்சாவாசமே வேண்டாங்கான்.’

‘அவஞ்சொல்லட்டும் இவ என்ன சொல்றா.’

‘இவ என்ன சொல்வா, அதான் சொல்லீட்டமில்ல அங்கிட்டும் இல்லாம இங்கிட்டும் இல்லாம தெகைக்கா.’

‘அப்பிடியிருக்கையில நான் வந்து என்ன செய்ய.’

‘நீ வந்துன்னா, நீ மட்டுமா? அன்னக்கி எங்க ஊருக்குக் கூட்டிட்டு வந்தயில்ல மேகாட்டு சண்டீரு அவர கூட்டிட்டு வா ரெண்டுல ஒன்ன பாத்ருவம்.’

‘ஒங்க ஊரு எங்க ஊரு மாதிரின்னா பரவாயில்ல, ஒம் பொண்டாட்டி ஊரு கிறுசு கெட்ட பய ஊரு, இவரு ஞாயமா பேசுனா ஞாயமா பேசுவாரு, இல்லன்னா பட்டுன்னு கை நீட்டிருவாரு, முன்கோவக்காரரு. நாளக்கி ஒரு லாப நட்டம்னு வந்துட்டா மோச மில்ல.’

‘அந்த அளவுக்கு எல்லாம் போகாது முத்தையாண்ண, அன்னக்கி ஒம் பொண்டாட்டி வெவகாரத்துல சொன்னார்ல்ல, பொண்ணு பிரியத்தவும் கேட்டுக்கோங்கன்னு அவ்வளவு சொன்னாப் போதும், இவ கெளம்பிருவா.’

‘சரி, அப்ப தம்பி கல்யாணம் முடிஞ்சப் பெறவு, அவரையும் கலந்து பேசி தாக்கல் சொல்லி விடுறன், அது வரைக்கி பேசாம போயி ஊர்ல இரு.’

‘முத்தையாண்ண மறந்திரப்படாது, ஒன்னயத்தான் மலபோல நம்பியிருக்கன் கை விட்றாத.’

கொன்னவாயன் போவதையே பார்த்துக்கொண்டிருந்த முத்தையா வுக்கு சிரிப்பை அடக்க முடியவில்லை. இந்த அருகு வெட்டுற

பயல கூட்டிட்டுப் போகப் போயி எம் பொண்டாட்டியவே கூட்டிட்டு வரமுடியல, இந்த லச்சனத்துல அசலூரு வெவகாரம் வேறயா? முத்தையா மாடத்தி சொன்னபடியெல்லாம் கேட்டான்.

விடிந்தால் கல்யாணம். கடலையூர் குண்டமூக்கன் மேளம். தோமாலப்பட்டி ராஜ பல்லாக்கு. திப்பனூத்து ஆத்தியப்பன் வாத்தியார் ஒயில் கும்மி, நள்ளி சுந்தரப் புலவர் பாட்டு, சூரியம் பேர் ராமன் சிலம்பாட்டம். வீட்டில் கல்யாண களை பொங்கியது. கல்யாண ஜவுளியில் முத்தையாவுக்கும் வேட்டி, துண்டு. பாட்டுக்காரர்கள் அத்தனை பேருக்கும் துணிமணிகள்தான். ஆண்டிப்பட்டி முனியம்மாளுக்கும் அவள் புருஷன் தூங்கனுக்கும் துணிமணிகள் எடுத்திருந்தாள் மாடத்தி. சிலம்பு வாத்தியார் ராமனை மினுத்தான் வீடு தேடிப் போய்க் கூப்பிட்டு விட்டு வந்தான்.

கூட்டமான கூட்டம். வருசா வருசம் பங்குனி சித்திர மாசங்களில் வரும் நரிக்குறவர் கூட்டம். இந்த வருசம் முன்கூட்டியே வந்து விட்டார்கள். ஊருக்கு மேற்கே கண்மாய் கரையோரம் வரிசை வரிசையாய்க் கூடாரம். ஒவ்வொரு கூடாரத்திற்கு முன்னாலும் ஒரு மாடு. ஆய் ஊய் என்று ஒரே சத்தம். ஊர்ச்சனம் பூராவும் பகல் முழுக்க அங்கே தான் வேடிக்கை பார்க்கும். சமயத்தில் ஒரு மாசம் இரண்டு மாசங்கூட தங்கிப் போவார்கள். இப்போதெல்லாம் காடுகளில் கிராமங்களில் ஒரு நரிக்குறவனைக்கூடப் பார்க்க முடிகிறதில்லை. பஸ்ஸ்டாண்டுகளில் டீவி பார்த்துக்கொண்டு, அலங்காரப் பொருட்கள் விற்றுக்கொண்டு, பாலியஸ்டர் சேலை ரவிக்கை போட்டுக்கொண்டு, தவறாமல் சினிமா பார்த்துக் கொண்டு துப்பாக்கியும் கையுமாக நகரவாசிகளாய் மாறிப் போய்விட்டார்கள். முந்தியெல்லாம் அப்படிக் கிடையாது.

நடுக் காட்டுக்குள் ஊரை விட்டுத் தள்ளி தன்னந்தனியாய் ஒரு கூடாரம் என்றால் கட்டாயம் ஒரு மாடு இருக்கும். கோவணம் தவிர குட்டைப் பாவாடை, குட்டை ரவிக்கை வயிறு தெரிய குப்பென்று வீசும் கொச்சை கவுச்சி வாடை. கதுவாலி பிடிக்க கண்ணி. அணில் பிடிக்க வலை. தேவாங்குப் பெட்டி கக்கத்தில் தொங்க, கழுத்திலிருந்து தொங்கும் மாராப்புச் சேலை தொட்டிலில் குழந்தைதொங்க தேவாங்கு கயிறு, நரிப்பல் தாயத்து, நரித்தோல், மயில்கால் எண்ணெய்த் தைலம், முள்வாங்கி, சோறு வாங்க பெரிய பெரிய தகர டப்பாக்களைத் தோளில் தொங்கப் போட்டுக்கொண்டு எத்தனை வைதாலும் ஒருவாய் சோற்றுக்கு மல்லுக்கட்டிக் கொண்டு தொன்னாந்து போய்

111

வளைய வளைய வரும் அந்தக் கால நரிக் குறவர்கள் இன்று ஓட்டலில் புரோட்டா சாப்பிட்டுவிட்டு குடிபோதையில் மிதக்கிறார்கள்.

'ஆ... சாமி. நிய் நல்லாருப்ப சாமி, வாயில்லா சீவன் சாமி ஒரு கெட்டு கூளம் குடு சாமி.'

மினுத்தான் நாற்றுக் கூளத்தை வேண்டியமட்டும் கெட்டுக் கெட்டாய் பிடுங்கிக் குடுப்பான். படப்பில் பாதிப் படப்புகூட குறைந்துவிடும். அவர்கள் ஊர் விட்டு ஊர் போகும்போது எல்லா சுமைகளையும் அந்த மாடுகள்தான் சுமக்கும். அவன் மாட்டை வைத்து கதுவாலி பிடிப்பது வேடிக்கையாயிருக்கும். வரிசையாய் நீளமாகக் கண்ணிகளைப் பூராவையும் தரையில் ஊன்றி விடுவான். மாட்டின் முதுகின் மேல் தாழ்வாரத்தைப் போல் சம்புக் கோரையால் பின்னிய பாயைப் போட்டுத் தானும் அதற்குள் ஒளிந்துகொள்வான். மாட்டின் கால்களோடு கால்களாய் இவனும் காலை எட்டு வைத்து மெதுவாய் நடப்பான். பார்ப்பதற்கு மாடு மட்டுமே மேய்வது போலிருக்கும். வல்லிசாக உள்ளே ஆள் ஒளிந்திருப்பது தெரியாது. 'கெக்கலக்கே கெக்கலக்கே குட்டிச்சேர் குட்டிச்சேர்' ஆதாளி போட்டுக்கொண்டு சன்னங் கொடுத்துக்கொண்டு கூட்டங் கூட்டமாய் கதுவாலிகள் மேயும். மாட்டுக்குள் ஒளிந்துகொண்டு என்ன மந்திரம் போடுவானோ தெரியாது. அப்படியே வளைந்து நெளிந்து வாத்து மேய்ப்பவனைப் போல எல்லாக் கதுவாலி களையும் மெதுவாக விரட்டிக்கொண்டே போகும் மாடு. அப்படியே போய் கண்ணிகள் பதித்திருக்கும் இடத்திற்கு பக்கத்தில் போனவுடன் நாலு எட்டு வேகமாய் வைக்கும். ஒன்று இரண்டு தவிர அத்தனையும் கண்ணியில் சிக்கிக்கொண்டு உரோமங்கள் உதிர, பறக்க இறக்கைகளை வேகமாய் அடித்துக்கொண்டு பரிதாபமாய் முழித்துக் கொண்டு கிடக்கும். மிகச் சாவகாசமாய் ஒவ்வொன்றாய் எடுத்து பெரிய கூட்டுக்குள் அடைப்பான்.

இதேபோல் நரி பிடிப்பதைப் பார்த்தால் ஆச்சரியமாய் இருக்கும். நடு ராத்திரியில் மாட்டைக் கொண்டுபோய் ஓடைக்குள் படுக்க வைப்பார்கள். அசல் செத்த மாட்டைப் போல் கால்களை நீட்டி விறைத்து கண்களைப் பட்டையடிக்காமல் செத்து விறைத்ததைப் போல் படுத்துக் கிடக்கும். ஆளுக்கொரு நரித்தோலைப் போர்த்திக் கொண்டு மண்டி போட்டுக் குனிந்து அசல் நரியைப் போலவே பலமாக ஊளையிட்டுக்கொண்டு மாட்டைக் கடித்துக் கடித்துத் தின்பதைப் போலவும், நரிகளுக்குள்ளே சண்டையிட்டுக்கொள்வது

போலவும் கச்சிதமாக நடிப்பார்கள். பார்ப்பதற்கு செத்துக் கிடக்கும் மாட்டைப் பல நரிகள் சேர்ந்து கடித்துக் குதறுவது போலிருக்கும். நிஜ நரிகள் ஏமாந்து மாட்டைத் தின்பதற்காக இவர்களுடன் சேர்ந்துகொள்ளும். இறுதியாக ஒரு சத்தம் ஒன் டு த்ரி போல. சடாரென்று காலை வாரி மாட்டுக்கடியில் மறைத்து வைத்திருக்கும் கட்டைக் கம்புகளால் அடித்துக் கொல்வார்கள். இப்போது கொழுப்பு தடவிய வெங்காய வெடிகள், அதைத் தின்பதற்காகக் கடிக்கும் நரிகள் வாய் கிழிந்து முகம் சிதைந்து செத்துவிழும். பனை மரத்தூரில் வலையைச் சுற்றி வைத்துவிட்டு அணிலைப் போல கத்துவான், பனைமேல் இருந்து வேகமாக இறங்கிவரும் அணில் வலைக்குள் போய்விட்டு வெளியே வர முடியாமல் வலைக்குள் உதறும். இப்போது அணில் அவர்களுக்குத் தேவையில்லை.

ஊரே கூட்டத்தால் நிரம்பியிருந்தது. தெருவில் கீழக் கடைசி யிலிருந்து மேலக் கடைசி வரை பந்தி. எல்லா நரிக்குறவர்களும் சமதையாக உட்கார்ந்து வயிறாரச் சாப்பிட்டார்கள். மினுத்தானும் மாடத்தியும் பந்தியைச் சுற்றிச் சுற்றி வந்தார்கள். முத்தையாவும் குருசாமியும் கோடிவேட்டி, துண்டு மின்ன மாப்பிள்ளையாய்த் திரிந்தார்கள்.

‘தாயோளி, இந்தப் பயகலுக்கு சோறு போட்டு முடியுமா, ஒரு கடகாப்பெட்டி சோத்த நாலு பயக தின்றமாட்டான், காஞ்ச மாடு கம்புல விழுந்தாப்ல, இன்னியும் ஒரு கோட்ட அரிசி பொங்கு னாத்தான் காணும்.’

‘இந்த நாறப்பயகள இப்பிடி ஒக்கார வச்சு எலைல சோறு போட்டா கெடக்க விடுவானா, வளச்சு தீட்டிற மாட்டான்.’

‘சிரிக்கி பிள்ளைகளுக்கு வகுறு எங்கிட்டுத்தான் கெடக்கோ முதுகு பூராவும் வயிறுதான் போலருக்கு, திங்கிற சோறு எங்கிட்டுத்தான் போகுதோ, எப்பிடித்தான் செமிக்கோ.’

‘கழுதப் பயகளுக்குக் கடேசில மிச்சஞ் சொச்சம் இருந்தா ஆளுக்கு இம்புட்டுனு சட்டில போட்டு வெரட்டாம.’

‘காலைல பாரு செமிக்காம நாலஞ்சு பயலாவது சாகலையாக்கும் எம்பேர மாத்திக் கூப்பிடு.’

மினுத்தான் சொன்னான்.

‘வகுத்துக்குத் தானடா சாப்பிடுறாங்க, கழுதப் பயக சாப்பிட்டு விட்டுப் போறான், வயிறு எவ்வளவுதான் புடிக்னு பாத்திருவமே.’

அவர்கள் சாப்பிட்ட எச்சிலைகளை சீனியம்மாள் ஓடோடி எடுத்து மொத்தம் சேர்த்தாள்.

'ஆமா... இந்த நாறப் பயக சாப்ட்ட எலைய நம்ம எடுக்கனும்.'

'தொண்டைக்கு அங்கிட்டுப் போய்ட்டா நரகல்டா, சோறு என்னடா பெரிய சோறு, கல்லுலயும் சோறு கத்தாழையிலும் சோறு அவனும் நம்மளப் போல மனுசன்தானடா, பெரிய மனுசா ஒரு அரிக்கேன் வெளக்கு இருந்தா அந்தப் பயககிட்ட குடுத்துவிடு, கருக்கல்ல கொண்டாரச் சொல்லிரு. பாவம் ஒரே முள்ளும் மொடளுமா இருட்டுக்குள்ள காலடிகூடத் தெரியாது. பொம்பள புள்ளக வேற இருக்கு.'

'எதுக்கு மாடத்தியக்கா கைத்தாங்கலா கூட்டிட்டுப் போயி ஒறங்க வச்சிட்டு வாரதுதான.'

'சீ... போடா. ஒன்றக் கண்ணுப் பெயல. பச்சப் புள்ளக்காரி இருக்கா, வயித்துப் புள்ளக் காரியும் இருக்கா பாவம்டா.'

ராமன் வாத்தியார் அன்றைக்கோடு சிலம்பு விளையாட்டை நிறுத்திக்கொண்டதற்கு அடையாளமாக, கம்பை நீட்டு வசமாய்ப் பிடித்தபடி நின்றார். நிறைய பேர் அவரை வணங்கி கம்பைத் தொட்டுக் கும்பிட்டார்கள். புதுவேட்டி துண்டைக் கும்பிட்டு வாங்கிக் கொண்டார். கொட்டுக்காரர்களுக்குக்கூட கோடி வேட்டி துண்டுதான். தூங்கனும் முனியம்மாவும் புதுமாப்பிள்ளை பொண்ணாய் மாறிப் போனார்கள். ராசையா நாடார் கருப்பட்டி சிப்பத்திற்கு மினுத்தான் கொடுத்த பணத்தை வாங்கமாட்டேன் என்று சண்டை போட்டார். பெருமாள் சாமி நாயக்கரை ஏற்றிக் கொண்டு குருசாமி வில் வண்டியை விரட்டினான். சுடுகாட்டு கருப்பையாவும் வேலும் வராததால் அவர்களுடைய வேஷ்டி துண்டுகள் அப்படியே இருந்தன. மாடத்தியும் மினுத்தானும் ஓயாமல் விசாரித்தார்கள்.

'பாக்கு வச்சு தாக்கல் சொல்லியிருந்தும் தேவரு வரலியே மாடத்தி.'

'வேலக்காருக வந்து புடிச்சிட்டுப் போய்ட்டாகளோ இல்ல இவுக போயி ஆசர் ஆகிட்டாகளோ, அப்படியில்லாம வராம இருக்க மாட்டாக, காலைல முத்தையாப் பயல ஒரெட்டு போய்ட்டு வரச் சொல்லுவம், என்ன ஏதுன்னாவது தெரியலனா மனசு வாதிப்பால்ல இருக்கு.'

காலையிலேயே மேலக்குடித் தெரு எல்லாவற்றுக்கும் ஒவ்வொரு வீடாய் வீடு தவறாமல் இரண்டு பக்கா அரிசி,

வாழைக்காய், கத்தரிக்காய், பருப்பு எல்லாம் வைத்து மாடத்தி கொடுத்திருந்தாள். ஒவ்வொருவராய் வந்து மொய் செய்துவிட்டு வெற்றிலை பாக்கு வாங்கிக்கொண்டு போனார்கள். மேலக் களத்தில் விடிய விடிய ஆட்டமும் பாட்டமும் கொட்டும் மேளமும்.

'சோறு போட்டா மினுத்தானப் போல போடனும், இல்ல சும்மா நாயி கெணக்கா கெடக்கனும், நானும் கல்யாணம் முடிக்கமின்னு பேருக்கு முடிச்சா என்ன கல்யாணம்.'

சிப்பிப்பாறையிலிருந்து கல்யாணத்திற்கு வந்த கொன்னவாயன் ராத்திரி அங்கேயே தங்கிவிட்டான். விடிந்த உடனேயே முத்தையாவை நச்சரிக்க ஆரம்பித்துவிட்டான். முத்தையாவுக்குத் தப்பிக்க வழியில்லை.

'முத்தையாண்ண இன்னக்கி கையோட எங்கூட பெறப்படு. ரெண்டுல ஒன்னு கேட்டுட்டு ஓடியாந்துருவம்.'

'நம்ம ரெண்டு பேரும் போயி சிங்கி அடிச்சு திங்கு திங்குனு ஆடவா? அவரு வரனுமில்ல. அவருக்குத் தாக்கல் சொல்லல, எங்க போயிருக்காரோ, எவன் வந்து கூட்டிட்டுப் போயிருக்கானோ அப்பிடியிருக்கயில புடிபுடின்னு நின்னா எப்பிடி, அவரு என்ன நம்மல மாதிரி வேகாரி மனுசனா.'

'அப்ப இன்னக்கி போயி கையோட அவர கூட்டிகிட்டு, ஊத்துப் பட்டிக்கே வந்திருங்க, நான் இப்பவே போய் நாட்டாமைக்கிட்ட சொல்லி ஊரச் சத்தங் காட்டச் சொல்றன்.'

அத்தப்படியே முடிவாயிற்று. கொன்னவாயன் மடியிலிருந்து பத்து ரூபாயை எடுத்து முத்தையாவிடம் கொடுத்துவிட்டு செலவுக்கு வைத்துக்கொள்ளச் சொல்லிவிட்டு புறப்பட்டான். கொன்னவாயன் தலை மறைந்ததும் முத்தையா கருமலையான் வீட்டுக்குப் புறப்பட்டான். அவன் பெண்டாட்டி இருளி முற்றத்தில் பாத்திரங்களை விலக்கிக்கொண்டிருந்தாள்.

'என்னண்ணே முத்தையாண்ண காலங்காத்தால விடியுமுன்ன வழி தப்னாப்லருக்கு.'

'மேகாட்டு சண்டியரு இருக்காகளா?'

'கழுத ராத்திரி பந்தியில திங்கறியாமத் தின்னுப்புட்டு இன்னியும் எந்திரிக்காம மலந்து கெடக்கு.'

'மாப்ளேய்... ஏய்... சண்டியர் மாப்ள பந்திச் சோறு கெறக்குதோ, கொஞ்சமா திங்கனும்.'

'ஆரு... முத்தையாவா....வா... வா... இப்பிடி உட்காரு.'

'ஒக்காபு... ராத்திரி மொய்கூட எழுதாம தின்னுட்டு வந்து நெளிக்க மாட்டாமயா கெடக்க, வகுத்தப்பாரு செனக் கழுத கெனக்கா.'

'அந்தா முத்தத்துலதான ஒக்காந்திருக்கா ஒந்தங்கச்சி மொய் எழுதக் குடுத்த ரூவாய மடியில முடிஞ்சு வச்சிருப்பா தடவிப் பாக்கக் கூடாது.'

'சீ... தாயோளி எந்திருக்கய்யா வகுத்துல மிதிக்கவா.'

'ஒரு மிதி நளுக்னு வகுத்துல மிதிண்ண, ஒந்தங்கச்சிதான் சுருக்குப் பைக்குள்ள ரூவாய வச்சிக்கிட்டு இடுப்புல தொங்கப் போட்டுக்கிட்டு பளக்பளக்னு அலையிறா, போயி படக்னு அத்துட்டு ஓடியா.'

கருமலையான் எழுந்து சோம்பல் முறித்தான். பீடி ஒன்றை எடுத்து பற்ற வைத்துக்கொண்டான். முத்தையா கதையைப் பூராத்தையும் சொன்னான். அவன் கேட்டுக்கொண்டே பீடி குடித்துக் கொண்டிருந்தான். தை மாசக் குளிர் இன்னும் குறையவில்லை. மேலெல்லாம் ஊசியாய்க் குத்தியது. முத்தையாவும் ஒரு பீடியை எடுத்துப் பற்ற வைத்துக்கொண்டான்.

'கேளு முத்தையா அன்னக்கி ஒம் பொண்டாட்டிய கூப்பிடப் போயி, எசகு பெசகாப் பேசி காரியம் கெட்டுப் போச்சு. அதுனாலும் அறிஞ்ச ஊரு, அறிஞ்ச சனம்னு போச்சு. இப்ப முன்னப் பின்ன அறியாத ஊருக்குப் போய்க் கிட்டு, நிய் ஒன்னப் பேச, நா ஒன்ன சொல்ல எதுக்குத் தொரட்டு, நாத்தறுப்பு கொற கெடக்கு ஆள விடு.'

'இன்னக்கி ராத்திரி எப்படியும் வந்திருவம்னு கொன்னவாப் பயகிட்ட சொல்லிவிட்டுட்டன், ஊர வேற சத்தங் காட்டி வச்சிருப்பான், நமக்கு சோறு வேற தயார் பண்ணியிருப்பான், ஒன்னய மேகாட்டு சண்டிருனுதான் நெனச்சிக்கிட்டு இருக்கான். நம்ம இன்னக்கி போகலனா கேவலமாப் போயிரும், கொன்னவாப் பயல அபதாரம் வாங்னாலும் வாங்கிப் புடுவாங்க. செலவுக்கு வேற அவங் கிட்டருந்து பத்து ரூவாய வாங்கிட்டன்.'

'பஞ்சாயத்து பேசுற மொகறையப் பாரு மொகறைய 'அ'க்கு அடுத்து அச்சரம் தெரியாத கழுதைக்கு சண்டியரு. பிய் திங்ற நாய்க்கு பேரு முத்து மாலையாம்.'

'பாத்தையா முத்தையா ஒந்தங்கச்சி பேசுற பேச்ச, அன்னக்கி சிப்பிப்பாறையில வந்து பாத்திருந்தா இப்பிடி பேசுவாளா, ஊர்ச்சனம்

அம்புட்டும் அய்யா சொன்னா சரின்னு, அய்யா வாயிலிருந்து என்ன வருதுன்னுல பாத்துக்கிட்டு இருந்தாக.'

'ஆமா பெரிய சில்லா கலெக்டரு. இவுக என்ன சொல்றாகன்னு பாத்துட்டு இருக்க, மரியாதய்யா நாத்தறுக்கப் போ சொல்லிப்புட்டன்.'

மத்தியான வரையிலும் நாத்தறுத்துவிட்டு மத்தியானத்திற்கு பிறகு புறப்பட்டுப் போவது என்று பேசி முத்தையா புறப்பட்டான்.

'யேய்... முத்தையா ஒரு அஞ்சு ரூவா குடுத்துட்டுப் போ, தேங்கா எண்ணெய் வாங்கி கம்புக்குப் போடனும், மொகச் சவரம் செய்யனும் வேட்டிய தொவைக்க சோப்பு வேற வாங்கனும்.'

முத்தையா ஐந்து ரூவாயை எடுத்து அவனிடம் நீட்டினான்.

'சாங்காலம் ரெடியா இருக்கனும், தாட்டோட்டு சொல்லப்படாது. சொனங்கிட்டாலும் போச்சு ராத்திரியாகிப் போயிரும்.'

முத்தையா போய்விட்டான்.

'எங்கயாவது போயி பிதுக்குப்பட்டு வரனும், பெறகு மேகாட்டு சண்டியரு தொட்டுப் போட எண்ணெய் இல்லாம ஒக்காந்திட்டு மொகட்டப் பாத்திட்டு இருப்பாரு.'

எண்ணெய் தடவிய வேல்க் கம்பு மினுமினுக்க, கிடா மீசையை முறுக்கி விட்டு, வெள்ளையும் சொள்ளையுமாய் கருமலையான் தயாராய் நின்றான். முத்தையாவும் அவனும் புறப்பட்டபோது சாத்தன் வீட்டுக் கழுதை பலமாய்க் கனைத்தது. கருமலையான் ஒரு கணம் தாமதித்தான்.

'கழுதச் சகுனம் சரியான சகுனம், ஆருக்கும் கெடைக்காது கழுதச் சகுனம், போன காரியம் வெற்றி. எந்தத் தாட்டோட்டமும் இருக்காது.'

அவர்கள் இரண்டு பேரும் கொன்னவாயன் சம்பந்தம் பண்ணிய ஊரான ஊத்துப்பட்டி போய்ச் சேர்ந்தபோது பொழுதடைந்து விட்டது. கொன்னவாயன் தயாராய் எதிர்பார்த்துக்கொண் டிருந்தான். இருவரையும் கண்டவுடன் அவனுக்குத் தலைகால் புரியவில்லை. முகத்தில் சந்தோஷக்களை பொங்க வரவேற்றான். இருவரும் ஒரு வீட்டில் சாப்பிட்டார்கள். சரியான சாப்பாடு. ராஜ உபசரிப்பு. அது கொன்னவாயனுக்கு தூரத்து சொந்தமாக இருக்க வேண்டும். நாட்டாமை ஊர் சாற்றினார். காளியம்மன் கோவில் மேலக் களத்தில் ஊர் கூடியது. குளிரிலும் நிறைய பேர் மூடிக்கொண்டு உட்கார்ந்திருந்தார்கள். முதலில் கொன்னவாயன் காலில் விழுந்து

117

கும்பிட்டு ஊரை வணங்கினான். பவ்யமாகக் கைகட்டி நின்றான்.

'என்னப்பா ஊர்க்கூட்டம் போடச் சொல்லி நாட்டாமைட்ட சொல்லிருக்க என்ன வெசயம்.'

அவன் திக்கி திக்கிப் பேசி எல்லா விஷயத்தையும் ஊர் முன்னால் சொன்னான். ஊர் மௌனமாய்க் கேட்டுக்கொண்டிருந்தது. கொன்னவாயன் பெஞ்சாதி மக்குவாச்சி கூட்டத்திற்கே வரவில்லை.

'எங்கயா... பொண்ணு வீட்டுக்காரங்கள, என்ன சொல்றீக?' நாட்டாமை அதட்டினார்.

மக்குவாச்சியின் அம்மாவும் மக்குவாச்சியின் அண்ணன் தம்பிமார் ஐந்து பேரும் கூட்டத்திற்கு வந்திருந்தார்கள். அவளுடைய அம்மா காலில் விழுந்து ஊரை வணங்கினாள்.

'ஊர்க்காருக எல்லாரும் நல்லா இருக்கனும் சாமி, கட்டயோ, நெட்டயோ இத்தோட அத்துக் கழிச்சு விட்ருங்க. இனிமேப் போயி எம்புள்ள இந்தக் கொன்னவாப் பயகிட்ட காலந் தள்ளிக்கிராது.'

'காலந்தள்றதும் தள்ளாததும் இருக்கட்டும். கூட்டத்துல மரியாதையாப் பேசு, கொன்னவாப் பயன்னு தெரிஞ்சுதான பொண்ணக் குடுத்த.'

கருமலையான் கால்மேல் கால் போட்டு உட்கார்ந்திருந்தான். இடுப்பில் சூரிக்கத்தி வெளியே தெரிய துருத்திக் கொண்டிருந்தது. மடியில் படுக்கை வசமாய் வேல்க் கம்பு மினுமினுத்தது. மீசையைப் புறங்கையால் தடவிக்கொண்டே கம்பீரமாய் உட்கார்ந் திருந்தான். முத்தையா அவன் பக்கத்தில் தரையில் உட்கார்ந் திருந்தான். கருமலையானைப் பார்க்கப் பார்க்க சந்தோஷமாயிருந்தது.

'சரி, நிய் என்னப்பா சொல்ற.'

'சொல்றது என்ன, எனக்குப் பொண்டாட்டி வேணும்.'

'நீங்க என்னப்பா சொல்றீங்க.'

'இனிமே புள்ளய அனுப்ப முடியாது.'

'புள்ளய அனுப்ப முடியாதுன்னு மொட்டயா சொன்னா எப்படி? காரணம் வேணுமில்ல, வேற பொண்டாட்டி வச்சிருக்கானா?' ஊர் சிரித்துக்கொண்டது.

'காரணம் என்ன காரணம். அனுப்ப முடியாதுன்னா தீர்ப்பு பணத்த வாங்கிட்டு நாய் கெணக்கா போக வேண்டிதான, தொர களுக்குக் காரணம் சொல்லனுமோ.'

'நாயி பேயின்னு பேசுனா எப்பிடி இதென்ன, ஊர்க் கூட்டமா தெருச்சண்டையா? நம்மளுக்குள்ள பேசிட்டாலும் பரவாயில்ல, பெரியாளு ஒராள வேற உக்கார வச்சிக்கிட்டு இப்பிடி மரியாதக் கொறவா பேசுனா நம்மள என்ன நெனக்க மாட்டாக, நம்ம ஊரப் பத்தி என்ன நெனப்பாக, அவுக நாலா ஊரும் போற ஆளு, நாளக்கி நம்ம ஒரு பிரச்சினைன்னா அங்க போகனுமா வேண்டாமா? அவர் மொகத்தாச்சனைக்காவது கொஞ்சம் மரியாத குடுங்க.'

நாட்டாமை எவ்வளவோ பேசிப் பார்த்தார்.

'சரி, வேற ஒருத்தரும் கசகசன்னு பேசாதிக, பெரியவரே நீங்க என்னய்யா சொல்றீக, அவன் பொண்டாட்டிதான் வேணுமின்னு ஒத்தக்கால்ல நிக்கான், அவுக தீர்ப்ப வாங்கிட்டுப்போ புள்ளய அனுப்ப மாட்டோம்ங்காக. எப்பிடி முடிக்கிறது சொல்லுங்க.'

கருமலையான் தொண்டையைக் கனைத்துக்கொண்டான். வெற்றிலை எச்சிலைப் புளிச்சென்று துப்பிவிட்டு ஊரை ஒரு முறை சுற்றிவளைத்து நோட்டமிட்டான். கூட்டத்தில் ஊசி கீழே விழுந்தாலும் கேட்கும்படியான மயான அமைதி. முத்தையா எதிர்பார்த்தது இதைத்தான். அவனும் கருமலையானின் வாயையே பார்த்துக்கொண்டிருந்தான். கொன்னவாயன் சாமியிடம் வரம் கேட்டு நிற்பவனைப் போல பணிவாக நின்றான்.

'சரி, எதுக்கும் புள்ளய வரச் சொல்லுங்க. ஒரு வார்த்த கேட்ருவம், காலந்தள்ளப் போறது அவதான, வாழப் போற புள்ளய பெத்ததாயி கெடுத்தான்னு இருக்கக் கூடாதுல்ல.'

முத்தையாவுக்குத் தலை கால் புரியவில்லை. கருமலையான் நெசமாகவே மேகாட்டு சண்டியரு ஆகிவிட்டான்.

'அவகிட்ட என்னய்யா கேக்கறது, நாங்க சொல்றது தான் முடிவு, எங்க சொல்ல மீறுனா அவள வீட்ல வச்சிருக்க மாட்டோம். ராவோட ராவா படப்ல வச்சு கொளுத்திருவோம், இல்ல நெற குழி தோண்டி உசுரோட பொதச்சிருவம், எங்க சொல் கேக்காத புள்ள எங்களுக்குத் தேவயில்ல.'

அண்ணன் தம்பி நாலு பேரும் துள்ளினார்கள்.

'சரி, தீர்ப்ப மட்டும் குடுத்தா போதுமா? கல்யாணச் செலவு யார் குடுப்பா?'

'நம்ம ஜாதியில கல்யாணச் செலவு குடுத்து எங்கயாவது தாலி தீந்திருந்தா சொல்லுங்க, ஒத்தடியில தூர நின்னு வாங்கிட்டுப் போங்க.'

‘நம்ம ஊர் வழக்கப்படி போட்ட பரிசம்தான தீர்ப்பு, புள்ள கொல்லி இருந்தா அது அவுக அவுக இஷ்டப்படி.’

‘ஏம் பொண்டாட்டிய இப்ப நான் போயி இழுக்கப் போறன். என்னடா செய்யப் போறீக?’

‘என்ன டா செய்யப் போறீகளா?’

முதல் கல் எறியில் அரிக்கேன் லைட் நொறுங்கி சில் சில்லானது. ஒரே கும்மிருட்டு. முத்தையா எழுந்து கோயிலுக்குப் பின்னால் ஓடினான். கருமலையானுக்கு ஒரு எறி வசமான எறி. வலது கால் முட்டு விண்ணென்று தெறித்தது. வேல்க் கம்பை எடுத்துக் கொண்டு அவனும் கோயிலுக்குப் பின்னால் ஓடினான். அவர்கள் இருவருக்கும் எந்தப் பக்கம் ஓடுவது என்று பாதை தெரியவில்லை. முத்தையா கம்பைப் பிடித்துக்கொண்டு முன்னால் இழுக்க, கருமலையான் கம்பைப் பிடித்துக்கொண்டு பின்னாலயே ஓடினான், குருடர்களைப் போல. கூட்டம் சிதறி ஓடிக் கலைந்தது. பின்னால் விரட்டி வருவதைப் போல் தெரியவும் இரண்டு பேரும் ஒரு வீட்டுக்குப் பின்னால் இருந்த குளிப்பதற்காக நாலு பக்கமும் ஓலைகளால் வேயப்பட்டிருந்த நெரசலுக்குள் போய் ஒளிந்தனர். உள்ளே நாலஞ்சு மண்பானைகளில் தண்ணீர் நிறைய இருந்தது. நெரசலைச் சுற்றி ஆட்கள் நடமாட்டம்.

‘ரெண்டு பேர்த்ல எவங் கெடச்சாலும் போட்டுத் தள்ளிருவம். மேகாட்டு சண்டியரு. கீ காட்டு சண்டியரு அவனுக்கென்ன கொம்பாருக்கு, இல்ல அவுக ஆத்தாவுக்கு பன்னெண்டு மாசமா? நம்மளப் போல பத்து மாசந்தான, தீட்டிட்டு வந்ததப் பாத்துக் கிருவம்?’

கருமலையான் வேட்டியெல்லாம் ஒண்ணுக்கிருந்து தொப்பு தொப்பாய் நனைத்துவிட்டான். அவன் பெருமூச்சு விட்டுக் கொண்டிருந்தான். பயத்தில் உதடு உணர்ந்து தண்ணீர் நாவறட்சி எடுத்தது. கூட்டத்தைக் காணவில்லை.

‘பாத தெரிஞ்சாலும் ஓடியிறலாம் எளவு பாத வேற தெரிய மாட்டேங்கு, அறியாத ஊருக்குள்ள வந்து இப்பிடி வசமா மாட்டிக்கிட்டம், பாத்திட்டா அம்புட்டுத்தான், ரெண்டு பேரும் குளோஸ்தான், குருட்டாமானக்கி ஓடிறலாமின்னா அவங்க கையில சிக்கிட்டாப் போச்சு.’

முத்தையா மெதுவாய்ச் சொன்னான்.

'கொன்னவாப்பயல அங்ஙனயே தீட்டிட்டாங்க போலருக்கு, அதுதான் ரெண்டு பேர்த்தல எவங் கெடச்சாலும் தீட்டி யிறனுங்காங்க.'

திரும்பவும் கூட்டம் பேசிக்கொண்டு வருவது கேட்டது. கருமலையான் சாமி வந்தவனைப் போல பயத்தால் நடுங்கினான். முத்தையாவின் கையை இறுகப் பிடித்திருந்தான்.

'தெக்காம போயி வண்டிப் பாதைக்கு ஓடியிருப்பாங்களா.'

'அதுக்குள்ள எப்பிடிண்ண ஓட தாண்டி போக முடியும்.'

'தாயோளி இங்ஙனதான் எங்கயாவது ஒளிஞ்சு கெடப் பாங்க, வேற எங்கயும் போயிருக்க முடியாது.'

அவர்கள் நிரசலை ஒட்டி வந்து நின்றுகொண்டார்கள். முத்தையா கருமலையான் காதில் ஏதோ கிசுகிசுத்தான். அவனும் தலை யாட்டினான். சடாரென எழுந்துகொண்ட முத்தையா ஓலை வேய்வதற்காக ஊன்றியிருந்த மரத்தூண் ஒன்றை மடார் என்று ஒடித்தான். தண்ணீர் பட்டு தூர் இற்றுப் போயிருந்த தூண் இலேசாய் முத்தையாவின் கைக்கு வந்துவிட்டது. உள்ளேயிருந்த மண்பானை களை டமார் டமார் என்று அடித்து நொறுக்கினான். ஓலையிலும் ரெண்டு குடுப்புக் குடுத்தான்.

'அய்யய்யோ கொல்றான், அய்யய்யோ குத்திட்டான அய்யய்யோ அப்பா வெட்டிட்டான, அய்யய்யோ அய்யய்.'

கருமலையான் போட்ட சத்தத்தில் ஊர் அலறியது. நிரசலை ஒட்டி நின்றவர்களுக்கு என்ன ஏதென்று ஒன்றும் புரியவில்லை. அவர்கள் தலை தெறிக்க ஓட்டம் பிடித்தார்கள். இவர்கள் இருவரும் ஓடையைத் தாண்டி வண்டிப் பாதையை மிதித்தார்கள். பாதி உயிர் வந்தது. கால் போன போக்கில் வடக்காமல் ஓட்டம் பிடித்தார்கள்.

கருக்கலில் கருமலையானின் கால் சுரைக்காயைப் போல் வீங்கி விட்டது. கால்முட்டில் விழுந்த கல்லெறி பலமாய்ப் பதம் பார்திருந்தது. மஞ்சனத்தி இலை பிடுங்கிவந்து சுடுமணல் வறுத்து பொட்டலமாய்க் கட்டி ஒத்தடம் கொடுத்துக் கொண்டிருந்தாள் அவன் பொண்டாட்டி இருளி.

'என்ன மேகாட்டு சண்டியரு என்ன செய்றாக?'

'ஏய்... முத்தையா மரியாதையா போயிரு, கொன்னுபுடுவன் கொன்னு.'

'அங்க கொல்லப்படாது, கால்வழியே கழிஞ்சிட்டு கெடந்திட்டு

என்னயக் கொல்லப் போறானாம்.'

'ஏணேய் முத்தையாண்ண கம்பு எண்ணெ தடவி என்ன மயித்துக்குக் கொண்டு போனாகளாம்.'

'அதப் புடிச்சிக்கிட்டே எம் பின்னால ஓடியாறதுக்கு.'

இருளி சிரித்துக் குனுகினாள்.

'வம்பா கொன்னவாப்பய செத்துட்டான்.'

'சாகட்டும், சிரிக்கிவில்ல அவதான் வேணும்னு ஒத்தக் கால்ல நிக்கான், தாயோளிக்கு வேணும்.'

கிழக்கேயிருந்து கொன்னவாயன் நொண்டி நொண்டி வந்து கொண்டிருந்தான். கருமலையானுக்குக் கோபம் பிய்த்துக்கொண்டு வந்தது.

'ஒழுங்காப் போயிரு எரிச்சல கௌப்பாத.'

'கோயிலுக்கு முன்னாடிகூட ஓடாம, பின்னாடிகூட ஓடுனா அங்க பாத மயிறா இருக்கு, ஓடதான் இருக்கு.'

'ஒனக்குத் தெரிஞ்ச ஊரு கெலிச்சிட்ட, எங்களுக்கு என்ன தெரியும்.'

'அய்யா ஊருக்கு எப்ப போறாக, இங்க கூட்டியாந்துட்ட.'

'ரெண்டு நாள் கழிச்சுதான் அனுப்பனும், இப்ப போனாகனா கோபத்துல அங்க போயி பயகல வெட்டிக்கிட்டுப் போட்றப்படாதுல்ல, அய்யா சும்மா இருந்தாலும் அவுக அண்ணன் தம்பிமாரு ஏழ்க்கை யான ஆளுங்க வெசயம் தெரிஞ்சா சும்மா யிருக்க மாட்டாங்க.'

'ஆமாமா கோவம் கொஞ்சம் தணியட்டும், நாளக்கி ஒரு லாபம் நட்டம்னாலும் சங்கடம்தான்.'

'அத்தப் பெரிய கம்ப கையில வச்சிருந்தீர ஒரு பயலையாவது போட்டுத் தள்ளிரப்படாது.'

'கத்திய மாட்டிட்டாக, நாந்தான் கம்பப்புடிச்சு இழுத்துட்டே வந்துட்டேன், அவுகளும் கம்பப் புடிச்சிக்கிட்டே எம் பின்னால ஓடியாந்துட்டாக, விட்ருந்தா கெதி என்னவாகியிருக்கும், எத்தன சாஞ்சிருக்கும், நல்ல வேளைக்கு இந்த மட்டோட லேசாப் போயிருச்சு, எந்தச் சாமி புண்ணியமோ.'

'பெறப்படும் போதே சகுனம் சரியில்ல, கழுத கனைச்சது அப்பவே நெனச்சன் தடங்கல்தான்னு.'

'ஆண் கழுத கனச்சாத்தான் வெற்றியாம். இது பொட்டக் கழுத.

இப்பத்தான் கேட்டன் சாத்தன் கிட்ட. அவன் கிட்ட ஆண் கழுதயே வல்லிசா கெடையாதாம்.'

முத்தையாவின் பேச்சில் இருளி சிரித்து உருண்டாள். கருமலையானும் சிரிப்பை அடக்கிக்கொண்டான்.

'சரி, இனி என்னக்கிப் போக, இப்பிடியே விட்டுட்டா மெதமாப் போயிரும், லேசா நெனச்சுப்புடுவாங்க.'

'இனிமேப்பட போனா இப்பிடி போகக் கூடாது, வேட்டோடதான் போகணும், கீச்பூச்னா எறிஞ்சு சாச்சிர வேண்டியது, அதுக்குப் பெறகு வந்ததப் பாத்துக்கிடுவம்.'

'அந்த பீச்சாங் கைப் பயல தீட்டிட்டாப் போதும். மத்த பயக கந்து கந்தா காதவழிக்கு ஓடிப் போயிருவான்.'

'சரி, அப்ப ஒரு பத்து வேட்டு சுத்திட்டு தாக்கல் சொல்றோம் அப்ப வா ரெண்டுல ஒன்ன பாத்திருவம், கரு மருந்து வாங்க ஒரு அம்பது ரூவா குடுத்துட்டுப் போ.'

கொன்னவாயன் மடியிலிருந்து ரூபாய் தாளை எடுத்து முத்தையாவிடம் நீட்டினான்.

'எதுக்கும் கூட ரெண்டு சுத்துங்க, ரூவா காணாட்டா வரும்போது நாங் கொண்டாரன்.'

கொன்னவாயன் நொண்டி நொண்டி நடந்து தலைமறைந்தான். 'தாயோளி பொண்டாட்டி புருசம்னா இப்பிடியில்ல இருக்கனும்.'

பைய்ய விசயம் ஊருக்குள் கசிந்து எல்லோரும் கேலி பண்ணினார்கள். கருமலையானைச் சண்டியர் என்றே பட்டப்பெயர் வைத்துக் கூப்பிட ஆரம்பித்துவிட்டார்கள். அவன் கடலையூர் தேவசகாய வைத்தியரிடம் எண்ணெய் தைலம் வாங்கிப் போட்டு வீக்கத்தைக் குறைத்தான். அவன் கொஞ்ச நாளாகத் தெருப்பக்கம் வராமலேயே வீட்டுக்குள் முடங்கிக் கிடந்தான்.

11

வருசம் திரும்பியும் காணாமல்போன குரூஸ் பற்றி எவ்விதத் தகவலும் இல்லை. ரோசம்மா தேடாத இடமில்லை. கேக்காத ஜோஸ்யமில்லை. தினம் ராத்திரி ஒரு பாட்டம் அழுது புலம்புவாள். கொஞ்ச நாளாக அதையும் நிறுத்திக்கொண்டாள். யாரும் அதைப்

பற்றி பேசக்கூட பயப்பட்டார்கள். தேவரை வெறுத்தார்கள்.

'ஊரு கீருன்னு போயிருந்தாலும் ஒரு வருசமாவா வராம இருப்பான், காலா காலத்துல செய்ய வேண்டிய கருமாதிய செஞ்சிட்டு நமக்கு லவிச்சது அம்புட்டுத் தான்ட்டு புள்ளகள காப்பத்துற வழியப் பாரு.'

ரோசம்மாளுக்கு அதுதான் சரியென்று பட்டது. சாவுத் தடையென்று எவ்வளவு நாள்தான் வேல வெட்டிக்கும் போகாமல் இருக்கமுடியும். அன்று வெள்ளிக்கிழமை. சொந்த பந்தமெல்லாம் சொல்லி, எளவு எடுக்க எல்லா வேலைகளும் தடபுடலாய் நடந்தது. சோறு பொங்கி தட்டியாயிற்று. கொட்டுச் சத்தங் கேட்டுக் கொண்டிருந்தது. இன்னும் கொஞ்ச நேரந்தான். கோடி கட்டிவிட்டால் சாப்பிட உட்கார வேண்டியதுதான். குரூஸ் முன்னால் வர தேவரும் கருப்பையாவும் பின்னால் வந்துகொண்டிருந்தார்கள். ஊர்ச்சனம் பூராவும் கூடிவிட்டார்கள். மேலக்களத்தில் கூட்டமான கூட்டம். ரோசம்மா விஷயம் கேள்விப்பட்டு ஓடிவந்தாள். குரூஸ் கழுத்தை ஆவிப் பிடித்துக்கொண்டு ஓவென்று கதறினாள். சிரிப்பும் அழுகையும் களத்தில் ஒரே கூத்துதான். தேவர், கருப்பையா இருவர் மேலேயும் ஊரில் மரியாதை கூடியது. வேல்த்தேவர் கதை கதையாய்ச் சொன்னார்.

முத்துலாபுரம் மாட்டுத் தாவணியில் அழகிரிப் பகடையைப் பார்த்ததையும், குரூஸ் கவுண்டர் வீட்டில் மாடு மேய்ப்பதையும் அவன் சொன்ன உடனேயே யாரிடமும் சொல்லாமல் புறப்பட்டுப் போய் வந்ததைப் படிப்படியாகச் சொல்லச் சொல்ல சிரிப்பாய் சிரித்தார்கள். அன்றைக்கு குரூஸ் செய்த காரியத்தையும் சொன்னார். சட்டை வேட்டிகளைக் கழற்றி, கத்திக் கம்பால் குத்தியதைப் போல் ஓட்டை போட்டு கட்டச் சுப்பு வீட்டில் கோழிமடத்தில் இரண்டு கோழிகளைப் பிடித்துக் கொன்று ரத்தத்தைத் துணியில் நனைத்து பால்க்கொடி ஓடையில் போட்டுவிட்டு பயல் கம்பிநீட்டியிருக் கிறான். குரூஸ் தலை கவிழ்ந்து நிற்க மற்றவர்கள் சிரித்து உருண்டார்கள். 'பாத்தியாடா குரூஸ் நிய் செஞ்ச காரியத்துக்கு ஒனக்கு உசுரோட எளவு எடுக்கிறது ஒனக்கு ஒருத்தனுக்குதான்டா, ஒன்னால மினுத்தான் வீட்டுக் கல்யாணத்துக்கு வர முடியாமப் போச்சு, மாடத்தி மொகத்துல எப்பிடிடா முழிக்கிறது.'

குரூஸ் மௌனமாக நின்றான். மினுத்தானும் மாடத்தியும் அவர்களுக்கு எடுத்து வைத்திருந்த வேஷ்டி துண்டைத் தாம்பாலத்தில்

வைத்து நீட்ட, தேவர் எடவார் பையிலிருந்து நூறு ரூபாய் தாளை எடுத்து தாம்பாலத்தில் வைத்துக் கும்பிட்டு வாங்கிக்கொண்டார். ஒரு ஜோடியைக் கருப்பையாவிடம் கொடுத்துவிட்டு இன்னொன்றை குரூசிடம் நீட்டினார். அவன் பேசாமல் தலை குனிந்து நின்றான்.

'வாங்கிக்கோடா நிய்தான் செத்துப் பெழச்ச பய, வாங்கிக் கெட்டிக்கோ, கோடி உடுத்தி புது மனுசனாகு.'

'எளவு விசேஷத்த எப்பிடி பாதியில நிறுத்த'

'அத நடத்ன மானக்கி நடத்திருங்க, நிப்பாட்ட வேண்டாம்.'

குரூஸ் இருக்கவே அவனுக்கு எளவு எடுத்து முடித்தார்கள். தேவரும் கருப்பையாவும் மினுத்தான் வீட்டில் வந்து சாப்பிட்டுவிட்டு ரொம்ப நேரம் பேசிக் கொண்டிருந்தார்கள். தேவர் ஒரு கட்டத்தில் கண்ணீர் விட்டு அழுதார். அவருடைய தாயார் இறந்த விஷயம் வரும் போதுதான் கேள்விப்பட்டேன் என்று சொன்னார். இனிமேல் இந்த நாப்பெழப்பு வேண்டாமென்றும் எப்படியும் இனி பத்து நாளில் ஆஜராகிவிட வேண்டுமென்றும் சொல்லிக்கொண்டார். மினுத்தானும் மாடத்தியும் கூட அதுதான் சரியென்று சொன்னார்கள். அவர்கள் புறப்பட்டுப் போனபோது நடுச்சாமம். தெரு உரல்வரை வந்து அவர்களை வழியனுப்பினான் மினுத்தான்.

நாத்தறுப்பு காலம் வந்துவிட்டால் போதும். ஜனங்களுக்கு விடியவிடிய உறக்கமே கிடையாது. மதிப்பு வேலை. ஆகையால் பட்டப்பகலாய் அடிக்கும் நிலா வெளிச்சத்தில் ராத்திரி பூராவும் கொடி முடிவார்கள். சாமம் போல வீட்டைவிட்டுப் புறப்பட்டால் கருக்கிருட்டிலேயே புஞ்சையில் வந்து நிற்பார்கள். பனியில் நனைந்த நாற்றுக்கள் கட்டுக்கட்ட தோதாயிருக்கும். எவ்வளவு காய்ந்து சருகாயிருந்தாலும் நொறுங்காது. கட்டும் நன்றாக இறுகும். வெய்யில் ஏறும் முன் கட்டிய கட்டுக்களையெல்லாம் தூக்கி வட்டமாய் நட்டு வசத்தில் ஊன்றி சூட்டடித்துவிட்டு மதியம் வீடு திரும்பிவிடுவார்கள். கொத்து குறுனி பதக்கு என்று மொத்தமாய்ப் பகிர்வார்கள். அப்படி ராத்திரி நேரங்களில் கொடி முடியும் போது கொத்தன் கோனக்கட்டையனிடமிருந்து விதவித மான கதைகள் வரும். பொடிபோட்ட எச்சிலைப் புளிச் புளிச்சென்று துப்பிவிட்டு பிரமாத மாய்க் கதையளப்பான். பேய்க் கதைகள்தான் ஏராளமாய் வந்து போகும்.

பத்து இருவது வருசத்துக்கு மின்னால இதே மாதிரிதான் நெலா பட்டப் பகலா அடிக்கி, அம்புட்டு பேரும் வட்டமா உக்காந்து

கொடிமுடியிறோம். காடு கொஞ்சம், தொலவட்டுக் காடு, சின்ன மலக்குன்று மைனர் புஞ்ச. பண்ணக் காடு. பத்துக் குறுக்கம் ஒரே சமுக்கம் நாத்துனா ஓங்க வீட்டு நாத்து எங்க வீட்டு நாத்தில்ல, அப்பேற்பட்ட நாத்து. ஒரு மொழத்துக்கு ஒரு கெட்டு உருளுது. அருவாள சொழட்டிப் போட்டா அரி அரியா குமியுது. மின்னிச் செடியும் அருகம் புல்லும் மொழங்காலுக்கு வளந்து கெடக்கு. அஞ்சு நாளா அறுத்து குமிச்சாச்சு. மக்கா நாள் கெட்டனும். விடிய விடிய கொடி முடிஞ்சு கெட்டுக்கெட்டா கெட்டி வச்சிட்டு செத்த கண்ணயர்வம்னு தாவாரத்துல சாஞ்சிட்டன், என்னறியாம ஒறக்கம் அமுக்கி நல்லா ஒறங்கிட்டன், சரியான ஒறக்கம்.

'கோனக்கட்டையா ஏய் கோனக்கட்டையா இப்பிடி ஒறங்னா எப்பிடி. நேரம் விடியப் போகுது, ஆளுங்க பூரா போயாச்சு, கொத்தன் இப்பிடியா ஒறங்குவாக மட ஒறக்கம் எந்திரிச்சு கௌம்பு சட்டு புட்டுனு.'

'தடா புடான்னு எந்திருச்சுப் பாத்தா எங்க சித்தாண்டியண்ணன் தோண்டிக் கலயத்த தலயில வச்சமானக்கி, முடிஞ்ச கொடிக்கட்ட கக்கத்துல இடுக்னமானக்கி நிக்கான், ஏறிட்டுப் பாத்தா ஆறாங் கூட்டம் வெள்ளி கீழே எறங்கிருச்சு, நெலா பகலா பால்போல அடிக்கி, சரின்னு நானும் கொடிக்கட்டு ஒன்ன தலையில தூக்கி வச்சிக்கிட்டு பெறப்பட்டுட்டன், ஊடு பாதைவழி போயி வேகமா நடந்து புஞ்சையல போயி பாத்தா ஒத்த ஆளக்கூட காணும், எனக்கு அப்பத்தான் வெறுக்குனுச்சு, கெழம வேற வெள்ளிக் கெழம, சரி, குடி கெட்டுப் போச்சு எப்படியோ மோசம் போய்ட்டம்னு சித்தாண்டியண்ணன ஏறிட்டுப் பாத்தா, ரெண்டு காலும் தரையத் தொடாம அப்பிடியே அந்தரத்துல நிக்கி, எம்மேலெல்லாம் சலோ்னு புல்லரிச்சுருச்சு, கூப்பாடு போட்டா ஒரே அடியில வீச்னு அடிச்சுக் கொன்றும், என்னடா செய்யன்னு பாத்தன், அது கெட்டுக் கெட்டா கெட்டி உருட்டித் தள்ளுது. கெட்டப் பாத்தா எட்டுப்பேர் சேந்து தூக்னாத்தான் தூக்க முடியும். மொரட்டு மொரட்டு கெட்டு. நானும் அப்பிடியே கெட்டுக் கெட்ர சாக்ல குனிஞ்சு வேடிக்க பாத்துட்டே அலையிறன், ஒரு வீச்ல பத்துக் குறுக்கத்தையும் கெட்டி முடிச்சாச்சு, இனி சூட்டடிக்க வேண்டிதான் பாக்கி, ஒரு நடைக்கு நாலஞ்சு கெட்டா தூக்கி வட்ட வட்டமா குமிக்கிது, நான் பார்த்தன் இதுதான் சமயம்னு கெட்டியிருந்த வேட்டி துண்டு எல்லாத்தையும் அவுத்து எலந்தச்செடி மேல போட்டுட்டு கெட்டுகளுக்குள்ள நெற அம்மணமா உட்காந்துக்கிட்டன். இது தூக்கி தூக்கிக் கொண்டாந்து

போட்டு என்னய மூடிருச்சு, மூச்சுப் போறதுக்கு மட்டும் ஒரு கடஓடியில சின்னக் கடவு போட்டுட்டு கம்னு இருந்துக் கிட்டன். ஒரு வீச்ல எல்லா கெட்டையும் தூக்கி படப்பு போட்டுட்டு என்னய தேடுது, புஞ்ச பூராவும் ஆதாளி போடுது. நாங்கழட்டிப் போட்ருந்த வேட்டிய பீஸ் பீஸா கிழிச்சு எறியுது. மூஸ் மூஸ்னு மூச்சு விடும் போது தீக்கங்கா பறக்குது. எனக்கு ஈரக்கொல கருகிப் போச்சு. குக்கிப் போயி ஒக்காந்திருக்கன். கெதக் கெதக்னு கெடந்து நெஞ்சு அடிக்கி. பைய்ய கெழக்க வெளிச்சந் தெரிஞ்சு விடியப் பாக்குது. அப்பத்தான் ஆளுக நாத்த கெட்றதுக்கு வாராக, இங்க பாத்தா கிளீனா கெட்டி படப்பு போட்டு வச்சிருக்கு, படப்புக்குள்ளருந்து சத்தங் காட்டி கூப்ட்டு, பெறவு அவுக வந்து கெட்டுக்கள பூராத்தையும் பெரட்டி தள்ளிட்டு காலப்புடிச்சு வெளிய இழுத்து காப்பாத்துனாக, கருவாப்பய குடுத்த துண்டக் கெட்டிட்டு ஊர் வந்துசேந்தன். எந்தச் சாமி புண்ணியமோ பெழச்சது மறு பெழப்பு. அன்னக்கி மட்டும் எம்புட்ருந்தன் ரூப்புத் தெரியாம கிழிச்சிருக்கும் கிழிச்சு, அதுக்குத் தான் திருச்செந்தூருக்குக் காவடியெடுத்து நேமிக்கம் செல்லக் கெட்னது.'

கோனக்கட்டையன் ரசனையாய்ச் சொல்லி முடிப்பான். கூட்டம் மௌனமாய்க் கேட்டுக்கொண்டிருக்கும், சில எள வட்டங்கள் வாயைக் கிளறி வேடிக்கை பார்க்கத் தவறமாட்டார்கள்.

'கெட்டுக்களப் பூராத்தையும் தூக்கி படப்பு போட்டுட்டு அப்பிடியே சின்ன மலக்குண்டுல போயி மைனர்கிட்ட கொத்தவும் வாங்கிட்டுப் போயிருச்னு சொன்னாக.'

'ஆமா... கொத்த வாங்கிட்டு ஒங்க ஆத்தாகிட்ட குறுணி கொத்த அளந்து குடுத்திட்டு போயிருச்சு, இப்ப உள்ள பயகலுக்குக் கேலியாத்தான் இருக்கும், பட்டாத்தான் தெரியும் பொட்டியாருக்கு, பேய் இருக்கா இலையான்னு, பெறகு பல்லக் காட்டிட்டு படுத்துக் கெடப்பீக.

கிழவன் சேலம் பொடிப்பட்டையை ஒரு சுண்டு சுண்டி வாயை நெருக்கி பொடியை ஒரு முள்ளு முள்ளி வாய்க்குள் அங்கிட்டும் இங்கிட்டும் ஒரு இழுப்பு இழுத்துக்கொண்டு உம்மென்று உட்கார்ந்து கொள்வான். வாய் பசை போட்டு ஒட்டியது போல் இருக்கும். கொஞ்ச நேரத்திற்கு ஒருத்தர் கூடயும் பேசமாட்டான். ஏதோ ஒரு வேற்று உலகத்தில் சஞ்சரிப்பது போன்ற மோன நிலையில் சுற்றியுள்ளவர்களையெல்லாம் மறந்து புருவங்களை

நெரித்துக் கொண்டு உட்கார்ந்திருப்பான்.

இரவு நேரம் ஆக ஆக கூட்டமும் சேர்ந்துவிடும், கிழவனைச் சுற்றி உட்கார்ந்துகொண்டு அவன் வாயையே பார்த்துக் கொண்டிருப்பார்கள். மடம் ஜே ஜே என்றிருக்கும். கொஞ்ச நேரந் தான் அடுத்த பேய்க்கதை தயாராய் வாயில வந்து நிற்கும். பொடிப் போட்ட எச்சிலைப் புளிச்சென்று துப்பியதும் புறங்கையால் வாயைத் துடைத்துக்கொண்டு ஆரம்பித்துவிடுவான்.

‘இப்ப நெல் போட்ருக்கே நம்ம வயக்காடுக, அது பூராவும் முக்கால மூனுவீசம் வெத்தலக் கொடிக்காதான். நாலு மூலயும் சுத்தி அகத்தி வரிச்சி, பச்சப் பசேல்னு பந்தல். உள்ள ஆள் நின்னாலும் தெரியாது. இப்ப இடிஞ்சு கெடக்கு பாரு கிணறு. அந்தக் கெணத்துல தண்ணி எந்த ஆடயும் கோடயும் வத்தாது. மகாலிங்கம் பிள்ள தெலா எறக்க நான் தண்ணி வெலகுவன். கெணத்துக்கும் கொடிக்காலுக்கும் ரொம்ப தொலவட்டு. எப்பவும் ராத்திரிலதான் தண்ணி பாச்சுறது. மகாலிங்கம் பிள்ள பாட்டுப் படிச்சுக் கிட்டே தெல எறச்சார்னா தண்ணி வெலகி முடியாது. வாய்க்கா புடிக்காம வரும் மடத்தண்ணி கெனக்கா. அன்னைக்கும் அப்பிடித்தான் நடுராத்திரி சரியான ஒறக்கம். இருட்டு கெச இருட்டு. மகாலிங்கம் புள்ள வந்து உசுப்றாரு.

‘கோனக்கட்டையா யேய் கோனக்கட்டையா இப்பிடி ஒறங்னா எப்பிடி, மக்கா நாள் மொறக்காரன் விட மாட்டான், இன்னக்கி எப்பிடியும் தண்ணி பாச்சியாகனும் எந்திரிப்பா சுருட்டா.’

‘நானும் பட்டுனு எந்திரிச்சு மம்பட்டிய எடுத்துத் தோள்ல வச்சிக்கிட்டு அவர்கூட கெளம்பிட்டன். கொடிக்காப்புளி மரத்து கெணத்தோரம் வந்ததும் நான் தெக்காம திரும்பி வரப்பு வழியா போயி கொடிக்காலுக்குள்ள நிக்கன். மகாலிங்கம்புள்ள போயி தெலா எறைக்காரு. நானும் தண்ணி வெலகிப் பாக்கன் தாமிரிக்க முடியல. வாய்க்கா நெறஞ்சு தளும்பாம கெத்து கெத்துனு வருது. இது தெலாத் தண்ணியா இல்ல, மடத் தண்ணியானு தெரியலையே அப்படின்னு, பைய்ய வாய்க்கா வழியா போயி கெணத்த எட்டிப் பாத்தா, படில நின்னு தெலா எறைக்கிற ஆளுக்குக் கால் ரெண்டும் படியில படாம அந்தரத்ல நிக்கி, தெலாத் தண்ணி மோக்கிறதும் தெரியல வெளியில ஊத்துறதும் தெரியல, கெழம செவ்வாக்கெழமை, பேசாம அரவமில்லாம வந்த வழியா போயி, நடுக் கொடிக்காலுக்குள்ள நின்னுக்கிட்டன், நாலு மூலைக்கும் ஏழு கோடு கீச்சி வச்சிட்டுப்

பேசாம உக்காந்திட்டன், கொஞ்ச நேரங்கழிச்சு மூசுமூசுன்னு சத்தம் போட்டுக்கிட்டு இது சுத்தி சுத்தி வருது. தெலாவ சடார்னு ஒடிக்கிற சத்தம் கேக்குது. விடிஞ்சு பாத்தா மகாலிங்கம்பிள்ள தலையில கஞ்சிக் கலயத்தோட வந்து கொடிக்கால சுத்திப் பாக்காரு. தண்ணி பாஞ்சு வரப்பெல்லாம் தத்திதாறுமாறா கெடக்கு. உள்ள நான் இருந்து சத்தங் காட்டி கூப்பிட்டு கைத்தாங்கலா வீடு வந்து சேர்ந்து ஒரு மாசம் படுத்து எந்திருச்சன். பெழச்சது மறு பெழப்பு.'

கதை சொல்லி முடித்ததும் கிழவன் துண்டை உதறி தரையில் விரிப்பான். பொடியன்களும் இளவட்டங்களும் கண் மூடுவார்கள். ஆலமரத்தில் பறவைகள் அடைந்தது போலிருக்கும்.

பெரியசோலையும் பொன்னுத்தாயும் ஊர் ஊராக மாப்பிள்ளைச் சோறு சாப்பிட போய்வந்தார்கள். முத்தையாவும் கூடவே போய் வந்தான். அவனுக்குச் சரியான வேட்டை. ஒரு ஊருக்குப் போய் ஐந்து நாளோ பத்து நாளோ இருந்துவிட்டு திரும்ப ஒரு ஊருக்குப் புறப்படும்போது சில கிழடு கெட்டைகளின் கண்ணில் தட்டுப் பட்டுவிட்டால் போதும் கேக்கவே வேண்டாம்.

'முத்தையா ஒனக்குதாண்டா யோகம். சோறு கண்ட எடம் சொகம். சொக்கனுக்கு சட்டியளவு. மாடு இல்லாதவன் மகராசன், பொண்டாட்டி இல்லாதவன் புண்ணியவாளன், ஒனக்கு ரெண்டுமே கெடையாது. குப்புறப் படுத்தா குண்டி மல்லாக்கா படுத்தா மானி.'

குருசாமி பாடுதான் ரொம்பவும் சங்கடம். பிதுங்க முடியாத வேலை. கல்யாணத்திற்குப் பிறகு பெரியசோலை வசத்துக்கு வந்து விட்டான். வீட்டு வேலை, காட்டு வேலைகளில் குருசாமியுடன் கூடமாட ஒத்தாசனை செய்தான். மாடத்திக்கும் சிக்கெடுத்தது போலிருந்தது. தினம் தினம் பொன்னுத்தாயைக் கூட்டிக்கொண்டு போய் ஒவ்வொரு காடாக அடையாளம் காட்டினாள். பருத்தி எப்படி கூறு வைக்க வேண்டும் என்று சொல்லிக் கொடுத்தாள். ஆட்களை எப்படி வேலை வாங்க வேண்டும் என்று தினமும் காட்டு வேலைக்குக் கூட்டிக்கொண்டு போனாள் மாடத்தி.

மாடத்திக்கும் மினுத்தானுக்கும் மருமகளை ரொம்பவும் பிடித்துப் போயிற்று. சின்னப்பிள்ளை என்றாலும் அக்குசான பிள்ளை என்று சொல்லிக்கொண்டான். பெரியசோலையும் வளைந்துவிட்டான். கூடுவாரோடு கூடி அலைந்ததையெல்லாம் மறந்துவிட்டு வேலை செய்தான்.

'பொட்டியாருக்கு கால்ல கெட்டுப் போட்ட ஓடன தன்னால

வசத்துக்கு வந்திட்டார.'

'வசத்துக்கு வரலன்னா ராக்கஞ்சி கெடையாதுல்ல.'

மாமன் மச்சினமார்களின் கேலியும் எகடாசிகளும் பெரிய சோலைக்குப் பழகிப் போயிற்று. மினுத்தானும் மாடத்தியும் ஏகாதேசம் காடுகரைக்குப் போவதோடு சரி மத்தபடி எல்லாமே சிறுசுகள்தான். மினுத்தான் ஆள் ரொம்பவும் தவங்கிவிட்டான். மடத்துக்கும் வீட்டுக்கும்தான் நடமாட்டம். இல்லையென்றால் மாட்டுத் தொழுவத்தில் நார்க் கட்டிலில் பல யோசனையுடன் படுத்துக் கிடப்பான். முத்தையா நிஜமாகவே காடோடி முத்தையா வாகிப் போனான். அவன் ஊருக்கு வருவதும் போவதும் யாருக்கும் தெரியாது. வந்தால் உண்டு. என்ன வேலை செய்கிறான் எங்கே தங்குகிறான் யாருக்கும் தெரியாது.

உச்சி மத்தியானம். மண்டையைப் பிளக்கும் வெய்யில். கரிசல் பூத்துச் சிரிக்கிறது. சொளகில் தட்டிய சோளப் பொரிகளாய் சுளைத்து வெடித்து சிரிக்கும் பருத்திக் காடு. கண்ணுக்கு எட்டும் மட்டும் வெள்ளிக் குருத்தாய் மின்னும் பருத்திச் சுளைகள். கனத்த மடியுடன் முட்டுக்கு மேல் தூக்கிக் கட்டிய சேலையுடன் நிறை நிறையாய் பெண்கள். அவர்களின் பச்சை நரம்புகள் தெரியும் தொடைகளில் பருத்திச் செடிகள் கீச்சிய வெண்கோடுகள். பொன்னுத்தாயும் மாடத்தியும் அடுத்தடுத்த நிறை. சீனியம்மாளும் நரிவளர்த்தாப் பாட்டியும் பக்கத்தில். மடி கனத்ததும் கடகாப் பெட்டியில் வாங்கி ஒவ்வொரு கருவேல மரத்தின் நிழலிலும் தனித்தனியே குமித்துவிட்டு வரும் பெரியசோலை. இடுப்பு உயரத்திற்கு வளர்ந்து நிற்கும் கருங்கண்ணிப் பருத்திச் செடிகள், ஆள் குனிந்தால் தெரியாது. குமித்து வைத்திருக்கும் பருத்தியைத் தாறுமாறாய்க் கிளறி விட்டு காய்ப்புழு தின்ன வட்டமடிக்கும் அண்டங் காக்கை. பொம்பிள்ளைகளைக் கண்டால் பயப்படவே பயப்படாது. கிட்டத்தில் வரும் வரைக்கும் உட்கார்ந்துவிட்டு கருவ மரத்தின் தாடிக் கொப்பில் போய் உட்காரும்.

எடுத்துக் குமித்து வைத்திருக்கும் மடிப் பருத்தியை மண்டி யிட்டு தவழ்ந்துகொண்டே வந்து அரவமில்லாமல் களவாடிப் போவதில் கூனன் பெரிய கில்லாடி. புஞ்சையின் ஒரு ஓரத்தில் பருத்தி எடுத்துக்கொண்டிருந்தால் மறுவோரத்தில் குமித்து வைத்திருக்கும் பருத்தியை அள்ளுவதே அவன் வேலை. அடிக்கடி போய் குமியை எண்ணிப் பார்த்துக்கொண்டு வந்து நிறையில்

குனியும் பெண்கள். பருத்தியை அள்ளி வயிற்றோடு சேர்த்துக் கட்டிக் கொண்டு ஊர்ந்துகொண்டே ஓடைவரைக்கும் போவான், அல்லது பக்கத்தில் விளைந்து வளர்ந்து நிற்கும் சோளம் கம்பு புஞ்சைக்குள் மறைந்து விடுவான். கருவ மரத்தின் மேல் பரன் கட்டி பயல்களைக் காவல் வைப்பதும் உண்டு. எடுத்துக் குமித்து வைத்த பருத்தியை இடந்தெரியாமல் மறந்துவிட்டுப் போய் மறுமுறைக்கு வரும் போது தட்டுப்பட்டு அள்ளிக் கொள்வதும் உண்டு. அப்படி வளர்ந்து வெடித்துக் கிடக்கும் பருத்திக் காடு.

மலப்பட்டி போகிற பாதையில் நாலு குறுக்கம் தனி பருத்தி. தொலவட்டு புஞ்சை. நரிவளத்தாள் கிழவி ஒத்தையில் பருத்தி எடுத்துக் கொண்டிருந்தாள். குனிந்து நிமிர்ந்தவள் பயந்து போனாள். கிட்டத்தில் தொடுகிற தூரத்தில் நரி ஒன்று சுற்றி சுற்றி வந்தது.

'அட, கழுத கெடுத்ததே... பலியா கண்ணுல மண்ண வாரி அடிச்சிருமே, சீ அங்கிட்டு தூரப் போ... கழுத, தோ... தோ... தோ... தோ... தோத்தோ' அவள் வேகமாக சோத்துக் கலயம் இருந்த மரத்தை நோக்கி ஓடினாள். அங்கேயும் பின்னாலேயே வந்தது நரி. கிழவிக்கு தன் பயம் வந்துவிட கலயத்துக்குள் கையை ஓட்டி இரண்டு காட்டுக் கம்மங் கஞ்சி உருண்டைகளை எடுத்து தனியே வைத்தாள். நரி பேசாமல் சாப்பிட்டுவிட்டுப் போனது. மறுமுறைக்கும் அதேபோல் வந்து விட்டது. நாயைப் போல் அவள் முன்னால் குத்துக்கால் வைத்து உட்கார்ந்து கஞ்சி சாப்பிட்டுவிட்டுப் போனது. ஆடுகள் மேய்கிற இடத்தில் அல்லது ராத்திரி கிடையில் அல்லது ஆட்டுக் குட்டிகளை அடைத்து வைத்திருக்கும் சிரட்டையைக் குப்புற கவிழ்த்தி வைத்தால் எப்படி இருக்குமோ அதைப் போன்ற ஓலைக் குடில்களில் புகுந்து குட்டிகளைத் திருடித் தின்றுவிட்டு மீதியைப் பக்குவமாய்க் காடுகளில் புதைத்து வைத்துவிட்டுப் போகும் நரி, கிழவியிடம் கம்மங்கஞ்சி சாப்பிட வந்தது கூத்துதான்.

கூனன் கருவ மரத்தின் உச்சியில் ஏறி ஒளிந்துகொண்டான். கிழவி பருத்தியை எடுத்து எடுத்துக் குமித்துவிட்டு மத்தியானக் கஞ்சிக்கு மரத்தடியில் வந்து உட்கார்ந்தாள்.

'ஏ... கழுத, கிட்ட வா கழுத, மாராயம் பண்ணி சுத்தி சுத்தி வாரயாக்கும் களவாணிக் கழுத, வெட்டி முறிச்சிட்டு சரியா சோத்துக்கு வந்துட்டயாக்கும்'

கூனன் மரத்தின் மேலிருந்து சுற்றும் முற்றும் பார்த்தான். ஒருத்தரையும் காணவில்லை. ஒரு வேளை நம்மைத்தான் கிழவி

பார்த்துவிட்டு தெரியாதவள்போல் சாடையில் பேசுகிறாளோ என்று நினைத்துக்கொண்டான். அவன் கம்மென்று மூச்சுவிடாமல் உட்கார்ந்துகொண்டான். கிழவி பேசப் பேச அவனுக்கு ஒன்றும் புரியவில்லை. கீழே உற்றுப் பார்த்தான். நரியும் கிழவியும் எதிரெதிராய் உட்கார்ந்துகொண்டு சாப்பிடு வதைப் பார்த்தான்.

'நித்தம் நான் உனக்குச் சோறு சொமந்து கொண்டாந்து குடுக்க, நிய் வலிக்காம தின்னுட்டு தின்னுட்டுப் போக, போயி ஆட்டக் கீட்டப் புடிச்சு திங்க வேண்டியதான கழுத, இல்லன்னா கூனன் எங்கிட்டாவது ஒளிஞ்சு கிடப்பான், போயி ஒரே கடியா கொதவளைய கடிச்சு ரத்தத்த குடியேன், அந்த மட்டுக்காவது பொம்பளக நிம்மதியா பயப்படாம பருத்தி எடுப்பாகல்ல, சோம்பேறிக் கழுத, நானே ஒருவா சோத்துக்கு நித்தம் தொண்ணாந்துட்டு கெடக்கன் அதுல நிய் வேற பங்குக்கு வார.'

கிழவி எழுந்துபோய் மடி கூட்டி நிறையில் குனிந்தாள். நரி அங்கேயே மரத்தடியில் உட்கார்ந்துகொண்டது. கூனன் மெதுவாக மரம் அசையாமல் மரத்தோடு மரமாய் ஒட்டி இறங்கி தக்கென்று தரையில் குதித்து கல்லெடுக்கக் குனிந்தான். அவன் தலை நிமிரும் முன் அவன் முகமெல்லாம் மண்ணை வாரி வாரி இறைத்தது. மண்வெட்டியால் குப்பை சிதறுவதைப் போல் மண்ணும் புழுதியும் அவன் முகத்தை மறைத்து கண்ணைத் திறக்க முடியாமல் கூனன் இரு கைகளாலும் முகத்தை மூடிக் கொண்டு கீழே உட்கார்ந்தான். கூப்பாடு போட்டான்.

'யே... பாட்டி தெய்வானப் பாட்டி, யே... தாயி நிய் நல்லாருப்ப ஓடியா தாயி... அய்யய்யோ அய்யய்...' தெய்வானைப் பாட்டி பருத்திச் செடிக்குள் சேலையெல்லாம் இழுபட ஓடிவந்தாள். கூனன் துடித்துக்கொண்டிருந்தான். கூப்பாடு போட்டான்.'

'சீக் கழுத போ கழுத.'

நரி ஓடி மறைந்தது. கூனன் முகம், கால், தொடை, வயிறு எல்லாவற்றிலும் சதையைக் கிழித்துக் கடித்துக் குதறியிருந்தது. அவள் தலையில் வண்டு கட்டியிருந்த கண்டாங்கித் துணியைக் கிழித்து கெட்டுப் போட்டு தண்ணீர் கொடுத்தாள். கூனன் கையெடுத்துக் கும்பிட்டான். அன்றிலிருந்து கூனன் பருத்தி களவாங்கிறதை விட்டுவிட்டான். தெய்வானைப் பாட்டி நரி வளர்த்தாப் பாட்டியாகிப் போனாள்.

குமுக்காய்த் தளிர்த்து மஞ்சளாய்ப் பூத்துக் குலுங்கிக் குடையாய்

நிற்கும் பெரிய கருவமரத்தின் அடியில் அவர்கள் வட்டமாய் உட்கார்ந்திருந்தார்கள். அவரவர் எடுத்த பருத்தியை ஒன்று சேர்த்து தனித் தனியாய்க் குமித்திருந்தார்கள். மாடத்தி பொன்னுத்தாய்க்கு பருத்தி கூறு வைக்கச் சொல்லிக் கொடுத்தாள். கூறு வைத்த பின்னும் இது போடு பருத்தி, இது பிள்ளப் பருத்தி, இது மகாராசா வுக்கு என்று தனியே போட்டாள். அவரவர் பருத்தியைப் பொட்டலங் களாய்க் கட்டிக் கொண்டார்கள். மீதிப் பருத்தியைப் பெரிய பெரிய சாக்குகளில் அடைத்துக் கட்டினான் பெரியசோலை. சாக்குப் பொதிகளுக்கு மேல் எல்லோரும் உட்கார்ந்துகொள்ள வண்டி புறப்பட்டது.

மாடத்தி கைகால் முகம் அலம்பிவிட்டு அலைந்த அலுப்புத் தீர ஒரு போணி நிறைய்ய நீச்சுத் தண்ணியைக் குடித்ததும் செத்த கண்ணயர்ந்தாள். வீட்டின் மாரி மூலையில் முட்டைகள் வைத்து அடை காப்பதற்காகத் தொங்க விடப்பட்டிருந்த கூடையிலிருந்து அடைக்கோழி கொக்கரித்துப் பறந்து வந்து மாடத்தியின் முகத்தில் மிதித்துத் தாவியது. மல்லாக்க படுத்திருந்த அவள் யம்மா... என்று அலறிக்கொண்டு எழுந்து உட்கார்ந்தாள். அவளால் கண்களைத் திறக்க முடியவில்லை. இரண்டு கைகளாலும் முகத்தைப் பொத்திக் கொண்டு கூப்பாடு போட்டாள். அடுப்படிக்குள்ளிருந்த பொன்னுத் தாய் பதறிப்போய் ஓடிவந்தாள். மாடத்தியின் கைகள் இரண்டையும் மல்லுக்கட்டி இழுத்தாள். இரண்டு உள்ளங் கைகளிலும் ரத்தம். பெரிய சோலையும் மினுத்தானும் சீனியம்மாளும் ஓடிவந்தார்கள். ரத்தத்தையெல்லாம் துடைத்துவிட்டு கண்ணைப் பார்த்தபோது ஒரு கண் முழுவதுமாக சிதைந்து போயிருந்தது. அடைக் கோழியின் கூர்மையான கால் நகங்கள் பதிந்து கிழித்திருந்தது. மாட்டு வண்டியை குருசாமி வேகமாக விரட்டினான்.

கடலையூர் தேவசகாய வைத்தியர் பார்த்துவிட்டு மதுரைக்கோ அல்லது பாளையங்கோட்டைக்கோ கொண்டு போகும்படி சொன்னார். மாடத்தி திட்டவட்டமாக முடியாதென்று மறுத்தாள். யார் யாரோ சொல்லிப் பார்த்தார்கள். ஒன்றுக்கும் மசியவில்லை. பலசரக்கு கடை பெருமாள்சாமி நாயக்கரும், ராசையா நாடாரும், கீழ்நாட்டுக் குறிச்சி ஐயரும் நூறு தடவை வந்திருப்பார்கள். யார் சொல்லையும் அவள் கேட்கவில்லை.

‘என்ன, மாடத்தி சின்னப்புள்ள கெனக்கா, காலம் கலிகாலமா ஆனப் பெறவும், இன்னும் நிய் பழைய ஆளாவே இருக்கியே,

நாட்டுல மனுசருக்கு நோய் நொடின்னு வந்தா ஆஸ்பத்திரிக்கி போகக்கூடாதுனா இருக்கு, ஒனக்கு நாங்க சொல்லி தெரியனுமாக்கும். நூறு பேருக்குப் புத்திமதி சொல்ற பெரிய மனுஷி.'

'சாமிமார நீங்க ஆயிரம் சொல்லுங்க, நான் போக மாட்டன்னா போகமாட்டன், பெறந்ததுலருந்து தெரேகத்துல ஒத்த ஊசி போட்ருப்பனா, இல்ல ஒரு நாளாவது ஒரு மண்டையடி தலையடின்னு படுத்திருப்பனா, இனிமேப்பட போயி ஒரு பயகிட்ட கைய நீட்டனுமாக்கும், கழுத உண்டானபடி இருக்கு, சோலையப்பன் விட்ட வழி, அந்த மாரியாத்தா பாத்து பார்வ குடுத்தா குடுக்கா இல்ல போறா.'

அவள் இருக்கன்குடி மாரியம்மன் கோவிலில் போய் வயனம் காத்தாள். மூன்று மாதமாகப் பெரியசோலையும் குருசாமியும் முத்தையாவும் ஆள்மாத்தி ஆள் சோறு சுமந்தார்கள். மினுத்தான் கும்பிடாத தெய்வமில்லை. போடாத நேமிக்கமில்லை. அவனும் அரை உசுராகிப் போனான். கருப்பையாவும், வேல்த் தேவரும் எப்படியோ விஷயம் கேள்விப்பட்டு ஊரிலிருந்து வந்துசேர்ந்தார்கள். பண்டாரங்கள், பரதேசிகள், குருடர்களுக்கு மத்தியில் உட்கார்ந்துகொண்டிருந்த மாடத்தியைக் கண்டதும் தேவர் கட்டிப் பிடித்துக்கொண்டு குலுங்கிக் குலுங்கி அழுதார். கருப்பையா துண்டை வாயில் பொத்திக் கொண்டு விம்மினார். அவருக்கு மண்ணைக் கட்டி கண்களில் கண்ணீர் திரண்டது.

'ஊர்ல எல்லாரும் நல்லா இருக்காகளா தேவரே.'

'ஒரு கொறையுமில்ல தாயி, ஒம் புண்ணியத்துல நல்ல சுகம்.'

'நம்மட்ட என்ன இருக்கு, ஆத்தா புண்ணியத்துலனு சொல்லுங்க.'

'தேசு வெவகாரம் எப்பிடி இருக்கு.'

'பழையபடி வாய்தாவுக்கு அலையிறன், முடிஞ்ச மாதிரி தான், எப்பிடியும் தெண்டிப்பான்.'

'கழுதப் பய தெண்டிச்சிட்டுப் போறான், இனிமே அந்த கோப்ப விட்டுட்டு தாயோட புள்ளயோட சேரப்பாருங்க.'

'இனிமே அப்பிடி அப்பிடித்தான், நமக்கு வயசா திரும்புது, ஏதோ நம்மளப் புடிச்ச கெரகாசரம் ஒரு நேரம் அலஞ்சோம் சீரழிஞ்சோம் போதும்போதும் பட்டு அழுந்துனது.'

'பழைய சம்சாரிக் கோப்புக்கு வந்திரனும், அப்பத்தான் நாலு பயக மதிப்பான்.'

'வாஸ்த்தவமான பேச்சு மாடத்தி.'

‘நிய்தான் ஆஸ்பத்திரிக்கி வரமாட்டேங்க, டாக்டர் பயல வீட்டுக்குக் கூட்டியாந்துட்டா.’

‘வரனுமில்ல கருப்பையா.’

‘வரலன்னா கழுதப் பயல குண்டுக் கெட்டா கெட்டி தூக்கியாந்திட்டாப் போச்சு.’

‘தூக்கியாந்திட்டாப் போதுமா, அவங்கை நம்ம கையாயிருமா இல்ல நம்ம கை அவங்கையாயிருமா?’

குருசாமி கொண்டு வந்திருக்கும் புளியோதரையைச் சாப்பிடச் சொல்லி மாடத்தி வற்புறுத்தவும், ஆற்று மணலில் உட்கார்ந்து சாப்பிட்டார்கள். பெரிய சட்டியிலிருந்து குருசாமி பரிமாறினான்.

‘மாடத்தி நிய் போட்டது மாதிரியே இருக்கு மாடத்தி. ஒம் மருமகளும் கெட்டிக்காரிதான்.’

அவர்கள் புறப்பட்டபோது மாடத்தி கும்பிட்டு வழி அனுப்பினாள். முதன் முறையாக மாடத்தியின் முன்னால் அவர்கள் வெளிச்சத்தில் நடந்தார்கள். அவள் இருட்டுக்குள் இருந்தாள். இதுவரை அவர்கள் இருட்டுக்குள் போவதை வெளிச்சத்தில் நின்று பார்த்தவள். இப்போது அவர்கள் வெளிச்சத்தில் மறைவதை வெளிச்சத்தில் உட்கார்ந்து கொண்டே பார்க்க முடியவில்லை.

மூன்று மாதங்கள் இருந்தும் அவளால் வண்டியிலிருந்து இறங்கி தனியே வீட்டுக்கு நடந்துவர முடியவில்லை. முத்தையாவும் பெரியசோலையும் கைத்தாங்கலாய்க் கூட்டிக்கொண்டு போய்த் தான் கட்டிலில் படுக்க வைத்தார்கள். பார்வை குறைந்துக்கொண்டே வந்தது. சாப்பாட்டைக் குறைத்துக்கொண்டாள். வெளியே உட்காருவதைக்கூட நிறுத்திக்கொண்டாள். சீனியம்மாளும் பொன்னுத்தாயும் எவ்வளவு சொல்லியும் அவள் கேட்கவில்லை. சுளகில் மணலோ, நெல் உமியோ அள்ளிக்கொண்டு போய் வைத்துக்கொண்டு ‘வெளியே’ இருக்கச் சொன்னாலும் இருக்கவே மாட்டாள். பிய் மோத்திரம் எடுக்க கால் கை நொண்டியா, இல்ல அப்பிடி உசுரு நமக்கு வேணுமா? இனிமே வாழ்ந்து என்னத்த அள்ளிக் கெட்டப் போறோம்.

உச்சி மத்தியானம். மாடத்தி மட்டும் தனியே படுத்திருந்தாள். பெரியசோலையும் பொன்னுத்தாயும் காட்டுக்குப் போயிருக்க வேண்டும். முத்தையா ஆளைக் காணோம். குருசாமி காட்டுக்குத் தண்ணீர் கொண்டு போய்க் கொடுப்பதற்காகப் பானையைத் தூக்க

வீட்டுக்குள் வந்தான்.

'யார்டா அது குருசாமியா?'

'என்ன பெரியம்மா நான்தான்.'

'தொழுவுல பெரிய மனுசன் இருந்தாமின்னா செத்த நான் வரச் சொன்னானு சொல்லிக் கூட்டியாடா.'

'சரி பெரியம்மா.'

'என்ன மாடத்தி கூப்ட்டயாமே...'

'குருசாமிப் பய போயிட்டானா?'

'ஆமா, போயிட்டான்.'

'அந்தக் கதவச் சாத்திட்டு இப்பிடி வந்து உக்காரு.'

'நல்லா கேட்டுக்கோ பெரிய மனுசா, ரொம்ப நாளா நானும் ஒங்கிட்ட சொல்லனும் சொல்லனும்னு நெனச்சன், இன்னக்கிதான் நேரங்காலம் வாச்சிருக்கு, தலவாசலையும் சாத்திட்டு இப்பிடி ஓரமா வந்து உக்காரு.'

அவள் எழுந்து சுவரில் சாய்ந்து சுவருக்கு அனுசரனையாய் முதுகை வைத்து சாய்ந்து கால் நீட்டி உட்கார்ந்துகொண்டாள். மினுத்தானும் நெருங்கி ஓரமாய் உட்கார்ந்து கொண்டான். அவள் மெதுவாய்ச் சொன்னாள்.

'நல்லா கேட்டுக்கோ பெரிய மனுசா, எனக்கு விதிச்சது அம்புட்டுத்தான். நிய்யும் தவங்கிட்ட, சீனியம்மா பாவம், வயதப் பாக்காம நாலாவதா வாக்கப் பட்டு நமக்கு கொல்லி வைக்க புள்ளப் பெத்த புண்ணியவாட்டி, அவள அலய விட்றப்படாது. பய கொணம் எப்பிடி எப்பிடியோ, நாளைக்கி நாலு பயக பேச்சக் கேட்டுட்டு நம்ம கண்ணுக்குப் பெறகு அவள தவிக்கவிட்டாலும் விட்ருவான். அவ மனசு கொதிக்கப்படாது. நாளைக்கே கொரமன்சு ரெட்டியாரையும் தலையாரித் தேவரையும் கூட்டிட்டுப் போயி, கம்மாக் காடு பத்துக் குறுக்கத்தையும் அவ பேருக்கு மாத்தி எழுதிரு. அவ கண்ணுக்குப் பெறகு நம்ம பயலுக்னு போட்ரு, பிரிவு தெரிஞ்ச நாள்லருந்து நம்ம வீட்ல நாயா ஒழச்ச பய குருசாமிப் பய, அவனுக்கும் ஒரு கல்யாணங் காச்சி முடிச்சுப் பாக்கல. தாய் தகப்பன் இல்லாத பய. அவனும் நம்ம புள்ளதான். வாகமரத்துப் புஞ்ச நாலு குறுக்கத்தையும், கருப்பசாமி கோயில் தோட்டத்துல தெக்கடேசி மொடங்கி அரக் குறுக்கத்தையும் அந்தப் பய பேருக்கு மாத்திரு, பெரிய சோலைக்குத் தெரிய வேண்டாம். கேப்பாரு பேச்சக் கேட்டுட்டு சண்ட

போட்டாலும் போடுவான், காதும் காதும் வச்சது மாதிரி காரியத்த முடிக்கனும். ஊருக்குள்ள ஒத்த ஈங்குஞ்சிக்குக்கூடத் தெரியக் கூடாது. காலா காலத்தில குருசாமிப் பயலுக்கு ஒரு கல்யாணத்தையும் முடிச்சிறணும்.'

'ஊருக்குள்ள தெரியாம எப்பிடி மாடத்தி முடியும், எப்படியாவது சாச்சிக் கையெழுத்து போட ரெண்டு பேராவது வேணுமில்ல.'

'ஊர்ப்பயக முந்தி மாதிரி இல்ல, இங்க ஒருத்தரையும் கூப்பிட வேண்டாம். குருசாமிப் பயகிட்ட சொல்லி ஊர்ல போயி தேவரையும் கருப்பையாவையும் எட்டையாபுரம் வரச் சொல்லிரு. தலையாரியையும் கொராமுன்சையும் அங்க போகச் சொல்லிட்டு நிய் கீழ் நாட்டுக்குறிச்சிக்கி ஐயரப் பாக்க போறமின்னு சொல்லிட்டு வண்டியப் போட்டு நேரா எட்டயாபுரம் போயிரு. பத்திரத்த ரெண்டையும் தேவர்கிட்டயே குடுத்துரு. இங்க கொண்டார வேண்டாம், அவரு நம்பிக்க துரோகம் பண்ண மாட்டாரு, சமயம் பாத்து ஆரார்ட்ட எப்பிடி ஒப்படைக்கனுமோ அவரு ஒப்படைச் சிருவாரு.'

மாடத்தி சொன்னவுடன் மினுத்தான் மனசு புடைத்து எடுத்தது மாதிரி இலேசாகிப் போனது. கொஞ்ச நாளாகவே உழன்று கொண்டிருந்தான். மறுநாளே குருசாமியிடம் சொல்லி தேவருக்கும் கருப்பையாவுக்கும் தாக்கல் அனுப்பினான். தலையாரியும் கிராம முன்சீப்பும் போய்ச் சேர்ந்தார்கள். வண்டியிலிருந்து இறங்கிய மினுத்தான் நேராக சப்ரிஜிஸ்ட்ரார் ஆபிசுக்குள் நுழைந்தான். குருசாமி தூரத்தில் வண்டியோரம் நின்றுகொண்டு வைத்தகண் வாங்காமல் பார்த்துக்கொண்டிருந்தான். அவனுக்கு ஒன்றுமே புரியவில்லை.

'என்ன... மினுத்தான் திடுதிப்னு என்ன ஏதுன்னுகூட சொல்லாம இங்க வரச் சொல்லி தாக்கல் அனுப்பிட்ட நாங்களும் வந்துட்டோம்.'

மினுத்தான் எல்லா விவரத்தையும் சொன்னபோது தேவரும் கருப்பையாவும் ஒருவர் முகத்தை ஒருவர் பார்த்துக் கொண்டார்கள். சந்தோஷப்பட்டார்கள்.

'மாடத்தி ஒனக்கு பொண்டாட்டி மட்டுமல்ல மினுத்தான் அவதான் ஒனக்கு மந்திரி, அவதான் நெஜ மனுஷி. கடவுள், அவ வகுத்துல ஒரு புள்ளயத்தான் கொடுக்கல.'

மினுத்தான் இலேசாய்க் கண்கலங்கினான். அவன் மாடத்தியை நினைத்திருக்க வேண்டும். இரண்டு பத்திரங்களையும் கையில் வாங்கிக்கொண்ட தேவர் அதைக் கண்களில் ஒற்றிக்கொண்டார்.

கருப்பையா பெருமூச்சு விட்டார்.

'உசுரே போனாலும் ஒனக்கு துரோகம் பண்ண மாட்டோம் மினுத்தான், மாடத்திக்கு துரோகம் பண்ணுனா வெளங்குமா? நிய் தைரியமா போயிட்டு வா. காலா காலத்துல குருசாமிக்கு ஒரு பொண்ணப் பாரு, கல்யாணத்துக்குச் சொல்லிவிடு மறந்திராத.'

கொஞ்ச நாட்களாக மாடத்தி மிகவும் கலகலப்பாக இருந்தாள். குருசாமிக்கு பெண் பார்க்கிற வேலை மும்முரமாய் நடந்தது. பல ஊர்களிலும் போய் விசாரித்து வந்தார்கள். ஒன்றும் திகையவில்லை. 'தாயுமில்ல. தகப்பனுமல்ல கையகல எடமுமில்ல. கல்யாணம் முடிச்சாலும் கந்தப்பாய் விரிக்கக்கூட வீடில்ல இவனுக்கு எந்தப் பய பொண்ணு கொடுப்பான், அநாதப் பயலுக்கு.'

போன இடமெல்லாம் கல்லில் முட்டுன கதைதான். மினுத்தானுக்கும் மாடத்திக்கும் ஒன்றுமே ஓடவில்லை. மாடத்திதான் சொன்னாள்.

'கேளு, பெரிய மனுசா இப்ப நம்ம ஒரு பொண்ணப் பாத்து கட்டி வச்சிட்டாக்கூட, நாளக்கி ஒரு சண்ட வந்தா பொட்டக் கழுத வாய் தச்சுப் போட்டாலும் நிக்காது, எடுக்குமின்ன அநாதப் பயலேம்பா, காச்சாலு எடமில்லாத கஞ்சிக்கு விதியத்த பயம்பா. மினுத்தான் வீட்ல வாங்கிக் குடிச்ச பயம்பா. தனிக்கும்பா போட்ட தறுதலப் பயம்பா. இதெதுக்கு நம்மளும் குருசாமியப் போலயே காச்சாலு எடமில்லாத ஒரு ஏழபாழன்னு பாத்து முடிச்சு வச்சிட்டா போச்சு, வார புண்ணியவாட்டி பின்னால நல்லாருப்பா.'

'அப்பிடியாவது முடிக்கலாமின்னாலும் ஒன்னும் தெகைய மாட்டேங்க.'

'கொளத்தோரம் 'ஒக்காந்து' எந்திரிச்சிட்டு குண்டி கழுவ தண்ணிக்கு அலஞ்ச கதையா, நம்ம மூளிக்காதி மக முத்தம்மாள முடிச்சிட்டாப் போச்சு, வேலக்காரப் புள்ள, இப்ப வேகாரியா திரியிறா, அறுத்துக் கெட்ண புள்ள அடிச்சாலும், புடிச்சாலும் அவங்காமாட்ல கெடப்பா மூளிக்காதிக்கும் ஒரு நிம்மதி.'

குடை சாய்ந்த பார வண்டியைத் தூக்கி நிறுத்தியது போலிருந்தது மினுத்தானுக்கு. மறுநாளே மூளிக்காதி வந்துவிட்டுப் போனாள். அவள் மாடத்தியின் காலிலும் மினுத்தான் காலிலும் நூறு தரம் விழுந்து கும்பிட்டாள். அழுதழுது கண்கள் சிவக்க வீடு போய்ச் சேர்ந்தாள். மாடத்தி கல்யாண விசயத்தை மெதுவாய் குருசாமியிடம் சொன்னாள். அவன் ஒன்றுமே பேசவில்லை. தன் தாயையும்

தகப்பனையும் நினைத்து ஒரு சொட்டு கண்ணீர்விட்டான். முத்தையாவுக்கு சந்தோஷம் தாங்கவில்லை. ஓயாமல் குருசாமியைக் கேலி பண்ணினான்.

'அப்ப இனி பேய் விரட்ட வன்னிமடைக்குப் போயி ராக்கனக் கூப்பிட வேண்டியதில்ல, எங்க குருசாமி தம்பியே பேய வெரட்டிக்கிருவாக.'

மாடத்தி சிரித்துக் குனுகினாள்.

'ஏலேய், அண்ணன மறந்திராத, ஆர மறந்தாலும் வருசா வருசம் அவகிட்ட பேய் வர விடாம வெரட்னது நாந்தாம்ல, மறந்த... பழையபடி பேய் வெரட்ட எங்கிட்ட தான் வரணும் பாத்துக்கோ.'

'யே, காடோடிப் பயல, பேசாமப் போறயா, இப்ப என்ன வேணும்.'

'பெரியா நிய் ஓர வஞ்சகம் பண்ற, என்னய மறந்திட்டல்ல.'

'ஒனக்கு எவ ஓடியாறா? சொல்லு முடிச்சு வைக்கன்.'

கல்யாண வேலைகள் தடபுடலாய் நடந்துகொண்டிருந்தது. பெரியசோலையின் கல்யாணத்தைப் போலவே நடத்த வேண்டும் எந்தக் குறையும் இருக்கக் கூடாது என்று மினுத்தானும் மாடத்தியும் திட்ட வட்டமாகச் சொல்லி விட்டார்கள். ஆனாலும் குருசாமியின் முகத்தில் செழிம்பு இல்லை. முகங் கொறாவிப் போய் இருந்தான். மினுத்தான் சரியாகக் கண்டுபிடித்து விட்டான்.

'என்னடா, குருசாமி நானும் பாக்கன் செழிம்பு இல்லாம ஒரு வடியா அலையிற, ஒன்னும் புரிய மாட்டேங்கு, எதாச்சும் சொல்லனுமின்னா சொல்லு, மனசுக்குள்ள வச்சிக்கிட்டு மருகாத.'

'கல்யாணத்துக்கு எங்க அய்யாவையும் அம்மாவையும் கூப்டலாமின்னு இருக்கன், அத எப்பிடி ஒங்கிட்ட சொல்றதுன்னு தான் ரோதனையா இருக்கு.'

'கட்டாயம் கூப்டனும்டா, நாஞ் சொன்னா எங்க வேண்டா மின்னு சொல்லிருவியோ என்னமோன்னுதான் பேசாம இருந்தன், கூப்பிட்டா வருவாகளா?'

பத்துப் பதினைந்து வருசமிருக்கும். குருசாமி நாலஞ்சு வயசு பையனாய் இருந்தபோது, குருசாமியின் தாய் வகிறிக் குருவும், தகப்பன் சங்கனும் பிரிந்து போனார்கள். வகிறிக் குருவு வாக்கப் பட்டுப் போய் அவளுக்கு நாலஞ்சு பிள்ளைகள். சங்கன் இரண்டாம் கல்யாணம் முடித்து பெண்டாட்டி ஊரிலேயே இருந்துகொண்டான். அவனுக்கு ஆறு பிள்ளைகள், இந்தப் பத்து வருச இடைவெளியில் நல்லது

பெல்லது என்று சங்கன் வந்தால் தூரநின்று பார்ப்பதோடு சரி.

குருசாமி பீக்கிலிபட்டிக்குப் போய் தன் தகப்பன் சங்கன் வீட்டின் முன்னால் நின்ற போது சங்கன் பதறித்தான் போனான். ஒருநாளும் வராத பய இன்று முழுத்த இளவட்டமாய் ஊர் தேடி வந்து முன்னால் நின்றால் பதறாமல் என்ன செய்வான்.

'வாடா குருசாமி, உள்ள வா, வெளிய எதுக்கு நிக்க.'

அவன் மாடத்தி கொடுத்து விட்டிருந்த வத்தல், பயறு, காய்கறி, மல்லி இவைகளைச் சாக்கில் கட்டி தலையில் பெரிய சுமையாய் வைத்திருந்தான். அதைக் கஷ்டப்பட்டு இறக்கி வீட்டுக்குள் கொண்டு வந்தான். மூன்று குமருகளும் மூன்று சிறுசுகளும் யாரோ எவரோ என்று வேடிக்கை பார்த்துக்கொண்டு நின்றார்கள். சங்கன் பெண்டாட்டி காமாட்சி யாரோ ஒரு புது விருந்தாளி என்று பார்த்துக் கொண்டிருந்தாள். சங்கன் சொல்ல மாட்டாமல் விஷயத்தைச் சொன்னான். ஒரு பையன் இருப்பதாக எல்லோருக்கும் தெரியும், ஆனால் இவ்வளவு பெரிய இளவட்டமாக சங்கனை அப்படியே உரித்து வைத்தது போல் இருப்பான் என்று யாருக்குத் தெரியும். அவர்கள் எல்லோரும் சந்தோஷப்பட்டார்கள். காமாட்சி வாஞ்சையோடு சொன்னாள்.

'அப்பவும் பத்து வருசம் இருவது வருசமின்னு மொகத்தக்கூட பாக்காம இப்பிடி இருப்பாகளாக்கும், அநாதப் புள்ள கெனக்கா, இங்க வந்தா கழுத்தப் புடிச்சா வெளிய தள்ளிருவாக, கழுத ஆறோட கூட ஒன்னு ஏழு, என்ன கெட்டுப் போச்சு, நாங்க குடிக்கிற கஞ்சியில கூட ஒரு பங்கு.'

'கடவுள் புண்ணியத்துல எனக்கு எந்தக் கொறயுமில்ல சின்னம்மா. தாய் தகப்பன் இல்லங்கிறகொறய, மினுத்தான் பெரிய்யாவும் மாடத்தி பெரிம்மாவும் போக்கிட்டாக.'

'ஓங்க அய்யாகிட்ட ஆயிரந்தடவ சொல்லிட்டன், இங்க கூட்டியாந்துருங்க கூட்டியாந்திருங்கன்னு, அவரும் அதத்தான் சொன்னாரு, மாடத்தி புண்ணியவாட்டின்னு.'

குருசாமி கல்யாண விஷயத்தைச் சொன்னதும் எல்லோருக்கும் ஒரே சந்தோஷம். அவனை எல்லாப் பிள்ளைகளும் அண்ணன் அண்ணன் என்று கூப்பிட்டபோது குருசாமி உருகிப் போனான். பத்து நாள் இருந்துவிட்டுப் போகும்படி வற்புறுத்தினார்கள். அவன் தான் இல்லாவிட்டால் அங்கே ஒரு வேலையும் நடக்காது என்று சொல்லி விட்டுப் புறப்பட்டான். அவர்கள் எல்லோரும் ரொம்ப

தூரம் கூடவே வந்து வழியனுப்பினார்கள்.

அவன் நேராக அம்மா இருக்கும் ஊர் கோட்டூர் போய்ச் சேர்ந்தான். குருவு அப்போதுதான் மாடுகளுக்கு புல் அறுத்துக் கொண்டுவந்து புல்கட்டைக் கீழே இறக்கிவிட்டு தலை நிமிர்ந்தவள் இவனைக் கண்டதும் ஓடி வந்தாள். வேஷ்டி கட்டி, சட்டை போட்டு தன் மகன் முழுத்த இளவட்டமாய் நிற்பதைப் பார்த்தபோது அவளுக்கு சந்தோஷம் பிடிபடவில்லை. அவனை ஆவிப் பிடித்து தலையைக் கோதி வருடினாள். முதுகையெல்லாம் தடவி முகந்துடைத்தாள். அவள் இறக்கி வைத்திருந்த புல்கட்டை முகர்ந்துகொண்டிருந்த கன்றுக்குட்டியை நாக்கால் நக்கிக் கொண்டிருந்தது பசு. வீட்டுக்குள் போய் பாயில் உட்கார்ந்தவன் சுவரையே வெறித்துப் பார்த்தான். நேரம் ஆக ஆக எல்லோரும் வந்துசேர்ந்தார்கள். அவனை மூத்த குழந்தையாக நினைத்து அன்போடு பழகினார்கள். குருவம்மாளின் புருசன் ஒரு கம்பெனியில் காவலாளி வேலை பார்ப்பதாகவும் வாரத்தில் ஒரு நாள் மட்டும் வந்து போவார் என்றும் சொன்னார்கள். அவன் அய்யாவைப் பார்க் காமலேயே ஊர் திரும்பினான். வீட்டுக்கு வெள்ளையடித்து பந்தல்கூட போட்டாயிற்று. விடிந்தால் கல்யாணம்.

பந்தலுக்கடியில் சீட்டு விளையாட்டு மும்முரமாய் நடந்து கொண்டிருந்தது. இனி சாமமோ ஏமமோ சமயத்தில் விடிந்தாலும் கூட விளையாட்டு நடக்கும். நடுவில் விரித்த துண்டில் சில்லறைகள் விழுவதும் போவதும் சண்டைகள் சச்சரவும் சிரிப்பாணியும் கேட்டு முடியாது. முத்தையா அரவமில்லாமல் மேலக்குடிக்குப் போய் பட்டாளத்து பயனா ரெட்டியாரை உசுப்பினான். அவனும் ரெட்டியாரும் பட்டாளத்து உடுப்புகளை மாட்டிக்கொண்டு பூட்ஸ் கால்களால் சரக் சரக்கென்று நடந்துவந்தார்கள். தெற்கே போய் உரலோரம் பதுங்கிக்கொண்டான் முத்தையா, பயனா ரெட்டியார் தடதட என்று வேகமாய் ஓடிவந்து விசிலை ஊதினார். கூட்டம் போன மாயம் தெரியவில்லை. பிச்சுக்கோ பிடுங்கிக்கோ என்று கந்துகந்தாய் ஓட்டம் பிடித்தார்கள். உரலோரம் ஒளிந்திருந்த முத்தையா போலீஸ் மாதிரி அதட்டிக் கொண்டே பின்னால் விரட்டினான். வீட்டின் கோடியில் ஆடுகள் கட்டுவதற்காக அடிக்கப்பட்டிருந்த முளைக் குச்சிகள் தட்டி கீழே விழுந்தார்கள். கூனனும் மங்காளையும் வடகாட்டு பாதைவழியே ஓடி ஒரு ஓடைக்குள் ஒளிந்தார்கள். மங்காளைக்கு தொரத்தலை அடக்க முடியவில்லை. வாயைத் துண்டால் பொத்திக்கொண்டு இருமியும் சத்தம் பலமாய்க் கேட்டது. கூனன் மங்காளையின் வாயை அமுக்கிப் பொத்தினான். ஆனாலும்

அவனால் இருமலை அடக்க முடியவில்லை.

'தாயோளி, ஓங்கூட ஒளிஞ்சு கெடந்தா அம்புட்டுத்தான், தொரத்தல் சத்தங்கேட்டு வந்துட்டாமின்னா நொக்கப் பிதுக்கிப் பிடுவான் பிதுக்கி.'

கூனன் மங்காளையைத் தனியே விட்டுவிட்டு ஓடைக் குள்ளிருந்து வெளியேறி மேற்காமல் ஓடினான். இருட்டு கெச இருட்டு. பயந்து போன மங்காளை கூனன் பின்னாலேயே ஓடினான். திரும்பிப் பார்த்த கூனன் தன்னை யாரோ விரட்டி வருவதாக நினைத்து வேகமாக ஓடினான். ஒத்தையடிப் பாதை யிலிருந்து விலகி தெற்காமல் திரும்பி ஓடைக் கரையின் மேலேறி வேகமாய் ஓடித் திரும்பிப் பார்த்தான். இரண்டு லைட் வெளிச்சங்கள் தன்னைப் பின்தொடர்ந்து விரட்டி வருவதைப் போல தெரியவும் பயந்து போனான். லைட் வெளிச்சம் பின்னாலேயே வருவது போல் தெரிந்தது. மறுக்கி மறுக்கி ஓடினான். வெளிச்சம் விடவேயில்லை. விடிய விடிய ஓடிக் களைத்து காட்டுப் பிள்ளையார் கோயிலுக்குப் போகிற வண்டிப் பாதைக்கு வந்துவிட்டான். இப்போது முன்னால் இருந்தும் இரண்டு லைட் வெளிச்சம். பக்கத்தில் நாலா பக்கமிருந்தும் ஏக வெளிச்சம். நம்மைச் சுற்றி வளைத்துவிட்டார்கள், இனி எங்கேயும் தப்ப முடியாது என்று உழவு போட்டிருந்த சால் குழிக்குள் குப்புறப் படுத்தான்.

'பிள்ளையாரப்பா நிய்தான் காப்பாத்தணும்.'

ஓடியலைந்த அலுப்பு நன்றாக உறங்கிவிட்டான். விடிந்து வெயிலேறிய பின்னும் எழுந்திருக்கவில்லை. குப்புறக் கிடந்தவனின் மேலெல்லாம் புழுதி படிந்து தார்ப்பாச்சல் மட்டும் கட்டிக் கொண்டு பார்ப்பதற்கு பிணம் போலவே தெரிந்தது. காடு கரைக்கு வந்தவர்கள் தாக்கல் சொல்லி ஊரோடு சனம் சுற்றி நின்று வேடிக்கை பார்த்தது. யாரோ ஒருவன் எட்டத்தில் நின்று மண்கட்டியால் எறிந்தான். அசையவில்லை. கிட்டத்தில் போய்த் தொட்டதுதான் தாமதம். படக்கென்று எழுந்துகொண்டவன் கெசப் புடுக்காய்ப் புடுங்கினான். பார்த்தால் கூனன். விரட்டிப் பிடித்து இழுத்துவந்து ஊர் சேர்த்தார்கள். சிரிப்பாணி அடக்க முடியாத சிரிப்பாணி ஊர்ச் சனங்களுக்கு.

பெரியசோலையின் கல்யாணத்தைப் போலவே குருசாமியின் கல்யாணமும் தடபுடலாய் முடிந்தது. மணக்கோலத்தில் முத்தம்மாளைக் கண்டதும் அவளுடைய தாய் மூளி வள்ளியம்மை

முழித்திருக்க கண்ணீர் உகுத்துக் கொண்டேயிருந்தாள். மாடத்தி வீட்டைவிட்டு வெளியே வரமுடியவில்லை. அவளுக்கு இரு கண்களும் பார்வை மங்கிப் போய்விட்டது. எதிரே இருக்கிற ஆள் கட்டை கட்டையாய்த் தெரிகிறது என்றும் இன்னார் என்று இனம்காண முடியவில்லை என்றும் சொன்னாள். குருசாமியும் முத்தம்மாளும் முதலில் மாலையும் கழுத்துமாய் மாடத்தி மினுத்தான் காலில் விழுந்தார்கள். இரண்டாவதாக சீனியம்மாளின் காலில் விழுந்து கும்பிட்டார்கள். குருசாமியின் அய்யாவும் அம்மாவும் அவரவர் குடும்பத்தோடு கல்யாணத்திற்கு வந்திருந்தார்கள். எல்லோருடைய காலிலும் விழுந்து கும்பிட்டு எழுந்தார்கள்.

'குருசாமி நேத்துவர ஒரு தொந்தங்கூட இல்லா அநாத பயலா இருந்தான், இன்னக்கி என்னடான்னா பெரிய ஆள்ச் செறுக்குள்ள பயலாப் போய்ட்டான்.'

பந்தி முடிந்ததும் விடிய விடிய நரிக்குறத்தி ஆட்டம். மேலக்களம் அமர்க்களமாயிருந்தது. உள்ளூர் ஆட்களும் கல்யாணத்திற்கு வந்திருந்த அசலூர் ஆட்களும் கூடியிருந்து வேடிக்கை பார்த்தார்கள். திருமி மாரியப்பன் உட்கார்ந்து கந்தூங்கிக்கொண்டே ஆட்டம் பார்த்துக் கொண்டிருந்தான். அவன் இரண்டு கால்களையும் தூக்கி வைத்துக்கொண்டு இரு கைகளாலும் கால் முட்டுக்களைக் கோர்த்து வைத்து முன்னும் பின்னும் ஆடிக்கொண்டே உட்கார்ந்திருந்தான். சடக்கெனக் கோர்த்துப் பிடித்திருந்த கைகள் விட்டவுடன் மல்லாந்து விழுந்தான். அவனுக்குப் பின்னால் உட்கார்ந்திருந்தவர் களின் மடியில் விழுந்தவன், முன்னால் உட்கார்ந்திருந்தவர்களை இரு கால்களாலும் மிதித்துத் தள்ளினான். வலதுபக்கம் இருந்தவர் களுக்கு வலது கை வீசியடித்ததில் அறை விழுந்தது. இடது பக்க மிருந்தவர்கள் இடது கை வீச்சில் அடிவாங்கினார்கள். ஒரே சமயத்தில் திருமி மாரியப்பனுக்கு நாலா பக்கமிருந்தும் அடி விழுந்தது. தூக்கம் பறந்து போன இடம் தெரியவில்லை. அவன் சடக்கென எழுந்து கூட்டத்தில் முண்டியடித்துக்கொண்டு ஓடினான். எல்லோரும் எழுந்துகொள்ள ஒரே ரகளை. கொஞ்ச நேரம் கழித்து அமளி துமளி ஓய்ந்து ஆட்டம் தொடங்கிய போது கல்யாணத்திற்கு வந்திருந்த அசலூர் பொம்பளையொருத்தி ஓ...வென்று கூப்பாடு போட்டாள். அவளுடைய கைக்குழந்தையின் கழுத்தில் கிடந்த சங்கிலியைக் காணவில்லை. தேடாத இடம் பாக்கியில்லை. சங்கிலி தட்டுப்படவே இல்லை. நாட்டாண்மை எவ்வளவோ விசாரித்துப் பார்த்தார். சங்கிலி கிடைக்கவேயில்லை.

விடிந்ததும் தொத்தல் பகடை ஊர் சாற்றினான். அவன் சத்தம் தெரு பூராவும் கேட்டது. 'ஓகோ... அய்யாமார அம்மாமார சங்கிலி ஒன்னு காணாமப் போச்சு. சாணி உருண்டகுடுக்கப் போறாக, ஊர் முச்சூடும் வேலைக்குப் போகக் கூடாது, மீறிப் போனா போனாளுக்கு அஞ்சாயிரம் அபதாரம் சாமியோவ்... இது நம்ம ஊரு நாட்டாம உத்திரவு.'

அன்று யாருமே வேலைக்குப் போகவில்லை. வீடு தவறாமல் இளவட்டமார்கள் நாரத்தங்காய் தண்டி சாணி உருண்டையைக் கொடுத்து முடித்தார்கள். காளியம்மன் கோயில் வேப்பமரத்து அடியில் ஊர்ப் பொது பெரிய பித்தளை அண்டா இரண்டைக் கொண்டுவந்து வைத்தார்கள். ஒவ்வொருவராய் சாணி உருண்டை யைக்கொண்டு வந்து அண்டாவுக்குள் போட்டுவிட்டுப் போனார்கள். அண்டா நிறைந்துகொண்டே வந்தது. ஒவ்வொரு வீடாகப் போய் எல்லோரும் சாணி உருண்டையைக் கொண்டுவந்து போட்டுவிட்டார்களா என்று நாட்டாமை சத்தங்காட்டி விசாரித்தான்.

கூட்டம் அலை மோதியது. இரண்டு அண்டாவுக்குள்ளேயும் நிறைய தண்ணீர் நிரப்பிக் கரைத்தார்கள். கூட்டம் வைத்தகண் வாங்காமல் அண்டாவையே பார்த்துக்கொண்டிருந்தது. அண்டாவுக் குள்ளிருந்து கடேசி வாளித் தண்ணீரை அள்ளிய போது உள்ளே தங்கச் சங்கிலி மின்னியது. நாட்டாண்மை அதை உடையதாரிடம் ஒப்படைத்து ஊர் மானத்தைக் காப்பாற்றினான். 'நல்லவேல... கெடச்சிருச்சு, இல்லன்னா ஊரோட சத்தியம் பண்ணிட்டு வடக்கூருக்கு தெக்கூரு நல்லது பெல்லதுமில்லாம பச்சத் தண்ணி குடிக்காமல்ல கெடக்கனும், ஊருக்கு வேற அவப்பேரு, களவாணிப் பய ஊருன்னு காரித்துப்புவான்.'

குருசாமி என்றைக்கும் போல்தான் வேலை செய்தான். ராத்தூக்கம் மட்டும் வள்ளியம்மை வீட்டில் வைத்துக்கொண்டான். முத்தம்மாளும் அவள் அம்மா வள்ளியம்மையும் குருசாமியும் சொல் கேட்டுத்தான் நடந்தார்கள். அவள் பிசின் எடுக்கப் போவதை அடியோடு நிறுத்திக்கொண்டாள். மாடத்தியின் வீட்டிலேயே அவர்களுக்கு நிறைய வேலை இருந்தது. பொன்னுத்தாய்க்குத் துணையாகக் காட்டுக்குப் போனார்கள். பெரியசோலையும் முந்தி மாதிரியில்லை. எவ்வளவோ திருந்திவிட்டான். ஆனால் மாடத்தி மட்டும் வல்லிசாகச் சாப்பிடுவதை நிறுத்திக்கொண்டாள். சோறு சாப்பிடச் சொல்லி சண்டை போட்டு வற்புறுத்தியவர்களிடம் சொன்னாள்.

‘இன்னொரு ஆளு கூட்டிட்டுப் போயி ‘மந்தைக்கு’ இருக்கனுமாக்கும், இந்த வயசிலேயே நம்ம பிய்ய இன்னொரு ஆள் சொமக்கனுமாக்கும். கழுத அப்பிடி உசுரு நமக்கெதுக்கு, இனிமேப்பட என்னத்த அள்ளிக் கெட்டப் போறோம், வாயக் கெட்டிட்டு காலா காலத்துல போயி சேந்துட்டாப் போகுது.’

அவள் யார் சொல்லியும் கேட்கவில்லை. ஒரேயடியாய்ச் சாப்பிடாமல் விரதம் பூண்டாள். மினுத்தானும் சீனியம்மாளும் நடைபிணமானார்கள். பெரியசோலையும் முத்தையாவும் பக்கத்திலேயே உட்கார்ந்திருந்தார்கள். முத்தம்மாளும் பொன்னுத்தாயும் ஆயிரந்தடவை சொல்லியும் மாடத்தி கேட்கவில்லை. முதன்முதலாக அவள் திரேகத்தில் வாட்டம் கண்டது. கண்கள் பஞ்சடைத்து உள்வாங்கியது. உதடுகள் உணர்ந்து காதுகள் சரியாகக் கேட்காமல் கைச்சாடை போட வேண்டியதிருந்தது. மினுத்தான் வீட்டில் ஊரே கூடியிருந்தது. அவள் மெதுவாக உதடசைத்து மினுத்தானைக் கூப்பிட்டு சாடை செய்தாள். மினுத்தான் முகத்தோரம் குனிந்து காதை நீட்டினான். அவள் மெதுவாய் முனங்கினாள். பேச்சு கிணற்றுக்குள்ளிருந்து வருவதைப் போல இருந்தது. எல்லோர் கண்களிலும் கண்ணீர். மயான அமைதி.

‘பெரிய மனுசா நம்ம தோட்டத்துல தெக்கு மூலைல குழி தோண்டிப் பொதச்சிரு, வருசம் திரும்ன ஒடன கல்லற கட்டி தகரக் கொட்டக போட்டு நல்ல நாள் பெல்ல நாள்க்கு தீபம் போடச் சொல்லு.’

மினுத்தான் மடியிலேயே அவள் தலை துவண்டு சரிந்தது. வேர்ப்புழு வெட்டிய தளிர்த்த மிளகாய்ச் செடியாய் அவள் கிடந்தாள். ராத்திரி விடியவிடிய கதை படித்தார்கள். காலையில் நாலா ஊருக்கும் துட்டி சொல்லி, கூட்டம் ஊர் நிறைந்தது. தேவரும் கருப்பையாவும் பெரிய ரோசாப்பூ மாலையுடன் வந்துசேர்ந்தார்கள். அவள் காலைத் தொட்டு கண்களில் ஒற்றிக்கொண்டு இருவரும் கண் கலங்கினார்கள்.

‘தாயோளி, மனுசின்னா மாடத்திதாண்டா மனுசி. எத்தன இருந்தாலும் நமக்னு சொந்தப் புள்ள கொல்லி கெடையாது, எப்பிடியும் பிய் மோத்திரம் எடுக்க ராஞ்சனப் பட்டு சீ தோம்பாக, உருத்தா ஆரும் எடுக்க மாட்டாகன்னு சமத்தி அப்பிடியே வாயக் கெட்டி மாண்ட்டாளே, பெரிய ரோசக்காரியாவே செத்துட்டாள.’

எவ்வளவு சொல்லியும் மினுத்தான் பிடிவாதமாய் மறுத்து விட்டான். பெரியசோலையோடு குருசாமியும் கொள்ளி வைக்க

வேண்டும் என்று கட்டாயப் படுத்தினான்.

'ஓம் பொண்டாட்டி செத்ததுக்கு ஓம் புள்ளதான் கொல்லி வைக்கனும், புள்ள கொல்லி இல்லன்னாச் சரி, வேலக்காரப் பயலப் போயி கொல்லி வைன்னா எப்பிடி.'

'ஊர்க்காரங்களுக்குத்தான்டா அவன் வேலைக்காரன், எனக்கு அவன்தான்டா தலப்புள்ள, ரெண்டாவது புள்ளதான்டா பெரிய சோல.'

'அப்ப சொத்துல பங்கு கேட்டா குடுத்திருவியா?'

'அவுக அவுக புள்ளைகளுக்குக் குடுக்க அப்பனுக்குத் தெரியாது, நீங்க சொல்லியாடா நாங் குடுக்கனும்.'

ஊர்க்காரர்கள் மறுப்பேச்சுப் பேசவில்லை. குருசாமியும் பெரியசோலையும் கொள்ளி வைத்து மொட்டை போட்டார்கள். மாடத்தி சொன்னபடியே தோட்டத்தில் தெற்கு மூலையில் குழி தோண்டி புதைத்தார்கள். பொன்னுத்தாய் நிறை மாதமாய் வயிற்றைத் தள்ளிக்கொண்டு காட்டுக்கும் வீட்டுக்கும் படாதபாடு பட்டாள். சீனியம்மாளும் முத்தம்மாளும் காட்டு வேலைகள் செய்வதில் போட்டி போட்டார்கள்.

வழக்கம் போலவே ராத்திரி மடத்தில் இளவட்டங்கள் கூடியிருந்தார்கள். வடக்கு திண்டில் உட்கார்ந்து முத்துவீரன் கதையளந்து கொண்டிருந்தான். முத்தையா இருந்ததை அவன் பார்க்கவில்லை.

'இந்தக் கெழட்டு சிரிக்கி மகனுக்கு வேற வேல இல்ல, எப்பப் பாரு பேய்க்கத. இப்பத்தான் பேயோட பத்து வருசம் குடும்பம் நடத்திட்டு வந்தது மாதிரி, வந்தா பேசாம படுத்து மொடக்குவியா சளசளனு ஒலப்பாய்ல நாய் மோண்டாப்ல.'

'ஏலேய், காடோடிப்பயல, பேய் பெசாசு இல்லன்னு சொல்லாத வம்பா சீரழியப் போற.'

'ஆமா... பேயி மயித்தப் புடுங்குச்சு.'

'ஏனேய்... முத்து வீரன்ன ஒனக்கு எதுக்கு இந்த வம்பு இப்ப உள்ள பயக பேய் மட்டுமா இல்லங்கான், சாமியவே புடுங்கி தலைகீழ நட்டுதான், சாத்திரம் சம்பிரதாயம் மயிரு மண்ணாங் கட்டிங்கான், எல்லாப் பயகலும் வெலாவுல வெடிச்சு வந்த பயக பிஞ்சுலயே பழுத்த பயக.'

'சாத்திரத்த பத்தி இந்தப் பயகலுக்கு என்ன தெரியும்.'

'ஆமா ஒங்களுக்கு அனையம் தெரியும்.'

'வாய்ச்சவடால்தானடா ஒங்களுக்கு வேற என்ன முடியும், இந்த மடத்துல கீழத்தூணு ஒண்டிவீரன், ஒத்தையில தூக்கி நிறுத்தினது, மேலத்தூணு பட்டாணி தூக்கி நட்னது இப்ப உள்ள பயக எட்டுப் பேரு சேந்தாலும் அத ஒங்களால அசைக்க முடியுமால.'

'ஒரு படி கம்மம்புல் கஞ்சிய ஒத்தையில தின்னீக தூக்கி நிறுத்தினீக, நாங்க அப்படி மடத்தீனு திங்கவும் வேண்டாம், ஒத்தையில தூக்கி நிறுத்தவும் வேண்டாம்.'

எல்லோரும் கவனமாய்க் கேட்டுக்கொண்டிருந்தார்கள். கிழவன் பொடியை எடுத்து வாய்க்குள் ஒரு இழுப்பு இழுத்தான். கூட்டமும் நிறைய சேர்ந்துவிட்டது. ஓடிப்போய் புளிச் என்று எச்சில் துப்பிவிட்டு வந்து உட்கார்ந்தான்.

'சாத்திரம் சம்பிரதாயம் இல்லன்னு சொல்ற பயக நல்லா கேட்டுக்கோங்க, அம்பது அறுபது வருசமிருக்கும். நங்கிரியான் நங்கிரியாம்னு ஒரு பகடப்பய இருந்தான். சாத்திரம் பாக்கிறதுல பெரிய கொம்பேறி உடுக்கடிச்சு முத்துப் போட்டு குறி சொன்னாம்னா ஒரு நூல் தப்பாது. அவ்வளவு கரெக்ட்டா இருக்கும். இத்தனாம் பக்கம் மழன்னா அன்னைக்கி சொல்லி வச்சாப்ல மழய கேட்டுக்கோ, அப்பேர்பட்ட பய. சித்திர மாசம். கடுங்கோட. ஆடு, மாடுககூட தண்ணிக்கு அலமோதுது. அப்படிப்பட்ட கோட. வெய்யில் மண்டயப் பௌக்கு. இந்தப் பய நம்ம பால்க்கொடி ஓடையில மத்தியானம் வேனாப்பரிஞ்ச வெய்யிலுக்குள்ள தூரி போட்டுட்டு ஒக்காந்திருக்கான். சுடு... மணல்.

'மீனு பூமிக்கடியிலிருந்து வரும்னு நெனச்சானா?'

'கேளு கொறக் கதையவும், அப்ப பரமசிவரும் பார்வதியும் மேல அப்பிடியே ஊர் சுத்திப் பாத்திட்டு வாராக, வந்தா, இந்தப் பயலப் பார்த்ததும் அவக ரெண்டு பேர்த்துக்கும் சிரிப்பாணி தாங்கல. இது எந்தக் கோட்டிக்காரப் பயடான்னு நேர மாறுவேஷம் போட்டுக் கீழ எறங்கிட்டாங்க.'

'என்ன வேஷம் தாத்தா போட்டாங்க.'

'ஒங்க ஆத்தா வேஷமும் ஒங்க அப்பன் வேஷமும். பேசாம கதைய கேளே... ங்'

'இந்தப் பய தூரிய ஓடக்குள்ள கெட்டிட்டு வாகரையில் ஒக்காந்து ஓலக் கொட்டான சரி பண்ணிட்டு இருக்கான் மீன் அள்றதுக்கு.'

'இது யாரப்பா தூரி போட்டுருக்கிறது.'

‘நாந்தான் போட்ருக்கன்.’

‘ஒனக்கு என்ன பயித்தியம் கியித்தியம் புடிச்சிருக்கா. காடு பூராவும் விப்போடிப் போயி கெடக்கு, வெய்யில் மண்டயப் பௌக்கு தூரி போட்ருக்கியே ஒத்த மழ மேகத்தக்கூட காணும்.’

‘எப்பிடியும் இன்னக்கி கண்டிசனா மழ பெய்யும், நான் கட்டாயம் மீன் பிடிப்பன்.’

‘சரின்னு பார்வதியும் பரமசிவனும் மேலோகம் போய்ட்டாக. ஆனா அன்னிக்கி தெனத்துக்கு மழக் கெடுவு இருக்கு. பாத்தாக பார்வதியும் பரமசிவனும், எல்லா மேகத்தவும் சத்தங்காட்டிக் கூப்பிட்டு வரச் சொல்லி ஒவ்வொரு மேகத்தையும் எங்கிட்டுப் போயி மழ பேயச் சொல்லனும்னு உத்திரவு போட்டாக. ஏய் நிய் கெழக்க போயி மழ பேயி, ஏய் நிய் தெக்க போயி மழ பேயி, ஏற் நிய் மேற்கே போயி மழ பேயி, வடக்க மட்டும் எந்தக் காரணம் கொண்டும் போகக் கூடாதுன்னு கண்டிசனா உத்திரவு போட்டுட்டுப் போயிட்டாக. அந்தப் படியே எல்லா மேகமும் அவுக சொன்னபடியே குமுறி குமுறி மழயா கொட்டுது. மழ பேஞ்சு முடிஞ்சதும், பழய படியும் பரமசிவனும் பார்வதியும் பய இப்ப என்ன பண்றாம்னு பாப்பம்னு வாராக, வந்தா ஓடையில வெள்ளம் குதியாளம் போட்டு வருது, பய மீன் புடிச்சு கூடையில தட்டிட்டான். பரமசிவனுக்கும் பார்வதிக்கும் விருளி அத்துப் போச்சு, விக்னமின்னுமில்ல வெறச்சமினுமில்ல, அவுக ரெண்டு பேருக்கும் கோபம் இன்ன வெதம்னு இல்ல அப்பிடியே திரும்பிப் போயி எல்லா மேகத்தையும் ஒரு அரட்டு அரட்டிக் கூப்பிட்டாக, கூப்பிட்டு நிய் எங்கிட்டு போயி பெஞ்ச, நிய் எங்க பேஞ்சன்னு கோபத்தோட கேக்காக, கேட்டா அதுல பாரு...’

கிழவன் முற்றுப்புள்ளி வைத்துவிட்டு எச்சில் துப்ப எழுந்து போய்விட்டான். சுற்றிலும் உட்கார்ந்து கதைகேட்டுக்கொண்டு இருந்தவர்கள் அவன் திரும்பி வருவதை ஆவலோடு பார்த்துக் கொண்டிருந்தார்கள். கிழவன் சாவாசமாய் வந்து துண்டை உதறி தரையில் போட்டு உட்கார்ந்துவிட்டு மௌனமா இருந்தான்.

‘சொல்லு தாத்தா அங்க மழ எப்பிடிப் பேஞ்சது?’

‘அதுல பாரு ஒரு செகிட்டுக் கழுத மேகம் இருந்திருக்கு, கழுத தெக்க போயி பேயின்னு சொன்னதுக்கு வடக்க போயி பேஞ்சு தள்ளிருச்சு.’

கிழவன் சொல்லி முடிக்கு முன்னேயே முத்தையாவும் இளவட்டங்களும் சிரித்து உருண்டார்கள். கிழவன் வாயைத்

திறக்காமல் உம்மென்று வைத்துக்கொண்டு சிரித்தான். முத்தையா வுக்குச் சிரித்து சிரித்து இரண்டு கண்களிலும் கண்ணீர் பிதுங்கியது.

12

திப்பனூத்திலிருந்து ஆத்தியப்பன் வாத்தியார் வந்திருந்தார். காதுகளில் கல் பதித்த தரிப்பும் பம்பை முடியும் பார்ப்பதற்கு அழகாய் இருக்கும். அவர் ஊர் ஊராய்ப் போய் ஒயில் கும்மி சொல்லிக் கொடுத்து அங்கேயே தங்கி அரங்கேற்றிவிட்டுப் போவார். கெட்டிக்கார வாத்தியார். பேர்போன ஆள். சுற்று வட்டாரத்தில் வாத்தியார் என்றால் தனி மரியாதை. மினுத்தானும் வாத்தியாரும் பலப்பல பேச்சைப் பேசினார்கள். அவர் ஒயில் கும்மி சொல்லிக் கொடுக்கச் சம்மதித்து அங்கேயே ஒரு வீடும் ஒதுக்கியாயிற்று. மதுரை போய் எல்லோருக்கும் சலங்கை கெச்சம் வாங்கிவந்தார்கள். சாயங்காலம் ஆகிவிட்டால் போதும் மேலக்களம் செல்லம் பொழியும். காந்த லைட் வெளிச்சத்தில் எல்லோரும் வேஷம் கட்டிக் காலில் கெச்சங்கட்டி ஆடுவதைப் பார்க்க ஊரே கூடியிருக்கும். சில சமயங்களில் பக்கத்து ஊர் ஆட்களும் வருவதுண்டு. பெரிய சோலை தான் ராமர் வேஷம். அநேகம் இளவட்டங்கள் வேலை வெட்டியை மறந்து வாத்தியார் பின்னாலேயே திரிந்தார்கள். பொன்னுத்தாய் சண்டை போட்டும் பெரியசோலை கேட்கவில்லை.

'ஒத்தப்பரி ஆளு வேல வெட்டி இல்லாத வேகாரிப் பய கெணக்கா சுத்துனா சம்சாரித்தனம் கெட்டுப் போகும். அந்த நேரம் செய்யிற வேலய அந்த நேரமே செய்யணும், கொஞ்சம் மிஞ்ச விட்டாலும் போச்சு சம்சாரிக் கோப்பு கெட்டுப் போகும்.'

பெரியசோலையின் காதில் ஏறவில்லை. குருசாமியும் முந்தி மாதிரி அக்குசாக வேலை செய்யவில்லை. இடையிடையே வேறு ஆட்களுக்கும் வேலைக்குப் போக ஆரம்பித்தான். காலையில் எழுந்து மாடுகளை அவிழ்த்து வெளியே கட்டி சாணி, சகதி அள்ளி மாடுகளுக்குப் பருத்திக் கொட்டை ஆட்டி வேலைக்குப் போகிற பழக்கத்தை எல்லாம் மாற்றிக் கொண்டான். அவனுக்கும் அவன் பொண்டாட்டி முத்தம்மாளுக்கும் சொல்லிக் குடுக்க நிறைய ஆட்கள் இருந்தார்கள். அதைத்தான் குருசாமி கேட்டுக்கொண்டான். 'இதுக்கு முந்தி சரி, பொண்டாட்டி புள்ள இல்ல ஒத்த ஆளா இருந்த, கஞ்சி கெடச்சாப்

போதும்னு மினுத்தான் வீட்ல கெடந்த, நாளைக்கு ஒரு புள்ள கொல்லின்னு ஆகப் போகும் போது, ஓசி வேல செஞ்சிட்டுக் கெடந்தா எப்பிடி, ஒரு ஆட்ட வளத்தோம் குட்டிய வளத்தோம்னு கண்டுங் காணாம நாலு துட்டு மிச்சம் வச்சம்னு இல்லாம வருசம் பூராவும் அங்கயே ஒழச்சு சாகனும்னு விதியா.'

குருசாமியை இந்த வார்த்தைகள் கப்பென்று பற்றிக் கொண்டன. முத்தம்மாளை வள்ளியம்மாளுடன் வேறு ஆட்களுக்கு வேலைக்கு அனுப்பிவிட்டு இரண்டு வெள்ளாடுகள் வாங்கித் தனியே வளர்த்தான். பேருக்கு அவன் மட்டும் மினுத்தான் வீட்டிற்கு வந்து போய்க்கொண்டிருந்தான். மினுத்தானால் நடமாடக்கூட முடியவில்லை. பொன்னுத்தாயும் கைப்பிள்ளைக்காரியாகிப் போனாள். சீனியம்மாள் மட்டும் ஒத்தையில் கெடந்து சீரழிந்தாள். காடே தஞ்சம் என்று உழைத்து மாய்ந்தாள்.

ஊரில் அநேகம் பேருடைய உண்மைப் பெயர்கள் மாறி ராமாயணப் பெயர்களே நிஜப்பெயர்களாகிப் போயின. தாடக, ராவணன், லஷ்மணன், மந்திரி, ஜடாயு என்று சொல்லிக் கூப்பிடுகிற அளவுக்கு ஒயில் கும்மியோடு ஒன்றிக் கலந்துவிட்டார்கள். மத்தியான வெய்யில் சுடலி சோளத்துக்குள் தண்ணீர் விலகுகிறாள். தூரத்துக்கிணறு. அவள் புருசன் சின்னக் கருப்பன் கமலை இறைக்கிறான். திடீரென்று வாய்க்காலில் தண்ணீர் வருவது நின்று சொடிந்து இடைவற்றி தண்ணீர் வருவது நின்றுவிட்டது. சுடலி மண்வெட்டியைத் தூக்கிக்கொண்டு தண்ணீர் வரும் வாய்க்கால் வழியே பார்த்துக்கொண்டே வந்தாள். எங்கேயும் வாய்க்கால் உடையவில்லை. சோளத்துக்கு வெளியே வந்து கிணற்றை எட்டிப் பார்த்தாள். கமலைச் சத்தத்தைக் காணவில்லை. சின்னக்கருப்பனையும் ஆளைக் காணோம். கழுத ஓடைக்குள்ள 'வெளிக்கிப்' போயிருக்கும் வரட்டும் என்று கிணற்றடியில் வந்து மாட்டுப் பக்கத்தில் உட்கார்ந்தாள். மாடுகள் இரண்டும் வாயிலிருந்து வெள்ளைநுரை தள்ள மூசுமூசு என்று இளைத்துக்கொண்டு நின்றன. ரொம்ப நேரமாகியும் ஆளைக் காணாததால் சுடலி மெல்ல போய் ஓடைக்குள் எட்டிப் பார்த்தாள். இவள் கரைமேல் நிற்பதை சின்னக் கருப்பன் கவனிக்கவில்லை. அவிழ்த்த கோவணத் துணியை வீசிக்கொண்டு முன்னும் பின்னும் ஓடியாடி ராம் ராம் ராம் ராம் என்று ஒயில் கும்மி ஆடினான். சுடலி கரையில் நின்று பார்த்துக்கொண்டே இருந்தாள். அவளுக்கு சிரிப்பாணி பொத்துக்கொண்டு வந்தது.

'அட, கழுத... மானங்கெட்ட கழுத, கமலையவும் நிப்பாட்டிப் போட்டுட்டு மத்தியான வெய்யிலுக்குள்ள ஓடைக்குள்ள வந்து நெற அம்மணத்தோட ஒயில் கும்மி வருதாக்கும், ரோசங்கெட்ட கழுத.'

சின்னக் கருப்பன் திடுக்கிட்டுப் போனான். அவக்தவக் என்று கோவணத்தைக் கட்டிக்கொண்டு கரைக்கு ஓடிவந்தான்.

'எளவட்டமாருக பூராவும் ஆடுறாகன்னு நானும் ஆடிப் பாத்தன்.'

'உதுத்துப் புட்டா லவிண்டி மல்லாரி, இந்த வயசுக்குப் பெறகு ஒயில் கும்மி ஆட்டங் கேக்குதோ, அதுவும் நெற அம்மணத்தோட கொஞ்சமாவது ஈரமிருந்தா இப்பிடி ஆடுவியா?'

'ஏய், சுடலி சின்னப் பயககிட்ட சொல்லிறாத மானத்த வாங்கிருவான், வெளில தலக் காட்ட முடியாது.'

'நிய், இன்னக்கி ஊருக்கு வா, முத்தையாப் பயகிட்ட சொல்லி ஒன்னைய வெக்கத்தக் கெடுக்கல, நானும் மோளையன் வகுத்துல பெறக்கல.'

'ஏ... தாயி நல்லாருப்ப ஒங் கால்ல நாளும் விழுந்திரன், தோப்புக் கரணம்கூட போடுறன் பயக கிட்ட சொல்லிறாத.'

'போ... கழுத போயி காலா காலத்துல கமலைய ஏற ஆட்டம் நிய் கெட்ட கேட்டுக்கு ஆட்டம்.'

சின்னக் கருப்பன் கிணற்றடிக்கு ஓடினான்.

'த்தூ... மானங்கெட்ட கழுத.'

இன்று ஒயில் கும்மி அரங்கேற்றம். மாமன்மார்கள் மச்சினன் மார்கள் எல்லோரும் வேட்டி துண்டு எடுத்து கோடிகட்ட வந்திருந்தார்கள். ஆத்தியப்பன் வாத்தியாருக்குக் கழுத்து நிறைய்ய ஏகப்பட்ட மாலைகள், வேஷ்டி, துண்டுகள். எல்லா ஊர்களி லிருந்தும் விசேஷங்களுக்குக் கூப்பிட வந்தார்கள். இதுபோக பெரிய திருவிழாக்கள் நடக்கும் ஊர்களிலும் போய் ஆடி வந்தார்கள். சில சமயங்களில் ஆடிவிட்டு வர அஞ்சு நாள் ஆறு நாள்கூட ஆகிப் போனது. அப்படிப்பட்ட நேரங்களில் பொன்னுத்தாய் படாத கஷ்டமில்லை. மாடு அவிழ்த்துக் கட்டக்கூட ஆள் இல்லாமல் கஷ்டப்பட்டாள். குருசாமி மினுத்தானிடம் வெளிப்படையாகவே சொல்லிவிட்டான்.

'பெரிய்யா கேளு, முந்தி மாதிரி வருசக் கொத்துக்கும் வயித்துக் கஞ்சிக்கும் வேல செய்ய முடியாது. அன்னன்னைக்கி வேல செய்யிற சம்பளத்த அன்னைக்கே கையில குடுத்திறனும், வேல இருந்தா

செய்யிறன், இல்லன்னா வேத்தாள்க்கு வேலைக்குப் போறன், ஓசி வேல ஒன்னுகூட செய்ய மாட்டன். கருக்கல்ல வந்து மாட்ட அவுத்தா சாய்ங்காலம் வந்து கெட்றதுதான் என் வேல, மத்த எந்த வேலையும் நான் பாக்கமாட்டன், சம்மதம்னா சொல்லு, சம்மத மில்லன்னா விட்ரு.'

சீனியம்மாளும் பொன்னுத்தாயும் உருண்டு பெரண்டு பார்த்துகூட சமாளிக்க முடியவில்லை. பெரியசோலை வேகாரிப் பயலைப் போல சம்சாரித்தனத்தில் அக்குசு இல்லாமல் திரிந்தான். முத்தையா ஊருக்கு வருவதே இல்லை. எப்போதாவது தப்பித் தவறி அவன் தலை தெரிந்தால் அவன் கோவில்பட்டியில் கல்யாண வீட்டுச் சோறு சாப்பிட்ட கதையைப் பெருமையாகச் சொல்வான். ஓசிச் சோறு தின்பதற்காகவே அவன் கோவில் பட்டியில் தங்கினான். 'என்ன, முத்தையா ஒரு மாசமா ஆளக் காணும் எங்க இருக்க, என்ன வேல பாக்க நம்ம ஊரவே மறந்திட்டியே.'

'ஊர்ல இங்க என்ன இருக்கு செல்லு கூட இல்ல, மேக்கொண்ட சம்சாரிக பூராவும் தவங்கிட்டான், ஆடு-மாடு மேச்ச பயகலும், கூலிக்கு மம்பட்டி தூக்கிட்டு அலஞ்ச பயகலும், கஞ்சிக்கு விதியத்த பயகலும் சம்சாரிக் கோப்புக்கு வந்துட்டான், பயகல கையில புடிக்க முடியல, தலகால் புரியாம குதியாளம் போடுறான்.'

'நிய் சொல்றதும் சரிதான், செத்த நேரம் தும்புக் குச்சு வேணும்னு கேட்டா ஒழிச்சு வச்சிட்டு ஒடிஞ்சு போச்சுங்கான், பினையக் கண்ணி என்ன தேஞ்சா போயிரும் அத வச்சிக் கிட்டே காணும்ங்கான், வண்டில சாவிய புடுங்கி வீட்ல வச்சிட்டுப் போயிர்ரான், அவனுக்கு வந்தது அவனுக்குத் தான், ஈவு எரக்கம் கெடையாது, மொகத்தாச்சன கூட பாக்க மாட்டங்கான், அதுதான் மழ மயிரு கெணக்காப் பேயிது.'

'எங்க மாடத்திப் பெரியம்மாகிட்ட யார் வந்து ஒரு செம்புத் தண்ணி குடிக்கக் கேட்டாக்கூட செம்பு நெறைய்ய மோர் கொண்டாந்து குடுப்பா, இப்ப பச்சத் தண்ணிகூட குடுக்க மாட்டாக பாதகத்திக.'

'சரி முத்தையா சோத்துக்கு என்ன பண்ற.'

வடக்குத் திண்டில் துண்டை விரித்தான் முத்தையா.

'சோத்துக்கு என்ன கொற, ஊர்ல நடக்கிற கல்யாணம் காடையத்து எல்லாமே நம்ம வீட்டுக் கல்யாணந்தான்.'

'அப்பிடிச் சாப்பிடுறது கேவலம் இல்லையா முத்தையா.'

'என்ன கேவலம், களவாண்டா கேவலம், கன்னம் போட்டா

கேவலம், கையேந்துனா கேவலம், லச்சம் லச்சமா செலவழிச்சு நல்லது பெல்லது நடத்துற பயக ஓராளுக்கு சோறு போட்டதுல என்ன கெட்டுப் போயிருவான்.'

'எனங்கண்டு வெரட்டிட்டா கேவலம்ல.'

'அப்பிடி பிய் நாறிப் பயகலும் உண்டு, அதுக்குத் தக்கன நாங்களும் நடந்துக்கிருவம்.'

'நாங்களும்னா இனி யார்ரா இருக்கா கூட'

'நம்ம பாறப்பட்டி சோத்தாண்டி.'

'ஆளு வசமான ஆளா இல்ல சேத்திருக்கான்.'

'நாஞ் சேக்கல அவந்தான் என்னைய சேத்திருக்கான்.'

'ஒனக்கு எப்பிடிடா அவனத் தெரியும்.'

'அது பெரிய கத, போன தை மாசம், கோயில்பட்டி நாய்க்கமாரு கல்யாண மண்டபத்துல பெருங்கொண்ட கல்யாணம். ரோடு முழுக்க பந்தல்தான், லைட்தான், மேளம் தாளம் ஆட்டம் பாட்டம் கணக்கு வழக்கு இல்லாத கூட்டம். நானும் போயிருக்கன். சோத்தாண்டியும் வந்து நிக்கான். அவனுக்கும் எனக்கும் முன்னப்பின்ன பழக்கங் கெடையாதா, காலைல இட்லி, வடை, தோசன்னு ஏக தடபுடலா இருக்கு, ரெண்டு பேர்த்தயும் உள்ள விடல. வாசல்ல நிப்பாட்டிட்டாக. உள்ள போறதுக்கு வேற வழியும் கெடையாது. நான் என்னடா செய்யனு தெகைக்கன். வாசல்ல நின்னுக்கிட்டு எம்மூஞ்சிய அவன் பாக்கான், அவன் மூஞ்சிய நான் பாக்கன்.

'எந்த ஊரு.'

'உருளக்குடி.'

'ஒனக்கு.'

'பாறப்பட்டி.'

'பய பெரிய்ய கஞ்சப் பயலா இருப்பான் போலருக்கு. வாசல்லயே காவல் போட்டுட்டான.'

நின்னு நின்னு கால் கடுத்ததுதான் மிச்சம், உள்ள போகவிடவே இல்ல. அப்பத்தான் என்னடா செய்யனு பாத்தன், சட்னு ஒரு யோசன வந்துச்சு, மத்தியானச் சோத்தையும் விட்டுட்டாப் போச்சுன்னு ரெண்டு பேரும் ஒரு முடிவுக்கு வந்தோம். மாப்பிள்ளய வீட்லருந்து அழச்சிட்டு வாரதுக்கு சாரட்டு வண்டி குதுர பூட்னமானக்கி தயாரா நிக்கி, நாங்க ரெண்டு பேரும் துண்ட எடுத்து தலப்பாவ இறுக்கிக்

கட்டிட்டு, வேட்டிய தார்ப்பாச்சலா கெட்டிட்டு ஆளுக்கு ஒரு சிலம்புக் கம்போட சாரட்டு வண்டி முன்னால போயி நிக்கோம்.

‘ஒனக்கும் சோத்தாண்டிக்கும் சிலம்பு வெளையாடத் தெரியுமா?’

‘சிலம்பாவது மண்ணாங்கட்டியாவது, அன்னைக்குத்தான் கம்பவே கையில புடிக்கோம். கூட்டம் திட்டங்கெட்ட கூட்டம். வட்ட வட்டக் கொட்டு, வாங்காக் கொழலு, வேட்டுன்னு ஊர்வலம் பெறப்புட்ருச்சு, நானும் சோத்தாண்டியும் ஒரு செண்டிப்பு எடுத்து சாரட்டு வண்டிக்கு முன்னால தள்ளி வந்து நின்னு சபைய ஒரு கும்பிடு கம்ப புடிச்ச மானக்கி, சனம் பூராவும் வெலகி எங்களுக்கு வழி விட்ருச்சு, வெளையாட்டுப் போட்டா பெரிய பெரிய வாத்தியாரு தோத்துப் போவான், சோத்தாண்டி ஆள் நல்ல வளத்தி பாரு, கம்ப சொழட்டிட்டு ஆதாளி போடுறான், கெளிக்கான், உறுமுறான், மட்டைய கடிக்கான், தரையோட பரசுரான், கூட்டத்துல வாரவுக அடிக்கொருதரம் அய்யா கொஞ்சம் எறங்கி வெளையாடுங்க, மெய்யடி பொய்யடிதான் இருக்கனும், கோவம் வரப்புடாதுன்னு நெடுக சொல்லிட்டே வாராக. அந்த அளவுக்கு நெச வெளையாட்டுக் காரன் தோத்துப் போவான். ஊர்வலம் வந்துக்கிட்டே இருந்ததா ஒரு முச்சந்தில கொண்ட்டு வந்து நிறுத்திட்டு வெளையாட விட்டுட்டான். கூட்டம் வட்டமா கூடி சுத்தி நிக்கி விளையாட்டு இன்ன வெதமினு இல்ல. கூட்டத்லருந்து ஒரு பய வந்து பெரிய ரோசாப்பூ மாலைய ரெண்டு பேருக்கும் போட்டுவிட்டான். சோத்தாண்டி அந்த மாலையக் கழட்டி நுனிக் கம்புல போட்டு அப்பிடியே ஒரு ரவுண்டு கூட்டத்தப் பாத்து காட்டிட்டு கைய படக்னு மேல பாக்க தூக்னாம் பாரு அப்பிடியே மால கம்பு வழியா எறங்கிப் போயி அவன் கழுத்துல சரியா விழவும் ஒரே கைதட்டல், நான் பைய்ய கூட்டத்த ஏற்ட்டுப் பாத்தா எதுக்க நம்ம ஊரு சங்கனும் மொன்னையனும் வேடிக்க பாத்திட்டு நிக்காக. எனக்கு விருளி அத்துப் போச்சு. நல்ல வேலைக்கி எந்தச் சாமி புண்ணியமோ அவுக சிரிப்பாணிய அடக்கிட்டுப் போய்ட்டாக, இல்லன்னா கேவலப்பட்டுப் போயிருக்கும். சோத்துக்குப் பதில் முதுகுலதான் சோறு கெடச்சிருக்கும். மண்டபத்த வந்து தொட்ட ஓடனயே ஆளுக்கு ஒரு சோடா கலர் ஓடச்சுக் குடுத்தாக, தனியா பெஞ்சு போட்டு ஒக்காரச் சொல்லி சாப்பாடு போட்டாக, சாப்பாடுன்னா அதுதாண்டா சாப்பாடு, அந்த மாதிரி சாப்பாட்ட என்னைக்குமே பாக்க முடியாது. எளங் குருத்து எல, வெத வெதமான கூட்டு அவியல் பொரியல்னு, பருக்க பொடிப் பருக்க, ஈக்கிச்

சம்பா, அப்பிடியே எலையில போட்ட ஒடன வழுகி ஓடுது, ரசம் மணம் கமகமனு, ரெண்டு பேரும் ஒருபிடி பிடிச்சிட்டு வெத்தலையும் போட்டு நிக்கோம், ஆளுக்கு பத்து ரூவாயும் குடுத்து வாத்தியார போய்ட்டு வாங்கனு கையப் புடுச்சு குலுக்கி அனுப்பி வச்சாக, அதுலுருந்து சோத்தாண்டியும் நானும்தான் கூட்டு.'

'இந்தப் பெழப்பு பெழைக்கிறதவிட ஆளுக்கொரு திருவோட்ட ஏந்திட்டு பண்டாரமா போயிர வேண்டியதான.'

'போகத்தான், இங்க இருந்து என்னத்தக் கண்டோம், நாலா ஊரயும் சுத்திப் பாக்க வேண்டாமா, எத்தன கோயில் கொளம் அதெல்லாம் எப்பப் பாக்க எப்பிடிப் பாக்க திருவோடு ஏந்துனாத் தான் பாக்க முடியும்.'

கோவில்பட்டியில் என்ன விசேஷமென்றாலும் மந்தித் தோப்பில் இருந்துதான் வாழைகள் வரவேண்டும். எங்க எங்கெல்லாம் வாழைகள் போகிறதென்று ஊசாட்டம் பார்ப்பது, பிறகு போய் சாப்பிட்டுவிட்டு வருவது முத்தையாவும் சோத்தாண்டியும் சேக்காளியாகிப் போனார்கள். கிருஷ்ணன் கோயில் சத்திரத்தின் குளுமையில் திருவோடு தலையனை வைத்து உறங்கும் பண்டாரங்கள் மத்தியில் இவர்கள் திருவோடு இல்லாத பண்டாரங் களாக உறங்கி எழுந்தார்கள்.

அந்த வருசம் மழை ஏமாற்றிவிட்டது. வீட்டில் சேர்த்து வைத்திருந்த விதை வித்துக்கள் எல்லாவற்றையும் காட்டில் கொண்டு போய்ப் போட்டுவிட்டு மழைக்காகக் கும்பிட்டுக் கொண்டிருந்தார்கள் சம்சாரிகள். மேகம் தினம் விளையாட்டுக் காட்டியது. கரிசல் காய்ந்து பொசுங்கியது. இன்னைக்குப் பேய்ந்து விடும் நாளைக்குப் பேய்ந்துவிடும் என்ற நப்பாசை குறைந்து கொண்டே வந்தது. யாராவது ரெண்டு பேர் சேர்ந்து விட்டால் போதும் மழையைப் பற்றிய பேச்சுத்தான்.

'என்ன மாமோய் இந்த வருசம் அர வயித்துக் கஞ்சியாவது ஊத்துமா இல்ல சட்டி எடுக்க வச்சிருமா.'

'என்ன செய்ய ராவுல நெலா நல்லா கோட்ட போட்ருந்தது, பொழுதுக்காலும் மின்னுச்சு, மத்தியான வரைக்கும் கோப்பா தெரியுது மத்தியானத்துக்கு மேல கோப்பு கலஞ்சு உப்பாங் காத்தடிக்கி.'

'ஆட்டுக்கார தாத்தா சொல்றாரு எப்பிடியும் மழபெய்யும் ஆடெல்லாம் கூடி கூடி வட்டஞ் சுத்துது, மழக் கோப்பு கண்டிசனா

இருக்குங்காரு, நாலு நாளா தைலான் வேற தரையத் தொட்டுப் பறக்குது.'

'என்ன பறந்து என்ன செய்ய மழ பேஞ்சா இப்ப பெய்யனும், இனி பத்து நாள் பிந்துனாலும் போச்சு மொளச்சது பூராவும் கருகிப் போகும்.'

சிறுசுகள் எல்லோரும் மழக் கஞ்சி எடுத்தார்கள். இளவட்டடங் களும் கொமருகளும் கிழடுகளும்கூட சேர்ந்து கொண்டார்கள்.

மழயுமில்ல தண்ணியுமில்ல
மழக்கஞ்சியோ மழக்கஞ்சி
ஆடு மாடுக்கு தண்ணியில்ல
அம்மங் கஞ்சியோ அம்மங்கஞ்சி.

அவர்கள் எல்லோரும் பெரிய பெரிய வாளிகளிலும் சட்டிகளிலும் வீடுவீடாய்ப் போய் கஞ்சி வாங்கினார்கள். சோளக் கஞ்சி, வரகுச் சோறு, சாமைச் சோறு, கேப்பைக் களி, கேப்பைக் கூழ், பச்சை நெல் சோறு, அவித்த நெல்லுச் சோறு, குருதவாலிச் சோறு, அவித்த குருதவாலிச் சோறு, கம்மங்கஞ்சி, தினைக் கஞ்சி, நாத்துச் சோளச் சோறு என்று பல வகையான சோறுகள் சட்டிகளில் நிறைந்தன. சில வீடுகளில் வெங்காயமும், பச்சை மிளகாயும், துவையலும் ஊறுகாயும்கூடக் கொடுத்தார்கள். எல்லாவற்றையும் வாங்கி மொத்தம் சேர்த்து சுமந்துகொண்டு காட்டு வழியே, ரொம்ப தூரம் நடந்தார்கள். கால்களில் கரிசல் மண்ணின் சூடு அவர்களை ஒன்றும் செய்யவில்லை. வேர்த்து, விருவிருத்து ஒரு ஆவரஞ்செடியின் முன்னால் இறக்கினர். சருவச் சட்டியில் மொத்தமாகக் கரைத்து ஏனங்களில் ஊற்றி ஊற்றிக் கொடுத்தார்கள். கஞ்சியைக் குடித்து முடித்தவுடன் பழைய பிஞ்சு செருப்புக்களாலும் பிஞ்சு சுளகாலும் அவர்களை அடித்து விரட்டினார்கள். சுடுமண்ணில் அவர்களைக் கீழே தள்ளிப் புரட்டினார்கள். அவர்கள் கட்டாயம் அழவேண்டும். அவர்களின் கண்களில் இருந்து ஒரு சொட்டு கண்ணீராவது பூமாதேவியின் மேல் விழுந்தால்தான் வர்ண பகவான் மன மிரங்குவான். அடி வாங்கிக்கொண்டு ஓடிய பெண்களை இடை வெளியில் ஒளிந்திருந்த இளவட்டங்கள் வழிமறித்து மல்லுக்கட்டி அழவைத்தார்கள். தலையை விரித்துப் போட்டுக்கொண்டு பெண்கள் அழுதுகொண்டே ஓடினார்கள். இதில் பெரிய ஆச்சரியம் என்னவென்றால் இப்படி யெல்லாம் நடக்கும் என்று தெரிந்தே பெண்கள் வருவதுதான். அந்த ஆவரஞ் செடியை விழுந்து

கும்பிட்டுவிட்டு ஒப்பாரி வைத்து அழுதார்கள். ஆனாலும் வர்ணபகவான் மனமிரங்கவில்லை. வெய்யில் பொசுக்கியது.

எந்தக் காலத்திலும் நீர் ஊற்றுப் பிடித்து பாசம் படிந்து தண்ணீர் ஓடிக்கொண்டேயிருக்கும் பால்க்கொடி ஓடை குண்டி கழுவக் கூடத் தண்ணியில்லாம வறண்டுகிடந்தது. கண்மாயும் ஊரணியும் வறண்டு காய்ந்துகிடந்தன. ஊரு பூராவும் வரி வைத்து மழப் பேச்சியம்மனைக் கும்பிட்டார்கள்.

'எவனோ ஒரு கொடுமக்காரப் பாவி ஊருக்குள்ள இருக்கான், அதுதான் மழ பெய்ய மாட்டேங்கு, அந்தப் பயல ஊரவிட்டு வெரட்டிட்டா மழ பெய்யும்.'

ஊரோடு சேர்ந்து கொடும்பாவி கட்டி ஊரைச் சுத்தி இழுத்து வந்து முச்சந்தியில் வைத்துக் கொளுத்தினார்கள். முளைத்த விதைகள் நுனி சுருகி காய்ந்தன. கோரையும் பொடுதலையும் கூடக் காணவில்லை. கண்மாய் பெருகாததால் கிணறுகளில் தண்ணீர் கீழிறங்கியது. எல்லா சம்சாரிகளும் கண்ணைக் கட்டி காட்டில் விட்டவர்களைப் போல நடை பிணமானார்கள்.

அந்த வருசம் வல்லிசாக ஒரு தம்பிடி வெள்ளாமைகூட இல்லாமல் போனது. வீட்டை அடைத்துக்கொண்டு எப்போதும் ஆடையும் கோடையும் நிறைமாத கர்ப்பிணியாய் நின்ற குலுக்கை களை வீட்டுக்கு இடைஞ்சலாய் இருக்கிறதென்று உடைத்து வெளியே கொண்டுவந்து போட்டார்கள். சாணத்தாலும் கம்மங் கொம்மைகளாலும் குழைத்துச் செய்யப்பட்ட வட்டவட்டமாய் இருக்கும் குலுக்கைகள் மத்தளத்தை நட்டு வசத்தில் வைத்தால் எப்படியிருக்குமோ அப்படி நிற்கும். கீப்பகுதி குறுகி நடுப்பகுதி அகன்று மேல்பகுதி குறுகி, தானிய தவசங்களுக்கு எப்போதும் கதகதப்பைக் கொடுத்துக் கெட்டுப் போகாமல் பாதுகாக்கும் அரிய சாதனம். ஒரு வீட்டில்கூட அதைக் காணவில்லை.

மூனா வருசம் தானியம் அள்ளுவதற்காக உள்ளே இறங்கிய மொங்காண்டி காலில் தவசத்திற்குள் ஏதோ ஒன்று மெத்மெத் தென்று மிதிபடவும் மேலே ஏறி வந்து விட்டான்.

'யேய், கம்மாச்சி வெளக்கப் பொருத்தி எடுத்திட்டு வா குலுக்கைக்குள்ள என்னமோ கால்ல மிதிபடுது மாதிரி தெரியுது.'

'குலுக்கைக்குள்ள தானியத்துல என்ன கெடக்கும் சும்மா அரிச்சலா இருக்கும்.'

கம்மாச்சிக் கிழவி அரிக்கேன் விளக்கைப் பொருத்தி குலுக்கைக்குள் காட்டினாள். பெரிய மண்ணுள்ளிப் பாம்பொன்று தவசத்தின் மேல் சுருண்டு கிடக்க வெளிச்சத்தில் அதன் கருத்த உடல் மினுமினுத்தது. செதுக்கியை எடுத்து பாம்பை வெளியே தூக்கினான். உள்ளே பார்த்தால் குட்டியும் குறுமானுமாய் பத்துப் பதினைந்து மண்ணுள்ளிப் பாம்புகள். மொங்காண்டிக்குக் கோபம் கடுமையாகிப் பாம்புகளை அடிப்பதை விட்டு விட்டு கம்மாச்சிக் கிழவியை அடித்து துவைத்தான். அவள் ஓ வென்று கத்தி ஊரைக் கூட்டிவிட்டாள்.

'கண்டார ஓளி குலுக்கைக்குள்ள பாம்புப் பண்ணைய வச்சிக் கிட்டு, பசப்பிட்டா அலையிற மரியாதையா குத்திக் காய்ச்சுற பெட்டிய எடுத்திட்டு உள்ள ஏறங்கி எல்லாப் பாம்பையும் அள்ளல தொலிய உரிச்சிருவன்.'

ரெண்டு மூனு வருசமாய் தானியம் அள்ளாமல் மக்கிப் போய் புழுப்பிடிச்சு கூடு கட்டி நாற்றம் அடித்து மாவாகிப் போகிற அளவுக்குச் செல்வம் பொழிந்த ஊரில் இன்று குலுக்கைகளே இல்லை. குலுக்கைகள் இருந்த இடத்தைப் பார்த்துப் பார்த்து பெருமூச்சு விட்டார்கள்.

'தலமொற தலமொறயா இருந்த சீதேவிய ஒடச்சு கடவுள் குப்பையில கொண்டுபோயிபோட வச்சிட்டான.'

கண்மாய் பெருகாததால் நெல்நாற்றுக்கூட பாவவில்லை. கிணறுகளில் தண்ணீர் இல்லாதபடியால் துட்டு வெள்ளாமை கிடையாது. மிளகாய் வற்றலும், ஆமணக்கும், சீனிக் கிழங்கும், நிலக்கடலையும் கண்ணில் படவில்லை. அவர்கள் மளிகை சாமான்கள் வாங்குவதற்கே திண்டாடினார்கள். மிச்ச சொச்சமிருந்த தானிய தவசத்தைக் கடைகளில் விற்றார்கள். சீனியம்மாள் பெரிய பெட்டி நிறைய குலுக்கைக்குள்ளிருந்து தவசத்தை அள்ளிக் கொண்டுபோய் கடையில் மரக்காலில் கொட்டினாள். தவசத்துடன் சேர்ந்து பெரிய பெரிய துணி முடிச்சுக்களும் விழுந்தன. அவிழ்த்துப் பார்த்த கடைக்காரர் ஆச்சரியப்பட்டுப் போனார். ஒரு முடிச்சில் பாம்படம், மற்றொன்றில் தண்டட்டி இன்னொன்றில் கொணப்புத் தட்டும் பச்சக் கல்லும் சரடும், எல்லாவற்றையும் மாடத்தி எப்போதோ வைத்து பாதுகாத்திருக்க வேண்டும். அவளுக்கும் கூட மறந்து போயிருக்க வேண்டும். பாவம், யார் கொடுத்து வைத்தார்களோ.

மாடுகளுக்குக் கூளம் இல்லாமல் பனை ஓலைகளை வெட்டி வந்து தீவனமாகப் போட்டார்கள். அவைகள் பனை ஓலைகளை மென்று அதன் துவர்ப்பில் முகஞ் சுளித்த போது கண்ணீர் விட்டார்கள். ஒரு சிலர் ஆடு மாடுகளை விற்றுக் குறைத்துக் கொண்டார்கள். பெரியசோலை ஒன்றும் செய்யத் தெரியாதவனாய்த் தவித்தான். மினுத்தான் தொழுவத்தின் நார்க் கட்டிலோடு தன் நடமாட்டத்தை நிறுத்திக்கொண்டான். பெரியசோலையின் மகன்களோடு விளையாடுவதும் அவர்களைப் பார்த்துக்கொள் வதிலும் அவன் பொழுது கழிந்தது.

ஊரில் அநேகம் பேர் இளவட்டங்களும் சம்சாரிகளும்கூட ஆந்திராவிற்கு வேலை செய்வதற்குப் புறப்பட்டுப் போய் விட்டார்கள். கால்நடைகள் குறைந்து போய் ஊர் அருள்கெட்டுப் போனது. ஊரைச் சுற்றியிருந்த பெரிய பெரிய படப்புகள் காணாமல் போய்விட்டன. ஊரின் செறுக்கே காணாமல் போய்விட்டது. மண்டையைப் பிளக்கும் வேனாப்பரிந்த வெய்யிலில் கண்ணுக் கெட்டிய தூரம்வரை கரிசல் கருப்பு பாலைவனமாய் வறண்டு போனது. குமுக்கெனத் தளிர்த்துக் கூடாரமாய் மஞ்சள் பூக்களைச் சுமந்துகொண்டு மூக்குத்திகளாய் மின்னும் கருவேலமரம்கூட மொட்டையாய் நின்றது. மரம் தவறாமல் நின்று வாயைத் திறந்து கொண்டு அலகு சாய்த்துப் பார்த்து கா கா என்று கத்தித் திரியும் அண்டங் காக்கைகள் காணாமல் போயின. மடத்தில் உட்கார்ந்து கொண்டு கெழடு கெட்டைகள் ஆராய்ச்சி பண்ணின.

'இந்த மாதிரி மழ ஒரும்பாகிப் போனது எந்தக் காலத்திலயும் கெடையாது, மழ வேண்டாம்னு சாமியக் கும்பிட்டு வழியனுப்பி வச்ச காலம் போச்சு, எத்தன வருசம் மழ போதும்னு வெரட்றதுக்கு நாப்பூழல்ல தீய வச்சிருக்காக.'

'முன்னால மாதிரியா பயக தல எடுத்திருக்காங்க, மொளச்சு மூனு எல விடமின்ன கல்யாணம் கேக்கான், வயசுக்கு மூத்தவுக சொன்னா எந்தப் பய கேக்கான், நாகரீகம் பெருகப் பெருக மழ மயிரு கெணக்காப் பேய்து.'

'எங்க காலத்துல சமஞ்ச கொமரிகூட ஒளிஞ்சு வெளையாடுவா, எளவட்டமாருககூட சரி மல்லுக் கெட்டுவா, இப்ப பயக பிஞ்சுல பழுத்த பயகளா இருக்கான், சிறுக்கிக்ளும் அப்பிடித்தான் எவளாவது மொழங்கைவரை கை வச்சு ரவிக்க போடுறாளா, தோள் புஜம் தெரிய, பின்னால முதுகு தெரிய சட்ட போடுறா,

சொன்னா இதுதான் நாகரீகம்ங்றா, மனசு பூராவும் சூதும் வெனயமும் நெறஞ்சு போச்சு, அது கெணக்காத்தான் மழயும் பெய்யும்.'

'அய்யநேரியில காளியம்மா மகள மேச்சாதிக்காரப் பையன் ஒருத்தன் கூட்டிட்டுப் போயிட்டானாம், காலம் மாறிப் போச்சு, அவன்தான் கூப்பிடுறாமின்னாலும் இந்தப் பொட்டக் கழுதைக்கி கூறு வேண்டாமா? கடவுளுக்கே அடுக்குமா? இது கெணக்காத் தான் மழ பெய்யும், காலங் கலிகாலமாப் போச்சு.'

மடத்தில் எந்நேரமும் கூட்டம் கூடிக் கிடந்தது. வேலை வெட்டி ஒரும்பாகிப் போய்விட்டபடியால் அவர்கள் தூங்கித் தூங்கிப் பேசிப் பேசிப் பொழுதைக் கழித்தார்கள். இந்தப் பஞ்சத்தில்தான் நல்லப்பன் ஏழாவது வருசமாகக் காவடி எடுக்கிறான். இன்றோடு நாற்பத்தியொரு நாள் விரதம் முடிகிறது. நடு வீட்டில் உயரமாய்க் கட்டிய திண்டில் காவடி ஜொலிக்கிறது. நாற்பத்தொரு நாள் பூஜை முடிந்தது. இன்று நல்லப்பன் காவடியைத் தோளில் வைத்தாக வேண்டும். பத்து நாளோ இருபது நாளோ ஊர் விளையாட வேண்டும். அப்புறம் திருச்செந்தூர் போய் வர ஆக எப்பிடியும் ஒரு மாதமாகும். பெரியசோலையின் கையில் கணக்கு எழுதும் நோட்டு. முத்தையாவிடம் திருநீற்றுத் தாம்பாலம். இன்னும் சில இளவட்டங்களிடம் ஆளுக்கொரு பெரிய கடகாப்பெட்டி. சோத்தாண்டி தோளில் பெட்ரோமாக்ஸ் லைட். காவடிப் பாட்டுக் காரர்கள். மேளக்காரர்கள்.

அவர்கள் ராப்பகலாய் அலைந்து ஊர் விளையாடினார்கள். ராத்திரி ஒரு ஊரிலிருந்து இன்னொரு ஊருக்குப் போக அடையாளங்கள் பாதைகள் இல்லாததால் காட்டு வழியே நடந்து திரிந்தார்கள். கோழி கூவும் சத்தத்தையும் கால்நடைகளின் கூப்பாட்டையும் வைத்து ஊரை இனங்கண்டு போனார்கள். திருடர்களின் பயம் வேறு. நல்லப்பனின் வளர்ந்த சடைபிடித்த தலைமுடியும், சிவந்த உடலும், நரைத்த தாடியும் புளிச்சி நாரால் பின்னிய வெள்ளை நிற சாட்டையை அவன் கழுத்தில் பின்னிப் போட்டு அதன் கனத்த கைப்பிடியை முதுகுப் பக்கம் தொங்க விட்டிருப்பான். பார்ப்பதற்குப் பரமசிவனே கழுத்தில் பாம்புடன் எதிரே வருவது போல் தெரியும். கால்களில் கட்டிய கெச்சம் ஒலிக்க காவடியைச் சுமந்துகொண்டு அவன் நடந்து வரும்போது அசல் பண்டாரம் தோத்துப் போவான். அறியாத ஊராக இருந்தாலும் சரி காவடியுடன் போய் முற்றத்தில் நின்றால் முதலில் வருவது பாதம் கழுவ செம்பு நிறைய தண்ணீரும்

மேலே ஏறி நிற்பதற்காக சின்னப் பலகை ஒன்றும்தான். நல்லப்பன் அந்தப் பலகையின் மேல் ஏறிப் பாதங்கள் இரண்டையும் சேர்த்து வைத்து நிற்பான். பாதம் கழுவி நிமிர்ந்தவுடன் இரு கைகூப்பி பயபக்தியாய் நிற்கும் பொம்பளையின் நெற்றியில் திருநீறு பூசுவான் நல்லப்பன். ரூபாய் கொடுத்தால் பெரியசோலை வாங்கிக் கொண்டு நோட்டில் எழுதிக்கொள்வான். சில வீடுகளில் நிறை மரக்கால் தவசம் வைப்பார்கள். கடகாப் பெட்டிகள் நிறைந்து விட்டால் மூட்டையாகக் கட்டி யார் வீட்டிலாவது போட்டுவிட்டுப் போவார்கள். நாயக்கமார்கள் செறுக்காய் உள்ள ஊர்களுக்குப் போய்விட்டால் தவசம் நிறைந்துவிடும். வீடு தவறாமல் நிறை மரக்கால் வைப்பார்கள். ஊர் தவறாமல் கிடக்கும் மூட்டை களைக் கோயிலுக்குப் போய் விட்டுவந்தபின் வண்டி கட்டிக்கொண்டு போயி ஏற்றிக்கொண்டு வருவார்கள். நல்லப்பன் தோளில் காவடியாடுவதையும் காவடிப் பாட்டுக் காரர்களின் பாட்டையும் பார்த்துக்கொண்டே யிருக்கலாம். மேளச் சத்தத்திற்கு ஏற்ப அந்த ஆட்டம், பாட்டம் பிரமாதமாய் இருக்கும். ரெண்டு கைகளும் தொடாமலேயே காவடி தோள்விட்டு தோள் மாறும், தலைக்கு ஏறும், தக்கெனக் குதித்து நடுமுதுகில் உட்காரும். தோகை விரித்த மயிலின் ஆட்டத்தைப் போலிருக்கும். காவடியும் பார்க்கப் பார்க்க ஜொலிக்கும். இன்று காவடியும் காவடிச் சிந்தும் ஊர்தோறும் இருந்த காவடிப் பாட்டுக்காரர்களும் எங்கோ காணாமல் போய் விட்டார்கள்.

அசலூர் விளையாட்டையெல்லாம் முடித்துக்கொண்டு நல்லப்பனும் ஊர்க்காரர்களும் திரும்பி வந்துகொண்டிருந்தார்கள். மேலக் களத்தில் கூட்டமான கூட்டம். ஊர்ப் பொம்பிளைகள் எல்லோர் கைகளிலும் ஆரத்திக் கும்பா. ஒவ்வொருவராய்ப் பாதம் கழுவி ஆரத்தி எடுத்தார்கள். கடேசியாய் பெருமாத்தாள், அவள் குனிந்து பாதம் கழுவிய போது ஜனங்கள் அர்த்த புஷ்டியுடன் சிரித்தார்கள்.

'பெருமாத்தா, யே, தாயி போதும் போதும், நிய் கழுவாத பாதமா இன்னக்கித்தான் புதுசா நல்லப்பன் பாதத்த கழுவறயாக்கும்.'

பொம்பிளைகள் வெட்கத்துடன் உதட்டைக் கடித்துக் கொண்டு சிரித்தார்கள். பெருமாத்தாள் நல்லப்பனின் பாதங்களைக் கழுவி ஆரத்தி எடுத்த உடனேயே குப்புற விழுந்து பாதங்களின் மேல் முகத்தை வைத்துக்கொண்டு மண்டியிட்டபடி முசுமுசு வென்று அழுதுகொண்டு கிடந்தாள். திருநீற்றுத் தட்டுடன் கூட்டத்தில் நின்ற முத்தையா

வேகவேகமாக முன்னால் வந்து நின்றான்.

'தன்னால பத்து நாளா அலஞ்சு திரிஞ்சு கால் மூளசெத்துப் போயி வந்திருக்கு வரங் கேக்காகளாம் வரம் மெனக்கிட்டு.'

அவன் பெருமாத்தாளைப் பார்த்ததும் சுதாரித்துக்கொண்டான். சிரிப்பை அடக்க முடியவில்லை.

'என்ன சாமி வரங் குடுக்க வேண்டியதான, எதுக்குத் தெகைக்கனும் சாமி, வாங்காத வரமா, பத்து வருசமா சாமிக்கு பெருமாத்தா வரங் குடுத்திருக்கா இன்னக்கி ஒரு நாளக்கி வரங்குடுக்க சாமி தெகைக்கி.'

கூட்டத்தில் எல்லோரும் சிரித்தார்கள். நல்லப்பன் அவளுக்கு திருநீறு பூசினான். அன்றைக்கே உள்ளூர் விளையாட்டை முடித்துக் கொண்டு சாமமானாலும் திருச்செந்தூர் புறப்பட வேண்டும். எப்படியும் நேமிக்கம் செல்லக் கட்டியாக வேண்டும்.

கொன்னவாயனும் மக்குவாச்சியும் கோயிலுக்கு வந்திருந்தார்கள். இரண்டு மூன்று பிள்ளைகள் பிறந்து இது நாலாவதாகப் பிறந்த ஆண் குழந்தை. இதுவும் தக்காது என்று ஐயர் சொல்லியிருந்தார். கொன்னவாயனும் மக்குவாச்சியும் அழுது அழுது கிடந்தார்கள். அப்புறம்தான் ஐயர் சொன்னார். பசுமாடு வித்திட்டு, திரும்ப பண்டாரங்க ஏலம் போடும்போது நிய் பிள்ளய தத்து எடுத்துக்கோ சனி நீங்கி தன் சுகம் திரும்பும் என்று சொல்லியிருந்தார். அந்தப் படியே காவடியோடு தாங்களும் பசுமாடும் நடந்தே வந்து நேமிக்கம் செலுத்திவிட்டார்கள். அடுத்து பிள்ளையைப் பண்டாரத் திடம் விற்று மறுபடி வாங்க வேண்டும், அவர்கள் ஒரு வயதான பண்டாரத்தைத் தேர்ந்தெடுத்து விஷயத்தைச் சொன்னார்கள். உடனே எல்லாப் பண்டாரங்களும் சொல்லி வைத்ததுபோல் ஓரிடத்தில் கூடிவிட்டார்கள். கொன்னவாயன் தவிட்டுக்கும் உமிக்கும் தன் குழந்தையைப் பண்டாரத்திடம் விற்றான். திரும்ப பண்டாரம் குழந்தையைக் கொன்னவாயனிடம் விற்க வேண்டும். ஆனால் அவன் விற்கவில்லை.

குழந்தையைத் தூக்கிக்கொண்டு வேகமாக நடந்தான். எல்லாப் பண்டாரங்களும் அவன் பின்னாலேயே நடந்துபோனார்கள். கொன்னவாயனும் மக்குவாச்சியும் பயந்தபடியே பண்டாரங்களோடு கூடவே ஓடினார்கள். பெரிய வேப்ப மரத்தின் தூரோரம் போய் உட்கார்ந்தார்கள். எல்லாப் பண்டாரங்களும் சுற்றி உட்கார்ந்திருக்க வயதான பண்டாரம் மட்டும் குழந்தையைக் கையில் வைத்துக் கொண்டு எழுந்து நின்றான். குழந்தையை மேலே தூக்கிக் காட்டி ஏலம்

விட்டான். ஏலம் மளமளவென்று ஏறி இரண்டாயிரத்து ஐநூறுவரை போய்விட்டது. ஒரு தரம் ரெண்டு, தரம் மூனு தரம் சொல்லிவிட்டு ஏலத்தை முடித்தான். கூட்டம் அமைதியாய் இருந்தது.

'ம்... என்ன யோசன ஏலப் பணத்த குடுத்திட்டு பிள்ளய வாங்கிட்டுப் போங்க.'

கொன்னவாயனும் மக்குவாச்சியும் விருளி அத்துப் போனார்கள்.

'அட, கொன்னவாப் பயல, கெடுத்துப் புட்டியே, பண்டாரப் பயக இந்தக் கூத்து கெட்டுவாம்னு ஆரு கண்டா, பிள்ளய ஒன்னுருக்க ஒன்னு பண்ணிட்டா போச்சே, தவமிருந்து பெத்த புள்ளயே, வெருசனா ஓடிப்போயி முத்தையாண்ணன கூட்டிட்டு ஓடியா, ஓடு சாமி ஓடு.'

பிள்ளை கூப்பாடு போட்டது. பிள்ளையை மக்குவாச்சியிடம் தர மறுத்துவிட்டான் பண்டாரம்.

'கொடும கொடுமன்னு கோயிலுக்குப் போனா அங்க ரெண்டு கொடும ஆடிட்டு நின்னதாம். அந்தக் கத எங்கத.'

மக்குவாச்சி அழுதுகொண்டே நின்றாள்.

முத்தையாவும் பெரியசோலையும் ஊர்க்காரர்கள் எல்லோரும் கூட்டமாய் ஓடிவந்தார்கள். பண்டாரங்கள் மசியவில்லை. முத்தையா கண்ணைச் சிமிட்டினான். பெரியசோலை இடுப்பில் கட்டியிருந்த அகன்ற கச்சை இடைவாரைக் கழட்டி குழந்தையை வைத்திருந்த பண்டாரத்தை விளாசினான். அவன் குழந்தையை வேப்பந்தூரில் போட்டுவிட்டு தலை தெறிக்க ஓட்டம் பிடித்தான். வண்டிகளில் இருந்த ஊனிக் கம்பைப் பிடுங்கி வந்து முத்தையா கரண்டைக் காலைக் குறிவைத்து இன்னொருவனை அடித்தான். எல்லாப் பண்டாரங்களும் நாலா பக்கமும் சிதறி தலை தப்பிச்சால் போதுமென்று ஓட்டம் பிடித்தார்கள். விரட்டிப் போகும் போதே முத்தையா கத்திக்கொண்டே ஓடினான்.

'விடாத பிடி, பண்டாரப் பயல, சங்கிலிய அத்துட்டான் பிடி.'

கொஞ்ச நேரத்திற்கெல்லாம் ஒரு பண்டாரத்தைக்கூடக் காண வில்லை. கண்ட கண்ட ஆட்களெல்லாம் அடித்தவுடன் காவி வேட்டியையே காணவில்லை. சில இடங்களில் திருவோடுகளும் ருத்ராச்ச கொட்டைகளும் சிதறிக் கிடந்தன. பிள்ளையைத் தூக்கிக் கொண்டு போய் மக்குவாச்சியிடம் கொடுத்தான் முத்தையா. அவள் ஆவலோடு வாங்கி அணைத்தாள்.

'தாயோளி, கொன்னவாப்பயல ஒனக்கு ஏலம்விட வேற

பண்டாரமே கெடைக்கலையோல, சாத்னம்னா இந்த மானக்கி செத்துப்போவ செத்து.'

'ம்முத்தையாண்ண... பண்டாரப் பயல்கள்ல எந்தப் பய நல்ல பய எந்தப் பய களவாணிப் பயன்னு என்ன தெரியுது, எல்லாப் பயகலும்தான் காவி வேட்டி உடுத்தி ருத்ராச்ச கொட்ட போட்ருக்கான், இப்பிடி செய்வாம்னு ஆரு கண்டா.'

பெரியசோலை வீட்டுக்குள் நுழைந்த போது வீடு வெறிச்சோடிக் கிடந்தது. சீனியம்மாளைக் காணவில்லை. பொன்னுத்தாய் மட்டும் முகட்டு வளையைப் பார்த்துக்கொண்டு உம்மென்று உட்கார்ந் திருந்தாள். சிறுசுகள் இரண்டும் ஓடிவந்து அவன் கால்களைக் கட்டிக்கொண்டன. மினுத்தான் மெதுவாய் கம்பு ஊன்றியபடியே வீட்டுக்குள் எட்டு வைத்து முகஞ்சுருக்கி உற்றுப் பார்த்தான்.

'என்னடா, சோல கோயிலு இப்பத்தான் விட்டுச்சா?'

'... ...'

'ஒன்னுக்கு ரெண்டு புள்ளயாகிப் போச்சு, இன்னும் வெளையாட்டுப் பய மாதிரி எட்டு நாள் பத்து நாள்னு வீட்டயும் காட்டயும் போட்டுட்டு அலஞ்சா எப்பிடிடா? பச்சப் புள்ளகள வச்சிக்கிட்டு அவ ஒத்தையில என்னடா பண்ணுவா? மாட்ட அவுத்துக் கெட்டக்கூட நாதியில்லாம, கூளமில்லாம தண்ணி யில்லாம கொலபட்டினியா கெடக்கு, ஒனக்கே நல்லாருந்தா சரி, கைக்கு மிஞ்சுனப் பெறவு நான் என்ன சொல்ல.'

'குருசாமியண்ணன் வரலியா.'

'அந்தக் காலம் மாதிரி நெனக்காதடா. காலம் மாறிப் போச்சு. சோத்துக்கும் வேட்டி துண்டுக்கும் வேல செஞ்ச காலம் மலையேறிப் போச்சு. என்ன வேல செஞ்சாலும் அப்பவே துட்டு கைக்கு வரனும். மனுசர் வேண்டாம். அவனவன் பொண்டாட்டி புள்ளய காப்பாத்தத்தான் பாப்பான், ஒன்னயக் கெணக்கா வேகாரிப் பயலா அலைய மாட்டான்.'

'கல்யாணத்தோடு சரி. குருசாமி பெரும்பாலும் மினுத்தான் வீட்டு வேலைகளைக் குறைத்துக்கொண்டான். அவனும் முத்தம்மாளும் வேறு ஆட்களுக்கு வேலைக்குப் போனார்கள். மதிப்பு வேலைகளில் கொத்து நிறைய கிடைத்ததால் தொய்ந்து இந்தப் பக்கம் வருவதை நிறுத்திக்கொண்டான். ஒருவாய் கஞ்சிக்கும் நாளி தவசத்துக்கும் விடிஞ்சு போயி அடஞ்சு வரனும், தொண்டு வேல வேற

செய்யனும் அப்பிடியா கஞ்சிக்கி விதியத்துப் போயி கெடக்காக, பதிவு வேல இல்லாட்டா என்ன, கெடச்ச வேலக்கிப் போறது இல்லன்னா செவனேனு குத்தாச்சு எந்திரிக்கிறது, எதுக்கு அங்க போயி ஓசி வேல செஞ்சு நார்ப்பறியனும்.' குருசாமியின் பொண்டாட்டி பெருமையாய்ப் பீற்றிக்கொண்டாள்.

பெரியசோலைக்குக் கண்ணைக் கட்டிக் காட்டில் விட்டது மாதிரி இருந்தது. ஒத்தப்பரி ஆளாய் அவனால் சமாளிக்க முடியவில்லை. மினுத்தான் தவங்கிப் போய் உட்கார்ந்துவிட்டான். பெரிய சோலை பெரும்பாலும் வண்டிமாடுகளோடு சம்பள வேலைக்கே போய் வந்தான். காடுகளைச் சரியாகப் பராமரிக்காமலும் ஓரஞ்சாரம் வெட்டாமலும் போட்டுவிட்டு, சம்பள ஆள் கிடைக்காமல் அல்லாடினான். தோட்டம் வயக்காடு தவிர கரிசல் நிலங்கள் பலவற்றைத் தரிசாய்ப் போட்டுவிட்டான். மினுத்தானுக்கு வாதிப்பாய் இருந்தது.

'அடேய், பொன்னு வெளையிற பூமிடா, இப்பிடி தரிசாப் போட்டுக்கிட்டு இருக்க எப்பிடிடா மனசு வந்தது, பூமாதேவி ஒன்னைய சும்மா விடாதுடா, பூமாதேவிக்கு எந்தப் பய வஞ்சகம் பண்ணினாலும் பெத்த பிள்ளையா இருந்தாக்கூட அந்தப் பய வெளங்க மாட்டான்.'

'சும்மா தொண தொணங்காத, வேணும்னா போயி ஏர்க் கட்டி உழு, வேலைக்குக் கூப்பிட்டா சம்பளம் இருபது ரூபா தருவியா முப்பது ரூபா தருவியாங்கான் கடேசில கணக்குப் பாத்தா மயிருதான் மிச்சம்.'

மினுத்தான் வாயடங்கிப் போனான். அவன் கண்களில் ஈரந்தட்டியது. நார்க் கட்டிலில் படுத்துக் கண்மூடினான்.

வடக்கே ரொம்ப தூரம் கம்மாக்காடு. விடிஞ்சுப் புறப்பட்டால் அடஞ்சுதான் வரவேண்டும். வரிசையாய்க் கோட்டேருகள். ஒவ்வொரு தலையிலும் பெரிய பெரிய தோண்டிக் கலயங்கள். சும்மாடு கூட்டித் தலையில் வைத்திருக்கிறார்கள். மொத்தமாய்க் கூட்டொழவு அடிப்பதில் தனி உற்சாகம். இவர்கள் மத்தியானம் உட்கார்ந்து சாப்பிடுவதற்கும், மாடுகளுக்குக் கூளம்போட்டுத் தண்ணீர் விடவும் சம்சாரிகளே சேர்ந்து வெட்டி தெலாப் போட்டு வைத்திருக்கிற கிணறு. மத்தியான வெய்யிலில் புளிச்ச தண்ணீரில் ஊறிய கஞ்சி உருண்டைகளை வயிறுமுட்டக் குடித்துவிட்டு மாடுகளுக்கும் தண்ணீர் காட்டிவிட்டு அப்படியே மரநிழலில் செத்தக் கண்ணயர்ந்து எந்திரிச்சு மீண்டும் ஏர்க்கால் பூட்டி பொழுதடைய வரிசையாய்

வரும் மாட்டுக் கூட்டங்கள், தலையில் குப்புற வைத்து கவுத்தியிருக்கும் தோண்டிக் கலயங்கள் அசையாமல் மெதுவாய் நடந்து வரும் சம்சாரிகளின் லாவகம் அடடா மினுத்தான் புரண்டு படுத்தபோது அவன் கன்னங்கள் நனைந்திருந்தன.

'என்னடா கெங்கையா நாயக்கரு வீட்ல வேல பாத்தியே இப்ப என்ன ஆளக் காணும்.'

'சின்னய்யா அவரு என்னய வேண்டாமினுட்டாரு.'

'எதுக்டா வேண்டாமின்னாரு.'

'எனக்கென்ன தெரியும்.'

'சாமியோவ், கெங்கையா சாமி நம்ம பய சின்னக் குட்டிய வேலைக்கு வேண்டாம்னு செல்லீட்டீராம்ல எதுக்கு.'

'ஆரு, மினுத்தானா? அந்தப் பய சோறு சரியா சாப்பிட மாட்டேங்கான், நாக்கரம்மா ரொம்ப வருத்தப்படுது, வேல செய்யிற முழுத்த ஆம்பள சோறு நல்லா சாப்பிட வேண்டாமா? ஒரு நாளாவது மறுபடி சோறு கேக்கவேயில்லையாம், அம்மா சொல்லி சொல்லி வருத்தப்படுது.'

மினுத்தான் நீண்ட பெருமூச்சு ஒன்றுவிட்டான் அந்தக் காலத்தையெல்லாம் எண்ணி மனசுக்குள்ளேயே அழுதான்.

13

திடீரென்று ஒருநாள் ஊர் அல்லோகலப்பட்டது. பினாங்கிலிருந்து கங்காணியின் பிணம் ஊருக்கு வருகிறதென்று சொல்லி அவருடைய உறவினர்கள் எல்லோரும் முன்கூட்டியே வந்து சேர்ந்துவிட்டார்கள். அவர்களுடைய உடைகளையும் உடைமைகளையும் ஊரோடு கூடிநின்று வேடிக்கை பார்த்தார்கள். சூட்டு, கோட்டு, தொப்பி, சைக்கிள், கூடை எல்லாவற்றையும் ஜனங்கள் தொட்டுத் தொட்டுப் பார்த்தார்கள். கங்காணியின் பூர்விக ஊர் இந்த ஊர் ஆகையால் அவன் பிணத்தை இங்கேதான் அடக்கம் செய்ய வேண்டும் என்று வேண்டுகோள்படி அவனுடைய மகன்கள், மகள்கள், பேரன்கள் எல்லோரும் இங்கே வந்துவிட்டார்கள். அவர்கள் போட்டிருந்த சட்டைகளையும் சங்கிலிகளையும் உடுத்தியிருந்த சேலைகளையும் பெண்கள் ஆச்சரியமாய்ப் பார்த்தார்கள்.

கங்காணியின் பிணத்தை அடக்கம் செய்து கல்லறை கட்டுவதற் காக அவர்கள் இடம் தேடியலைந்தார்கள். ஊருக்குப் பக்கத்தில் தரிசாய்க் கிடக்கும் மினுத்தான் நிலத்தை விலைக்குக் கேட்டார்கள். என்ன விலையானாலும் கொடுக்கத் தயாராய் இருந்தார்கள். மினுத்தான் பிடிவாதமாய் மறுத்துவிட்டான்.

'நீங்க லட்ச லட்சமா பன ஒசரம் குமிச்சாலும் சரி, செத்த சவம் பொதைக்க எடங் கெடையாது, அதவிட குடிக்கக் கஞ்சியில்லாமயும் குண்டிக்குத் துணியில்லாமயும் போனாக்கூட பரவாயில்லை.'

அவர்களின் இடிந்து கிடந்த பூர்விக வீடு முற்றாக இடிக்கப்பட்டு பங்களாவாகிப் போனது. அவர்கள் கும்பிடுவதற்காகப் பெரிய வேதக்கோயில் ஒன்று கட்டப்பட்டது. உச்சியில் பெரிய வெண்கல மணி ஒன்று பொருத்தப்பட்டது. ஞாயிற்றுக் கிழமைகளில் அதன் சத்தம் சுற்று வட்டாரம் பூராவும் கேட்டது. கண்ணாடியாய் மின்னும் வெங்காய சருகுச் சேலைகளை முக்காடு போட்டுக் கொண்டு அவர்கள் முட்டாங்கால் போட்டு கைதட்டி, பாட்டுப் படித்ததை ஊர் ஜனங்கள் வேடிக்கையாய்ப் பார்த்தார்கள். அவர்களின் பழக்க வழக்கங்கள் எல்லோருக்கும் வித்தியாசமாகப்பட்டது. இவர்களின் ஒரே ஒரு வீட்டுக்கு மட்டும் பூஜை செய்வதற்காக மெனக்கிட்டு கோயில்பட்டியிலிருந்து ஒரு சாமியார் வந்து போனார். அவருடைய வெள்ளை அங்கியையும் அவர் இடுப்பைச் சுற்றிக் கட்டியிருந்த கறுத்த கம்பளிக் கயிறையும் அதன் நுனியில் தொங்கும் பூங்குஞ்சத்தையும் அவர் கையில் வைத்திருந்த கனத்த புத்தகத்தையும் மக்கள் வேடிக்கை பார்த்தார்கள். அவர் பூஜை செய்ய வருவதற்காகவும் திரும்பிப் போவதற்காகவும் ஒரு அழகிய வேலைப்பாடுகள் மிகுந்த வில்வண்டியும், ஒரு ஜோடி மாடுகளும், ஒரு சம்பள ஆளும் எப்போதும் காத்துக் கிடந்தார்கள்.

அவர்கள் ஊருக்கு வரும்போதே ஒரு கோட்டிக் காரிச்சியையும் கூடவே கூட்டி வந்திருந்தார்கள். அவள் கங்காணியின் இளைய பேத்தி மேரி. அவளை எப்போதும் ஒரு தனியறைக்குள் போட்டுப் பூட்டி வைத்திருந்தார்கள். அவளைக் காவல் காக்கவும், அவளை அடிக்கவும் அடித்த பின் சாப்பாடு ஊட்டிவிடவும் ஒரு நிரந்தர சம்பள ஆள் வைத்திருந்தார்கள். கங்காணியின் மகன் துரைராசின் கையசைவுக்காக சம்சாரிகள் காத்துக் கிடந்தார்கள். ஓசி சிகரெட் குடிக்கவும், மிச்ச சொச்ச பிராந்திக்காகவும் அனேகம் பேர் அங்கே காத்துக் கிடந்தார்கள். சாயங்காலம் கிளம்பிப் போகும் வில்வண்டி துரைராசோடு விடிய

விடிய கோயில்பட்டியில் இருந்துவிட்டு காலையில் திரும்பிவரும்.

கொஞ்சநாளில் அனேகம் சம்சாரிகள் கங்காணியிடம் கடன் காரர்களாகிப் போனார்கள். நிறைய நிலங்கள் அவன் கைக்கு மாறியது. இரண்டொருவர் வேதக்கோயில்கூடக் கும்பிட ஆரம்பித்து விட்டார்கள். ஊரின் போக்கே மாறிக்கொண்டு வந்தது. மினுத்தான் அவர்கள் போவதையும் வருவதையும் இரு கண் களையும் சுருக்கி உற்றுப் பார்த்தான். அவன் உட்கார்ந்திருந்த இற்றுப்போன நார்க்கட்டிலில் மல்லாக்கப் படுத்துக்கொண்டு ஏக்கப் பெருமூச்சு விட்டான். அந்த மூச்சில் பல விஷயங்கள் சம்பவங்கள் வெளியேறின.

மினுத்தான் கண்களுக்கு கங்காணி என்கிற பவுல் தெரிந்தான். பவுலின் அம்மா லில்லி தெரிந்தாள். அவர்கள் இருவரும் சிறு குழந்தைகளாய் மண்சட்டியேந்தி வீடுவீடாய்ச் சோத்துக்கு வரும்போது பார்க்கப் பரிதாபமாய் இருக்கும். யாராவது கொடுத்த கிழிந்த கண்டாங்கியை உடுத்திக்கொண்டு, பவுல் அவளின் கையைப் பிடித்துக் கொண்டு அழுதுகொண்டே வருவான். மினுத்தான் அப்பன் பட்டனும் அம்மா முப்பிடாதியும் சொல்வார்கள்.

‘யேல, பவுலு இந்தா இந்த சோத்தத் தின்னுட்டு நிய்யும் ஒங்க அம்மாவும் இங்னயே படுத்துக்கோங்க, கருக்கல்ல நெலக்கடல புடுங்கப் போறோம், ஆளோட ஆளா தோட்டத்துக்கு வந்திருங்க நெறய்ய கடல திங்கலாம்.’

பவுல் யாரோ கொடுத்த கிழிந்த வேஷ்டியை மூடிக்கொண்டு அவன் அம்மாவைக் கையைப் பிடித்துக் கூட்டிக்கொண்டே தெருவெல்லாம் திரிவான். திடீரென ஒரு நாள் ஊரோரமிருந்த பக்கத்து இடி கிணற்றில் பவுலின் அம்மா லில்லி மிதந்தாள். பவுல் பயலைக் காணவில்லை. அப்புறம் பல வருடங்கள் கழித்து பினாங்கிலிருந்து அவன் கங்காணியாகப் பெரிய துரை மாதிரி வெள்ளக்காரிச்சியோடு வந்த போது ஊர் ஆச்சரியமாய்ப் பார்த்தது. மினுத்தான் பழைய வற்றையெல்லாம் எண்ணிப் பெருமூச்சுவிட்டான்.

வீரப்பட்டியிலிருந்து மாவு சாய்பு வந்திருப்பதாயும் மினுத்தானைப் பார்க்க விரும்புவதாயும் பெரியசோலை வந்து சொன்னான். மினுத்தான் தட்டுத் தடுமாறிக் கட்டிலில் எழுந்து உட்கார்ந்து கண்களைக் குவித்து உற்றுப் பார்த்தான்.

‘வாங்க சாய்பு வாங்க நல்ல சௌக்கியந்தான.’

‘என்னமோ மினுத்தான் இருக்கோம் ஓம் புண்ணியத்துல.’

'கடவுள் புண்ணியத்துலன்னு சொல்லுங்க.'

'ஆளு ரொம்ப தவங்கிட்டயே...'

'வயசாயிருச்ல இனி போயி சேர வேண்டியதான.'

'அப்பிடி சொல்லாத நல்லவங்களுக்கு சாவே இல்ல.'

'நல்லது பெல்லது பாக்கிறதெல்லாம் அந்தக் காலம்.'

சாய்பு சுற்றும் முற்றும் பார்த்தார். மினுத்தான் முகத்தையே உற்றுப் பார்த்தார். பெரியசோலை மினுத்தானுக்குப் பின்னா லிருந்து ஏதோ சைகை காட்டினான். சாய்பு புரிந்துகொண்டார்.

'கேக்கிறமினுட்டு கோபப்பட்றாத மினுத்தான், அந்த வடக்கு பாதையடிப் புஞ்சைய வெலைக்குக் கேட்டன், சோல ஓங்கிட்டதான் கேக்கனுமினுட்டான், அதான் அப்பிடியே இங்கே வந்தது.'

'... ம்... வாங்கி என்ன செய்யப்போறீங்க, ஒங்களுக்கா? இல்ல வேற யாருக்குமா?'

'எனக்குத்தான் மினுத்தான். சாக்கு கம்பெனி வைக்கலாம்னு ஒரு யோசன.'

மினுத்தான் மௌனமாகிப் போனான். அவன் ஒரு பெரிய ஏக்கப் பெருமூச்சு விட்டுவிட்டு பெரியசோலையை உற்றுப் பார்த்தான்.

'என்ன மினுத்தான் ஒன்னும் பேசமாட்டேங்க.'

'என்னத்தப் பேச நொந்த மாட்ல ஈ பத்னாப்ல வாரது எல்லாமே வாதனையாத்தான வருது. நாங்கதான் சம்சாரித் தனம் பாக்க சீத்துவம் இல்லன்னு தரிசாப் போட்டுட்டம்னா வாங்கிறவு களாவது சம்சாரிக்கோப்ப கவனிப்பாகன்னு பாத்தா, ஒன்னும் இல்ல. சம்சாரித்தனத்து மேலேயே அக்குசு இல்லாமப் போச்சே.'

'அக்குசு இருந்து என்ன செய்ய கட்டுப்படியாகனுமில்ல, ஒன்ன விட பெரிய சம்சாரி நந்திராஜ் நாயக்கர், குறிச்ச எடத்துல சவுக்கும், வேலிக்கருவையும் போட்ருக்காரு, கேட்டா இதுலதான் லாபம்ங்கிறாரு, பெறகு என்னத்தப் பேச.'

'அவரு சொல்றதும் வாஸ்தவம்தான், வேலைக்கு முன்ன மாதிரி ஆள் கிடைக்கல, அப்பிடியே கெடச்சாலும் வணங்கி வேல செய்ய மாட்டங்கிறாக, சம்பளம் திட்டங்கெட்ட சம்பளங் கேக்காக, கையில மணியக் கெட்டிட்டு வேலைக்கி வாராக, இஞ்சிக் கணக்கு பாக்காக, வெளச்சலும் முந்தி மாதிரி ஏறிமாறி வெளையல, மழையும் வரவர வருசத்துக்கு வருசம் ஒரும்பாகிப் போச்சு, போற போக்கப் பாத்தா

சம்சாரிக பூராவும் கொஞ்ச நாளையில சட்டி எடுக்க வேண்டி தான் பாக்கி.'

எட்டையாபுரம் சப்ரிஜிஸ்ட்ரார் ஆபிசைவிட்டு மினுத்தான் புறப்பட்டபோது முகம் வாடிப்போய் வண்டியில் ஏறி உட்கார்ந்தான். மாவு சாய்புவிடமிருந்து வாங்கிய ரூபாயைப் பெரியசோலையிடம் கொடுத்துவிட்டு அவன் வண்டிக்குள் பேசாமல் உட்கார்ந்து கொண்டான். வழி நெடுகிலும் கண்ணுக் கெட்டும்வரை தரிசாய்க் கிடக்கும் கரிசல் பூமியைப் பார்த்துக்கொண்டே வந்தான். சீவுகளும் காடுகளும் வளர்ந்து திட்டுத் திட்டாய்க் கிடந்த வறண்ட புஞ்சை களைப் பார்த்து ஏங்கினான். பெரியசோலை பேசாமல் வண்டி பத்திக்கொண்டு வந்தான்.

'என்னடா சோல போன வாரம் வரதம்பட்டி சோவென்னா வந்துட்டுப் போனாராமில்ல எதுக்குடா.'

'அவருக்கு மந்தப் புஞ்சையில ரெண்டு ஏக்கர் கட்டாயம் வேணுமாம், தீப்பெட்டி ஆபிசு வைக்கப் போறாராம், கேட்டாரு, ஒங்கிட்ட கேக்க பயந்துக்கிட்டுப் போயிட்டாரு.'

'இது தெரிஞ்சா இனி விடியாம வந்து நிப்பாரே.'

'தரிசாவ போட்டுக்கிட்டு இருந்தா ஆருக்கு லாபம், கேட்டா அதையும் குடுத்திர வேண்டியதான்.'

'எனக்கென்னப்பா ரெண்டு ஆம்பளப் புள்ளயப் பெத்து வச்சிருக்க, இனிமே நிய் சம்பாத்தியம் பண்ணி அவங்களுக்குக் குடுக்க வேண்டியதான். நான் இப்ப விக்க வேண்டாம்னு சொன்னாப்ல விக்காம நின்னா போகப் போகுது. நான் மண்டயப் போட்ட பிறகு வித்தா ஒன்னைய யாரு கேப்பா பூர்வீகச் சொத்து போச்சுனா கெடைக்காதுடா, தானியம் தவசம் வெளையிற பூமியப் பூராத்தையும் இப்பிடி கம்பெனிகளுக்கு வித்தா, நாளைக்கி சனங்க மண்ணத் திங்க வேண்டியதுதான், மயிருகூட வெளையாது. தீப்பெட்டியும் சாக்கும் நமக்கா சோறு போடும், அவனுக்குச் சோறு போடும், மிஞ்சிப் போனா நமக்கு பிச்சப் போடும்.'

கண்மாயை ஒட்டிய பொட்டலில் கரிமூட்டம். வீயென்னா மானாதான் போட்டிருந்தார். ஊர்ச்சனம் பூராவும் வேலிக் கருவேல மரம் வெட்டிச் சுமந்தார்கள். ஒரு எடைக்கு இவ்வளவு என்று கணக்காகையால் மும்முரமாய் மரம் வெட்டினார்கள். ஓடைகளிலும் புறம்போக்கு நிலங்களிலும், தரிசுகளிலும் ஒரு குச்சிகூடக் காணவில்லை. எல்லாவற்றையும் வெட்டிச் சுமந்தார்கள். பெரிய

சோலையும் பொன்னுத்தாயும் வட காட்டிலிருந்து கட்டுக் கட்டாய் விறகு சுமந்தார்கள். பிள்ளைகள் இரண்டையும் மினுத்தான் பார்த்துக் கொண்டான். சீனியம்மாள் நடை பிணமாகிப் போனாள். அவளால் இவற்றையெல்லாம் ஜீரணிக்க முடியவில்லை.

குருசாமியும் முத்தம்மாளும் ஓடி ஓடி விறகு சுமந்தார்கள். கொஞ்ச நாளில் வீயென்னா மானா பெரியசோலையை ஒரு கணக்குப்பிள்ளை மாதிரி வைத்துக்கொண்டார். விறகுகளை நிறுத்து வாங்குவது, வேலையாட்களுக்கு சம்பளம் கொடுப்பது, கரி மூட்டைகளை ஏற்றிக்கொண்டு கோயில்பட்டி போவது போன்ற வேலைகளை அவன் பதிவாய்ச் செய்து வந்தான்.

இரண்டாவது தடவையாக மினுத்தான் எட்டையாபுரம் சப் ரிஜிஸ்ட்ரார் ஆபிஸ் போய்வந்தான். வரதம்பட்டி சோவென்னா வுக்குக் கொஞ்சம் நிலம் கை மாறியது. பெரிய சோலை மாடுகள் இரண்டையும் விற்றுவிட்டான். பாதி நாள் ஊரிலும் பாதிநாள் வெளியிலுமாக அலைந்தான். சாக்குக் கம்பெனி வைப்பதற்காக மினுத்தானின் நிலத்தில் வாணம் தோண்டும் வேலை மும்முரமாய் நடந்தது. தோண்டத் தோண்ட கறுப்பு வைரமாகக் கரிசல்மண் வந்துகொண்டேயிருந்தது. பாறை தட்டுப்படவே இல்லை. மெனக்கிட்டு வந்து பக்கத்தில் உட்கார்ந்துகொண்டு மினுத்தான் பார்த்துக் கொண்டேயிருந்தான். எங்கேயோ சுற்றியலைந்து விட்டு முத்தையாவும் வந்திருந்தான்.

'என்ன, பெரிய்யா அப்பிடிப் பாக்க உள்ள பொதையல் ஏதும் பொதச்சு கிதச்சு வச்சிருக்கியா?'

'அட, போங்கடா பண்டாரப் பயகளா, பொதையல் தோண்டித் தான் எடுக்கனுமாக்கும், வருசம் தவறாம பொதையல் எடுத்த பூமிதானடா அது.'

தீப்பெட்டி ஆபீஸ் வேலையும் ஆரம்பித்து விட்டார்கள். சுற்றிச் சுற்றி தன் நிலம் மானபங்கப் படுத்தப்படுவதை அந்தப் பழுத்த கிழத்தால் தாங்கிக்கொள்ள முடியவில்லை. அவன் வீட்டுக் குள்ளேயே முடங்கிக் கிடந்தான். பொன்னுத்தாயிடமும் பேரப் பிள்ளை களுடனும் இரண்டொரு வார்த்தைகள் பேசுவதோடு சரி. வெறிச்சோடிக் கிடக்கும் மடத்திற்குக்கூட வருவதில்லை. அதன் சுற்றுச் சுவர்களில் எல்லாம் மஞ்சனத்திச் செடி வளர்ந்து சுவர்களில் கீறல் கீறலாய் வெடிப்புகள். மடத்தைக் கவனிக்கக்கூட யாரும் நினைக்கவில்லை.

'ஆமடா சோல, இப்பிடியே ஒவ்வொரு காடா வித்து தின்னா

171

எத்தனை நாளைக்கிடா வரும், இருந்து தின்னா இரும்பும் கரையுங்கிறது சொலவட. வண்டி மாட்டையும் வித்தாச்சு. நிய்யும் ஒங்க அண்ணன் முத்தையாவ மாதிரி ஆகிறாதடா, அவனாவது ஒத்தக் கட்ட, குடிச்சாலும் சரி குடிக்கலனாலும் சரி, நிய் அப்பிடி இல்லையே.'

'எந்தச் சம்சாரி வண்டி மாடு வச்சு அடிக்கான், எல்லாப் பயகலும் இப்பயோ பெறகோன்னு காலத்த தள்றான், நிய் ஒருத்தன்தான் வண்டி மாடுன்னு சும்மா தொனதொனத்திட்டு கெடக்க.'

மினுத்தான் வாயடங்கிப் போனான். அவன் பதில் ஏதும் பேச வில்லை. பெரியசோலையிடம் சொல்ல வேண்டியதைச் சொல்ல வேண்டிய நேரம் வந்து விட்டதாக எண்ணிக் கொண்டான்.

ஒரு நிலத்தில் சாக்கு மிசின் ஓடுவதையும், மற்றொரு நிலத்தில் தீப்பெட்டி ஆபிஸ் இருப்பதையும் அவன் தினம் பார்த்துப் பார்த்து பெருமூச்சு விட்டான். பெரியசோலை வீயென்னா மானாவின் சாக்குக் கம்பெனியிலேயே பதிவாளாய் வேலை செய்தான். கங்காணியின் வீட்டுக்கு வாங்கிய உழவு மோட்டார் ஊர் நிலத்தையெல்லாம் உழுது கொடுத்தது. பணம் இல்லாதவர்களின் நிலத்தைக்கூட உழுது விதைத்துக் கொடுத்துவிட்டு வரும் வெள்ளாமை வரும் படியில் வாங்கிக்கொண்டான். துட்டு இருந்தாலும் இல்லா விட்டாலும் உழவு மோட்டார் வேலை செய்து சம்சாரிகளைத் தன் கட்டுக்குள் வைத்துக்கொண்டான் கங்காணியின் மகன் துரைராஜ். பிணையல் அடிக்கவும், காடுகரைகளுக்குக் குப்பை அடிக்கவும், கதிர்களைக் கொண்டு வந்து களத்தில் சேர்க்கவும் உழவுமோட்டார் பயன்பட்டது. சம்சாரிகள் மாடுகளையும் வண்டிகளையும் மறந்தார்கள். கலப்பை ஏர்க்கால்கள் செதுக்கியே காலம் தள்ளிய ஆசாரிகளும், காணாமல் போனார்கள். ஊரில் குப்பை மேடுகளும் படப்புகளும் காணாமல் போயின.

'கொச்சியில குறுனி விக்கினானாம், அப்பிடிப் போடு சக்கேனானாம். அந்தக் கதையில இந்த பைத்தாரப் பயக வெதைக்கும் ஒரத்துக்கும், மருந்துக்கும் கவுருமென்டுல கையேந்திட்டு நிக்கான மயிரா வெள்ளாம வெளையும் நூறு மூடை ஒரம் போட்டாலும் பத்து வண்டி மாட்டுச் சாணம் போட்டது மாதிரி இருக்குமா?'

'நம்ம காலத்துல காட்டுக் கம்மங்கஞ்சி காச்னா கும்பாவுல போட்டுக் கரைச்சா அப்பிடியே பிசுபிசுன்னு கையில ஒட்டும், வெறுங் கஞ்சியவே குடிச்சிறலாம். அப்பிடி ருசியாய் இருக்கும். இப்ப

வெளைஞ்சு வர்ர கம்மம்புல்லு கஞ்சியே சேர மாட்டங்கு. முழிச்சிட்டு முழிச்சிட்டு இருக்கு. சோறும் திங்க ருசியத்துப் போயி சக்க கெணக்கா மண்ணத் தின்னாப்ல

'ஒழவு உழும்போதே கலப்பையிலேயே அடி ஒரம் போடுறான். பெறகு வெதச்ச நாள்ளருந்து மாறிமாறி மருந்து ஒரம் சாப்பாடு எப்பிடிக்கூடி ருசியாயிருக்கும் மண்ணு கெனக்காத்தான் இருக்கும்.'

'பயிர் பச்ச தானியம்தான் அப்பிடின்னா பொம்பளைகளைப் பாரு. 'உண்டான' நாள்லருந்து ஊசிதான், பேரு காலம் வரைக்கும். அப்பப் பெத்த பச்ச மண்ணுக்கும் ஊசிதான், புதுசு புதுசா ஊசிப் போடப் போய்த்தான் புதுசு புதுசா நோய்களும் வருது, இல்லன்னா ரெண்டே நாள் காச்சல்ல காலும் கையும் வெளங்காமப் போற அநியாயம் எங்கயும் உண்டுமா?'

'மட்ட நெல் போட்டா சொன்னா சொன்னபடி வெளையும், வெறுஞ்சோத்த பிடிச்சு பிடிச்சு ஒரு கும்பா திங்கலாம், வைக்கோலும் ஒராள் ஒசரம் வளரும். மாடுகளுக்குப் போதும் போதும்னு கெடக்கும். இப்ப ஒரு சாண் வளருது, அதுக்குள்ள எத்தன ஒவினியம் பாக்க வேண்டியதிருக்கு, எத்தன மருந்தடிச்சும், நோய் சுழிசுழியா மாட்டித் தள்ளிருது, வெள்ளாம எடுத்துக் கூட்டிக் கழிச்சு கணக்குப் பாத்தா குருட்டாட்டு நெய்யி குருட்டாட்டு கண்ணுக்குத்தான் போடச் சரியாயிருக்கும்ன கததான்.'

'பெறகென்ன தாசி சம்பாத்யம் பிள்ள கழிக்கத்தான் சரியாப் போகும், மிச்சமா இருக்கும்.'

கீழோரத் தூணில் சாய்ந்து உட்கார்ந்துகொண்டார் பாண்டியத் தேவர். வளர்ந்த ஒல்லியான உருவம். நெற்றியில் சுருக்கங்கள், அடிக்கடி கண்களைச் சிமிட்டி சிமிட்டிப் பேசும் பேச்சு, அவிழ்க்காத தலைப் பாகையும், தார்ப்பாச்சலும் அவரைச் சுற்றிக் கூட்டம் மொய்க்கும்.

தேர்தல் அறிவித்துவிட்டால் போதும். அந்தத் தேர்தலில் அவருடைய கட்சி ஜெயிக்க வேண்டும். இல்லையென்றால் பாண்டியத் தேவருக்குப் பைத்தியம் பிடித்துவிடும். கையிலும் காலிலும் விலங்கோடு அடைபட்டுக் கிடப்பார். வீட்டுக் குள்ளேயே விதவிதமான பாட்டுக்கள் பாடுவார். பலமாகச் சிரிப்பார். வீட்டுக் குள்ளேயே விலங்கோடு வெற்றி ஊர்வலம் கூட நடத்துவார். பட்டாசு மாதிரி வெடித்து சத்தம் எழுப்புவார். சட்டசபை நடத்துவார். ஜன்னல் வழியே யாராவது எட்டிப் பார்த்துவிட்டால் போச்சு, வசவுகள் வண்டி வண்டியாய் வரும். சில விடலைகளுக்கு

இதுதான் ஓயாம விளையாட்டாகவே இருக்கும். பைத்தியம் தெளிந்து அவர் மனுசராகிப் போனபின் பேச்சுக் கொடுத்தால் நேரம் போவதே தெரியாது, அவர் உண்மையில் மகா மனுசர்தான், அவரைச் சுற்றி மடத்திலும் காளியம்மன் கோயில் வேப்ப மரத்திலும், குளிக்கப் போனால் கிணற்றுச் சுவர்களிலும் ஒரு கூட்டம் எப்போதும் இருக்கும். அப்படியான ஒரு மத்தியான வெய்யிலில்தான் அவர் மடத்தில் வந்து உட்கார்ந்தது.

‘எப்பப் பார்த்தாலும் நம்ம படுற கஷ்டத்தையே பேசிக்கிட்டு இருந்தா எப்படி, கஷ்டத்துக்கு விடிவு காலம் வாரதப் பத்தி யாராவது பேசுறியளா?’

‘கஷ்டத்துக்கு விடிவு காலம் வரனும்னா ஒன்னு மண்டயப் போட்ரனும் இல்ல முத்தையாவ மாதிரி பண்டாரமாப் போயிரனும், இல்ல இந்த ஒலகம் அழியனும்.’

நிறைய பேர் சிரித்துக் குனுகினார்கள்.

‘அட, கோட்டிக்காரப் பயகளா மண்டயப் போடுறது ஆட்டோ மேட்டிக்கா நடக்கப் போற காரியம், நிய்யோ நானோ நில்லுன்னாலும் அது நிக்கப் போறதில்ல. நம்ம கொண்ட்டுட்டு போயி குடுக்கிற காய்கறியத்தான் வித்துத் தாரான் கமிசன் கடைக்காரப் பய, அவனுக்கு காரு, பங்களா, போனு, நம்மட்ட யாவாரம் வாங்கிட்டுப் போயி விக்கான் அவனுக்கு அஞ்சு வெரல்ல மோதிரம், மோட்டரு பைக், பொண்டாட்டி கழுத்துல திரும்ப மாட்டாம ஒரு குத்து சங்கிலி, மருந்துக் கடைக்காரனும், ஒரக் கடைக்காரனும் இன்னக்கி ஓகோன்னு இருக்கான், லோன் மாடு, லோன் மாடுன்னு வாங்கி பச்சப் புள்ளக்கிக் கூட பால் இல்லாம அளந்து ஊத்திட்டு வெறும் சட்டிய வீசிட்டு வீட்டுக்கு வாரோம், அந்தப் பாலு பூராவும் யாருக்குப் போகுது, ஒவ்வொருத்தியும் ரெண்டு லிட்டரு மூனு லிட்டருன்னு வாங்கி பட்டணத்துல தயிர் மோர் வெண்ணெய்னு தின்னுப்புட்டு பருத்துப்போயி குனிய மாட்டாம, நிமிர மாட்டாம, வீட்டுக்குள்ளேயே இருந்து பூசணிப் பழம் கெனக்கா செவந்து போயி கெடக்கா, அவுக புருசமாரு அப்பிடியா சம்பாதிக்காக, நிய் ஒரு கையெழுத்துன்னு போ அம்பது குடு நூறு குடும்பான், பெறகு ஏன் வாங்கமாட்டா பால, இதப்பத்தி எந்தச் சம்சாரியாவது நெனச்சுப் பாக்கானா?’

‘அவுக அவக அந்த லச்சணத்துல பெறந்திருக்காக, நம்ம இந்த லச்சணத்துல பெறந்து இப்படிச் சீரழியறோம்.’

‘இப்பிடி கோட்டிக்காரப் பயக இருந்தா இப்பிடித்தான் இருக்கும், அவுக என்ன பெறக்கும் போதே செல்வத்தோட ஒட்டிக்கிட்டா பெறந்தாக, நம்மள மாதிரி ஏமாளிப் பயகதான காரணம், இல்லன்னா வெதவெதக்க மின்னயே... பயிர்க் கடன் வாங்க வரிசையில நிப்பானா?’

‘சரி, நீராவது சொல்லும்மே என்தான் செய்யனுமின்னு.’

‘ஒவ்வொரு பயலையும் வெட்டனும். கவுருமென்ட்காரப் பயக எவனையும் ஊருக்குள்ள வர விடப்படாது. வந்தா ஓட ஓட வெரட்டனும், எங்க காட்ல எங்களுக்கு வெள்ளாம வைக்கத் தெரியும், எங்க புள்ளைகள எங்களுக்கு வளக்கத் தெரியும், எம் பொண்டாட்டிக்கு சத்தாகாரம் கொடுக்க எங்களுக்குத் தெரியும்னு ஒரு பயல அண்டவிடக் கூடாது.’

பாண்டியத் தேவர் பேச ஆரம்பித்துவிட்டால் நேரம் போவதே தெரியாது. ஒவ்வொருவராய் வந்து கடைசியில ஒருசிறு கூட்டமே கூடி விடும்.

‘சரி, அத விடுங்க சம்சாரிகளப் பத்தி கொஞ்சம் வெவரமா சொல்லுங்க காலம் இப்பிடியேதான் போகுமா?’

‘சம்சாரிப் பயக எல்லாரும் கொஞ்ச நாளையில சட்டி எடுத்திட்டுத் தெரு தெருவா அலையப் போறான். எந்தப் பய அப்பன் சொல்படியும் ஆத்தா சொல்படியும் கேக்கான். பள்ளிக்கூடத்துல போயி கால வச்சிட்டா போதும். சம்சாரி வேலையே பாக்கக் கூடாதுன்னு சட்டமா இருக்கு. ஒங்க அப்பனும் ஆத்தாளும் பாத்த பாக்கிற வேலைதான, அத நிய் பாத்தா என்ன கொறஞ்சு போயிருவ, ஒரு பயலுக்கு நாலு புள்ளைன்னா ரெண்டு பொட்டக் கழுத தீப்பெட்டி ஆபிசப் பாத்துப் போயிறா, மத்த ரெண்டு பயலும் அரையும் கொறையும் படிச்சிட்டு ஒரு கொளாய மாட்டிக்கிட்டு மேலயும் கீழயும் பாத்திட்டு அலையிறான். அவுக அப்பனும் ஆத்தாளும் என்னைக்கும் போல குண்டிதேய பாடுபட்டு வயசாகி தவங்கினப் பெறகு காட்டயும் மாட்டயும் அடிமாட்டு வெலைக்கி வித்துப் புட்டுப் போய் சேந்திராக பெறகு சம்சாரிக சட்டி எடுக்காம என்னத்த எடுப்பான்.’

‘அப்ப தீப்பெட்டி ஆபீஸ் மத்த தொழில்க இல்லாம இருந்தது பொம்பள புள்ளைக காட்ல வேல செஞ்சாத்தான் கஞ்சிங்கிற நெலம, வணங்கி வேல செஞ்சாங்க. இப்ப வெயில்ல கெடந்து எதுக்கு சாகனும்னு கம்பெனிகளுக்குப் போறாக. அதுக்காக வேலைக்குப் போக வேண்டாம்னு சொல்ல முடியுமா?’

‘வெய்யில்ல கெடந்து சாகனுமேன்னு மட்டும் அவ கம்பெனிக்குப் போகல, அவளுக்கு என்ன என்ன வேணுமோ அம்புட்டும் அதுல கெடைக்குது, அதுதான் தீப்பெட்டி ஆபீஸ்னா குதியாளம் போட்டுட்டு ஓடுறா, சம்சாரி வேலன்னா மருகுறா. கரிசல் காட்டுக்கு வந்தா சேல அழுக்காகிப் போகும். வெயில்ல ஒடம்பு கறுத்துப் போகும். சினிமாப் பாட்டு கேக்க முடியாது, தெனம் தேவிடியா மாதிரி சிங்காரிக்க முடியாது. இத்தனையும் அதுல கெடைக்கி அதுதான் குதியாளம் வச்சிட்டு ஓடுறா, காட்டு வேலைக்கு ஒத்த ஆள் வர மாட்டேங்கு.’

‘ஆமா... தேவர இவ்வளவுதான் கெடைக்கா வேற என்னமும் கெடைக்கா?’

‘அந்தக் கூத்தவும் பச்சையா சொல்லிறன், இப்ப எந்தப் பொம்பளப் புள்ளக்கி தாய் தகப்பன் மாப்பிள பாத்துக் கல்யாணம் முடிச்சு வைக்காக. அதது பாட்டுக்கு நெறந்து கிட்டு எனக்கு அந்தப் பயதான் வேணுமின்னு வாக்கப்படுறா, ரெண்டு பேருமா பட்டணத்துல போயி வாடக வீட்டப் புடிச்சிக்கிட்டு, இல்லன்னா கம்பெனி குடுக்கிற வீட்ல குடும்பம் நடத்துறாக, அமெரிக்காவுல இருந்து வந்தவுக மாதிரி வெறகு அடுப்ப விட்டுட்டு மண்ணெண்ன அடுப்பு, கம்மங் கஞ்சி, சோளக் கஞ்சி போயி தெனம் இட்லி தோசை, கொஞ்ச நாளையில இந்தச் சிறுக்கி இன்னொரு பயல அந்தப் பய இன்னொரு சிறுக்கி பின்னால, கண்டும் காணாம இதெல்லாம் இப்ப ரொம்ப சகஜமாப் போச்சு. போற போக்கப் பாத்தா இன்னும் கொஞ்ச நாளையில ஆம்பளப் பயகதா ஓடி ஒழியனும், இல்ல பொட்டச்சிக வெரட்டிப் புடிச்சு இழுத்துட்டுப் போயிருவா, அப்பிடி சிமிட்றா சிமிட்டு வெக்கம், மானம் எல்லாம் உதுத்திட்டு அலையிறா.’

கூட்டம் சிரித்து மகிழ்ந்தது. தேவர் சொல்வதில் தப்பு ஏதும் இல்லையென்று பேசிக்கொண்டார்கள். காலம் போற போக்க கரெக்டாத்தான் சொல்றாரு, காலையில எந்தச் சிறுக்கி எந்திரிச்சி சாணிச் சட்டி தூக்கி முத்தம் தெளிச்சு, சாணி சகதி அள்ளி காடு கரைக்குப் போறா, எந்திரிச்சதும் கண்ணாடி மூஞ்சியிலதான் முழிக்கனும்ங்கா, மொதநாள் ராத்திரி வாங்கியாந்த பூவ எடுத்து தலைல சொருகிட்டு சின்ன எவர்சில்வர் டப்பாவுல சிதுக்னு இம்புட்டு சோத்த வச்சிக்கிட்டு பஸ்சு முந்திரும்னு ஓடுறா. விடிஞ்சு போயி அடஞ்சு வாரா, பேர்தான் பட்டிக்காட்டுப் பொண்ணு, டவுண் நாகரீகம்

அம்புட்டும் படிச்சுப் போறா, சமையல் வேலையும் தெரிய மாட்டங்கு. சம்சாரி வேலயும் தெரிய மாட்டங்கு கடேசில பாத்தா கரகாட்டக்காரி மாதிரி திங்கு திங்குனு அலஞ்சதுதான் மிச்சம், காலம் கலிகாலமாப் போச்சு.

தெய்வானை மகளை விளக்கு மாற்றால் வீசிய கதையைப் பாண்டியத் தேவர் சொன்னார். நடுவீட்டு தெய்வானையின் மகள் பப்பி. கோயில்பட்டியிலுள்ள ஒரு தீப்பெட்டிக் கம்பெனியில் வேலை செய்கிறவள். ஆள் நல்ல வளர்த்தி, அவுக அம்மாக்காரியப் போலக் கொஞ்சம் சிவப்பும்கூட. சப்புச்சவரு சாமான்க வாங்கிட்டு அப்பிடியே மகளுக்கும் ஒரு சேலத்துணி எடுத்திறலாம்னு அவளையும் கூட்டிட்டுப் போயி எடுப்பம்னு கம்பெனிக்குப் போயிருக்காக, நம்மளா எடுத்தா ஆயிரம் நொர நாட்டியம் சொல்வான்னு அவுக போயிருக்காக, தாயும் தகப்பனும் வந்திருக் காகனு படக்னு ஓடியாற வேணாமா, இவ பாத்திட்டு பாக்காதவ மாதிரி வேல செஞ்சிட்டு இருந்திருக்கா. எதுக்க கணக்கு எழுதிட்டு இருந்த ஆள்ட்டப் போயி கேட்ருக்காக, பப்பி இருக்காளான்னு, அந்தப் பய இவுக ரெண்டு பேர்த்தையும் ஏற எறங்கப் பாத்திட்டு எந்த ஊர்னு கேட்ருக்கான். இவுகளும் உருளக்குடின்னு சொல்லவும், நீங்க யாருன்னு கேட்ருக்கான், நாங்க பப்பியோட அம்மாவும் அய்யாவும்னு சொல்லவும் அந்தப் பய அவளக் கூப்பிட்டுருக்கான்.

'யேய், ஏய் பப்பி ஒங்க அம்மா வந்திருக்கா இங்க வா.'

அவளும் விறுவிறுன்னு வந்து எதுக்க நின்ருக்கா.

'என்னடி ஒரு வடியா இருக்க?'

'...'

'அடியேய், என்னடி ஒரு வடியா இருக்க, வாயில என்ன கொளக் கட்டையா வச்சிருக்க, வாயத் தொறந்து சொல்லுடி.'

பாத்தா அவ கண்ணுலருந்து பொல பொலன்னு கண்ணீர். தெய்வான பதறிப் போனா. புள்ளைக்கி ஒன்னுருக்க ஒன்னு ஆகிப் போச்சுன்னு விக்னனும் இல்லாம வெறச்சமின்னும் இல்லாம செலையா நிக்கா, புள்ளைக பூராவும் கேன்னு வேடிக்க பாக்காக கடேசில என்ன சொல்லியிருக்கா தெரியுமா? ஒங்கள இங்க ஆரு வரச் சொன்னா, கோட்டிக்காருக மாதிரி சட்ட இல்லாம கண்டாங்கிச் சேலைய உடுத்திட்டு அய்யா அழுக்கு வேட்டியக் கட்டிக்கிட்டு நரிக்கொறவன் கெனக்கா, இனிமே கணக்கப்பிள்ள ஏங்கூட

பேசமாட்டாருல்ல அப்படின்னால பார்க்கலாம், தெய்வான எப்பிடி ஆளு தெரியுமில்ல தண்டமானம் போட்டுட்டா.

'அடி கண்டார ஓளி, தேவிடியாச் சிறுக்கி நாங்க ரெண்டு பேரும் கோட்டிக்காருக, நிய் மானத்லருந்து வந்து பொத்னு விழுந்தயோ பலபட்ற, சிமிட்டிட்டாப்ல பெராமனத்தி ஆயிருவியா இல்ல கலெக்ட்ரா ஆகிருவியான்னு அங்னயே வௌக்கு மாத்த எடுத்து சாத்து சாத்துன்னு சாத்தி, தேவடியாள சிங்காரிக்க விடப் போயில்ல இந்த எடுப்பு எடுத்திட்டா, அவ நாளக்கி நமக்கு மயிரா கஞ்சி ஊத்துவா, பிய் மோத்திரம் எடுப்பா சிறுக்கிய காட்ல போட்டு வசக்னா நாலு மனுசர் தெரியும்னு இழுத்திட்டு வந்திட்டா.

'பெத்த அப்பனும் அம்மாவும் கோட்டிக்காரியா போற அளவுக்கு தீப்பெட்டி ஆபீஸ் நாகரீகம் வளந்து போச்சு.'

'எந்தப் புள்ளக்கி நம்ம துணிமணி எடுத்துக் குடுக்கோம். எல்லாம் அவ அவ இஷ்டம். சினிமாவுல பாத்திட்டா போதும் ஒடனே அதே மாதிரி வேணுங்கா, அவ கையில துட்டு வருது, அவ இஷ்டத்துக்கு வேணுங்கிறத எடுத்துக்கிறா.'

'இன்னக்கி தெனத்துக்கு நாலு பொம்பளப் புள்ளக இருந்தா போதும் அவன்தான் ஊர்ல துட்டுக்காரன். வீட்ல இருந்தே சாப்பிடலாம். ஆனா ஒன்னு மானம் மரியாதன்னு நெனச்சிரப் புடாது. துட்டு மட்டும் வரும்.'

மடத்தின் வராந்தா பூராவும் உட்கார்ந்து கேட்டுக்கொண்டிருந்த கூட்டம் கொஞ்சம் கொஞ்சமாய்க் குறைந்தது. பாண்டியத் தேவர் சொல்வது ஞாயம்தான் என்று பேசிக்கொண்டே போனார்கள்.

பகல் பூராவும் சாக்குக் கம்பெனியில் வேலை செய்தான் பெரியசோலை. அத்தோடு கோயில்பட்டியிலுள்ள ஒரு பெரிய தீப்பெட்டிக் கம்பெனிக்கு வேலைக்கு ஆட்களை அனுப்பும் வேலையும் செய்து வந்தான். காலையில் கருக்கிருட்டிலேயே அந்தக் கம்பெனியின் பஸ் பிள்ளைகளை ஏற்றிப் போக வந்துவிடும். பெரியசோலை ஒவ்வொரு வீடாய்ப் போய் பிள்ளைகளை எழுப்பித் தயார்படுத்தி பஸ் ஏற்றிவிட வேண்டும். வாரம் வாரம் அவனுக்குச் சம்பளம் வந்துவிடும். வேறு ஒரு கம்பெனி அதிகமான அட்வான்சும், அன்பளிப்புகளும் கொடுத்து பிள்ளைகளைத் தன் கம்பெனிக்கு இழுக்கப் பார்க்கும். அதையும் போகவிடாமல் பார்த்துக்கொள்ள வேண்டும்.

ஊரே நிறைந்துவிட்டது. கீழத் தெருவிலிருந்து மேலத் தெரு வரை

கூட்டமான கூட்டம். நாலா ஊர்களிலிருந்தும் நாலா விதமான ஜாதி ஜனங்களும் கூடியிருந்தார்கள். மினுத்தானின் உடல் நடு வீட்டில் சாத்தி வைக்கப்பட்டிருந்தது. பொன்னுத்தாயும் சீனியம்மாளும் அழுது அழுது தொண்டை கட்டி ஓய்ந்துபோய் உட்கார்ந்திருந்தார்கள். மேலும் மேலும் கூட்டம் கட்டுக் கடங்காமல் வந்துகொண்டே யிருந்தது. புங்க மரத்தோரம் வாக்கரிசிப் பெட்டியுடன் வரும் பொம்பிளைகள் கூட்டத்தை எதுக்காட்டி கொட்டுக்காரர்கள் கூட்டிக்கொண்டு போனார்கள். பெரிய ரோசாப்பூ மாலையோடு வேல்த்தேவரின் மகனும், கருப்பையாவும் வந்தார்கள். ஆயுள் தண்டனை கைதியாகிப் போன வேல்த்தேவர் வரவில்லை. கருப்பையா கண்கள் கலங்க மாலையைப் போட்டுவிட்டு மினுத்தான் காலைத் தொட்டுக் கும்பிட்டார். அய்யா கதை கதையாய்ச் சொன்ன அந்தக் கருணை வடிவத்தின் கால்களை வேல்த்தேவரின் மகன் கண்களில் ஒற்றினார்.

மினுத்தானின் விருப்பப்படியே மாடத்தியின் கல்லறையோரம் மினுத்தானுக்கும் கல்லறை கட்டுகிற மாதிரி அடக்கம் பண்ணினார்கள். பெரியசோலையும் தன் இரண்டு மகன்களும் கொள்ளிவைத்து மொட்டை போட்டுக்கொண்டார்கள். பெரிய சோலை குருசாமி யையும் கூப்பிட்டு மொட்டை போட வைத்தான். கொள்ளிக் குடம் உடைக்க பொம்பிளைப் பிள்ளை இல்லாததால் சீனியம்மாள் சொல்லிச் சொல்லி ஒப்பாரி வைத்தாள். முனியம்மாளை இழுத்து வந்து குடம் உடைக்க வைத்தார்கள். குருசாமி பெரியசோலையின் காலைப் பிடித்துக்கொண்டு கதறியழுதான். அநாதையாய்த் திரிந்த அவனை ஆளாக்கி வளர்த்துவிட்டவன் போய் விட்டதில் அவனுக்கு ரொம்பவும் வருத்தம். மயானத்திலேயே கட்டை மொய்ச் செலவு கணக்குப் பார்க்கும் போதே ஊர்ப் பெரியவர்கள் மத்தியில் துணிப்பையில் சுருட்டி கட்டியிருந்த அந்தப் பொட்டலத்தைக் கருப்பையாவும் வேல்த்தேவர் மகனும் ஊர்நாட்டாண்மை யிடம் ஒப்படைத்தார்கள். அதை வாங்கிக்கொண்ட நாட்டாண்மை என்ன என்று கேட்டான்.

‘என்ன ஏதுன்னு எனக்குத் தெரியாது. அய்யா ஜெயிலுக்குப் போகும்போது மினுத்தான் என்னக்கி இறந்தாலும் அன்னக்கி இத நாலு பேரு முன்னால் பொது எடத்துல நாட்டாண்மைகிட்ட ஒப்படைக்கனும்னு சொல்லி அம்மாட்ட குடுத்திட்டு ஜெயிலுக்குப் போனாக, அவரு நேரம் புண்ணியவாளன் மினுத்தான் மொகத்தக் கூட பாக்க முடியாமப் போச்சு.’

பொட்டலத்தை வாங்கிய நாட்டாண்மை அதை மெதுவாகப் பிரித்தான். எல்லோரும் என்னமோ ஏதோவென்று ஆவலாய்ப் பார்த்துக்கொண்டிருந்தார்கள். கருப்பையா மட்டும் தனியாய்ப் போய் நின்றுகொண்டார். அவர் முகம் பிரகாசமாய் இருந்தது. கடேசியில் பார்த்தால் நாட்டாண்மையின் கையில் இரண்டு பத்திரங்கள். படிக்கத் தெரிந்த ஒருவனைத் தேடி அவனைப் படிக்கச் சொன்னார்கள். எல்லோர் கண்களும் ஆச்சரியத்தால் அகல விரிந்தன. கேட்டுக் கொண்டிருந்த குருசாமி மொட்டைத் தலையுடன் மினுத்தானைப் புதைத்த இடத்திலும், மாடத்தியின் கல்லறையிலும் முட்டி முட்டி அழுதான். அவனை இருவர் கைத்தாங்கலாகப் பிடித்துக் கொண்டு போனார்கள். அவன் பெரிய சோலையைக் கழுத்தைக் கட்டிக்கொண்டு அழுதான்.

கொட்டுக்காரர்கள், தேர் கட்டியவர்கள், தீச்சட்டி ஏந்தியவர்கள் என்று ஒவ்வொருவராய் வந்து துண்டேந்தி பணம் பெற்றுக் கொண்டு போனார்கள். கடேசியில் நாட்டாண்மையின் கையில் மிஞ்சியது இரண்டு பத்திரங்கள்.

'என்ன, பெரியசோல, இத என்ன செய்ய, நிய் கொண்டு போயிட்டு பெறகு குருசாமி கையில குடுத்திருவியா? இல்ல இப்பவே நாங்க குடுத்திரட்டுமா?'

'தாரளமா குடுங்க இதுல என்ன கேள்வி.'

'அப்பிடியில்லப்பா நாளக்கி ஒரு வெவகாரம்னு வந்திரப் புடாதுல்ல.'

'எப்பிடியானாலும் மினுத்தான் புள்ள ஊருக்குத் தெரிய நிய் ஒருத்தன்தான். குருசாமி எத்தன இருந்தாலும் வளர்த்த பயதான, வாரிசுன்னு பாத்தா நிய் ஒருத்தன்தான்.'

'அப்பிடி சொல்லாதிக கூடப் பொறந்தாத்தான் அண்ணனா?'

நாட்டாண்மையின் கையிலிருந்து பத்திரத்தை வாங்கி குருசாமியின் கையில் ஒப்படைத்தான் பெரியசோலை. குருசாமி இரு கையேந்தி வாங்கியவன் மண்ணைக் கட்டி விம்மினான். அப்பிடியே பெரியசோலையின் காலில் விழுந்து காலைக் கட்டிப்பிடித்துக் கொண்டு கிடந்தான். தன் இரு கைகளாலும் அவனைத் தொட்டுத் தூக்கி கட்டிக்கொண்டு அழுதான் பெரியசோலை. கூடியிருந்த எல்லோர் கண்களிலும் அருள் சுரந்தது. கருப்பையாவும் வேல்த் தேவர் மகனும் மௌனமாய்ப் பார்த்துக்கொண்டு நின்றார்கள். அவர்கள் இருவரும் மயானத்தில் இருந்தபடியே விடைபெற்றுக்

கொண்டார்கள். கூட்டம் கிணறுகள் தேடிக் கலைந்து சென்றது.

'பெரியசோல விசேஷத்துக்கு தாக்கல் அனுப்பீரு. ஓம்பாட்ல சொல்லாம இருந்திராத அம்மா ஞாபகமா கேட்டுட்டு வரச் சொல்லுச்சு, சொல்லலனா அம்மா சடைக்கும்.'

அவர்கள் குறுக்குப் பாதையில் போய் பஸ்சுக்காகக் காத்திருந்தார்கள். கருப்பையா எல்லாக் கதைகளையும், மாடத்தி யையும், மினுத்தானையும் பற்றி வண்டி வண்டியாய்ச் சொன்னார். வேல்த் தேவரின் மகன் கேட்டுக்கொண்டேயிருந்தார்.

'அப்ப, அந்தக் குருசாமிகூட பெறந்தவனில்லையா? வேலக் காரனுக்கா இப்பிடி காடும் தோட்டமும் எழுதி வச்சிருக்கான். மினுத்தான் எப்பேர்பட்ட மனுசன், புள்ளப் பெத்து பேர் விடலாம் போலருக்கே.'

'மினுத்தானவிட மாடத்திதான் புண்ணியவாட்டி, அவகிட்ட யோசன கேக்காம மினுத்தான் எதையுமே செய்யமாட்டான், சோறு அப்படின்னு போய்ட்டா போதும். அது அறிஞ்ச ஆளோ அறியாத ஆளோ அவ தொண்டைக்குள்ள இருந்தாலும் கக்கிக் குடுத்திருவா அப்பேறப்பட்ட மனுஷி, அந்தப் புண்ணியவாட்டி பேர் சொல்ல கடவுள் ஒரு பிள்ளையக் குடுக்கல.'

கருப்பையா மாடத்தியைப் பற்றி நினைத்துப் பெருமூச்சு விட்டார். 'ஒங்க அய்யாவும் நானும் மினுத்தான் வீட்டு மாட்டுத் தொழுவத்துக்குள்ள படுத்துக்கெடக்கோம். நடுச்சாமம். எப்பிடியோ துப்பு வேட்டி போலீஸ் வந்திருச்சு. அப்ப மினுத்தான் வீட்ல ரெண்டு ஜோடி மாடு நிக்கி, ரெண்டு வடக்கேயிருந்துகொண்டு வந்த லம்பாடிக் காளைக, கொம்பு ரெண்டும் நல்ல பாம்பு படம் போல இருக்கும். எப்பிடியோ ஊர் சலசலப்பக் கேட்டு மாடத்தி வீட்லருந்து ஓடியாந்துட்டா, மாடத்தியும் மினுத்தானும் மையம் பறக்காக, வெளிய ஓடவும் முடியாது. சுத்தி நிக்கி போலீஸ், பாத்தான் மினுத்தான் ரெண்டு பேர்த்தையும் ஆளுக்கொரு காடிக்குள்ள படுக்கப் போட்டுட்டு காடி நெறைய்ய கூளத்த அள்ளிப் போட்டுட்டு அவம்பாட்ல போயி படுத்துக்கிட்டான்.

'டப் டப் டப்... ஏய் வீட்ல யாரு இருக்கா.'

'வீடு இல்லய்யா தொழுவம்.'

'கதவத் தெறவேய்...'

'ஓம் பேரு என்னவே.'

'மினுத்தான்.'

'இங்க ரெண்டு பேரு ஒளிஞ்சு கெடக்காங்களா?'

'தேடிப் பாருங்க.'

'ஒனக்குத் தெரியாதா?'

'சத்தியமா தெரியாது, தேடிப் பாத்துக்கோங்க.'

'போலீஸ் மச்சு குச்செல்லாம் ஏறி உருட்டுது. மச்சுல மயிரா இருக்கும். பைய்ய ஒரு போலீஸகாரன் மாட்டோரம் வந்தாம் பாரு சீத்துன்னு ஒரு லாத்து லாத்துச்சு பொஜத்துலருந்து காக்கிச் சட்ட டர்னு கிழிஞ்சது பாரு போலீஸ் கிட்டவே வரல, அன்னைக்கு சிக்கியிருந்தா எங்கள அங்கயே கொன்ருப்பான் இல்ல காலக்கைய ஒடிச்சிருப்பான்.'

அவர்கள் இருவரும் காட்டு வழியே நடந்து முக்கு ரோட்டில் வந்து நின்றார்கள். பஸ் வந்ததும் ஏறிக்கொண்டார்கள். கருப்பையா மினுத்தானைப் பற்றியும் மாடத்தியைப் பற்றியும் சொல்லச் சொல்ல தேவருடைய மகன் கேட்டுக்கொண்டே உட்கார்ந்திருந்தார். அய்யா ஓயாமல் சொன்ன மாடத்தியைப் பற்றி நன்றாகப் புரிந்து கொண்டார்.

ஊரில் மினுத்தானையும் மாடத்தியையும் பேசாத வாய் இல்லை. பெரியசோலையும் கெட்டிக்காரன்தான். அப்பன் எழுதி வச்சிட்டாப்ல அனாதப் பயலுக்குக் குடுத்திறனும்னு சட்டமா இருக்கு. அவனும் மறுபேச்சுப் பேசாம குடுத்திட்டான். அது பெரிய காரியமில்லையா. சண்ட சச்சரவுனு போனா அசிங்கம்தான். ஊர்ல ஒத்த ஆளுக்குக்கூடத் தெரியாம எவ்வளவு கமுக்கமா காரியத்த செஞ்சிருக்கான் மினுத்தான். படிக்காத ஆளா இருந்தாக்கூட மினுத்தான் யோசனக்காரன். எழுதி வச்சதுமில்லாம அத யார்ட்ட குடுத்து பத்திரப்படுத்தியிருக்கான் பாத்தியா? தேவர் ஜெயிலுக்குப் போயும்கூட சொன்னபடி நம்பிக்கை துரோகம் பண்ணாம கொண்டு வந்து சேத்துட்டார. மாடத்திட்ட சோறு வாங்கித் தின்னத யாரும் மறந்திர முடியுமா? உண்ட வீட்டுக்கு ரெண்டகம் நெனைக்க மனசு வருமா? தேவரும் ஞாயவான்தான்.

பத்து இருபது நாள் கழித்து முத்தையா வந்து சேர்ந்தான். ஒரு பாட்டம் அழுது புலம்பினான். மினுத்தான் மொகத்தக்கூட பாக்க முடியாமப் போச்சே என்று சொல்லிச் சொல்லியழுதான்.

'என்ன முத்தையா ஒங்க பெரியப்பன் செத்ததுக்குக்கூட வராம எங்க போய்த் தொலைஞ்ச. ஒனக்கு ஒன்னும் எழுதி

வைக்கலையேன்னு கோவிச்சிட்டுப் போய்ட்டயோ என்னமோன்னு நாங்க நெனச்சோம்.'

'நாயி முன்னால முழுத்தேங்காயப் போட்டா என்ன செய்யும். மோந்து பாத்திட்டுப் போயிரும், அதுபோல எனக்கு எதுக்கு காடு. வாங்கி ஏலம் போடவா? சம்சாரித்தனம் வேண்டாமின்னு ஒதுங்கி பத்து வருசமாச்சு. ஊர்ல இப்ப ஒவ்வொருத்தனா சம்சாரித்தனம் வேணாம்னு ஒதுங்றான்.'

மினுத்தானின் விசேஷம் வரைக்கும் இருந்துவிட்டுப் போகும்படி பெரியசோலை சொல்லிவிட்டதால் முத்தையா ஊரிலேயே தங்கிப் போனான். மடம் கலகலப்பாயிருந்தது. வழக்கம்போல் முத்து வீரன் பேய்க் கதைகளை எடுத்துவிட்டுக்கொண்டிருந்தான். இள வட்டங்கள் தலையாட்டிக் கொண்டிருந்தார்கள். முத்தையா வுக்கு இருப்புக் கொள்ளவில்லை. அவன் எழுந்து போய் இடைமறித்தான்.

'இங்க கேளு, ஒன்னோட அண்டப்புளுக இத்தோட நிறுத்திக்கோ, பேய்கூட சண்ட போட்டம்ங்க. பேய்கூட குடும்பம் நடத்துனம்ங்க, பேயி தண்ணி எறைக்க நான் தண்ணி வெளகினம்ங்க, பேயி நாத்தறுக்க நான் கெட்டுக் கெட்டுனம்ங்க. இந்தப் பைத்தியாரப் பயகலும் கேட்டுக்கிட்டேயிருக்கான். இப்ப போயி மகாதேவர் கோயில்ல ஒரு மச்சம் வச்சிட்டு வந்திரு அம்பது ரூவா பந்தயம்.'

'யேலேய்... காடோடிப் பயல வம்பா மாட்டிக்கிராதல, கெழட்டுப் பயதானேன்னு நெனச்சு பேசாத பட்டுக்கிறப் போற.'

'இந்தா அம்பது ரூவா பிடி, என்ன மச்சத்த அங்க போயி வைக்கப் போற சொல்லு.'

முத்தையா வேட்டியில முடிந்து வைத்திருந்த ரூபா தாளை எடுத்து அவன் முன்னால் வைத்தான். அதற்குள்ளாக மடத்தின் எதிரேயிருந்த வேப்ப மரத்தின் கொப்பு ஒன்றை ஒடித்து வந்து ஒரு பயல் கொடுத்தான். கிழவன் வேப்பங்குலையையும் ரூவாயையும் வாங்கிக்கொண்டான். இனி ரெண்டு மாசத்திற்கு வெற்றிலை பாக்கிற்கும், பீடிக்கும் கவலையில்லையென்று கிழவன் கணக்குப் போட்டான். மடத்தில் படுத்துக்கிடந்த எல்லோரும் எழுந்து கொண்டார்கள்.

முத்துவீரன் எழுந்து வேட்டியைத் தார்ப்பாச்சல் கட்டினான். துண்டை உதறி இறுக்கி தலைப்பா கட்டிக்கொண்டான். பக்கத்தில் இருந்த காளியம்மன் கோயிலைத் தொட்டுக் கும்பிட்டுவிட்டு நேராக வண்டிப்பாதையில் இறங்கி நடையைக் கட்டினான். அவன் கையில்

வேப்பங்குலை மச்சம் இருந்தது. அவன் பயப்படவே இல்லை.

'முத்தையாவுக்கு அம்பது ரூவா பழுத்துப் போச்சு, கெழவன் ராப்பகலாய் கிடை காவல் காத்தவன், எந்தக் காத்துக்கறுப்புக்கும் பயப்படமாட்டான்.'

முத்தையாவும் பிச்சாண்டியும் காதோடு ஏதோ கிசுகிசுத்தார்கள். இருவரும் வேட்டியை உதறிக் கட்டிக்கொண்டு வேகமாய் ஓடினார்கள். ஊருணியைக் கடந்ததும் வண்டிப் பாதையின் இரு பக்கமும் உள்ள தோட்டங்களில் ஆமணக்கும் மிளகாய் செடிகளும் அகத்தியும் புளிச்சி நாற்செடியும் வனாந்திரமாய் நிற்க, சில்வண்டுகளின் கிய்ங்... என்ற இரைச்சலும் கும்மிருட்டும் யாருக்கும் பயத்தை உண்டு பண்ணும். மொட்டைப் பனையில் உட்கார்ந்து கொண்டு அலறும் ஆந்தையின் வீச் வீச்சென்ற ஒற்றை அலறல். வரிசைப் பனைகளில் காய்ந்து தொங்கும் காவோலைகள் பனையில் உரசும்போது ஏற்படுகிற சரசரவென்ற சத்தம். முத்துவீரன் இதெயெல்லாம் தாண்டிப் போய்க்கொண்டேயிருந்தான்.

பிச்சாண்டியும் முத்தையாவும் வண்டிப் பாதையைவிட்டு விலகி தோட்டத்து வழியே ஓடிப்போய்ச் செல்லி வீரம்மன் கோயில் கிணற்றோரம் ஒளிந்துகொண்டார்கள். அந்தக் கிணற்றை ஒட்டித்தான் மகாதேவர் கோயிலுக்குப் போகும் வண்டிப் பாதை. அந்தக் கிணற்றில் விழுந்துதான் கோட்டிக்கார பழநியம்மாள் கைவிலங்கோடு செத்து ஊதி மிதந்தது. கிட்டத்தில் வந்துவிட்டான் முத்துவீரன். சுவற்றில் ஒளிந்துகொண்ட முத்தையாவும் பிச்சாண்டியும் தரையோடு பம்மிக்கொண்டார்கள். முத்தையா புளிச்சி செடி ஒன்றைப்பிடுங்கி இரண்டாய்க் கிழித்து நார் உரித்தான். ஒரு பக்கம் பிச்சாண்டியைப் பிடித்துக்கொள்ளச் சொல்லிவிட்டு மறுபக்கம் ஒரு கையால் இழுத்துப் பிடித்துக்கொண்டு, ஈர மண்ணை எடுத்து கையில் பிசைந்துகொண்டு புளிச்சு நாரை இறுகப் பிடித்து உருவினான். அது பர்பர்ரென்று ஒருவகை சத்தம் எழுப்பியது. கேட்பதற்கு நறநறவென்று பற்களைக் கடிப்பது போல் கேட்டது. கிணற்றோரம் வந்த முத்துவீரன் திடுக்கிட்டு நின்றான். அவர்கள் இருவரும் தரையோடு படுத்துக்கொண்டு தொடர்ந்து சத்தம் எழுப்பிக்கொண்டேயிருந்தார்கள். தொடர்ந்துவந்த பர்பர் சத்தத்தில் முத்துவீரன் ஆடிப் போனான். அவன் மேலெல்லாம் வியர்த்துக் கொட்டியது. கை கால்கள் நடுங்கி உதறல் எடுத்தது. ஒண்ணுக்கிருந்து வேட்டி யெல்லாம் நனைந்துவிட்டது. திரும்பி ஓடுவதற்குக் கால்கள்

வரவில்லை. பின்னிக்கொண்டதைப் போன்ற பயம். அவன் கிடுகிடுவென சாமி வந்தவனைப் போல் நடுங்கினான்.

'தாயே, பழநியம்மா, நான் வந்தது தப்புத்தான் தாயே! ஒனக்கு கெடா வெட்டிப் பொங்க வைக்கன், ஓம் பேருள்ள பழநி முருகனுக்குக் காவடியெடுக்கன், இந்த எடத்துல பிடிமண் எடுத்து கோயில் கட்டி கும்பிடுறஞ்சாமி. என்னைய ஒன்னும் செஞ்சிராத தாயே... 'வேப்பங்குலை நழுவிக் கீழே விழுந்தது. தயாராய் சுவரின் மேல் வைத்திருந்த பெரிய பாறாங் கல்லைப் பிச்சாண்டி கிணற்றுக்குள் தள்ளிவிட்டான். அது டமீர் என்ற சத்தத்துடன் தண்ணீருக்குள் விழுந்தது.

'அய்யய்யோ அப்பா... நா... ஞ்...செத்தன்' பேச்சு மூச்சைக் காணவில்லை. முத்துவீரன் வண்டிப் பாதையில் குப்புறக் கிடந்தான். வேட்டியெல்லாம் கழிச்சல் எடுத்து ஒரே நாற்றம். பிச்சாண்டியும் முத்தையாவும் அவனைத் தூக்கிக்கொண்டு வந்து மடத்தில் போட்டார்கள். ஊர் கூடிவிட்டது. முகத்தில் தண்ணீர் தெளித்தார்கள். அரிக்கேன் லைட் வெளிச்சத்தில் தலை துவண்டு போய்க் கிடந்தது தெரிந்தது. தலை நிற்கவில்லை. கண் முழி மட்டும் உருண்டது.

'தாயோளி, அவன எதுக்கு இங்க தூக்கிட்டு வந்தீக, அப்படியே பழநியம்மா மெதந்தது மாதிரி கெணத்துக்குள்ள தள்ளி மெதக்க விட்ற வேண்டியதான, ரூவாதாள கண்ட ஒடன வாயத் தொறந்திட்டு ஓடியிருக்கியே கெழட்டுப் பயல.'

'கழுத அவஞ்செத்தா என்ன, காடு பூராவும் எலும்பாவா கெடக்கப் போவுது, மடத்தக் காத்திட்டு கெடக்கிறதுக்கு போயி சேர வேண்டிதான.'

பலர் பலவிதமாகப் பேசினார்கள். கிழவன் மெதுவாய் முழித்துப் பார்த்து உதட்டால் முனுமுனுத்தான். அவன் குரல் சரிவரக் கேட்க வில்லை. ஏதோ முணங்கினான்

'இப்பத்தான் கெழவன் பழநியம்மா கூட ஏதோ பேசுறான்.'

'அதெல்லாம் கெடையாது. இனிமே சத்தியமா பேய்க் கத சொல்ல மாட்டேன்னு சத்தியம் பண்றான்.'

'இல்ல கையில இருந்த ரூவாய எங்கன்னு கேக்கான்.'

கூட்டத்தில் பலபேர் சிரித்தார்கள். முத்துவீரன் மடத்திற்கு வருவதையும் ராத்திரி நேரங்களில் ஒத்தை சத்தையாய் எங்கேயும்

போவதையும் நிறுத்திக் கொண்டான். பட்டப்பகலில் எப்போதாவது மடத்தில் வந்து உட்கார்ந்துவிட்டால் சிறுசுகளும் இளவட்டங்களும் கூட கூடி நின்று கேலி பண்ணினார்கள்.

'தாத்தா பந்தயம் கெட்டுவமா? நூறு ரூவா தாரன் மேலோகம் போய்ட்டு வர்ரீகளா?'

'நான் மட்டும் போனா பேயடிச்சிரும் ஒங்க ஆத்தாளையும்கூட கூட்டிட்டுப் போய்ட்டு வாரன்.'

'கெழட்டு சிறுக்கி மகனுக்கு இன்னும் மப்பு கொறையல பாரு.'

வருடா வருடம் மழையின் அளவும் குறைந்துகொண்டே வந்தது. புதிய புதிய வெள்ளாமைகள் வைத்தார்கள். பழைய பயிர் வகைகளையும், குப்பை சாண உரங்களையும் மறந்து போனார்கள். விதைப்பு காலங்களில் விதைகள் வாங்குவதற்காகவும் உரமூடைகள் வாங்குவதற்காகவும் அரசாங்க ஆபீசுகளில் காத்துக்கிடந்தார்கள். மருந்துகள் தெளிப்பதற்குக்கூட மோட்டார் பம்புகளை வாடகைக்கு வாங்கினார்கள். புதிய புதிய நோய்களும் களைகளும் சம்சாரிகளுடன் சரி மல்லுக்கு நின்றன. மழை குறைந்த வருடங்களில் கண்மாய் பெருகாமல் பாதி விளைச்சலில் கையை விரித்துவிடும். அப்படிப் பட்ட நேரங்களில் கங்காணியின் கிணற்றிலிருந்து மோட்டார் மூலம் தண்ணீர் பாச்சி ஒன்னுக்குப் பாதியாய் வெள்ளாமை எடுத்தார்கள். கங்காணிக்கு ஒரு மணிக்கு இவ்வளவு என்று வாடகைப் பணம் கொடுத்தார்கள். ராவும் பகலும் மோட்டார் ஓடிக் கொண்டேயிருந்தது. தண்ணீர் வற்றிவிடும் காலங்களில் கிணற்றடியிலேயே படுத்து உறங்கி ஊற ஊற தண்ணீர் பாய்ச்சி அரைகுறையாய் வெள்ளாமை எடுத்து நொந்தார்கள். அவர்கள் கூட்டிக் கழிச்சு கணக்குப் பார்க்கையில செலவைக் கண்டு மலைத்துப் போனார்கள்.

'இந்தப் பாடுபட்டு இவ்வளவு செலவழிச்சு வெள்ளாமையை எடுக்கிறதுக்கு பதிலு, பேசாம அரிசியே வாங்கியிருக்கலாமே. இதுல என்ன மயிரு லாபம் இருக்னு இந்தப் பாடுபடனும்.' ஆனாலும் அவர்கள் வேறு வழி தெரியாமல் நொண்டிக் கோழிக்கு உரல்கடைதான் தஞ்சமென்று விவசாயத்திலேயே உழன்றார்கள். தரிசாய்ப் போட்டுவிட்டால் கேவலம் என்று உழுதார்கள். விதைத்தார்கள்.

கங்காணியின் கிணறு ஆழம் தோண்ட தோண்ட பக்கத்து கிணறுகளில் தண்ணீர் வற்றிப்போனது. மோட்டார் தண்ணிக்கு

முன்னால கமலைத் தண்ணீர் தோற்றுப் போனது. மற்றவர்களால் கிணறுகளை வெட்டி ஆழப்படுத்தவும் வசதியில்லை. பெரிய சோலையின் வற்றாத கிணறுகூட இந்த வருசம் வற்றிவிட்டது. எல்லோரும் தண்ணிக்காக கங்காணியின் முன்னால் கைகட்டி நின்றார்கள். பெரியசோலை சொன்னான்:

'ஒன்னு கெணத்த வெட்டி ஆழப்படுத்தி நம்மளும் மோட்ரு வைக்கனும், கங்காணிப்பய மோட்ர ஒடச்சு கெணத்துக்குள்ளே தள்ளனும், இல்ல தோட்டத்தப் பூராத்தையும் கங்காணிக்கிட்டயே வித்திட்டு பேசாம கெடச்ச வேலையைப் பார்த்து கஞ்சி குடிக்கனும், வருசா வருசம் அவனுக்கு மணிக்கு இவ்வளவுன்னு துட்டுக் குடுத்து வெள்ளாம எடுத்தா நமக்கு மயிருகூட கட்டுப்படியாகாது.'

பெரியசோலை சொன்னதை எல்லோரும் ஆமோதித்தார்கள். அவன் சொல்வது ஞாயம் என்று பட்டது. ஆனாலும் ஒரு வழியும் தெரியாமல் குழம்பினார்கள். பலரும் பல மாதிரி அபிப்பிராயம் சொன்னார்கள். மொத்தத்தில் என்ன செய்வதென்று அவர்களுக்குத் தெரியவில்லை. முகம் கொராவி திரிந்தார்கள்.

'மானாவாரி காட்டு வெள்ளாமகூட எப்பிடியும் போய்ட்டுப் போகுது, தோட்டமும் வயக்காடும் வெளையலன்னா எப்பிடிக் கூடி கஞ்சி குடிக்கிறது, எப்பிடி ஒரு நல்லது பெல்லதுக்குப் போறது, நல்லது பெல்லதுக்கு துணிமணி எடுக்கக்கூட துட்டு இல்லன்னா என்ன பெழப்பு நாய்ப் பெழப்பு.'

'மொதல்ல அந்த கங்காணிப் பயல ஊருக்குள் விட்டது தப்பு.'

'தப்புன்னு இப்பத் தெரியுது, குண்டிக்குள்ள வெள்ளம் வந்தப்பெறவு, அவன் கிட்டப் போயி ஓசி சிகரெட் வாங்கிக் குடிக்கும் போதும் எச்சுப் பிராந்திக்கு நாயா காத்துக் கெடந்த போதும் தெரியாமப் போச்சில்ல.'

'இப்பிடி வருமுன்னு ஆரு கண்டா, அந்தப் பய இப்பிடி செய்வாம்ன்னு நம்ம என்ன கெனாவா கண்டோம்.'

'கடேசில, பாக்கப் போனா, ஊரு முழுக்க அவன் வச்சதுதான் சட்டம்னு ஆகிப் போச்சு. காடுகர உழுகனும்னா அவங்கிட்டதான் உழவு மோட்டாரு இருக்கு, இந்தப் பயக முக்கால்வாசி பேரு மாட்ட வித்திட்டு தொண்ணாந்திட்டு நிக்கான், மருந்து அடிக்கனும்னா பம்பு அவங்கிட்டத்தான் வாங்க வேண்டிருக்கு. தண்ணிக்கும் அவங் காமாட்லதான் முட்ட வேண்டிருக்கு, பத்தாக் கொறைக்கி பாதிப் பேருக்கு மேல அவங்கிட்ட கடன் பாக்கி வேற வச்சிருக்கோம், போற

போக்கப் பாத்தா ஊரவே கொஞ்ச நாள்ல வெல பேசிருவான் போலருக்கு, உடுத்த துணிமணி வேணும்னாலும் அவங்கிட்டத்தான் போயி கேக்கனும்ங்கிற நெல வந்திரும் போலருக்கு.'

'இன்னி ஓராட்ட வரப் போகுதாக்கும், வெவசாயம் கெட்டு சுடுகாடாகிப் போயி எவ்வளவு நாளாச்சு.'

'எனக்குத் தெரிய எந்தக் கெணத்துல தர தெரிஞ்சது. எல்லாக் கெணறும் எப்பப் பார்த்தாலும் கெத்து கெத்துன்னு கெடக்கும். பால்க்கொடி ஓடையில தண்ணி ஓடி ஓடி பாசம் பிடிச்சு வழுக்க விழுந்து கெடக்கும். தரையில கால் வச்சா ஒடன கால் தடத்த தண்ணி மூடிரும். அப்பிடி சொசொதன்னு கெடந்த பூமி இன்னக்கி ஒலர்ந்து போயிருச்சு. உக்காந்து வெளிக்கிருக்க எடங் கெடையாது. மேடு தேடி அலையனும். அப்பிடிக் கெடந்த பூமில இன்னக்கி குண்டி கழுவ தண்ணியில்லாமப் போச்சு.'

எப்படியும் வருசா வருசம் கண்மாய் நிறைபெருக்கு பெருகி விட்டால் கிணறுகளில் தண்ணீர் தட்டுப்பாடே வராது. இல்லை யென்றால் வருசா வருசம் இந்தப் பாடுதான். உழைத்து கங்காணியின் கையில் கொடுத்துவிட்டுப் போக வேண்டிய பரிதாபம்.

'நம்மளப் புடிச்ச சனியன் தொலைய மாட்டேங்க நம்ம என்ன செய்ய, இல்லன்னா ஓடையில நடு மத்தியில பாற மொளச்சு தண்ணிய கம்மாய்க்கு வரவிடாம தடுக்குமா? கொஞ்சம் நஞ்சம் தண்ணி வாரதும் நின்னு போச்சுன்னா நம்ம செந்தவிட்ட வாங்கி நக்கிட்டுப் போக வேண்டியதான்.'

வரதம்பட்டி நாகி ரெட்டியார் பெரியோடை வழியாக வருகிற தண்ணீர் வரதம்பட்டிக் கண்மாயை நிரப்பிவிட்டுத்தான் இங்கே வர வேண்டும். மழை ஏறிமாறிப் பெய்கின்ற காலங்களில் அதைப் பற்றி யாருமே கவலைப்படப் போவதில்லை. ஏனெனில் ஒன்று இரண்டு மழை பெய்த உடனேயே வரதம்பட்டிக் கண்மாய் பெருகித் தண்ணீர் நேரே இங்கே வந்துவிடும். மழை ஒரும்பாகிப் போகிற காலங்களில் தண்ணீர் வரதம்பட்டிக் கண்மாய்க்கே காணாமல் கண்மாய் நிறையாது. வருகின்ற தண்ணீரை ஓடையின் நடுமத்தியில் வளர்ந்து வாமடை போல் மறைத்துக்கொண்டு நிற்கும் பாறை, தண்ணீரை இங்கே வரவிடாமல் தடுத்து அங்கே போய்விடும். அந்தப் பாறை மட்டும் இல்லையென்றால் வருகிற தண்ணீர் இங்கே பாதியும் அங்கே பாதியுமாக வந்து கண்மாயில விழும். கண்மாய்

நிறையாத வருஷங்களில் இதைப் பற்றியே பேச்சாக இருக்கும். கண்மாய் பெருகி கிணறுகளில் தண்ணீர் மேலேறிவிட்டால் அதைப் பற்றி யாரும் வாய் திறக்கமாட்டார்கள். இரண்டொரு வருசம் இவர்கள் பாறையை உடைக்கப் போக அவர்கள் மறிக்க, பாறைக்கு காவல் காத்த காலங்களும் உண்டு. இரண்டு ஊர்க்காரர்களும் முறைத்துக் கொண்டு திரிந்த காலங்களும் உண்டு.

'இந்த வருசம் அங்ஙனயே செத்து மடிஞ்சாலும் பரவாயில்ல பாறைய எப்பிடியும் ஒடச்சிரனும்.'

'எப்பிடியும் ஒடச்சிரனும்னா அது என்ன குண்டி தொடைக்கிற கல்லா, போன ஒடன பேத்து எறிஞ்சிட்டு ஓடியாற.'

'இதெதுக்கு நம்ம வளவளன்னு பேசிக்கிட்டு கங்காணி மகங்கிட்டயும் ஒரு வார்த்த கேட்ருவம், வாரயா வரல்லையான்னு.'

'அவன் மயிரு வருவான்,அவனுக்கு என்ன வரணும்னு நமக்குத் தான் வகுத்துல பசி அவனுக்கு முட்டுல பசி, கம்மா நெறஞ்சு கெணத்துக் காட்ல தண்ணி பெருகிட்டா நம்மல எந்தப் பய தேடுவான், எந்தப் பய மதிப்பான்ட்டு வருவானோ அவன் வந்து தான் காரியம் ஆகனும்னா ஒன்னுமே ஆகாது.'

'அட, ஒரு வாத்த கேட்டுத்தான் பாத்திருவமே.'

'இதெதுக்கு ஒங்க ஆசையைக் கெடுக்கனும் காலைல கேட்டுப் பாருங்க வந்திட்டா இந்த ஒத்தக் காத்த அறுத்து நாப்பூழல்ல அப்பிறன்.'

காலையில் போய் நாட்டாண்மை கங்காணி மகனிடம் கேட்ப தென்றும், அதன் பின் மேக்கொண்டு என்ன செய்வது என்பதைப் பேசி முடிவு செய்துகொள்வது என்றும் முடிவுசெய்யப்பட்டு கண்மாய் கரை அய்யனார்கோயில்புளிய மரத்தடியில் கூடிய ரகசியக் கூட்டம் முடிந்து சம்சாரிகள் கலைந்து போனார்கள். தண்ணீர் பாய்ச்ச வேண்டியவர்கள் கங்காணியின் கிணற்றைச் சுற்றிப் படுத்துக்கொண்டார்கள்.

சாத்தனும் பூச்சியும் பூச்சி மகனும் அழுக்குத் துணிகளைப் பொதிபொதியாய்க் கட்டி கழுதைமேல் ஏற்றி உப்பத்தூர் ஆற்றில் போய் வெளுத்துவிட்டு வந்தார்கள். ஆற்றிலும் தண்ணீர் கிடையாது. ஆழமாய்க் குழி தோண்டி சுற்றிலும் மணல் சரிந்து விடாமல் இருக்கத் தகரம் பதித்து ஊற்றுத் தண்ணீரில் துணி துவைத்தார்கள். கால்களை சுடுமணல் கங்காய்ப் பொசுக்கியது.

துணிகளைக் காயப்போடவும் மடித்து பொதி கட்டவும் பனஞ் சில்லாடைகளை எடுத்து வந்து கால்களில் செருப்புக்களைப் போல கட்டிக்கொண்டு வேலை செய்தார்கள். அவர்கள் பாடு பெரும் திண்டாட்டமாய் இருந்தது. வரவர ஊர்க் கஞ்சியும் குறைந்து வீட்டில் உலை வைக்க வேண்டிய காலங்களும் வந்ததுண்டு. ஆனாலும் ஊரே தஞ்சம் என்று கிடந்தார்கள். சாத்தனின் அண்ணன் மகன் ஊரிலிருந்து வந்திருந்தான். அவன் சூட்டும் சட்டையும் போட்டு வாட்ச் கெட்டி பெரிய உத்தியோகஸ் தனைப் போல் இருந்தான். அவன் சாத்தனிடமும் பூச்சியிடமும் ஓயாமல் சொன்னான்.

‘சின்னையா ஒன்ன மாதிரி பைத்தியக்காரன் இந்த நாட்டுலயே கெடையாது. இன்னியும் பழைய காலத்த மனசுல நெனச்சுக் கிட்டு இருக்கியே, வருசக் கொத்துக்கு துணி வெளுத்துக்கிட்டு, தெருத் தெருவா சட்டியேந்தி கஞ்சி வாங்கிக்கிட்டு, பேசாம எங்கூடப் பெறப்படு மாசம் ஆயிரம் ரெண்டாயிரம் சொளையா வந்திரும். இந்த மாதிரி பாடுபட வேண்டிய அவசியமேயில்ல, பேசாம ஒரே எடத்துல வண்டிய நிறுத்திட்டு இருந்தா போதும். வெளுத்த துணிகள் ஆபிசருமாரு வீட்லருந்து தானாவரும், தேச்சு மடிச்சு குடுக்க வேண்டியது தான் நம்ம வேல, மத்தியானத்துக்குள்ள மேல் வலிக்காம அம்பது அறுபதுன்னு பாத்துட்டு வீட்டப் பாக்க வந்திரலாம். கழுதயும் வேண்டாம், கவக்கம்பும் வேண்டாம், வெள்ளாவியும் வேண்டாம், சோறு வாங்க சட்டியும் வேண்டாம். ராஜா மாதிரி ஜில்லுனு போகலாம் வரலாம், வெள்ள குடுக்கனுமே, தண்ணியில்லையே வெய்யில் அடிக்கலையேங்கிற கவலையே வேண்டாம்.’

அவன் சிகரெட் புகையை ஊதிஊதி கையில் போட்டிருந்த மோதிரத்தைஆட்டிஆட்டிபேசியபோது சாத்தனுக்கும் கொஞ்சம் சபலம் தட்டியது. அவன் பூச்சியின் முகத்தை ஏறிட்டு உற்றுப் பார்த்தான்.

‘நிய் சொல்றது சரிதாண்டா. நாளைக்கி ஒரு லாபம் நட்டம்னா பட்டணக் கரையில ஆரு வருவா, ஆபிசருமாருக பொண்டாட்டிகளா ஓடியாருவாக, நம்மதான் கெடந்து அழுந்தனும். ரூவா வருதுங்கிறதுக்காக பரம்பரையா வெளுத்த ஊர எப்பிடிடா விட்டுட்டுப் போயிர முடியும். சம்சாரிக நம்மளப் பத்தி என்ன நெனக்கமாட்டாக, கஷ்டம் வந்த ஒடன நட்டாத்துல விட்டுட்டுப் போன பயன்னு காரித் துப்பமாட்டாகளா, நாலு பேரு வாயில

விழுந்தா அந்தத் துட்டு நமக்குத் தங்குமா வெளங்குமா, குடிச்சாலும் குடிக்கலனாலும் நம்ம கட்ட இந்த ஊரு சுடுகாட்ல தான் வேகணும், இந்த ஊரு புண்ணியவாளன்மாருகதான் மண்ணள்ளிப் போட்டுப் பொதைக்கனும், வாயில்லா சீவன் இந்தக் கழுதய விட்டுட்டுப் போக முடியுமாடா, அதுவும் நம்மளப் போலதான், நம்ம வகுறு நெறஞ்சா போதுமா பட்டணத்துல போயி பழைய பேப்பரு பெறக்க விட்டா பாவமில்லையா, கருமாயம்டா கருமாயம்.'

'அப்ப நிய் இங்கயே கெடக்க வேண்டிதான், அங்க வந்து பாத்தால தெரியும் எத்தன வண்டி இருக்னு.'

'தெருவுக்கு ஏழு வண்டி நிக்கும், ஏழு பேரும் நாறச் சண்ட போட்டுட்டு நாயக் கெணக்கா மல்லுக் கட்டிட்டு அலைவீக.'

'சம்சாரிமாருக பட்டினியா கெடந்தா நம்மளும் கெடப்போம், அவுகளுக்கு ஏத்தது நமக்கு.'

அவன் மறுபேச்சுப் பேசவில்லை.

காலையிலேயே தன் வீட்டுப் பக்கம் நாட்டாண்மையைக் கண்டதும் சாத்தன் கும்பிட்டான். நாட்டாண்மை கங்காணியின் வீட்டிற்குப் போகிற எல்லா விஷயத்தையும் சொன்னான். பூச்சியும் அவள் மகனும்கூட கவனமாகக் கேட்டுக்கொண்டிருந்தார்கள். அவர்களுக்குக் கேட்கக் கேட்க சந்தோஷமாயிருந்தது. பூச்சி முகம் மலர்ந்து சிரித்தாள். அந்தச் சிரிப்பில் குறுக்கே நிற்கும் பாறை சிதறி வெடிப்பதைப் போலவும் வெள்ளம் கண்மாய்க்கு ஓடிவருவது போலவும் கனவு கண்டாள்.

'கங்காணிகிட்ட என்ன சாமி கேக்கிறது நேத்து வந்தவர் கிட்ட, ஊர் மட்டும் சரின்னு சொல்லட்டும், பாறைய மொத ஆளா நான் ஒடைக்கன், அதால செயிலுக்குப் போனாலும் பரவாயில்ல ஊர் ஏங்குடும்பத்த தாங்கும்.'

சாத்தன் பழைய காலத்தையெல்லாம் எண்ணிப் பார்த்திருக்க வேண்டும். அவன் நீண்ட பெருமூச்சுவிட்டான். கண்மாய் நிறை பெருக்கு. மறுகால் ஓடுகிறது. கண்ணுக்கு எட்டிய மட்டும் வெள்ளை வெளேரென்று புதுத் தண்ணீர் வெள்ளிக் குருத்தாய். கரையெங்கும் வெளுத்த துணிகள் கழுவிப் போட்ட மேகங்களாய். வரிசை வரிசையாய்த் தூண்டில் போடும் ஆட்கள். ஆனந்தமாய்க் கறுப்பு உருண்டையாய்க் கழுத்து நீட்டி எட்டிப் பார்த்து முங்கிக் கொள்ளும் நீர்க் கோழிகள். முற்றிய கதிர் வெடித்து பஞ்சாய்க் காற்றில் பறக்க கம்மங்காடாய்த் தண்ணீருக்குள் நிற்கும் சம்புக் கோரைக்

கூட்டம். கரையெங்கும் மஞ்சளாய்ப் பூத்து மணம் பரப்பும் ஆவரஞ்செடிகள் கரைப்பனைகளில் குலை குலையாய்த் தொங்கும் பனங்காய்களும், கள் கலயங்களும், பனை தவறாமல் தொங்கும் தூக்கணாங் குருவிக் கூடுகள், வெள்ளாமைக்குள் பறந்துபோய் வால் நீளம் தோகையுடன் ஓயாமல் பறந்து திரியும் தூக்கணாங் குருவிகள், உள்வாகரையில எட்டிப் பார்த்துவிட்டு ஓடி மறையும் நண்டுகள், நண்டு பிடித்துத் திரியும் சிறுசுகள், இளைப்பு நோயாளிகள். கண்மாய் கரை ஆலமரத்தில் எப்போதும் சத்தம் எழுப்பி சலசலக்கும் பறவை யினங்கள். ஒற்றைக்காலில் தவமிருந்து ஒதுங்கும் மீன்களைக் கொத்தி விழுங்கும் கொக்குக் கூட்டங்கள். எறி கல்லாய்த் தண்ணீருக்குள் பொத்தென்று பாய்ந்து மீனைக் கவ்விக்கொண்டு மேலேழும்பி பறந்து உட்காரும் மீன் கொத்திகள். கருத்த பாறைகளாய் கண்மாயை விட்டு வெளியேற மனமில்லாமல் தண்ணீருக்குள் படுத்துக்கொண்டு தலைமுக்கி தலைதூக்கும் எருமைக் கூட்டங்கள். அய்யனார் கோயில் புளியமரத்தில் ஊஞ்சல்களாய் ஆடும் தூக்குவாளிகளும் தொட்டில்களும், தொட்டில் பிள்ளைகளுக்குக் காவல் இருக்கும் சிறுசுகள். நடவு முடிந்தவுடன் ஓயாமல் கேட்கும் கணீரென்ற வெண்கல மணி போன்ற குலவைச் சத்தங்கள். செல்லி வீரம்மன் கோயிலில் பொங்கப் பானை பொங்க கேட்கும் குலவைச் சத்தமும் பெண்களின் அலை அலையான சிரிப்பாணியும், வெற்றிலைக் கொடிக்காலில் வேலை செய்யும் பெண்களின் விடுபாட்டு, மடைகளின் கும்மென்ற இரைச்சல், பனை நிழல் நீண்டு நெளிந்து நெளிந்து அலையோடு விளையாடும் கண்ணாம் பூச்சி விளையாட்டு, தொழி உழவு வேலை முடிந்து மேலெல்லாம் சகதியாக கோமாளி வேஷக்காரனைப் போல் வந்து தண்ணீ ருக்குள் முங்கி புது மனுசனாய் வெளிவரும் சம்சாரிகள், புதுத் தண்ணீரில்தான் பயறு, பருப்பு நன்றாக வேகுமென்று தண்ணீர் கொண்டுபோக வரும் குமரிகள், உழைத்த அலுப்புத் தீர சுகமாய் மேலைத் தடவிவிட்டுப்போகும் குளிர்காற்று, கரையில் பழுத்துக் கிடக்கும் கள்ளிப்பழம், கள்ளியின் மேல் படர்ந்து சிவப்பாய் மின்னும் கொவ்வைப் பழம், சாத்தன் பெரிய ஏக்கப் பெருமூச்சோடு எண்ணிப் பார்த்தான். இன்று களையிழந்து மூளியாய் கருவேல மரங்களும் நீர்க்கருவையும் முளைத்து கண்மாய் மேடேறி கரிசல் விப்போடி குறுக்கு முத்துச்செடிகள் வனாந்திரமாய் வளர்ந்து, அவன் ரொம்பவும் வருத்தப்பட்டான். அந்தக் காலத்திற்காக ஏங்கினான். மனசுக்குள் அழுதான்.

அவர்கள் நினைத்தபடியேதான் நடந்தது. நாட்டாண்மை போய் கங்காணியின் மகன் துரைராசிடம் கேட்டதற்கு அவன் சொன்ன பதில் அவர்களை ஆச்சரியப்பட வைத்தது. எனக்கும் அதற்கும் சம்பந்த மில்லையென்றும், அதனால் எனக்கு எவ்வித பாதிப்பும் இல்லையென்றும் சொல்லி ஒதுங்கிக்கொண்டான். அதற்குள்ளாக அரசல்புரசலாக விஷயம் கசிந்து வரதம்பட்டிக் கண்மாயில் ஊர்க்காவல் போட ஆரம்பித்துவிட்டார்கள். விஷயம் முற்றிக் கொண்டே போனது. இரண்டு ஊர்க்காரர்களும் முறைத்துக் கொண்டு திரிந்தார்கள்.

14

ஊர்க் கூட்டம் காரசாரமாய் நடந்தது. எல்லா ஜாதிக்காரர்களும் கலந்துகொண்டனர். பெரும்பான்மையாய் இருக்கும் தெற்கு தெருக்காரர்களும், சிறுபான்மையாய் இருக்கும் மற்ற எல்லா ஜாதிக்காரர்களும் கலந்துகொண்டனர். மொத்தத்தில் ஊரே கூடியிருந்தது. பெரியசோலைதான் பலமாகப் பேசினான்.

'நாங்க தலக்கட்டுல ஆள்க் கணக்குல ரொம்பப் பேரு இருந்தாலும் வயக்காடு தோட்டம் தொரவுனு பாத்தா ஒங்கக் கிட்டத்தான் முக்கால்வாசி இருக்கு. நாங்க ஏழெட்டுப் பேர்தான் வயக்காடு தோட்டம் வச்சிருக்கோம். ஆனா வயித்துப் பிரச்னைனு வரும்போது நம்மளுக்கென்ன காடா தோட்டமா அப்பிடின்னு ஒதுங்கிப் போயிர முடியல, நாங்க எல்லோருமே தலக் குடுக்க வேண்டியிருக்கு. அந்த ஊரப் பொறுத்தமட்ல அரிஜனங்க ஆரும் கெடையாது. எல்லோருமே ஒங்க ஆட்கதான். ஒங்களுக்குள்ள கொள்ளுவன கொடுப்பனகூட உண்டு. ஆகையினால எல்லாருமே சேர்ந்து ஒத்துமையா நின்னா காரியத்த சாதிக்கலாம், அப்படியில்லாத பட்சத்துல ஒன்னும் செய்ய முடியாது. ஏதோ பேருக்கு இங்க வந்து தலையாட்டிட்டு ஆத்துல ஒரு காலு சேத்துல ஒரு காலுன்னு இருந்தா மண்ணத் திங்க வேண்டியதான். இங்க உள்ளத அங்க போயி சொல்ல அங்க உள்ளத இங்க சொல்ல இங்கிட்டுமில்லாம அங்கிட்டு மில்லாம இப்பிடியெல்லாம் கொஞ்சப் பேரு உண்டு. அவங்க எல்லாம் பேசாம இருந்தாலே போதும். அப்படின்னா காரியத்துல எறங்குவோம், இல்ல பேசாம வாயப் பொத்திட்டு இருந்துக்கிருவம், எறங்கிட்டு

தோத்தம்னு இருக்கக் கூடாது. ஊர்ப் பேரு கெட்டுப் போகும், மத்த ஊர்க்காரங்க காரித்துப்புவான், நம்ம மூஞ்சில நம்மலே கரியப் பூசுனாப்பல ஆகிப் போகும். லாப- நட்டம் வரத்தான் செய்யும். அதையும் பாத்துக்கோங்க.'

எல்லோரும் அமைதியாய்க் கேட்டுக்கொண்டிருந்தார்கள். பெரியசோலை சொல்வது சரியென்று தலையாட்டினார்கள். கூட்டம் முடிந்தபோது ஜாதிக்கு ரெண்டு பேர் வீதம் போய் முதன் முதலில் அந்த ஊர்ப் பெரிய மனிதர்களிடம் பேசுவதென்று முடிவாயிற்று. இன்னார் இன்னார் போவதென்று முடிவு செய்யப்பட்டு நாளை ராத்திரி அங்கே போக வேண்டும் என்று கேட்டுக் கொண்டு கூட்டம் கலைந்தது.

சொன்னபடியே எல்லோரும் புறப்பட்டு ஊர்மடத்தில் கூடினார்கள். பெரியசோலையும் நீர்ப்பாச்சி கருப்பசாமியும் முன்னால நடக்க மற்றவர்கள் பின்னால நடந்தார்கள். அவர்கள் கண்மாயைத் தாண்டி வரதம்பட்டியை அடைந்த போது ஊருக்கு மேற்கே உள்ள களத்தில் எல்லோரும் கூடியிருந்தார்கள். இவர்களை வரவேற்று உட்கார இடம் கொடுத்தார்கள். ஒரே மௌனம். ஒரு பேச்சைக்கூட காணோம்.

'சரி, சொல்லுங்க வந்த விஷயத்த, பேசாம ஒக்காந்திட்டு இருந்தா எப்பிடி.'

'விஷயம் என்ன பெரிய விஷயம் எல்லாம் தெரிஞ்சு விஷயம்தான புதுசா நாங்க என்னத்த சொல்லிறப் போறோம்.'

'மழ ஏறிமாறிப் பேஞ்சிட்டா பிரச்னையில்ல, மழ ஒரும்பாகிப் போகும்போது நெல்லும் வெளைய மாட்டேங்கு கெணத்துக் காட்லயும் தண்ணி வத்திப் போயி தோட்டத்து வெள்ளாமையும் கருகிப் போகுது, அதனால வடக்கூரு தெக்கூருக்குள்ள பிரச்ன வேண்டாம், ஏதோ கொஞ்சம் சகிச்சுப் போனா நல்லாருக்கும், நாங்களும் ஒங்க புண்ணியத்துல வயிறார சாப்பிட்டுக்கிருவம்.'

'மழ பெருவாரியா பெய்ய என்ன செய்யனுமோ சொல்லுங்க செய்திருவோம், மழ ரொம்ப பேஞ்சா எங்களுக்கும் நல்லதுதான்.'

சில இளவட்டங்கள் சிரித்துக்கொண்டார்கள்.

'எங்களுக்கு வயித்துப் பிரச்னை, ஒங்களுக்கு எடக்கும் எகடாசியுமா தெரியுது.'

'எடக்கும் எகடாசியுமில்ல. என்ன செய்யனும்னு நீங்க

சொல்லுங்க.'

'நம்ம நாகிரெட்டியார் ஓடையில நடு மத்தியில இருக்கிற பாறைய மட்டமா தட்டி விட்டுட்டா போதும், வார தண்ணி சமமா வரும். எங்களுக்கும் பாதகமில்லாம ஒங்களுக்கும் பாதக மில்லாம போயிரும்.'

'பாறையக் கொண்டு போயி நாங்களா நட்டி வச்சோம், அப்படின்னா சொல்லுங்க இப்பவே போயி தூள் தூளா ஒடச்சு தூரப் போட்றோம்.'

'நீங்க நட்டி வச்சீகன்னா சொல்றோம். நம்மளுக்குள்ள நெறந்து போயிருவோம்னு தான் கேக்கோம்.'

'நெறந்து போறதுன்னா எப்பிடி, ஒங்க தெருவிலிருந்து இங்க வந்து பொண்ணு கேக்கலாம்னு பாக்கயா?'

'வெவகாரத்த வேற மாதிரி கொண்ட்டு போகாதிக அசிங்கம் ஞாயமாப் பேசுங்க.'

'பாறைய ஒடைக்க முடியாது. அது தானா வளர்ந்த பாற. யாரும் போயி நட்டி வச்சு தண்ணி ஊத்தி வளர்க்கல, நாங்க போயி ஒரு கை மண்ணள்ளிப் போட்டு அடச்சாலும் செருப்பால அடிங்க பட்டுக்கி றோம், அதுக்காக பாறைய மட்டமா ஒடங்கன்னா எப்பிடி ஒடப்போம்.'

'சரி, ஒங்க முடிவு இதுதான்.'

'கடைசி வரைக்கு இதுதான் எங்க முடிவு. எங்களப் பொறுத்த மட்ல வம்பு தும்புக்குப் போறதில்ல. வந்தா விடுறதுமில்லே.'

'இப்ப யாரு ஒங்க கிட்ட வம்பு தும்புக்கு வந்திருக்கா?'

'சரி அப்ப நாங்க போய்ட்டு வரட்டுமா?'

'சந்தோஷமா போய்ட்டு எப்பனாலும் வாங்க.'

ஊரில் ஆட்கள் எல்லா இடங்களிலேயும் இதையே பேசினார்கள். நாலு பேர் கூடிவிட்டால் போதும் வேறு பேச்சே கிடையாது. கங்காணியின் மகன் மௌனமாய் வேடிக்கை பார்த்தான். அவனை முற்றாகப் பகைத்துக்கொள்ளவும் முடியவில்லை, சேர்த்துக் கொள்ளவும் முடியவில்லை. பெரிய சோலை செய்த முதல் காரியம் முத்தையாவைத் தேடிக் கண்டுபிடித்து கூட்டி வந்ததுதான். அவன் தான் பெரிய சோலைக்குப் பக்கபலமாய் இருந்தான். பொன்னுத் தாயும் சீனியம்மாளும் ஓயாமல் சண்டை போட்டார்கள். பெரிய சோலை கேட்கவில்லை.

‘உண்டான காட்டப் பூராத்தையும் வித்தாச்சு. சொச்சக் காட்ட தரிசாப் போட்டாச்சு, வண்டியுமில்ல மாடுமில்ல. வெட்டியா போயி எதுக்கு ஊர் வம்ப வெலைக்கி வாங்கனும், விடாத அடி பிடிம்பான் பின்னாலருந்து கடேசியில மயிரு போச்சுன்னு ஒதுங்கிக்கிருவான், பட்டு அழுந்தப் போறது நம்மதான்.’

ஒவ்வொரு நாளும் ஆள் மாற்றி ஆள் போய் நோட்டம் பார்த்தார்கள். அங்கே ஊர்க்காவல் பலமாய் இருந்தது. தினம் ஐந்து பேர் வீதம் ஊர்க்காவல் போட்டிருந்தார்கள். ஒன்றும் செய்ய முடியவில்லை. சமயத்திற்காகக் காத்திருந்தார்கள். சொல்லி வைத்தாற்போல் அந்த ஊர் பொங்கல். கொட்டுச் சத்தம் வாண வேடிக்கை முழங்க சாமியாடி வந்தது. நாளை ராத்திரி கரகாட்டம். எப்பிடியும் இன்றைக்கு காரியத்தைக் கச்சிதமாக முடித்துவிட வேண்டும் என்று பகலிலேயே திட்டம் போட்டார்கள்.

சரியான இருட்டு. அவர்கள் ஓடை வழியே போய் கண்மாய் கரையில் ஏறியபோது காவலுக்கு யாரும் இல்லை. கரகாட்டக் காரியின் பாட்டும் மேளச் சத்தமும் தெளிவாய்க் கேட்டது. கல் உடைக்கிற குரூசும், கெண்டலும் பாறையில் குழியடித்தார்கள். கொட்டுச் சத்தம் ரேடியோவில் பலமாய்க் கேட்டுக்கொண்டு இருந்ததால் குழியடிக்கிற சத்தம் கேட்க வாய்ப்பில்லை. பெரிய சோலையும் பிச்சாண்டியும் மஞ்சனத்திச் செடியோரம் உட்கார்ந்துகொண்டு கரையில் ஆள் நடமாட்டம் தெரிகிறதா என்று ஊசாட்டம் பார்த்தார்கள். முத்தையா அரிவாளையும் கம்பையும் வைத்துக்கொண்டு கரையில் நடமாடினான். குரூசும் கெண்டலும் கவனமாய்க் குழியடித்து ஒவ்வொரு குழியிலேயும் தோட்டாக் களைச் சொருகி நுனி வயர்களை ஒன்றிணைத்தார்கள்.

திடீரென்று பார்த்தால் கரைமேல் மின்வெட்டு போன்ற டார்ச் லைட்டின் வெளிச்சம். பெரியசோலையும் பிச்சாண்டியும் உஷா ரானார்கள். முத்தையா கரையை விட்டுக் கீழிறங்கி ஆதாளைச் செடிப் புதருக்குள் உட்கார்ந்துகொண்டான். பாறையோரம் ஆட்கள் நிற்பதை டார்ச் லைட் வெளிச்சம் துல்லியமாகக் காட்டியது. அவனை முன்னால் போக விட்டு விட்டுப் பின்னால் கூடிப்போய் பிச்சாண்டி அவன் வாயை இறுக்கிப் பொத்தினான். முத்தையா ஓடிவந்து துண்டால் அவன் கைகளைப் பின்னால் வைத்துக் கட்டினான். பெரியசோலை கால்கள் இரண்டையும் பிடித்து அலாக்காகத் தூக்கி அவனைக் கொண்டுபோய் ஓடைக்குள் பொத்தென்று போட்டார்கள். முகத்தில்

லைட் அடித்து அடையாளம் பார்த்தார்கள். அன்றைக்கு ஊர்க் கூட்டத்தில் எகடாசி பேசிய நீர்ப்பாச்சி. அருணாசலம்பிள்ளை வசமாய் வந்து மாட்டிக் கொண்டான். அவன் முணங்கிக்கொண்டு குப்புறக்கிடந்தான்.

எல்லாக் குழிகளிலும் தோட்டாக்களைச் சொருகி வயர்களை ஒன்றிணைத்து விட்டு தூரத்தில் போய் நின்றுகொண்டார்கள்.

'இவன என்னடா செய்ய, இப்பிடியே விட்டுட்டா போயி இன்னார் இன்னார்னு அடையாளம் சொல்லிப்புடுவான், கண்மாத் தண்ணிக்குள்ள பொதச்சு பெரிய பாறாங்கல்ல ஏத்தி வச்சிருவோம், ஆளக் காணும்னு ஊர்க்காரங்க தேடட்டும்.'

'வச்சிரலாம், எப்பிடியும் நாளா நாள் ஊதி மெதந்திருவான். பேசாம நான் சொல்றபடி செய்ங்க, பெரியசோல வரிப்பணம் எவ்வளவு இருக்கு.'

அவன் அண்டர்வேர் பைக்குள்ளிருந்து கத்தையாய்ப் பணத்தை எடுத்து முத்தையாவிடம் நீட்டினான். முத்தையா அந்தப் பணத்தைக் கொண்டு போய் அருணாசலம் பிள்ளையின் மடியில் வைத்துக் கட்டினான். சுத்தியலைத் தேடி எடுத்துக் குப்புறக் கிடந்தவனின் பின்மண்டையில் ஓங்கியறைந்தான். மயக்கமானவனை இழுத்துக் கொண்டு போய்ப் பாறையின் மேல் போட்டான். அவர்கள் கொண்டு வந்த பொருட்களையெல்லாம் கவனமாய் எண்ணி எடுத்துக் கொண்டார்கள். உளி, சம்மட்டி, சுத்தியல், ஆப்பு இவைகளை அவன் பக்கத்திலேயே போட்டுவிட்டு வயர் முடியும் இடத்திலே போய் நின்றுகொண்டார்கள். முத்தையா ஓடிப்போய் அவன் கைகளை அவிழ்த்து விட்டு ஓடிவந்தான்.

கரகாட்டச் சத்தங் கேட்கவில்லை. தூரத்தில் நாலைந்து லைட் வெளிச்சம் வரிசையாய்த் தெரிந்தன. கெண்டல் பேட்ரிக் கட்டை யைக் கழற்றி வயரால் தொட்டான். டமார் என்ற பெருஞ்சத்தம். பாறை சுக்கு சுக்காய் சிதறி, பறந்து போன கற்கள் கண்மாய் தண்ணீரிலும் விழுந்தன. அவர்கள் ஐந்து பேரும் ஓடை வழியே ஓட்டம் பிடித்தார்கள். யாருக்கும் தெரியாமல் மடத்தில் போய்ப் படுத்துக் கொண்டார்கள்.

விடிந்து பார்த்தபோது அருணாசலம் பிள்ளை பாறையோடு பாறையாய்ச் சிதறிக் கிடந்தார். மடியில் கட்டியிருந்த ரூபாய் நோட்டுக்கள் பக்கத்தில் கிடந்தன. ஜனங்கள் குழம்பிப் போனார்கள். அவர்களால் ஒன்றும் நிதானிக்க முடியவில்லை.

பலர் பலவாறாகப் பேசிக்கொண்டார்கள்.

‘தாயோளி, ஊமக் குசும்பன் வேலையக் காட்டிட்டயே, பிள்ளையையும் கிள்ளிவிட்டுட்டு தொட்லையும் ஆட்டுன கதையில இங்க வீராப்பா ஊர் மெக்கப் பேசிட்டு, அந்த ஊருப் பயகிட்ட ரூவாய வாங்கிட்டு என்ன சோலி பாத்தருக்கான் பாரு, கெட்ட கெடு முடிஞ்ச பய, அதான் காளியாத்தாளுக்கே பொறுக்கல, ஒன்னையவே காவு கேட்டுட்டா, ஊருக்குத் துரோகம் பண்ணுன பய வெளங்க மாட்டாங்கிறது சரியாப் போச்சில்ல.’

‘இப்ப ஒரு வாரமா அய்யா தெனம் போதையில மெதக்கும் போதே நெனச்சன் பயலுக்கு வசதி எப்பிடி வந்ததுன்னு, நான் நெனச்சது சரியாப் போச்சு.’

‘காவலுக்கு இருந்த எங்களப் பூராத்தையும் கரகாட்டம் பாக்கப் போகச் சொல்லிட்டு ஒத்தையில காவல் காக்கன் ஒத்தையல காவல் காக்கமினு இந்தச் சோலி பாத்திருக்கான தெய்வம் சும்மாவிடுமா? இந்தப் பாவம் ஒன்தலமொறைக்கே விடாதுடா பாவி.’

‘பேசாம அவங்க கேட்டபடி மரியாதையா நம்மளே பாறைய மட்டமா தட்டி விட்ருந்தாக்கூட மதிப்பு, ஊர்ப் பொல்லாப்பு இல்லாம என்னென்னைக்கும் தெக்கூர் வடக்கூர்க்குள்ள தாயா புள்ளையா இருந்திருக்கலாம்.’

கண்மாய் கரையில் கூட்டம் அலை மோதியது. இரண்டு ஊர்ச் சனங்களும் எதிரும்புதிருமாய் நின்று வேடிக்கை பார்த்தார்கள். எல்லோர் கைகளிலும் ஆயுதங்கள் மின்னின. பதட்டம் ஏறிக் கொண்டே போனது. அவர்கள் அனைவரும் வாய் பேசாத மிருகங்களாய் முறைத்துக்கொண்டு நின்றார்கள். லாரி லாரியாய் போலீஸ் வந்து இறங்கியது. இங்கே கொஞ்சம் பேர் அங்கே கொஞ்சம் பேர் என்று கிடைத்தவர்களையெல்லாம் அள்ளிப் போட்டுக் கொண்டு போனது. கூட்டத்தை விரட்டியடித்தது. அங்கேயும் ஒரு லாரி போலீஸ் குவிந்தது. எங்கே பார்த்தாலும் போலீஸ் தொப்பிகள். இரண்டு ஊர்களுமே சுடுகாடாகிப் போயின. ஜனங்கள் வீட்டைவிட்டு வெளியே தலைநீட்ட முடியவில்லை. நிறைய ஆடுகளும், கோழிகளும் போலீஸ் காரர்களுக்கு விருந்தாகிப் போயின. பொம்பிளைப் பிள்ளைகள் தவிர ஆம்பிளையாட்கள் எல்லோருமே காணாமல் போனார்கள்.

பெரிய பெரிய அதிகாரிகளும் மாவட்ட கலெக்டரும் வந்தார்கள். சமாதானக் கூட்டம் நடந்தது. எங்களுக்கு முந்தி இருந்தது மாதிரியே தடுப்புச் சுவர் அமைத்து தரும்படி அவர்கள் கேட்டார்கள்.

பாறையை நாங்கள் உடைக்கவில்லை. நீங்களாகவே உடைத்து விட்டுத் தடுப்புச் சுவர் கட்ட நினைத்தால் நாங்கள் கட்ட விட மாட்டோம், மீறி கட்டினால் கட்டிய சுவரை இடிப்போம் என்று இவர்கள் சொன்னார்கள். கலெக்டர் மண்டையைப் பிய்த்துக் கொண்டு உட்கார்ந்திருந்தார். இரண்டு தரப்பிலிருந்தும், புகார் மனுக்களைப் பெற்றுக்கொண்டு உடனடியாக உத்திரவுகள் போட்டார். அவர்கள் போட்ட உத்திரவுகளின் நகல்களில் இரண்டு ஊர்க்காரர்களும் கையெழுத்துப் போட்டார்கள். உத்திரவுகளைப் படித்துப் பார்த்துவிட்டு இரண்டு தரப்பாருமே முகஞ்சுளித்தார்கள்.

'பிரச்னை முடியும்வரை இரண்டு ஊர்க்காரர்களும் கண்மாய்ப் பக்கமே போகக்கூடாது. இருக்கிற தண்ணீரைப் பயிர்களுக்குப் பாய்ச்சுவது உடனடியாகத் தடைசெய்யப்படுகிறது. அதை மீறி வயல்களுக்குச் செல்பவர்கள் மீதும், கண்மாய்ப் பக்கம் போகிறவர்கள் மீதும் நடவடிக்கை எடுக்கும் பொருட்டு காவல்துறை அதிகாரிகள் இங்கேயே முகாமிட்டுக் கண்காணிப்பார்கள். கோர்ட்டிலிருந்து சம்மன் வரும்போது இரு தரப்பாரும் கட்டாயம் ஆஜர் ஆகவேண்டும். பூரண அமைதிஙய நிலைநாட்டும் பொருட்டு அவரவர் வைத்திருக்கும் ஆயுதங்களை உடன்டியாகக் காவல் துறையிடம் ஒப்படைத்து விடவேண்டும். அப்படி ஒப்படைக்காமல் இருக்கிறவரின் வீடுகளைச் சோதனை செய்வதோடு அவர்கள் உடனடியாகக் கைது செய்யப்படுவார்கள். இரு தரப்பாரும் அமைதி காக்க காவல் துறைக்கு முழு ஒத்துழைப்பு தரவேண்டும். அமைதிக்கு பங்கம் விளைவிக்கும் எவரும் உடனடியாகக் கைதுசெய்யப் படுவார்கள். இந்த உத்திரவு இரண்டு கண்மாய்களுக்கும், அதனுள்ளிட்ட பாசன ஆயக்கட்டுகளுக்கும் பொருந்தும். இந்த உத்திரவு இரண்டு ஊர்களிலும் உடனடியாக இன்று முதல் அமுல் செய்யப்படுகிறது. இது மாவட்ட ஆட்சித் தலைவரின் உத்திரவு.'

இரண்டு ஊர் வயக்காடுகளும் அவர்களின் முகங்களைப் போலவே கருகின. பாதி விளைந்த நெற்பயிர்கள் கருகுவதைப் பார்க்க வயிற்றெரிச்சலாய் இருந்தது. காலையில எழுந்தவுடன் ஜனங்கள் போலீஸ் முகத்தில்தான் முழிக்கவேண்டியிருந்தது. பல மாதங் களாகியும் கோர்ட்டிலிருந்து எந்தத் தகவலும் வரவேயில்லை. அவர்கள் மெல்லவும் முடியாமல் விழுங்கவும் முடியாமல் நடை பிணங்களாய் நடமாடினார்கள். சுடுகாட்டின் அமைதியில் ஊர் ஊமையாய்க் கிடந்தது. அவர்கள் தினம் தினம் புதை மணலுக்குள் இறங்குபவர்களைப் போல அணு அணுவாய் நொந்து செத்துக்

கொண்டேயிருந்தார்கள்.

கங்காணியின் காடுகளில் வேலை செய்துவிட்டு ஊர் ஆட்கள் எல்லோரும் திரும்பிக்கொண்டிருந்தார்கள். பெரியசோலையும் பொன்னுத்தாயும் ஆட்களோடு ஆட்களாய்க் கூலி வேலை செய்து விட்டுவந்தார்கள். எதிரே மகாதேவன் பகடை வெள்ளையும் சொள்ளையுமாய் பஸ் ஏறுவதற்காக வந்து கொண்டிருந்தான். எதிரே வரும் பெரியசோலையையும் பொன்னுத்தாயையும் பார்த்தவன் திடுக்கிட்டு நின்றான். இருவர் முகத்தையும் மாறி மாறி பார்த்தவனின் கண்களில் நீர் திரண்டது. மண்ணை கட்ட எச்சில் விழுங்கினான்.

'ஏஞ்சாமி நான் இந்தக் கோலத்திலேயா ஒங்களப் பாக்கணும், இன்னொரு ஆளுக்குப் போயி கூலி வேல செஞ்சு, சொட்ட சொல்லு கேட்டு வேல பாக்கிற அளவுக்கு ஆண்டவன் கொண்டாந்து விட்டுட்டான சாமி, நீங்க ஆயிரத்தச் சொல்லுங்க கடவுளுக்குக் கண்ணு இல்ல சாமி.'

'கடவுள குத்தஞ் சொல்ல என்ன இருக்கு, காலங்கள் மாறும் போது அதுக்குத் தக்கன நம்மளும் மாறிக்கிற வேண்டிதான், காலம் முந்தி மாதிரி இல்லையில்ல.'

'என்ன சாமி காலம் கடவுளு... ஆயிரம் பேருக்கு அன்னம் போட்ட கை, இன்னக்கி அடுத்தாளுக்கு வேல செஞ்சு அதுல வயித்தக் கழுவி... எனக்கு நெனைக்கவே நெஞ்சு அடைக்கு சாமி.'

'சரி வருத்தப்படாதப்பா மகாதேவா காலம் இப்பிடியேவா போயிரும், மேட்டுல ஏறுனவன் தாவுக்கு வந்துதான் ஆகனும் தாவுலயே கெடக்கிறவனும் மேட்டுக்கு வந்துதான ஆகனும் எல்லாம் நம்ம கையில என்ன இருக்கு, அந்தப் பகவான் செயல், நிய் இந்த ஊர விட்டுட்டுப் போவம்னு நெனச்சியா.'

'பெரிய மனுஷி சீனியம்மா எப்பிடி இருக்காக? கெதியா நல்லா இருக்காகளா? இல்ல தவங்கிட்டாகளா?'

'நம்ம புள்ளைகளைப் பாத்திட்டு வீட்லதான் இருக்கா, அவளும் அப்பிடி அப்பிடித்தான் மனசு விட்டுட்டா.'

'எக்காரணத்தைக் கொண்டும் அவுகள மலைக்கவிடாம பாத்துக்கோங்க சாமி, கடவுளும் சரி அவுகளும் சரி.'

'சரி, ஊருக்கு எப்ப வந்த, என்ன சமாச்சாரமா வந்த இப்ப எங்க கௌம்பிட்ட.'

'ஊருக்கு நேத்து பொழுதடைய வந்தன், ராத்தங்கிட்டு

பெறப்புட்டாச்சு, இங்க நமக்கு என்ன சோலி.'

'அப்பிடிச் சொல்லாத, மத்தவுக எப்படி இருக்காக, என்ன வேல பாக்காக, கட்டுபடியாகுதா டவுன்ல, எல்லாரும் ஒரே எடத்துல இருக்கீகளா இல்ல தனித்தனியாவா?'

'என்னமோ சாமி கௌம்பி போனோம் இருக்கோம், ஆண்டவன் புண்ணியத்துல, தலமொற தலமொறையா சம்சாரிகளோட சம்சாரியா மானம் மரியாதையோட காலந் தள்ளிட்டு இப்ப போயி டவுணுல சீரழியிறோம், அத நெனச்சா கேவலமாத்தானிருக்கு, என்ன செய்ய வயிறு இருக்கே சாமி வயத்தக் கழுவனுமில்ல.'

அவர்கள் இருவரும் பீடி பற்ற வைத்துக்கொண்டார்கள். பெரிய சோலையிடம் தூக்குவாளியை வாங்கிக்கொண்டு பொன்னுத்தாய் ஆட்களுடன் போய்விட்டாள். அவர்கள் இரண்டு பேரும் சாவாசமாகப் பலப்பல பேச்சுக்களைப் பேசிக்கொண்டே பஸ் வரும்வரை உட்கார்ந்திருந்தார்கள். சாயங்கால மேச்சலுக்குப் போன ஆடு மாடுகள் கூட்டங் கூட்டமாய் ஊர் திரும்பிக்கொண்டிருந்தன. அவைகள் கிளப்பி விட்டுப் போன புழுதி அவர்களைப் புகையாய்ச் சூழ்ந்து கொள்ளவும் அவர்கள் வேறு இடத்தில் நின்றார்கள்.

'ஓம் பொஞ்சாதி கருப்பி என்ன பண்றா? களத்து வேலையில பெரிய சமர்த்தியில்ல.'

'பாவஞ்சாமி கருப்பி, பெறப்ல சக்கிலிச்சினாலும் சுத்தத்துல பெராமணக்குடி தோத்துப் போகும், அப்படிப் பட்டவ இன்னக்கி இங்கிலீசுப் பள்ளிக் கொடத்துல சின்னது சிறியதுக்கெல்லாம் குண்டி கழுவி விட்டு, அவுக சாப்பிட்ட ஏணத்தப் பூராத்தையும் கழுவி, மாசம் நூறோ நூத்தம்பதோ குடுக்காக, நாத்தமெடுத்த வேல பாத்து காலத்த தள்ளூறா.'

'ஓம் மக மூத்தவ என்ன செய்றா?'

'ஆரு கண்ணுமாரியா, அவ பாவம் கல்யாண மண்டபத்ல எச்சில பெறக்கி, அந்தப் பாத்திரம் பண்டங்கள கழுவி மிச்சஞ் சொச்சம் வச்சது வழிச்சது மொத்தத்துல நாப்பெழப்பு சாமி. அவ புருசன் உடுசு பஸ்டாண்டு வாசல்ல உக்காந்து கொக்கு மீனுக்குக் காத்துக் கெடந்தாப்ல யாருடா காதறுந்த செருப்ப கையில தூக்கிட்டு வருவாகன்னு கண்ணு பூத்துப் போக பாத்திட்டு உக்காந்திருக்கான், வந்தா உண்டும் வரலன்னா இல்ல, எளையவ பொன்னுமாரி பிள்ள கழிக்கிற ஆஸ்பத்திரில வேல பாக்கா அந்த அசிங்கத்த அள்ளிப் போட ஆஸ்பத்திரிய தூக்கத் தொளிக்க அவ பாடு அப்பிடிக் கழியிது.

நங்கிரியான், மதுக்கன், கொமராண்டி, விட்டி, தொத்தலு எல்லோரும் கொத்த வேலக்கிப் போறாங்க, மத்த பொம்பள புள்ளிக தீப்பெட்டிக் கம்பெனி, வேட்டுக் கம்பெனி, தொழிற் பேட்டை எப்பிடியோ காலந் தள்றோம், வயித்து மொற கழியுது.'

'காட்ட என்ன செய்யப் போற, அப்பிடியே போட்டுட்ட.'

'காட்ட என்ன செய்ய, கையடிச்சிறலாம்னு பாத்தா வாங்க நாதியக் காணும், கங்காணிப் பய அடிமாட்டு வெலக்கி கேக்கான், அவன விட்டா வேற வழியுமில்ல. இப்பக்கூட அது வெசயமாத் தான் வந்தது.'

'கொறச்சுக் கேட்டா விட்றாத, கெடந்தாக் கெடக்கட்டும், எவனாவது கம்பெனிக்காரப் பய சிக்குவான், ஏறி மாறிப் போகும் அவசரப் பட்றாத.'

தூரத்தில் டவுண் பஸ் வருவது தெரிந்தது. மகாதேவன் பகடை துண்டை உதறினான்.

'சாமி, கோயில்பட்டி வந்தா ஒரு நாளைக்கி கட்டாயம் வாங்க சாமி. அய்ஸ்கூல் பள்ளிக்கொடத்துக்குப் பின்னால வந்து, நம்ம ஊரு பேரச் சொல்லி சக்கிலியக் குடியில ஆர்ட்ட கேட்டாலும் சொல்லிருவாக, நாங்க பத்துவீடும் அங்னனகுள்ள அங்னனதான்.'

'கண்டிசனா ஒரு நாளக்கி வர்ரம்பா, நம்மளும் நாளப் பின்ன அங்கிட்டுத்தான வரனும் ஒரு ஊசாட்டம் பாத்தது மாதிரியும் இருக்குமில்ல.'

மகாதேவன் பகடை கும்பிட்டு விடைபெற்று பஸ்சில் ஏறினான். பெரியசோலை பஸ் கண்மறைகிற வரை நின்று பார்த்துக் கொண்டிருந்துவிட்டு ஒரு ஏக்கப் பெருமூச்சுடன் நடையைக் கட்டினான். அவன் மனசு கனத்து சோகம் பொங்க கால்கள் பின்ன மெதுவாய் எட்டு வைத்தான்.

கண்ணுக்கு எட்டும் மட்டும் சீவுகள் வளர்ந்து கரடு முளைத்து களையிழந்து கிடந்த கரிசல் காடுகளைப் பார்த்துக்கொண்டே நடந்தான். நடுநடுவே நிற்கும் கருவேல மரங்களும், புதராய் மண்டி வளர்ந்து செழித்து நிற்கும் மஞ்சனத்திச் செடிகளையும், இலந்தைச் செடிகளையும் பார்த்து முகஞ்சுளித்தான். அந்தப் பாதை வழியே போவோரும் வருவோரும் மினுத்தான் காடுகளைப் பார்த்துப் பேசிக்கொண்டே போவார்கள். ஒரு அருகு அவன் கண்களில் தட்டுப்பட்டு விடக்கூடாது. உழவுசால் நூல் பிடித்தாற் போல் இருக்கும். கோடையில் உழுத கரிசலை ஏறிட்டுப் பார்த்தால் கண்ணுக்கு

எட்டும் மட்டும் கம்பளியை விரித்தாற் போன்று கறுப்பு வைரமாய்த் தெரியும். இன்று நரி போனாலும் தெரியாது, நாய் போனாலும் தெரியாது. முள்ளும் மொடலும் மண்டி புதராய்க் கிடக்கிறது.

மகாதேவன் பகடைக்கு மினுத்தான் நிலத்தை ஒட்டி ஒரே இடத்தில் பத்து குறுக்கம். ஒரே சமுக்கம். ஒரு ஜோடி மாடு, யாரும் அவனைச் சக்கிலியன் என்று சொல்லிவிட முடியாது. அப்பேற்பட்ட சம்சாரி. அவனிடம் பேச்சுக் கொடுத்தால் அவனுடைய அப்பன் வைரவன் எட்டப்ப மகராசா அரண் மனையில் காணி வேலை பார்த்ததையும், அரண்மனைக்குள் அவனுக்கிருந்த செல்வாக்கையும், அதற்குப் பரிசாக இந்தப் பத்துக் குறுக்கம் காட்டையும் மகராசா தானமாகக் கொடுத்ததையும் கதை கதையாய்ச் சொல்வான். எட்டயபுரம் எட்டப்ப மகராசாவின் ஜமீனுக்கு உட்பட்ட எத்தனையோ கிராமங்களில் அதுவும் ஒன்று. கட்ட பொம்மனைப் பற்றிப் பேசிவிட்டால் வைரவனுக்குக் கோபம் மூக்கின் மேல் வந்துவிடும். கொள்ளைக்காரன் கொடுமைக்காரன் என்று சகட்டுமேனிக்குப் பேசி எட்டப்ப மகராசாவின் மேல் உள்ள பக்தியை நிலைநிறுத்துவான்.

'அப்பெல்லாஞ் சாமி, வெள்ளக்காருக சீமைக்கு வராத நேரம். ஜமீன்னா எட்டப்ப மகராசா ஒருத்தர்தான். இந்த சுத்து வட்டாரம் பூராவுமே அவுகளக்குத்தான். அந்த அத்தன ஊர்கள்ளயும் எந்த யேவாரி வந்து தானியம் தவசம் அளந்தாலும் சரி, பருத்தி, வத்தல், பயறு பச்ச எட போட்டாலும் சரி, ஒன்னு ரெண்டு மூனுன்னு எண்ணிக்கிட்டே வரும்போது ஏழுக்கு அடுத்து எட்டுன்னு சொல்லிறப்படாது. ஏழுக்கு அடுத்து 'மகாராசா'ன்னு சொல்லி அடுத்துதான் ஒம்போதுன்னு சொல்லனும், தப்பித் தவறி எவனாவது எட்டுன்னு சொல்லிட்டு அந்த ஊரவிட்டு திரும்பிப் போக முடியாது. ஜனங்க மகராசா மேல வச்சிருந்த பிரியம் பேரக்கூட சொல்லிரப்படாது. அப்பேற்பட்ட பிரியம். எனக்கு நல்லா வெவரம் தெரிய கட்டபொம்மு பஞ்சம் பொழைக்க வந்தவுகதான், கம்புக் காருகளா தலையெடுத்து அவுக பண்ணுன அநியாயம் கொஞ்சம் நஞ்சமா? அரண்மனைக்குச் சொந்தமான ஆடு மாடுகளப் பத்திட்டுப் போய் வச்சிக்கிட்டு வெவகாரம் பண்ணுவாங்க, அரண்மனையில வேல பாக்கிறவுகள அடிப்பாக, கேட்டா அப்பிடித்தான்னு தெண்டிக்கம் பேசுவாங்க. ஒவ்வொரு வருசமும் ஒரு குறிப்பிட்ட நாள்ல அரண்மனைக்குள்ள மகராசாவோட சந்திப்பு நடக்கும். ஜமீனுக்கு உட்பட்ட எல்லாக் கொராமத்திலிருந்தும் பெரியவங்க வந்து பாத்துக் கும்பிட்டு

நெறகொறய சொல்லிட்டுப் போறது வழக்கம். அப்பிடி வரும்போது வேட்டிய எப்பிடிக் கெட்டியிருக்கனும், துண்ட எப்பிடி வச்சிகிரனும், அப்பிடின்னு ஒரு வரமொற காலங்காலமா உண்டும். கட்டபொம்மு வந்தாகன்னா துண்ட குஞ்சம் வச்சு தலப்பாகக் கெட்டிட்டு, வேட்டிய மடிச்சு தெரச்சு கட்டிட்டு பெரிய சண்டியரு மாதிரிதான் வருவாக. அரண்மனைக்கு காணிக்கையா கிடாய்கள் கொண்டுவரும்போது கொம்பே யில்லாத மோளக் கிடாய்தான் கொண்டாரனும், ஆனா இவுக பெரிய கொம்பு வளர்ந்த கிடாயத்தான் கொண்டாருவாக, எப்பவும் சண்டையும் சச்சரவும்தான். கட்ட பொம்மும் அவுக வகையாறவும் மொதல்ல வந்து குடிச போட எடங் கேட்டதே பெரிய கதை. மகராசா கைச்சால் எடங் கெடையா துன்னு சொல்லிட்டாக. அப்பத்தான் ஒரு தந்தரம் செஞ்சாக, ஒரு மாட்டுத் தோல் அகலம் எடம் மட்டும் குடுத்தாப் போதும், அதுக்கு மேல ஒரு இஞ்சி எடங்கூட வேண்டாம்னு கேட்டாக. ஒரு மாட்டுத் தோல் அகலம் எடம் மட்டும்தான கேக்காகன்னு மகராசா மெத்தனமா சரின்னு உத்தரவு போட்டுட்டாக. அவுக என்ன செஞ்சாகத் தெரியுமா?

ஒரு பெரிய மாட்டுத்தோல வெலைக்கி வாங்கி ரெண்டு சக்கிலியப் பயகள கூட்டிக்கிட்டுப் போயி அந்தத் தோல நூல் தண்டில கயிறு மாதிரி ஈக்கியா எளச்சு அவ்வளவையும் ஒரே நீளமா முடிஞ்சு சமுக்கமா நாலு மூலைக்கும் புடிச்சா ரெண்டு மூனு ஊரு அளவுக்கு வந்துருச்சு. கேட்டா ஒரு மாட்டுத் தோல் அளவுதான் எடங் கேட்டன், அந்த ஒரு மாட்டுத்தோல் அளவு சரியா இருக்கு பாருங்கன்னு, தெண்டிக்கம் பேசுறாக. ராசாவும் சரி போறாம்னு விட்டுட்டாக. அந்த எடத்துலதான் கோட்ட கொத்தளம் கெட்னது, கோயில் கெட்னது எல்லாம். இன்னும் கொஞ்சம் விட்டுபுடிச்சிருந்தாகன்னா அரண்மனையவே புடுங்கிட்டு மகராசாவையே வெரட்டியிருப்பாக. அந்த அளப்பறைக்குப் பொறுக்க மாட்டாமத்தான் மகராசா வெள்ளைக்காரனோட சேர்ந்து அவுகள எதுத்து சண்ட போட்டது. அந்தப் புண்ணியவாளன் மகராசா அன்னக்கி எழுதுன எழுத்துத்தான் இந்தப் பத்துக் குறுக்கம் காடு எனக்குத் தானமா வந்தது.'

பெரியசோலை சக்கிலியக் குடியை ஏறிட்டுப் பார்த்தான். பத்துப் பதினைந்து வீடுகளிலும் எப்போதும் குஞ்சுகளும் குறுவான்களுமாக ஜே ஜே என்றிருக்கும் தெருவில் இன்று ஒரு ஆள்கூட இல்லாமல் அருள் கெட்டுப் போய் வெறுச்சென்றிருந்தது. அவ்வளவு பேருமே பிழைப்புத் தேடி பட்டணக் கரைக்குப் போய்விட்டார்கள். தெருவே பாழாய்ப் போய்க் கிடந்தது. அவனுக்கு மகாதேவனைப் பார்த்த

பிறகு சக்கிலியக் குடியைப் பார்க்கப் பரிதாபமாய் இருந்தது.

விடிந்துவிட்டால் போதும் அநேகம் சம்சாரிகளைச் சக்கிலியக் குடியில்தான் பார்க்க வேண்டும். கூனையோடு சேர்த்துக் கட்டி கமலை இறைக்கும் மாட்டுத் தோலாலான வாலைத் தோள்களில் போட்டுக்கொண்டு தங்கள் தங்கள் காணிக்காரர்களின் வீடு தேடிப் போய் தைக்கச் சொல்வார்கள். உழவு வடம் கட்டுபவர்களும் காடுகளில் அலைகிற பொம்பிளைகளும், ஆம்பிளைகளும் கணத்த செருப்புகளைத் தூக்கிக்கொண்டு தைப்பதற்காக சக்கிலியக்குடி தேடிவருவார்கள். சக்கிலியர் களும் தையல் சாமான்கள் அடங்கிய தோல்பைகளை வைத்துக்கொண்டு வீட்டு முற்றத்தில் தயாராய் காத்திருப்பார்கள். சம்சாரிகளுக்கு உதவியாய் சம்சாரிகளுடன் சம்சாரிகளாய்க் களத்து வேலை செய்வார்கள். விடிய விடிய களத்தில் பிணையல் அடிப்பது, தானியங்களை வாளிப்பு மார்கொண்டு வாளிப்பது, நெத்துகளைத் தட்டி பயறுகளை ஒதுக்குவது அவர்களுக்கு எப்போதும் வேலை இருந்துகொண்டேயிருக்கும்.

ஊரில் நடக்கும் நல்ல நாள் பெல்ல நாட்களில் பெரிய பெரிய நார்ப் பெட்டிகளை இடுப்பில் இடுக்கிக்கொண்டு, ஈயசச்சட்டி களையும் தூக்குவாளிகளையும் கைகளில் வைத்துக்கொண்டு சோறும் கறியும் வாங்குவதற்குத் தெருத் தெருவாய் அலைவார்கள்.

'யே... மாடத்தி கருப்பி வந்து எம்புட்டு நேரமா நிக்கா பாரு.'

'யேங் கருப்பி வந்து அருவமில்லாம நின்னா எப்பிடி சத்தங்காட்ட வேண்டியதான, ஏணம் கொஞ்சம் பெரிய ஏணமாக் கொண்டாரப் படாது கூடக் கொஞ்சம் சோறு கொழம்பு வாங்கிட்டுப் போவியில்ல.'

'இம்புட்டு போதும் தாயி ஏராளம் தாயி ஏராளம்.'

எல்லாவற்றையும் நினைத்துக்கொண்டே வந்த பெரியசோலை மேலக்களத்தில் வந்து நின்றான். ஊரை ஏறிட்டுப் பார்த்தான். அவனுக்கு ஊரே அருள்கெட்டுப் போனது போல் தெரிந்தது. ஊரையே மறைத்துக்கொண்டு சுற்றிலும் நிற்கும் பெரிய பெரிய படப்புக்கள், மாட்டுத் தாவணியைப் போல வரிசை வரிசையாய்க் கட்டிக் கிடக்கும் மாடுகள், கிடங்குகளுக்கு மேலேயும் ஓராள் உயரத்திற்கு மேடேறிக் கிடக்கும் குப்பை மேடுகள், களம் எங்கும் கிடக்கும் கலப்பை ஏர்க்கால்கள், புதுசாய் செதுக்கு வதற்காக மாசக்கணக்கில் தண்ணீரில் ஊறப்போட்டு வெய்யிலில் கிடக்கும் கலப்பை குத்திக்கள், தச்சாசாரி வீட்டு முன்னாலும் கொல்லாசாரி வீட்டு முன்னாலும் எந்நேரமும் கூடியிருக்கும் சம்சாரிகள், வாச்சாத்தால் செதுக்கிய மரச்சிராய்கள்

நிறைந்த ஆசாரியின் பட்டறையும் துருத்தி ஊதும் அடுப்படியைச் சுற்றி கருப்பேறிய மண்திட்டில் ஊமத்தைச் செடிகள் முளைத்துக் கிடந்ததையும் பார்த்த பெரியசோலைக்கு ஊர்மாறி வருவதையும் சனங்களின் பழக்க வழக்கங்கள் மாறிவருவதையும் இன்னும் எப்படியெல்லாம் ஆகுமோ என்று எண்ணியபடியே வீட்டுக்குள் எட்டு வைத்தான்.

இன்று ஊரில் சம்சாரிகளை அண்டிப் பிழைக்க தொழிலாளிகள் யாருமே இல்லை. சம்சாரிகளே தகிடுதத்தம் போட்டு காத்தாடிப் போன பிறகு அவர்களால் ஊரில் தாக்குப் பிடிக்க முடியாமல் வெளியேறிப் போய்விட்டார்கள். விதைக்காமல் தரிசாய்ப் போட்டுவிட்ட காடுகளைக் குறைந்த விலையில் கிரையம் முடிக்கவும், கட்டுக் குத்தகையாகவோ அல்லது ஒத்தியாகவோ அல்லது அடமானம் பிடிக்கவும் பட்டணத்திலிருந்து தீப்பெடி ஆபீஸ் முதலாளிகள் ஊர் தவறாமல் ஏஜெண்டுகளை அனுப்பி பேரம் பேசினார்கள். ஏஜெண்டுகள் பணத்துடன் ஊருக்குள் வந்துவிட்டால் போதும் சம்சாரிகள் அவர்களைச் சூழ்ந்துகொண்டு நிலத்தைப் பேரம் பேச போட்டி போட்டார்கள். முந்தியெல்லாம் சம்சாரிகளின் வீடுகளில் குமிந்து கிடக்கும் விளைபொருட்களை விலை பேச வந்த காலம் மாறி விளை நிலங்களையே விலைபேசும் காலம் வந்துவிட்டதை எண்ணி வருத்தப்பட்டாலும், அவர்களுக்கு வேறு வழியின்றி சோரம் போனார்கள்.

தீப்பெட்டிக் கம்பெனி முதலாளிகளுக்கு மாடுகள் தேவைப் பட்டன. அந்த மாடுகளுக்கான தீவனம் தேவைப்பட்டது. ஒவ்வொரு தெருவாய்ப் போய் தீப்பெட்டிக் கட்டைகளை வீடு வீடாய் இறக்கவும், அடுக்கிய கட்டைகளையும் ஒட்டிய பெட்டிகளையும் ஏற்றிக்கொண்டு வர டயர்கள் மாட்டிய பெரிய மாட்டுவண்டிகளைப் பயன்படுத்தினார்கள். ஒவ்வொரு கம்பெனியிலும் கட்டாயம் வண்டி மாடு நிற்கும்.

‘சும்மா தரிசா போட்டுட்டு இருந்தா ஆருக்கு என்ன லாபம் சும்மா கெடக்கிறதுக்குப் பதிலா குறுக்கம் எறநூறு முந்நூறு குடுத்தாலும் போதும், நெலமாவது சுத்தமாகுதே ரொக்கமா மொதல்லயே துட்டு வேற கைக்கு வந்துருது, கழுத என்னத்தையும் போட்டு எடுத்திட்டுப் போறான் நெலத்தவா தூக்கிட்டு போயிறப் போறான்.’

‘இப்ப பத்துக் குறுக்கம் இருக்னு வச்சுக்கோ, பத்துக் குறுக்கத்தையும்

ஒரு ஒழவு போட குறுக்கம் நூத்தியென்பது ரூவானா பத்துக் குறுக்கத்துக்கு ஆயிரத்து எண்ணூறு கங்காணிக்கு மொய் எழுதனும், ஒரு ஒழவோட போகுதா, பெறகு எழுப்பொழவு, வெதப்பு, வெத வித்தனு பாத்தா நாலாயிரம் ஐயாயிரம்னு போகுது, மருந்தடிக்க, களமொள எடுக்க முந்தி மாதிரியா வேலயாள் வாராக, அவுகளும் கங்காணிக்கு கொறஞ்சவுக இல்ல, கடேசில பாத்தா குருட்டாட்டு நெய்யி குருட்டாட்டு கண்ணுல ஊத்தத்தான் சரியா இருக்கும்ன கதையில மயிருகூட மிச்சமில்ல, வம்பாடுபட்டு உசுரக் குடுத்து ஒழச்சதுதான் மிச்சம்.'

'இந்த வேலிக் கருவ மரம் வெட்டுன பயகலுக்கு வந்த பிரியத்தப் பாரு, ஆட்கள கையில புடிக்க முடியல, அங்க ஒரு எட்டு இங்க ஒரு எட்டு வச்சு நடக்கான் புதுசா வாழ்வு வரப்போயி அப்பிடி நடக்கச் சொல்லுது, முந்தி ஒரு வண்டி வெறகு பட்டணத்துக்குக் கொண்டுட்டுப் போனா பாரத்தோட வண்டி மாட்டோட தெருத் தெருவா நாயா வெறகு வெறகுன்னு தொண்ட கிழிய கத்திட்டு அலயனும், இல்ல வீயென்னா மானாட்ட கரி மூட்டத்திற்கு நிறுத்துப் போடனும், இப்ப என்னடான்னா எங்கம்பெனில ஏறக்கு ஒங் கம்பெனியில ஏறக்குனு தீப்பெட்டிக் கம்பெனி மொதலாளிக வரிசையில நிக்கான். சொன்ன வெலக்கி மறுபேச்சுப் பேசாம ரூவாய எண்ணி கையில குடுத்துறான். முன்னக் கூட்டியே அட்வான்ஸ் வேற ஆயிரம் ரெண்டாயிரம்னு போகும். மெழுகு அடுப்பு எரிக்கவும் மருந்த காய்ச்சி முக்கவும் கட்டாயம் வெறகு வேணும். அது தூர்தூறா இருந்தாலும் சரி கட்டை கட்டையா இருந்தாலும் சரி அவனுக்குத் தேவ வெறகு.'

'நம்ம மரம் வெட்டி மங்குச்சாத்தன் கையில பாத்தயா மோதிரம் மின்னுறத, தாயோளி... வருசம் பூராவும் வெறகு சொமந்து சொமந்தே தலமுடியெல்லாம் உதுந்து மண்ட வழுக்கையானதுதான் மிச்சம். ஒத்தத் துணிக்கு மறுதுணி இல்லாத கஞ்சிக்கு செத்த பய, இன்னக்கி அவன் வேஷ்டியென்ன, சட்டையென்ன, வீட்டுல மூடையரிசி வாடாம நிக்கி தெனம் மடத்துல வந்து உக்காந்துக் கிட்டு பெரும பேசுறான்.'

கோயில்பட்டியிலிருந்து வீயென்னாமானா வந்திருந்தார். கரிமூட்டத்திற்கு விறகுகள் வராமல் எல்லா விறகுகளும் தீப் பெட்டிக் கம்பெனிகளுக்குப் போவதால் அவர் கரிமூட்டத்தை மூடிவிட்டு கோயில்பட்டி போனவர். பல மாதங்கள் கழித்து இப்போதுதான் ஊருக்கு வந்திருந்தார். வீரப்பட்டியில் ஓடிக் கொண்டிருந்த சாக்கு

தயாரிக்கும் கம்பெனியையும் மூடிவிட்டு கோயில்பட்டியிலேயே பெரிய அளவில் கட்டியிருப்பதாகவும், துணிமணிகள் தயாரிக்கும் சின்னமில் ஒன்று கட்ட இருப்பதாகவும், பெரியசோலையை வேலைக்கு வைத்துக்கொள்ள கூட்டிப் போக வந்திருப்பதாகவும் சொன்னார். தெகப்பூண்டில் மிதித்து திகை தெரியாமல் திண்டாடிக் கொண்டிருந்தவனுக்கு இது கொஞ்சம் ஆறுதலாய் இருந்தது. சாய்போ குடும்பத்தையே அங்க கூட்டிக் கொண்டு வரும்படியும், சகலத்தையும் நானே பார்த்துக் கொள்வதாகவும் சொன்னார். ஆனால் பொன்னுத் தாயும் சீனியம்மாளும் சம்மதிக்கவில்லை. முதலில் போய் பெரிய சோலை தனியே வேலை செய்வதென்றும், பின்னால் வசதியைப் பொறுத்து குடும்பத்தைக் கூட்டிப் போய்க் கொள்ளலாம் என்றும் முடிவாயிற்று. பெரிய சோலையின் மகன்கள் இரண்டு பேருமே படிப்பைப் பாதியில் நிறுத்திவிட்டு கிடைத்த வேலைக்குப் போய்க் கொண்டிருந்ததால் குடும்பம் ஓடி அடைந்தது. அநேகமாக வீட்டைப் பற்றிய கவலைகூட இல்லை. பயல்கள் இரண்டு பேரும் தலையெடுத்து கை வேலையை மாற்றிவிட்டதால் சுமை குறைந்தது. காடுகரை, மாடு என்று ஏதும் கவலைப்பட வேண்டியதில்லை. வச்சாக் குடும்பி செரச்சா மொட்டை என்ற நிலையில் பெரியசோலை சந்தோஷ மாகவே சாய்புடன் புறப்பட்டான். சாய்பு கொடுத்த கொஞ்சம் பணத்தைப் பொன்னுத்தாயிடம் கொடுத்து கைச் செலவுக்கு வைத்துக்கொள்ளச் சொல்லிவிட்டுப் புறப்பட்டான். சீனியம்மாள் பலப்பல புத்திமதிகள் சொல்லி மகனின் நெற்றியில் திருநீறு பூசி கண்கள் கலங்க வழியனுப்பி வைத்தாள். பொன்னுத்தாய் கண்ணீரைத் துடைத்துக்கொண்டு தலையாட்டினாள். மூத்தவன் சந்திரனும் இளையவன் அழகும் காடுவரை வந்து வழியனுப்பிவிட்டுத் திரும்பினார்கள்.

பெரியசோலை கம்பெனியின் வாட்ச்மேன் வேலை முதல் அத்தனைக்கும் நம்பிக்கையாகவும் பொறுப்பாகவும் இருந்தான். சாய்பு வெளியூர் போய்விட்டால்கூட கம்பெனியை அவனே கவனித்துக் கொள்ளும் அளவுக்கு சாய்பு அவனிடம் நம்பிக்கை வைத்திருந்தார். அவன் வந்த நேரம் நல்ல நேரம் கம்பெனி நன்றாக ஓடியது. சாக்குகள் தயாரிக்கும் தறி மிசின்களும், கச்சைத் துணிகள் தயாரிக்கும் தறிகளும் இருபது முப்பது பேர் வேலை பார்க்கும் அளவுக்குக் கம்பெனி வளர்ந்தது. அவன் கம்பெனியிலேயே தங்கிக்கொண்டான். எப்போதாவது ஊருக்குப் போய்வருவதோடு சரி. ஏதாவது தகவல்கள் சொல்லவோ பணம் கொடுத்துவிடவோ

ஊரிலிருந்து தினம் கொத்து வேலைக்கும், தீப்பெட்டிக் கம்பனி வேலைக்கும் வரும் பெண்களிடம் சொல்லிவிட்டால் போதும் காரியம் முடிந்துவிடும். கொஞ்ச நாட்களில் அவன் ஊருக்குப் போகவேண்டிய அவசியமே இல்லையென்று ஆகிப் போனது. ஊர்ஆட்கள் எல்லோருமே பட்டணத்தில் வந்துதான் வேலை செய்துவிட்டுப் போனார்கள்.

அன்று ராத்திரி மழை பேய் மழை. கொட்டோ கொட்டென்று கொட்டியது. எங்கே பார்த்தாலும் தண்ணீர் வெள்ளக் காடாய் ஓடியது. கம்பெனியை ஒட்டிப் போகும் ரெயில் தண்டவாளம் தண்ணீரில் மூழ்கிவிட்டது. தண்ணீர் போக வழியில்லாமல் சின்னப் பாலத்தை உடைத்துக்கொண்டு போனதில் தண்ட வாளமும் சேர்ந்து பிய்த்துக்கொண்டு போனது. மழை வெறிக்க நடுராத்திரி யாகிவிட்டது. தண்ணீரில் மூழ்கிய குடிசை ஜனங்கள் எல்லோரும் சாய்புவின் கம்பெனியில் அடைக்கலம் புகுந்தார்கள். வீயென்னா மானாவும் பெரிய சோலையும் ஓடி ஓடித் திரிந்தார்கள். தெற்கே யிருந்து ரெயில் வரும் சத்தம் கேட்டது. சாய்பும் பெரிய சோலையும் பதறிப் போனார்கள். கையில் டார்ச்லைட்டை எடுத்துக்கொண்டு இடுப்பளவு கழுத்தளவு தண்ணீரிலும் நீந்தி கும்மிருட்டிலும் குறுக்காக ஓடிப்போய் ரெயில் பாதையை அடைந்தார்கள். ரெயில் கொஞ்சம் தூரத்தில் வந்துகொண் டிருப்பது தெரிந்தது. டார்ச் லைட்டை அடித்து வெளிச்சம் காட்டிக் கொண்டும், துண்டை எடுத்து கொடிபோல அசைத்துக் கொண்டும் வருகிற ரெயிலை எதிர்த்து ஓடினார்கள். ரெயில் வண்டி பெரிய குலுங்கலுடன் நின்றது.

சிறிது நேரத்திற்கெல்லாம் எல்லா பெரிய அதிகாரிகளும் கூடிவிட்டார்கள். பெரியசோலையையும் வீயென்னா மானாவையும் பாராட்டாத அதிகாரிகளே இல்லை. பூரானைப் போல் டக்கு டக்காய் கோர்த்த பெட்டிகளுடன் அந்த நீண்ட கூட்ஸ் ரெயில் தலைதப்பி பாலத்தை ஒட்டிவந்து நின்றது. தண்ணீர் சொடிந்து பாலம் வெளியே தெரிந்தது. தண்டவாளம் இல்லாத மொட்டைப் பாலத்தை கூடிநின்று வேடிக்கை பார்த்தார்கள். நாளை மறுதினம் துறைமுகத்தில் கப்பலில் ஏற்றியாக வேண்டிய சரக்குகள் என்றும், இல்லை யென்றால் இத்தனை லட்சங்கள் நஷ்டமென்றும் அதிகாரிகள் கணக்குப் போட்டுப் பார்த்துவிட்டு தலையில் கைவைத்துக் கொண்டும் குட்டி போட்ட பூனைபோல் முனங்கிக்கொண்டும் இருந்தார்கள். சாய்பு நனைந்த மேலுடன் முன்னால் வந்தார்.

'சரியா, மூனே மணி நேரத்துல பாலத்தச் சரி பண்ணி வண்டிய ஓட்டிக் காட்டுறன்.'

அதிகாரிகள் அவரை ஆச்சரியமாய்ப் பார்த்தார்கள். இந்தக் கும்மிருட்டில் நடுக் காட்டுக்குள் மூனே மணி நேரத்தில் வண்டியை ஓட்டவா?!

வேலை மும்முரமாய் நடந்தது. கம்பெனியிலிருந்த எல்லா புது சாக்குகளும் கொண்டுவரப்பட்டன. மழைக்கு கம்பெனியில் தங்கியிருந்தவர்களையும், குடிசைப் பகுதி ஜனங்களையும் பெரிய சோலை சத்தங் காட்டி கூட்டி வந்தான். எல்லா சாக்குகளும் மணலால் நிரப்பப்பட்டுப் பாலத்தின் குறுக்கே அடுக்கப்பட்டன. ரெயில்வே ஆட்கள் அந்த மணல் சுவரில் பிய்ந்துபோன தண்ட வாளத்திற்குப் பதிலாக புது தண்டவாளத்தைப் பொருத்தினார்கள். கருங்கல் சுவரைப் போன்று இறுகி உறுதியாய் நின்ற புதுச்சாக்கு மணல் மூட்டைகள் தண்ணீருக்குள் அசையாமல் நிற்க கூட்ஸ் வண்டி மெதுவாய் பாலத்தைக் தாண்டியது. எஞ்சினியர்களும் சூப்பிரண்டு களும், மேனேஜர்களும் வாய்பிளந்து வேடிக்கை பார்த்தார்கள். சாய்பு செய்த இந்த உதவியை நினைத்து பெரிய சோலையையும் அவரையும் கட்டிப்பிடித்து கை குலுக்கினார்கள். விடிந்து வானம் வெளுத்தது.

மறுவாரமே பெரியசோலைக்கும் மாவு சாய்புக்கும் பெரிய பாராட்டு விழா. ரெயில்வேயின் அத்தனை பெரிய அதிகாரிகளும் கலந்துகொண்டு பாராட்டிப் பேசினார்கள். பணமுடிப்பும் பாராட்டுப் பத்திரமும் கொடுத்து கௌரவப்படுத்தினார்கள். எல்லா அதிகாரிகளுக்கும் பெரிய அதிகாரியிடம் சாய்பு மனு ஒன்றைக் கவருக்குள் வைத்துக் கொடுத்தார். அதில் எழுதப்பட்டிருந்த கோரிக்கைகளைப் படித்த அந்தப் பெரிய அதிகாரி முகம் மலர்ந்தார். அதில் பெரியசோலையைப் பற்றியும் அவனுடைய குடும்பச் சூழ்நிலைகள் பற்றியும் விவரமாகக் குறிப்பிட்டிருந்ததோடு அவன் மகன் மூத்தவனுக்கு ரெயில்வேயில் ஏதாவது வேலை போட்டுக் கொடுக்கும்படியும், தான் வெளியூர் போகும் சமயங்களில் வண்டிமுந்திப் போய்விடுவதாகவும், ஆகவேதான் புறப்பட்டுவர தாமதமாகும் நேரங்களில் எனக்காக வண்டி ஒரு ஐந்து நிமிடம் தாமதித்துப் பார்த்துவிட்டுப் புறப்பட உத்திரவு போடுமாறும் கேட்டிருந்தார். பெரிய சோலையின் மகன் மூத்தவன் சந்திரனுக்கு காங்மேன் வேலைக்கான ஆர்டர் அந்தக் கூட்டத்திலேயே கொடுக்கப் பட்டது. சாய்பு டிக்கட் வாங்கியிருக்கும் நாட்களில் வண்டி கூடுதலாக

ஐந்து நிமிடம் அந்த ஸ்டேசனில் நிற்கவும் உத்திரவு பிறப்பிக்கப் பட்டது. பெரிய சோலைக்கு சந்தோஷம் பிடிபடவில்லை. வீயென்னா மானாவின் கால்களைத் தொட்டு கண்களில் ஒற்றிக்கொண்டான். மறுநாளே ஊருக்குப் போய் குடும்பத்தையே இங்கே கூட்டி வருகிறேன் என்று புறப்பட்டான். அவன் மனசு இலேசாயிருந்தது.

அவன் வீட்டுக்குள் போனபோது சீனியம்மாள் மட்டும் உட்கார்ந் திருந்தாள். பயல்களையும் பொன்னுத்தாயையும் காணவில்லை. திடீரென தன் முன்னால் மகன் வந்து நின்றதைப் பார்த்த அந்தத் தாய், மகனை ஆச்சரியமாய்ப் பார்த்தாள். அவள் கண்களில் கண்ணீர் பெருகியது.

'வாடா... பெரியசோல, நல்லார்க்கியா, என்னடா திடுதிப்னு சொல்லாம ஒன்னுங்காம, வேற ஏதாவது சண்ட சச்சரவு போட்டுட்டியா, பட்டணக் கரையில ஒத்த சத்தையா இருக்க அறியாத சனம், ஆர்ட்டயும் சிலுவு இழுத்திராத வம்பு தும்புன்னு போயிராத யாவுகமாய் போயி யாவுகமா வரனும்டா, காலம் முந்தி மாதிரியில்ல.'

அவன் தன் தாயின் அன்பை எண்ணி விக்கினான். அவன் கண் களிலும் கண்ணீர் திரையிட்டது. அவளுக்கென வாங்கி வந்திருந்த இனிப்புப் பலகாரங்களையெல்லாம் எடுத்து அவள் முன்னால் வைத்தான். பொன்னுத்தாய்க்கும் பையன்களுக்கும், தன் தாயாருக்கும் வாங்கி வைத்திருந்த துணிமணிகளைக் காட்டினான். ஆனாலும் அவள் சந்தோஷப்படவில்லை. மூத்தவன் சந்திரனுக்கு வேலை கிடைத் திருக்கும் விஷயத்தை அவன் சந்தோஷமாகச் சொன்ன போது அவள் கண்களில் தாரை தாரையாய்க் கண்ணீர் வழிந்தது.

'எதுக்டா ரெயில்ல போயி வேல செய்யனும், லாபமோ நட்டமோ இங்க இருந்துட்டு இங்ஙனயே ஒரு கல்யாணம் காச்சிய முடிச்சிட்டு நம்ம ஊரோட நம்ம ஜனத்தோட இருந்துட்டுப் போறத விட்டுட்டு.'

பெரியசோலைக்கு எல்லாம் புரிந்துவிட்டது. தன் தாயார் தன்னைத் தனியே விட்டுவிட்டுப் போய்விடுவார்களோ என்று அப்படிப் பேசுவதாக நினைத்துக்கொண்டான். அவள் நினைப்பதும் சரிதான். இந்த ஊர் தவிர்த்து வேறு ஊர் அறியாதவள். இன்னும் தான் கார் ஏறி எங்கேயும் போகாததைப் பெருமையாய்ச் சொல்லிக் கொள்பவள். பொம்பிளைகள் டாக்டரிடம் ஊசி போடப் போவதைக் கூட ஆச்சரியமாய்ப் பார்ப்பவள். காடும் வீடும் தவிர ஏதும் அறியாத சரியான நாட்டுக்கட்டை. வெளுத்ததெல்லாம் பால் என்று நம்புகின்ற,

அடுத்த வீட்டில் பிள்ளையழுதால் அது சண்டைக்காரியின் பிள்ளையானாலும்கூட சாப்பிட்ட கையை உதறிவிட்டு தூக்கிப்போய் தாயிடம் கொடுப்பவள்.

15

உளியன் செத்துப் போன விஷயத்தைக் கேள்விப்பட்டவுடன் பெரியசோலை ரொம்பவும் வருத்தப்பட்டான். அவன் சிட்டா விடம் போய் துட்டி கேட்பதற்காக அவள் வீட்டுக்குப் போனான். சிட்டாள் திண்ணையில் சுருண்டு படுத்துக்கிடந்தாள். பெரிய சோலையைக் கண்டதும் ஓ... வென்று சத்தம் போட்டு அழுதாள். அவன் காலைக் கட்டிக்கொண்டு ஒப்பாரி வைத்தாள்.

'அய்யய்யோ... எம்மானமுள்ள மந்திரியே... மானமுள்ள மந்திரியே...'

'ஒங்கள நாந்தான கொன்னுட்டன், நாந்தான கொன்னுட்டன்.'

உளியன் இப்படிச் சாவான், என்று யாருமே நினைத்திருக்க மாட்டார்கள். எப்போதும் ஜாதிச் சேவலும் வேட்டை நாயும், கதுவாலிக் கூடுமாய் அலைகிறவன் இப்படி ஊர்ப் புளியமரத்தில் தூக்கில் தொங்குவான் என்று யாருமே எண்ணிக்கூடப் பார்த்திருக்க முடியாதுதான். கருப்பசாமி கோயில் பொங்கலுக்குச் சேவல் சண்டை விடவேண்டும் என்று முடிவான உடனேயே சிட்டாள் சண்டை போட ஆரம்பித்துவிட்டாள். ஆனால் உளியன் கேட்பதாகத் தெரியவில்லை. செபத்தையாவும் வள்ளியா புரத்தில் சேவலைத் தயார்படுத்துவதில் மும்முரமாய் இறங்கி விட்டார்.

'தாயோளி, இந்த வட்டம் உளியன ஜெயிக்கல, ஒரு பக்கம் மீசைய எடுத்திட்டு ஒனக்கு உள்ளங்கையில சோறு பொங்கிப் போடுறன், ரெண்டுல ஒன்னப் பாத்திருவோம்.'

'தலைகீழ நின்னாலும் நீரு பழனிக்கு பத்து வருசம் காவடி எடுத்து அப்புறக் குப்புறப் பாஞ்சாலும் என்னைய ஜெயிக்க கிட்டவா இருக்கு, அப்பிடி நீர் ஜெயிச்சிட்டா இந்தப் புளிய மரத்துலயே தூக்குப் போட்டு தொங்கிறன்.'

'சரி, இந்தா பிடி முச்சிரிக்க.'

'இந்தா பிடி.'

சேவல் சண்டை மனுசச் சண்டையாய் மாறி, மானப் பிரச்னையாய் மாறிப்போனதை சிட்டாள் அறிந்திருக்க வாய்ப்பில்லைதான். உளியன் சேவலைத் தயார்படுத்தும் வேலையில் எல்லாவற்றையும் மறந்துவிட்டு சேவலும் கையுமாய் வேகாரியாய் அலைந்ததையும், முந்தி வருஷம் ஒரு தடவை மட்டும் நடக்கும் இந்தக் கூத்து இப்போது நினைத்த போதெல்லாம் நடந்து தெக்கூருக்கும் வடக்கூருக்கும் ஏற்கெனவே கண்மாய் பிரச்சினையில் பகை ஏற்பட்டு இப்பதையும், இது போக வள்ளியாபுரத்துக்காரர்கள் பகை வேறு வந்துவிடக்கூடாதே என்று சிட்டாள் கவலைப்பட்டதிலும் அர்த்தம் இருக்கத்தான் செய்தது. 'நம்ம பாடென்ன ஜோலி யென்னனு இல்லாம இப்பிடி எப்பப் பார்த்தாலும் சேவலும் கையுமா மீசைய திருக்கிட்டு அலஞ்சா சேவலா வந்து சோறு போடுது, ஆணும் பெண்ணும் காடு கரைகள்ல தன்னால நார்ப்பரியும் போது நம்ம மயிரு போச்சுனு காலாட்டிட்டு அலஞ்சா கஞ்சிக்கி சட்டி எடுக்கப் போக வேண்டிதான்.'

நல்லெண்ணெய்யில் குழப்பி ஊறவைத்த கேப்பையைக் கொஞ்சம்கொஞ்சமாய் சேவலுக்கு ஊட்டி விட்டுக்கொண்டிருந்த உளியன் ஏறிட்டுப் பார்த்து ஒரு முறைப்பு முறைத்து விட்டு மீண்டும் சேவலைத் தடவிக் கொடுத்துக்கொண்டே, சின்ன கிண்ணத்தில் இருந்த சாராயத்தைச் சொட்டுச் சொட்டாய் சேவலின் வாயைப் பிளந்துகொண்டு ஊற்றினான்.

'நல்ல சுருக்குள்ள பயன்னா சொல்றத காத்துல வாங்குவான், உதுத்த பயலுக்கு என்ன சொல்லி என்ன பிரயோசனம் சோத்த தின்னா தெரியும், பிய்ய தின்னா என்ன தெரியும்.'

சேவலை விட்டு சடாரென எழுந்துகொண்ட உளியன் பக்கத்தில் கிடந்த உரப் பெட்டியையும் விளக்குமாத்தையும் எடுத்துக்கொண்டு சிட்டாளை விளாசித் தள்ளினான். அவள் போட்ட கூப்பாட்டுச் சத்தத்தில் ஊர் கூடிவிட்டது. சிட்டாள் தலை முடியவிழ்ந்து கிடக்க ஓ... வென்று கதறி ஒப்பாரி வைத்தாள்.

வழக்கம்போல் இரண்டு மூன்று நாட்களாக அப்பன் வீட்டில் போய் இருந்துகொண்டாள். விடிந்தால் சேவல் சண்டை. இரண்டு ஊர்க்காரர்கள் போக சுற்றுக் கிராமம் பூராவும் திரண்டு கூட்டம் அலைமோதும்.

'என்ன சிட்டா நாளக்கி காலைல சேவல் சண்ட நடக்கப் போகுது, நிய் என்னடான்னா ஒங்க அப்பன் வீட்ல வந்து ஒக்காந்துகிட்டு மூஞ்சியத் தூக்கிட்டு உம்முனு இருந்தா எப்பிடி.'

தெருவில் போன குப்பாண்டிக் கிழவன் வாய்கொடுத்தான். 'அந்தப் பயலுக்கு வேற வேல வேணுமில்ல. போன பெறப்ல அவுக ஆத்தா இந்தப் பயல கோழி மடத்துக்குள்ள வச்சுத்தன் பெத்துப் போட்ருப்பா போலருக்கு, அதுதான் பய எந்நேரமும் கோழியும் கையுமா அலையிறான்.'

'ஒரு வட்டமாவது தோத்துட்டா பய அப்பிடியே திருந்திருவான், பய தோக்க மாட்டேங்கான.'

'அவன் எப்பிடித் தோப்பான், வருசம் பூராவும் பயலுக்கு அதுதான தொழிலு, சேவல்தான மொதப் பொண்டாட்டி.'

'இங்க கேளு சிட்டா நாஞ் சொல்றபடி செய்யி, பய வசத்துக்கு வந்திருவான்.'

'சேவல் கொதவலைய அறுத்திரவா?'

குப்பாண்டிக் கிழவன் சுற்றுமுற்றும் ஆள் பார்த்துவிட்டு சிட்டாளின் காதோடு காதாய்க் கிசுகிசுத்தான். சிட்டாள் தலை யாட்டினாள். அவள் முகம் மகிழ்ச்சியாய் இருந்தது. அன்று சாயங்காலமே அவள் வீட்டுக்குப் புறப்பட்டுப் போய்விட்டாள். உளியனுக்கு இது ஒன்றும் புதிய விஷயமல்ல. சிட்டாள் கோபித்துக் கொண்டு போவதும் மறுநாளோ அல்லது அதற்கு அடுத்த நாளோ திரும்பி வருவதும் புதுசல்ல. அவன் ராத்திரி முழுவதும் சேவலின் கழுத்தை முறுக்கி முறுக்கி கால்களில் முள்சீவி, கொண்டை உரோமங் களைப் படிய வைத்து, கழுத்தின் அடியில் தொங்கும் தாடையையும், உச்சி மண்டையில இருக்கும் பூவையும் வளவளப் பாக்கி என்ன என்னமோ செய்து தயார்படுத்திக்கொண்டிருந்தான்.

நாலா ஊர்ச்சனங்களும் கூடியிருக்க கருப்பசாமி கோயில் புளியமரத்தடியில் கூட்டம் அலைமோதியது. உளியன் காலை யிலேயே எழுந்து குளித்து சாமி படத்தின் முன்னால் உட்கார்ந்து விரதம் பூண்டவனைப் போல வரங்கேட்டுக்கொண்டிருந்தான். அவன் பக்கத்தில் கழுத்தில் பூச்சுற்றி தயாராய் நிற்கும் சேவல். வீட்டைக் கூட்டுகிற சாக்கில் சிட்டாள் சேவலை இடம் மாற்றுவது போல் தூக்கி அதன் குண்டிக்குள் குப்பாண்டிக் கிழவன் சொன்னபடியே தயாராய் வைத்திருந்த மிளகாய் பொடியை உள்ளே செலுத்தினாள். வலது கையின் ஆட்காட்டி விரலையும் கட்டைவிரலையும் சேலையில் துடைத்துக்கொண்டு வீட்டைக் கூட்டுகிற பாவனையாக நடித்தாள். கண்கள் மூடி சாமி படத்தின் முன்னால் உட்கார்ந்திருந்த உளியன் இதைக் கவனிக்கவில்லை.

சாமி கும்பிட்டு எழுந்து முற்றத்தில் போய் நின்று சகுனம் பார்த்து சேவலைக் கையில் தூக்கிப் புறப்பட்டான் உளியன். சேவல் அவன் கையில் இருப்புக் கொள்ளாமல் துள்ளியது. அவன் அதை மார்போடு அணைத்து வைத்துக்கொண்டு வேகமாய் நடந்தான். 'இருடா ராஜா இரு கொஞ்சம் பொறு அவசரப்படாதே.'

கூட்டம் உளியனைக் கண்டதும் ஓ... வென்று கூப்பாடு போட்டு விசிலடித்தது. உளியன் சேவல் ஆதாளி போட்டது. அவன் சேவலைத் தரையில் நிறுத்திப் பிடித்துக்கொள்ள செபத்தையாவும் எதிரே வந்து சேவலை நிறுத்திப் பிடித்தார். இருவரும் ஒரே நேரத்தில் சேவல்களைத் தரையில் விட்டுவிட்டு எழுந்து நின்றனர். உளியன் சேவல் எதிரே நின்ற செபத்தையாவின் சேவலைக் கொத்தாமல், கழுத்தை மடக்கிக்கொண்டு தன் குண்டியையே மாறி மாறிக் கொத்திக்கொண்டு வட்டஞ் சுற்றியது. செபத்தையாவின் சேவல் கொத்தாமலேயே உளியன் சேவல் இரு கண்களையும் இழந்து இரத்தம் வடிய கம்பீரமாய்க் களத்தில் நின்றது. உளியன் தோல்வியை ஒப்புக் கொண்டு சேவலைக் கையில் தூக்கி மார்போடு அணைத்துக் கொண்டான். வள்ளியாபுரத்துக்காரர்கள் விசிலடித்துக் கூப்பாடு போட்டார்கள். செபத்தையா மீசையைத் தடவிக்கொண்டு வெற்றிக் களிப்பில் எகத்தாளமாய்ப் பார்த்தார். உளியன் யாருடனும் பேசாமல் வீடு போய்ச் சேர்ந்தான். மொகம் கொராவி உட்கார்ந் திருந்தான். மறுநாள் காலையில் அவன் சொன்னபடியே ஊர் புளியமரத்தில் பிணமாய்த் தொங்கினான். கண்களை இழந்த அந்தச் சேவல் அவன் பக்கத்திலே தரையில் நின்றது. அதைக் கொல்வதற்கு மனசு வரவில்லை போலும். விஷயம் கேள்விப் பட்டதும் செபத்தையா ஓடோடி வந்தார். அவர் உளியன் பிணத்தைக் கட்டிப்பிடித்துக் கொண்டு கதறியழுதார்.

'அடப்பாவி, சண்ட நல்லாருக்கனும்னு வீம்பு பேசுறதும், சபதம் போடுறதும் சகஜந்தான்டா, இப்பிடிப் பண்ணிட்டியே, சொன்ன சொல் மாறாத அரிச்சந்திரன்டா நிய்.'

குப்பாண்டிக் கிழவன் ஊரைவிட்டே போய்விட்டான். அவனும் இப்பிடி ஆகுமென்றா சிட்டாளிடம் யோசனை சொன்னான்.

சிட்டாளுக்கு நாலு வார்த்தை ஆறுதல் சொல்லிவிட்டு பெரிய சோலை வீட்டிற்கு வந்தான். வீட்டில் எல்லோரும் இருந்தார்கள். மூத்த பையன் சந்திரன் சந்தோஷப்பட்டான். பொன்னுத்தாயும் சின்னவன் அழகும்கூட சந்தோஷமாக இருந்தார்கள். சீனியம்மாள்

மட்டும் உம்மென்று உட்கார்ந்திருந்தாள். மகனையும் பேரனையும் பிரிவதில் அவளுக்கு ரொம்ப வருத்தம். ஊர்க்காரர்கள் நிறைய பேர் பெரிய சோலை வந்திருக்கிற விஷயம் கேள்விப்பட்டுப் பார்க்க வந்தார்கள். கண்மாய் விவகாரம் பற்றிப் பேசினார்கள்.

கோர்ட்டு தீர்ப்புபடி ஓடையின் மத்தியில் குறுக்காக சுவர் கட்டி, அதில் மடை ஒன்று கட்டி அதற்குப் பூட்டுத் திறப்பு போட்டு, அதைக் கண்காணிக்க பஞ்சாயத்து யூனியன் அதிகாரி ஒருவரையும் நியமித்து அவர் மேற்பார்வையில்தான் இரண்டு ஊர்க்காரர்களும் தண்ணீரைப் பகிர்ந்துகொள்ள வேண்டும் என்றும், சாவி அவர் கையிலேயே இருக்க வேண்டும் என்றும் தீர்ப்பாகியிருந்தது. வரதம்பட்டிக்காரர்கள் மேல்க்கோர்ட்டிற்கு அப்பீலுக்குப் போயிருப்பதால் இன்னும் இரண்டு மூன்று வருஷத்திற்கு வயக்காடு சுடுகாடுதான் என்று பேசிக்கொண்டார்கள். விஷயம் கேள்விப்பட்டதும் பெரிய சோலை சிரித்துக்கொண்டான்.

'தாயிளி, வரப்புக்கு சண்ட போட்டுட்டு நெலத்த வித்துச் செலவழிச்ச கத, நாறப்பய கவுர்மெண்ட்டும் கோர்ட்டும்.'

கங்காணி கூப்பிடுவதாக ஒருவன் வந்து தாக்கல் சொன்னான். என்னவென்று கேட்டு வரலாமென்று பெரியசோலை புறப்பட்டான். கங்காணி ஈஸி சேரில் மல்லாந்து படுத்துக்கொண்டு, கால் மேல் கால் போட்டபடி வரவேற்றான். சிகரெட் புகை மேகமாய் மேலெழும்பியது.

'வாப்பா சோல, வா நல்ல சௌக்கியந்தான.'

'என்னமோ இருக்கோம் ஒங்க புண்ணியத்துல.'

முன்னால் கிடந்த நாற்காலியில் கங்காணி சொல்லாமலேயே உட்கார்ந்து கால்மேல் கால் போட்டுக்கொண்டான் பெரிய சோலை. கங்காணி இலேசாய் முகஞ்சுளித்தான்.

'ரொம்ப நாளா ஊருக்கே வரலியே, ஊர மறந்திராத.'

'ஊர்லதான் நீங்க இருக்கீகள்ல நாங்க எதுக்கு.'

'அப்பிடி சொல்லாத நம்ம பூர்வீக ஊராச்ச மறக்கலாமா.'

'ஊர்ல என்ன இருக்கு வர்ரதுக்கு.'

'இன்னும் காடு கர எவ்வளவு இருக்கு ஒனக்கு, என்ன இருக்குனு கேக்கியே...'

'காடு கர இருந்து என்ன செய்ய, ஓடிப் பிடிச்சு வெளை யாடவா, இல்ல படுத்து உருளவா?'

‘டவுண்ல வேலவெட்டியெல்லாம் எப்பிடி, வீயென்னா மானா சாய்பு எப்பிடியிருக்காரு.’

‘ஏதோ அந்தப் புண்ணியவாளன் புண்ணியத்துல வயிறார கஞ்சி குடிக்கிறோம், மகராசன் நல்லாயிருக்கனும்.’

‘ஊருக்கு என்னைக்குப் போற, தனியாத்தானா? இல்ல குடும்பத்தவும் கூட்டிட்டுப் போறயா?’

‘இன்னிக்கு சாங்காலம் கெளம்பனும், இன்னக்கி நான் போகலன்னா நாளைக்கே சாய்பு இங்க வந்திருவாரு, தனியாப் போகவா, இல்ல குடும்பத்த கூட்டிட்டுப் போகவான்னு ஒரே யோசனையா இருக்கு. தாயாரு சாமானியமா அங்க கெளம்ப மாட்டா போலருக்கு.’

‘அவளுக்கு என்ன தெரியும், அவ இன்னியும் அந்தக் காலத்து மனுஷியாவ இருக்கா, எங்க வசதியோ அங்க போயிர வேண்டிய தான, இங்கே இருந்து இனிமே என்னத்த சாதிக்கப் போறா.’

‘அவ மனசுன்னு விட்ற வேண்டியதான்.’

‘இந்தா சோல ஒரு சிகரெட் பத்தவை.’

‘கொண்டாங்க இப்பிடி.’

‘சிகரெட்.பிடிப்பயா சோல.’

‘இனிமே பழகிக்கிற வேண்டிதான்.’

‘சரி, அந்த உப்பத்தூர் பாதப் புஞ்சைய அப்பிடியே தரிசா போட்டுட்டியே, புஞ்ச எதுக்காகும், என்னத்தையாவது போட்டு வச்சாலும் லாபமோ நட்டமோ புஞ்சையாவது சுத்தமாகுமில்ல, முள்ளும் மொடலும் அடஞ்சு வம்பாப் போகுமே.’

‘நல்ல வெலைக்கி ஆரும் கேட்டா குடுக்கலாமின்னு ஒரு நெனப்பு இருந்துச்சு.’

‘என்ன வெலன்னா குடுக்கிற சொல்லு.’

‘கம்மாக் கர வாகறையில கெணத்தோட இருக்கே ஒங்க தோட்டம், நம்ம மாரியப்பன் கிட்டயிருந்து மூணா வருசம் ஒங்க கைக்கு மாறி வந்தது, அத எனக்குக் குடுத்திருங்க, அந்தப் புஞ்சைய நான் ஒங்களுக்கு குடுத்துறன்.’

‘...’

‘என்ன கங்காணியண்ண பேச்சக் காணும்.’

கங்காணி வாயடைத்துப் போனான். மறுப்பேச்சுப் பேசவில்லை.

அவன் பெரியசோலையையே பார்த்துக்கொண்டு மௌனமாக உட்கார்ந்திருந்தான்.

'ஏய், சோல, நாஞ் சும்மா வெளையாட்டுக்குக் கேட்டன் மனசுல ஏதும் நெனச்சுக்கிறாத.'

'நான் வெளையாட்டுக்குச் சொல்லல, நெசத்துக்குத் தான் சொல்றன், வேற ஏதும் தோட்டம் காடு குடுக்றதா இருந்தாலும் சொல்லுங்க, வெலையப்பத்தி கவலயில்ல, ஏறக் கொறையானாலும் கூட்டிக்கூட நான் தர்றன், வேற யார்ட்டயும் விக்க வேண்டாம்.'

பெரியுசோலையிடமிருந்து வந்த இந்த வார்த்தைகளைக் கங்காணி எதிர்பார்த்திருக்கமாட்டான். அவன் அசையாமல் உட்கார்ந்திருந்தான். பெரியசோலை எழுந்து புறப்படத் தயாரானான்.

'அப்ப நான் வரட்டுமா, எப்ப விக்கிறதாயிருந்தாலும் என்னைய ஒரு வார்த்த கேக்க மறந்திர வேண்டாம்.'

அழுத்தமாகவும் சத்தமாகவும் பெரியசோலை சொன்ன இந்த வார்த்தைகள் கங்காணியைத் தைத்திருக்க வேண்டும்.

'தாயோளி, நேத்து வந்த பய தொக்குன மொசலு அடிக்கிற மாதிரி எவண்டா குடுப்பாமின்னு நாக்க தொங்கப் போட்டுக்கிட்டு அலையிறான்.'

சந்திரன் காங்மேன் வேலைக்கு ஒழுங்காகப் போய்வந்தான். இரண்டு பேர் சாப்பிடுவதற்கும் தங்குவதற்கும் இனிமேல் கம்பெனி லாயக்கில்லையென்று பக்கத்திலேயே வாடகை வீடு ஒன்று பார்த்தான். வீடு என்றதுமே பெரியசோலைக்கு முதல் முதலில் ஞாபகத்திற்கு வந்தது தீத்தாம்பட்டி பாப்பாதான்.

பெரியசோலை மட்டும் கம்பெனிக்கு வந்த புதுசு. பக்கத்து டீக்கடையில் பெஞ்சில் உட்கார்ந்து டீ குடித்துக்கொண்டிருந்தான். கடையில் இருந்த எல்லோரும் ஒரே சமயத்தில் வெளியே ஓடிப் போய் ரோட்டையே பார்த்தார்கள். அவனும் என்னவோ ஏதோ வென்று வெளியே எட்டிப் பார்த்தான். கையில் கசாப்புகடை கத்தி வைத்திருக்க, அவனைச் சட்டையைப் பிடித்து ரோட்டு வழியே இழுத்துக் கொண்டு வந்தாள் பாப்பா. அவனும் பளபளக்கும் கத்தியைக் கையில் வைத்துக்கொண்டு ஆட்டுக் குட்டியைப் போல அவள் கூடவே வந்துகொண்டிருந்தான். பெரியசோலை இந்தக் கூத்தைக் கூட்டத்தோடு கூட்டமாய் நின்று வேடிக்கை பார்த்துக்கொண்டிருந்தான். நேராக டீக்கடைக்கு முன்னால் வந்து அவனை நிறுத்தினாள். கூட்டம்

கூடிவிட்டது. போவோர் வருவோர் எல்லாம் வேடிக்கை பார்த்தார்கள். அவள் சத்தமாக இரண்டு டீக்கு ஆர்டர் கொடுத்தாள்.

...க் குடிச்சான். நாளைக்கு வட்டியும் மொதலும் கைக்கு வரலே..., ஆட்ட உரிச்சுத் தூக்கிறது மாதிரி ஒன்னைய தூக்கிப் புடுவன் தூக்கி, ஆர்ட்ட வாலாட்ற, பூடம் தெரியாம சாமியாடாத. இன்னக்கி வா, நாளக்கி வா, வாங்கும் போது நக்கிக்கு எங்க போச்சு புத்தி. குடுக்கும் போது விண்விண்னுனு வலிக்காத எடமெல்லாம் வலிக்கி, இந்தா நாயே-டீயக் குடிச்சிட்டுத் திரும்பிப் பாராம ஓடிப்போ.'

அவன் டீயைக் குடித்துவிட்டுத் திரும்பிப் பாராமல் கையில் கத்தியுடன் பூனைபோல் நடந்தான். தீத்தாம்பட்டி பாப்பா, கறுத்த உருவம். சரியான வளர்த்தி. இடுப்பில் வெளியே தெரிய எந்நேரமும் தொங்கும் கொத்துச் சாவி. கழுத்தில் ஒரு குத்து தங்க செயின். காமக்கண்கள். வலக்கையில் பெரிய வாட்ச். விரல் தவறாமல் மோதிரம். கரகரத்த ஆண் தன்மையுடைய முரட்டுக் குரல். எப்போதும் விலகியே கிடக்கும் மாராப்பை எட்டிப் பார்ப்பதுபோல் பார்த்துக் கொண்டிருக்கும் குத்திட்ட மார்பகங்கள். ராத்திரியானாலும் சரி பகலானாலும் சரி எந்நேரமும் பஜாரை வலம்வரும் அந்த ஏரியா ராணி. டீக்கான காசைக் கொடுத்துவிட்டு பெரியசோலை வெளியே வந்தான். கூட்டத்தை அவன் ஆச்சரியமாய்ப் பார்த்தான்.

'என்ன... வாட்ச்மேன் அண்ணாச்சி ஒரு மாதிரியா பாக்கீக, நீங்களே சொல்லுங்க, வாங்கினா வாங்கினது மாதிரி ஒழுங்கா ரூவாயக் கொண்டாந்து குடுக்கணுமா வேண்டாமா?'

'...'

'என்ன, ஒன்னும் சொல்லாம நிக்கீக, ஆரோ எவரோனு பாக்கீகளா? நீங்க உருளக்குடி மினுத்தான் மகன் பெரிய சோலன்னு கம்பெனிக்கு வந்த அன்னக்கே தெரியும். நீங்க சம்பந்தம் பண்ணிருக்கிற பொன்னுத்தாயிட்ட கேளுங்க, மாடசாமி பேத்தியா மேட்டுப்பட்டி தொமராண்டி மகனுக்கு வாக்கப் பட்டிருக்கிற தீத்தாம்பட்டி பாப்பா அப்படின்னா இம்புட்டு புள்ளக்கிகூடத் தெரியுமே, எங்க ஊரும் நீங்க சம்பந்தம் பண்ணியிருக்கிற ஊரும் தெக்கூரும் வடக்கூரும்தான. ஏதாச்சும் ஆத்திரம் அவசரம்னா தங்கச்சிக்கிட்ட வா, ஒத்த சத்தையில இருக்கோமேன்னு பயப்படாத, சினிமா தேட்டருக்கு எதுக்க வந்து கேளு வீட்ட சொல்லுவாங்க, நான் வரட்டுமாண்ணே.'

அவள் கம்பீரமாய் நடந்து போவதையே பெரியசோலை பார்த்துக்கொண்டு நின்றான். அவளைப் பற்றி விசாரிக்க விசாரிக்க அவனுக்கு ஆச்சரியமாய் இருந்தது. பத்து இருபது வருசங்களுக்கு முன்னால் ஒரு பயலைக் கூட்டிக்கொண்டு புருசனும் பொஞ்சாதியுமாய் கோவில்பட்டியில் வந்து குடியேறி, அவள் தீப்பெட்டிக் கம்பெனியிலும், அவன் கொத்து வேலையும் செய்து வயிற்றைக் கழுவிக்கொண்டிருந்தவர்கள். அந்தத் தீப்பெட்டிக் கம்பெனி முதலாளிக்கே வப்பாட்டியாகி கொஞ்சம் வசதியும் சேர்த்துக்கொண்டு கொடுக்கல் வாங்கல் ஆரம்பித்து, இன்னும் சில முதலாளிகளுக்கும் அதிகாரிகளுக்கும் குமரிப்பிள்ளைகள் சப்ளை செய்து வேகமாக முன்னுக்கு வந்தவள். அவள் கடன்வசூல் பண்ணும் பாணியே அலாதியானது. முற்றம் தெளிக்கிற நேரத்துக்கு வீட்டுக்கு முன்னால் வந்து நிற்பாள். பாதி ஜனங்கள் இவள் சத்தங் கேட்டே எழுந்திருக்கும்.

'மரியாதையா துட்டக் குடுத்திட்டு அடுப்ப பத்தவை, இல்ல உலை ஏத்த விடமாட்டன்.'

இந்த இரண்டே வார்த்தைகள்தான் பேசுவாள். இன்னும் சில வீடுகளில் வசனம் கொஞ்சம் மாற்றிப் பேசுவாள்.

'யே, பாப்பா இந்த சிறுக்கிக்கு வயித்துல மூனு மாசம், எந்தப் பயகூடப் போனாளோ, சிறுக்கி கள்ளச் சிறுக்கியா இருந்திருக்கா, அவுக அப்பனுக்குத் தெரிஞ்சா அம்புட்டுத்தான் நாண்டுகிட்டு நின்றுவான், எப்படியும் நிய்தான் மானத்தக் காப்பாத்தனும், எங்கயாவது போயி அரவமில்லாம கழிச்சிட்டு வந்திரனும் வெளிய தெரிஞ்சா கேவலம்னு அழுகையா-அழுதையே... சிறுக்கி, இப்ப ரூவா குடுக்க வலிக்குதோ, தேவிடியா நாயே...'

ஆயிரம் அணுகுண்டுகளைப் போட்டது போல் அந்தக் குடும்பமே பொசுங்கி சாம்பலாகிப் போகும். தெருவே கூடி நின்று வேடிக்கை பார்க்கும். கடைசியில் பார்த்தால் எல்லாமே பொய்யாக இருக்கும். ரூபாய் வாங்கியது மட்டும் உண்மை. ஆனால் யார் பொய்யென்று நம்புவார்கள்.

இப்படித்தான் ஒரு நாள் ஆறுமுகம் வீட்டிலும் போய் சண்டை போட்டாள். தெருவே கூடி நின்றது.

'பொண்டாட்டிக்குத் தெரியாம வப்பாட்டியக் கூட்டிக்கிட்டு லாட்சுக்குப் போக ரூவா வேணும், அதே மாதிரி பொண்டாட்டிக்குத் தெரியாம வீடு தேடிவந்து குடுக்க வலிக்கி.'

'இந்தா பாரு பாப்பா ரூவா வாங்கினது நெசம். போன வாரம்

வட்டி குடுக்கிலங்கிறதுக்காக வாய்க்கு வந்ததையெல்லாம் பேசாத. நான் ஒங்கிட்ட ரூவா வாங்கினது என் வீட்டுக்காரிக்கும் தெரியும், என்ன செலவுக்கு வாங்கினமின்னும் தெரியும். கண்டத கழியதப் பேசி தெருவுல எங்கள கேவலப்படுத்திட்டேயில்ல ரூவா தர முடியாது. நிய் செய்யிறதச் செய்யி.'

'செய்யிறதச் செய்யா, ஏல நிய் நல்ல ஒரு அப்பனுக்குப் பொறந்த பயன்னா வீட்ட விட்டு வெளில வாடா பாப்பம்.'

'வெளில வந்தா கிழிச்சிருவியா?'

ஆறுமுகத்தின் வேட்டி பாப்பாவின் கையில். அவன் மானத்தை மறைத்துக்கொண்டு அங்குமிங்கும் ஓடினான். ரவிக்கையைக் கிழித்துக்கொண்டு தலைமுடியை அவிழ்த்துப் போட்டுக்கொண்டு ஓ...வென்று ஓடிப்போய் போலீசில் புகார் செய்தாள். ஆறுமுகத்தையும் அவன் பெண்டாட்டியையும் போலீஸ் இழுத்துப் போனது ஒன்றுக்கு இரண்டு மடங்காய்ப் பணம் வசூலாகியது.

'எந்தச் சிறுக்கியாவது எந்தப் பயலாவது சாட்சி சொல்ல வந்தங்க... நடக்கிறதே வேற.'

பழைய டயர்களை வாங்கி செருப்புத் தைத்து வயிற்றைக் கழுவும் சக்கிலியக் குடிகளில் அநேகம் பேர் அவளிடம் வீட்டை விற்றுவிட்டு ஓடிப் போனார்கள். வெள்ளைப் பேப்பரில் வெறும் மொட்டைக் கையெழுத்து வாங்கி நூறோ இருநூறோ கொடுத்து விட்டுக் காரியத்தைக் கச்சிதமாய் முடித்துக்கொள்வாள். பெரிய பெரிய சண்டியர்கள் எல்லாம் பாப்பாவிடம் வாலைச் சுருட்டிக் கொண்டு கிடந்தார்கள்.

முனிசிபாலிட்டி வேலைக்காரர்களுக்கு சம்பளம் என்றால் கூட்டம் ஜேஜே என்றிருக்கும். சம்பளம் வாங்குகின்ற தோட்டிகளைவிட வட்டி வசூல் பண்ண வருகிறவர்கள் கூடுதலாக இருப்பார்கள். பாப்பா ஒரு ஓரமாய்ப் போய் நிற்பதோடு சரி. சம்பளம் வாங்கியவுடன் பூனையைக் கண்ட எலிகளைப் போல வட்டிக்காரர்களிடம் கொடுத்துவிட்டு அவர்கள் பல்லைக் காட்டிக்கொண்டு தலையைச் சொரிந்து கொண்டு நிற்பதைப் பார்க்வே பரிதாபமாய் இருக்கும். ராத்திரி முனியசாமிப் பகடை பாப்பாவிடம் வந்து துண்டைக் கையில் ஏந்திக்கொண்டு நின்றான்.

'என்னடா முனியசாமி நாளக்கி சம்பளந்தான.'

'ஆமா தாயி, நாளக்கி சம்பளம்தான்'

'பெறகென்ன, இந்நேரம் வந்து தலயச் சொரியிற.'

'தாய்ட்ட ஒன்னு கேக்கனும்.'

'என்ன கேக்கப் போற ரூவா வேணும்னு கேப்ப.'

'இல்ல தாயி, ஒங்களாலதான் முடியனும்.'

'என்னன்னு சொல்லு, முடியற காரியத்தப் பாப்போம்.'

'மேட்டுத் தெரு பாண்டியன்கிட்ட ஒரு ஐநூறு ரூவா வாங்கி யிருக்கன், வட்டி ஒழுங்கா கட்டியாறன் தாயி, அவுக நாளக்கி சம்பளத்துல எல்லா ரூவாயும் கட்டாயம் வேணுங்காக, வீட்டுல சின்னப்புள்ள வயசுக்கு வந்திருக்கு, தலைக்குத் தண்ணி ஊத்தனும்.'

'எங்கிட்ட வாங்கி அத அடச்சிரு எனக்கு வட்டி குடு, இல்லன்னா அடுத்த மாசம் ரூவா குடு.'

'அப்பிடியில்ல தாயி, ஒங்ககிட்ட வாங்கி அடச்சாலும், வட்டி கட்டனுமில்ல. நூத்துக்கு இருபது ரூவான்னா நம்மளால கட்ட முடியனுமில்லம்மா, எப்பிடியாவது இந்த ஒரு மாசம் அவுக கிட்டருந்து என்னைய கடத்திரனும், இல்லன்னா ரூவாய எல்லாத்தையும் புடுங்கிருவாக.'

'அந்தப் பயகிட்ட நாஞ் சொன்னா நல்லாருக்குமா? அவனும் என்னயப் போல குடுத்து வாங்குற பயலாச்சே.'

'நீங்க மனசு வச்சா நடக்கும் தாயி.'

கூட்டமான கூட்டம். முனியசாமி சம்பளம் வாங்கிக்கொண்டு திரும்பிக் கொண்டிருக்கிறான். பாப்பா போய் அவன் சட்டையைக் கொத்தாக இறுக்கிப் பிடிக்கிறாள். கன்னத்தில் பளார் என்று ஒரு அறை. மேட்டுத் தெரு பாண்டியன் பார்த்துக்கொண்டே நிற்கிறார்.

'தேவிடியா மகன, எத்தன நாளைக்கில நிய் ஒழிஞ்சிட்டு அலைஞ்சிருவ, கொடல உருவிப் புடுவன் உருவி, எடுல ரூவாய, சின்னத் தேவிடியா மகனே...'

அவன் எல்லா ரூபாயையும் எடுத்து பாப்பாவிடம் நீட்டினான். மேட்டுத் தெரு பாண்டியனுக்கு கையும் ஓடவில்லை, காலும் ஓடவில்லை. முனியசாமி தலையைத் தொங்கப் போட்டுக்கொண்டு போவதையே பார்த்துக்கொண்டு நின்றார். பாப்பா ரூபாயை எண்ணிச் சரிபார்த்தாள்.

சாயங்காலம் முனியசாமி பாப்பாவின் முன்னால் வந்து நின்றான்.

'என்னடா முனியசாமி கன்னத்துல அடி பலமாபட்டிருச்சா?'

‘அதுக்கு என்ன தாயி, வேற யாருமா அடிச்சிட்டாக நீங்கதான அடிச்சிக.’

‘அந்தப் பய ஒரு லொல்லுப் புடிச்ச பய அந்தக் குடுப்புக் குடுக்கப் போயித்தான் பேசாமப் போனான்.’

அவன் ரூபாயை எண்ணிச் சரி பார்த்தான். கணக்கு சரியாய் இருந்தது. அவன் பாப்பாவை ஏறிட்டுப் பார்த்தான்.

‘தாயி... ஒங்களுக்கு ஏதும் பணம்...’

‘ச்சீ... அப்பிடிக் காசு நமக்கு எதுக்குடா, மொதல் போடாம சம்பாதிக்கிறது பாவம்டா, அந்தத் துட்டு தங்காது, நமக்கு வத்திக்காது.’

அவர்கள் ஆடிய நாடகம் மேட்டுத் தெரு பாண்டியனுக்குத் தெரிய வாய்ப்பில்லை.

பெரியசோலை பாப்பாவின் வீட்டை அடையாளங் கண்டு பிடிக்க அதிக சிரமப்படவில்லை. அவன் போய் நின்றபோது அவள் வீட்டில்தான் இருந்தாள்.

‘வாண்ணே வா, இது ஆரு ஒம்மகன் மூத்தவனா? ரெயில் வேயில வேல பாக்கிறவனா? வந்து எத்தன வருசம் ஆகுது. இன்னக்கித்தான் தங்கச்சி வீடு தெரிஞ்சதாக்கும்.’

அகன்ற பெரிய விசாலமான வீடு. வரிசை வரிசையாய் பத்து இருபது லயன் வீடுகள். நடுவில் பெரிய முற்றம். அடி பம்பு. அத்தனை வீடுகளும் அவளுடையதுதான், எல்லாவற்றையும் வாடகைக்கு விட்டிருந்தாள். அவள் முன்னால் ஒரு பெரிய கூட்டம் கூடியிருந்தது. ஏதோ விவகாரம்போல் தெரிந்தது. பெரிய சோலையும் அவன் மகன் சந்திரனும் கவனமாகக் கேட்டுக் கொண்டிருந்தார்கள்.

‘ஏணேய், பெரியசோலண்ண கதையக் கேளு, இந்தா நிக்கானே... இவனும் இவன் பொண்டாட்டியும் நம்ம வீட்ல வாடகைக்கு இருக்காக, இன்னக்கி காலைல நல்ல தண்ணீ எடுக்கனும்னு வடக்குத் தெரு பம்புக்கு இவ போயிருக்கா, அங்க பம்புல ஒத்தக் கொடம் மட்டும்தான் இருந்திருக்கு, சரி ஆளக் காணுமில்ல நம்மளுக்கும் ஒரு கொடந்தான அப்படின்னு, அந்தக் கொடத்த எடுத்து தூர வச்சிட்டு இவ தண்ணியடிச்சிருக்கா, இவ தண்ணி யடிக்கவும் அந்தா நிக்காள ராங்கி அவதான் கொடத்த வச்சிட்டுப் போன முண்ட, அவ வந்துட்டா, வந்துட்டா சரி ஆள் இல்ல அதுதான், நம்ம பெறகு அடிப்பம்னு இல்லாம, எந்தச் சிறுக்கிடி எங் கொடத்த எறக்கி கீழ வச்சிட்டு

தண்ணியடிக்கிற துன்னு கேட்ருக்கா, பேசிக்கிட்ட இருக்கம் பாரு, யேல, ஏய் கண்டாங்கி பாயி கடையில போயி நாலு டீயும் ஒரு பாக்கட் பாக்கும் வாங்கிட்டு வா, ஏண சிகரெட் குடிப்பீகளா?'

'வேண்டாம் பாப்பா.'

'அவ கேக்கவும் இவ கண்டார ஒளி நிய் கொடத்த வட்சிட்டு ஓம் வப்பாளன ஏறப் போயிருவ அதுவரைக்கு நாங்க நிக்கனுமோ அப்பிடின்னு கேட்ருக்கா, ஒன்னய எம் புருசனுக்காடி கட்டிருக்கு சக்களத்தின்னு கேட்டு தல மயித்தப் பிடிக்கவும், இவ அழுதிட்டு வந்து எங்கிட்டச் சொன்னா,'

'இந்தாங்கண்ண காப்பியக் குடிங்க.'

'சரி பொட்ட சிறுக்கிகளுக்கு இது சகஜம்னு நெனச்சிக்கிட்டு நான் போயி கழுதய சத்தம் போட்டுட்டு வருவம்னு போயி கேட்டா, ஏங் கொடத்த தொட்டா அப்பிடித்தான் சொல்வேன், நிய் என்ன அவளுக்கு சப்போட்டு மயிருன்னு கேட்டா, சரி தாயி நான் சப்போட்டுக்கு வரலன்னு சொல்லிட்டு விறுவிறுன்னு வீட்டுக்கு வந்து, ரெண்டு கிலோ அரிசியும், பருப்பும் குடுத்து, இவளப் போயி அவ வீட்டுக்குள்ள சோறு பொங்குன்னு கொண்டு போயி விட்டுட்டு வந்தன், எம் புருசனுக்குக் கட்டியிருக்குனு சொன்னப் பெறவு இவதான புருசனுக்குச் சோறு பொங்கனும், இவளும் போயி சோறு பொங்கி கொழம்பு கூட்டு வச்சிட்டா, அவ புருசனும் வந்திட்டான், என்னன்னு கேட்டா என்னய ஒங்களுக்கு ரெண்டாந்தாரமா கட்டியிருக்கு, மூத்த தாரம் அந்தா இருக்கு இனிமே நீங்க ஏங்கூடத் தான் படுக்கனும் சாப்பிடனும்னு சொல்லவும், பொண்டாட்டிய நாலு மிதி நலுங்கு மிதி மிதிச்சு இங்க இழுத்திட்டு வந்திருக்கான், அவ அங்க வீட்ல இருக்கா இதுதான் வெவகாரம், எப்பிடி முடிக்கலாம் நிய் ஒரு யோசன சொல்லுண்ண பாப்பம்.'

புருசனும் பொஞ்சாதியும் பயந்து போய் உட்கார்ந்திருந்தார்கள். அவர்கள் பெரியசோலையின் முகத்தையே பார்த்துக்கொண்டு இருந்தார்கள், அவனுக்கு ஒன்றும் புரியவில்லை.

பெரியசோலைக்குத் தலை சுற்றியது. இதுவரை நடக்காத கேள்விப் படாத எந்த ஹைக்கோர்ட்டும் தீர்க்க முடியாத வழக்கு. அவன் பேசாமல் உட்கார்ந்திருந்தான். பாப்பாதான் பேசினாள்.

'ஓம் பொண்டாட்டியாப் பாத்து ஒனக்கு ரெண்டாந்தாரம் கட்டி வைக்கும்போது ஒனக்கென்ன கசக்கவா செய்யிது, போயி சாப்பிட்டுட்டு அவ கூடப் படுத்துக்கோ, இந்தச் சிறுக்கி கெடந்து

சீரழியட்டும், அப்பத்தான் வாய அடக்கிப் பேசுவா, பொட்டச் சிறுக்கிக்கு இவ்வளவு ஆங்காரமா, என்னையவே எதுத்துப் பேசனும்னா எவ்வளவு கொழுப்பு, ஆனானப்பட்ட ஆம்பளகளே பொத்திட்டுப் போறான், ஒனக்குத் திமிரு.'

கடைசியில் பாப்பாவே தீர்ப்பு சொன்னாள்.

'ஐநூற்றி ஒன்னு அபராதம், சித்திரப் பொங்கலுக்குச் செண்பக வல்லியம்மன் கோயில் உண்டியல்ல நாலு பேரு சாட்சியாக போட்ற வேண்டியது. இவகிட்ட மன்னிப்பு கேட்டுட்டு ஓடிப் போ நாயே...'

அவள் முக்க முக்க மூன்று தரம் காலில் விழுந்துவிட்டு புருசனைக் கூட்டிக்கொண்டு வீட்டுக்குப் போனாள். சந்திரனும் பெரிய சோலையும் ஆச்சரியமாய்ப் பார்த்துக்கொண்டிருந்தார்கள். பெரிய சோலையின் மனசு ஊரில் இருந்தது. அவன் பெருமூச்சுவிட்டான். சோறு பொங்கப் போன மாற்றுப் பெண்டாட்டி மெதுவாய் எட்டிப் பார்த்தாள். பாப்பா வாயெல்லாம் பல்லானாள்.

அன்று ஊர்க் கூட்டம். சுப்புத்தாய்க்கு தாலி தீர வேண்டிய நாள். சுப்புத்தாய் கொஞ்சம் வாயாடி. சூது வெனயமில்லாமல் பேசுபவள். அவள் புருசன் காளியப்பன் ஒரு சந்தேகப் பிறவி. குழந்தைகுட்டி கிடையாது. இருவரும் எப்போதும் கீரியும் பாம்புமதான். காளியப்பன் கமலை இறைக்கிறான். சுப்புத்தாய் தண்ணீர் விலகுகிறாள். இறவைச் சோளம் ஆள் உள்ளே இருப்பதுகூட தெரியாது. குடிப்பதற்காகக் கொண்டு போன நல்ல தண்ணீர்க்குடம் அவள் பக்கத்திலேயே சோளத்துக்குள். ஆடு மேய்த்துக் கொண்டிருந்த மொட்டையன் சோளத்துக்குள் போய் சுப்புத்தாயிடம் தண்ணீர் வாங்கிக் குடித்துவிட்டுப் போயிருக்கிறான். கொஞ்ச நேரங்கழித்து தண்ணீர் குடிக்கப்போன காளியப்பன் ஈர வாய்க் காலில் பட்டிருந்த ஆம்பிளையின் கால் தடங்களைப் பார்த்திருக்கிறான்.

'யேய், தேவிடியா தண்ணி வெலகுறன் தண்ணி வெலகுறன்னு சோளத்துக்குள்ள எந்தப் பயலடி ஏறுன முண்ட.'

'ச்சீ... பொட்டப்பயல ஒன் நாக்கு அழுகிப் போகும்டா, தாகத்துக்கு பச்சத் தண்ணீ குடிக்க வந்தவுக எல்லாம் எனக்கு வப்பாளம்னா ஒனக்கு எதுக்டா பொண்டாட்டி.'

குடும்பம் பிரிஞ்சு ஆறு மாதமாயிற்று. ஏழெட்டுத் தடவை ஊர்க்கூட்டம் போட்டும், ஊர் தாலி தீர சம்மதிக்கவில்லை, காளியப்பனும் சுப்புத்தாயை வேண்டாம் என்கிறான். சுப்புத் தாயும் காளியப்பனை வேண்டாம் என்கிறாள். ஆனால் ஊர் தாலி தீரச்

சம்மதிக்க மாட்டேன்கிறது. கெடுப்போட்டு கெடுப்போட்டு அநேக நாளாயிற்று. இரண்டும் ஒன்று சேர வழியேயில்லாததால் இன்று எப்பிடியும் தாலி தீர்த்துவிடுவார்கள். நிறையப் பேர் இந்தக் கூட்டத்திற்கு வரமாட்டார்கள். தாலி தீர்வதை அவர்கள் கண்ணாலேயே பார்க்க மாட்டார்கள். மினுத்தான் ஊரைவிட்டே போய்விடுவான். அப்படியொரு கட்டு அந்தக் காலம். இங்கே என்னடாவென்றால் ஒரே ஒரு வார்த்தைக்காக பொண்டாட்டி புருசனை மாத்திக்கொள்ளவும் புருசன் பொண்டாட்டியை மாத்திக் கொள்ளவும் உத்திரவு போடுவதும், அது நிறைவேறுவதும், பின் அபதாரமாய்க் குறைவதும் அவனுக்கு ஆச்சரியம் தாங்கவில்லை.

'இந்தப் பொட்டச் சிறுக்கிக வெவகாரத்தால ஒன்னைய எவ்வளவு நேரம் காக்க வச்சிட்டன், என்னண்ணே விசயம் விவரமா சொல்லுங்க.'

'குடும்பத்த இங்க கூட்டிட்டு வரலாமின்னு நெனக்கன், அதுதான் ஒரு வீடு வாடகைக்குக் கேட்கலாமின்னு வந்தன்.'

'ஒனக்கு இல்லாத வீடா, வடக்கு லைன்ல நடு வீடு சும்மாதான் கெடக்கு. ஆரும் வந்தாப் போனா இருக்கட்டுமேன்னு போட்டு வச்சிருக்கன், வேணும்னா போயி பாருங்க, மத்தவகளவிட பத்து ரூவா வாடக கொறச்சுக்கோங்க.'

16

பெரியசோலை குடும்பத்துடன் பாப்பாவின் வீட்டில் குடியேறினான். சீனியம்மாள் ஊரிலேயே தங்கிக்கொண்டாள். அவன் எவ்வளவு சொல்லியும் இங்கு வர மறுத்துவிட்டாள்.

'வீட்டுக்கு வெளக்கு பொருத்தவாவது ஆள் வேணாமா? காடு கரைகதான் நாசமாப் போச்சு, வீட்டையும் சுடுகாட்டப்போல இருட்டடையப் போட்டுட்டு போனா கேவலமில்லடா, நானாவது வீட்டக் காத்திட்டு கெடக்கன்.'

அவள் சொல்வதும் சரியென்றுதான் பட்டது. பூர்வீக வீடு முற்றம் தெளிக்கவும், தீபம் பொருத்தவும் ஒரு ஆள் கட்டாயம் தேவைதான். அவர்கள் ஜாமான்களை வண்டியில் ஏற்றிப் புறப்பட்டபோது ஊரே கூடிநின்றது. அநேகம் பேர் கண்ணீர்விட்டு அழுது வழி

அனுப்பினார்கள்.

'மினுத்தான் எப்பேர்பட்ட சம்சாரி, இன்னக்கி அவன் பேர் சொல்லக்கூட ஊர்ல ஆள் இல்லாம பஞ்சம் பொழைக்கப் போனது மாதிரி போக வேண்டியதாகிப் போச்சு, காலம் எப்படியெல்லாம் மனுசன ஆக்குது பாரு.'

'நம்ம இங்க இருந்துக்கிட்டே இப்பிடி பேசிட்டுக் கெடக்க வேண்டியதுதான். குடிக்க கஞ்சியில்லாமயும், குண்டிக்குத் துணியில்லாமயும், கழுத எங்ன சோறு கெடைக்கோ அங்ன போயி ஒக்காந்திர வேண்டியதுதான, கவுரவம் பாத்தா இங்கயே சாக வேண்டியதுதான்.'

பொன்னுத்தாய்க்குக் கண்ணைக் கட்டி காட்டில் விட்டது மாதிரி இருந்தது. வீட்டில் சும்மாவே உட்கார்ந்திருக்க அவளால் முடிய வில்லை. ஒரு குடம் தண்ணீருக்கு நாய்ச் சண்டை போடவும் மண்ணெண்ணெய் வாங்குவதற்கு வரிசையில் நிற்கவும், குளிப்பதற்கும் 'வெளியே' போவதற்கும் அவள் பட்ட கஷ்டங்கள் சொல்லி மாளாது. அவள் நடுவீட்டில் உட்கார்ந்துகொண்டு வீட்டை சுற்றும் முற்றும் பார்த்தாள். வீடு வெறிப்பாய் இருந்தது.

அம்பாரமாய்க் குமிந்து கிடக்கும் பருத்தி அட்டியல் ஒருபுறம், வத்தல் ஒரு பக்கம், மச்சு வீட்டுக்குள் போய்த் திரும்ப முடியாமல் அடைத்துக்கொண்டு கிடக்கும் தானிய மூட்டைகள், நிறை சூலியாய் தானியம் நிறைந்த இரண்டு குலுக்கைகள், வெளி வீட்டில் குமிந்து கிடக்கும் பூசணிக்காய், பீர்க்கங்காய், சுரைக்காய், ஆடுகள், மாடுகள், கோழிகள் இன்னைக்கு தன்னந்தனியாய் இத்தினியூண்டு குச்சு வீட்டுக்குள் உட்கார்ந்துகொண்டு, எந்நேரமும் முகட்டு வளையைப் பார்த்துக் கொண்டு இதுவும் ஒரு பெழப்பா, கெணத்து தவக்கா மாதிரி பொந்துக்குள்ள ஒக்காந்துக்கிட்டு.

'என்ன ... மதினி மொகங் கொராவிப் போயி இருக்கிக, எல்லாம் கொஞ்ச நாளைக்கி அப்பிடித்தான் இருக்கும், பெறகு சரியாய்ப் போகும், இங்க டவுண்ல இருக்கிற எல்லோரும் இங்கயே பெறந்து இங்கயே வளர்ந்தவுக இல்ல, எல்லாம் நம்மளப்போல நாலா ஊர்லருந்தும் வந்து சேர்ந்தவுகதான்.'

முற்றம் தெளிக்கிற நேரத்திற்கு மோட்டார் சைக்கிள்களில் வீடுவீடாய் வந்து நிற்கும் சிட்டை வட்டிக்காரர்களை அவள் பார்த்த போதுதான் ரொம்பவும் சங்கடப்பட்டாள். அவளால் அதை ஜீரணிக்க முடியவில்லை.

'இப்படி நெத்தம் வட்டி கட்டி சாகிற இந்த ஜனங்கள் யாருமே கவலப்படுறது மாதிரி தெரியலையே, அவுக வெத வெதமா சேலைய உடுத்திக்கிட்டு, தலைக்கு ஒவ்வொரு தளுக்கு பூவையும் வச்சிக்கிட்டு சினிமாவுக்குப் போகிறதைப் பார்த்தால் அவளுக்கு எரிச்சலாய் இருக்கும். இப்பிடியும் ஜனங்க உண்டுமா? நெத்த வட்டிக்கும் வார வட்டிக்கும் வாங்கி அப்படி சேல உடுத்தி லாத்தலனா என்ன, சினிமா பாக்கலன்னா செத்தா போவாக.'

அவளுக்குத் தெருவில் சிலுப்பிக்கொண்டு முதுகு தெரியவும், அரைவயிறு தெரியவும் துணி உடுத்திக்கொண்டு திரியும் பொம்பிளைகளை நிறுத்தி நாலு வார்த்தையாவது நாக்கப் புடுங்கிட்டு சாகிறாப்ல கேக்கனும்போல தோன்றியது. ஆனால் எல்லோருமே அப்பிடி திரியும் போது யாரைப் போய்க் கேட்பது. அஞ்சு புள்ளப் பெத்த கிழவிக்கும் வாக்கப்படாத குமரிக்கும் அவளால் எந்த வித்தியாசத்தையும் கண்டுபிடிக்க முடியவில்லை. ஆம்பளப் பயல்களும் அப்பிடித்தான்.

'மதினி பொன்னுத்தாயி மதினி பயகள ஜாக்கிரதையா இருக்கச் சொல்லுங்க. இந்தப் பொட்டச் சிறுக்கிக எவன போட்டு ஏறுவம்னு அலையிறா, மொதல்ல பல்லக் காட்டுவா, பெறவு படத்துக்கு போவம்பா, கடேசில படத்த ஓட்டிட்டு பின்னாலேயே வீட்டுக்கு வந்திருவா, எனக்கு வயித்துல மூனுமாசம் இன்னார் தான்னு சாதிச்சிருவா, நூறு பயகிட்ட போயிருப்பா, கடேசில எவனாவது ஒரு கோட்டிக்காரப்பய மாட்டிக்கிருவான். எனக்கு ஒஞ் சொத்து சொகம் ஒன்னும் வேண்டாம், ஒரு மொழம் மஞ்சக் கயித்த மட்டும் கழுத்துல கட்டுனா போதும்பா, அவளுக்குத் தேவ அடையாளத்துக்கு ஒரு மஞ்சக் கயிறு, பெத்த புள்ளக அப்பமின்னு சொல்லிக்கிறதுக்கு ஒரு ஆம்பள, அது நோஞ்சலோ பாஞ்சலோ வேட்டி கட்ன ஒரு ஆம்பள, இங்க நூத்துக்குத் தொன்னூறு அந்தக் கதைதான்.'

'என்னமோ தாயி எப்பிடியோ இங்கே வந்துட்டோம். எங்கனயும் கேவலப்படாம பொழச்சுக் கெடந்தா போதும்.'

'கேவலப்பட நீங்க என்ன பொட்டச் சிறுக்கியவா பெத்து வச்சிருக்கீக. ரெண்டு சிங்கக் குட்டியில்ல. அவுகளுக்கு இல்லாத கேவலமா ஆம்பள புள்ளய பெத்த ஒங்களுக்கு, மதினி சோறு கொழம்பு வச்சாச்சா.'

'வச்சாச்சு பாப்பா, கொஞ்சம் துணிதான் தொவைக்கனும்.'

'துணி பெறகு தொவைக்கலாம் இப்பிடி வந்து உக்காருங்க.'

‘தெக்கடேசி வீட்ல ஒரு சிமிட்டி இருக்கா பாத்தீகளா, சொந்த ஊரு புளியம்பட்டி, நம்ம வீட்டுக்கு வாடகைக்கு வந்து நாலஞ்சு வருசமாகப் போகுது, நம்ம ஆட்கதான், புருசக்காரன் எங்கயோ டைவரா இருக்கான், எப்பயாவது வந்துபோவதோட சரி, இப்ப தெனம் வாரான ஒரு மீசக்காரப் பய, அவன் மேல மில்லுல மேஸ்திரியா இருக்கான், அவனுக்கும் பொண்டாட்டி புள்ளைக இருக்கத்தான் செய்யிது, ஜாதியும் வேற ஜாதி, இந்தச் சிறுக்கிய விடமாட்டேங்கான், கேட்ட சேலதான், சட்டதான், டேப் ரிக்காடு தான், டிவிதான், எல்லாம் இவன் வாங்கித் தந்ததுதான், இந்த ரெண்டு புள்ளயுமே இவனுக்குப் பெறந்ததுதான், அவளே வரவழைச்சி படுத்து எந்திரிக்கும்போது நமக்கென்னனு நானும் பேசாம இருந்துக்கிட்டன், வாய் பேசிப் பாருங்க என்னத் தவிர எவளுமே உத்தமியில்லம்பா.’

‘புருசக்காரனுக்குத் தெரியாதா பாப்பா, ஒரு நாள் இல்லாட்டா ஒரு நாள் தெரியாமயா போயிரும்.’

‘எல்லாம் தெரியும், அந்தப் பய சாத்தூர்ல ஒரு புருசன் இல்லாத அறுதலி அஞ்சு புள்ளப் பெத்தவ அவள தொத்திட்டு அலையிறான், இவ அலையிறது அவனுக்குத் தெரியும், அவன் அலையிறது இவளுக்குத் தெரியும். ஈயத்தைப் பாத்து இளிச்சதாம் பித்தளைன்னு ரெண்டும் அலையிது.’

‘அவகிட்ட என்ன இருக்னு அங்க போயி கெடக்கானோ.’

‘இது ஒன்னுதான் இப்பிடின்னு பாக்காதிங்க மதினி. வெளியில தெரியாம ஆயிரம் நடக்கு. பின்னால ஒரு ஓட்டுச் சாய்ப்பு தாவாரம் போட்ட வீடு இருக்குப் பாருங்க அந்த வீட்ல தாயையும் மகளையும் ஒரு பய வச்சிருக்கான், சொன்னா நம்பமாட்டீக, கேட்டா தாய்க்காரி எந்தம்பியப் போலம்பா, மகக்காரி சின்னையாம்பா, நடக்கிறது சக்களத்திச் சண்ட, நாறக் கழுதைக.’

‘ஆயிரத்த சொல்லு பாப்பா இத நான் நம்பமாட்டன், ஒரு பொண்ணடிய திட்டாந்தரமா ஏதும் சொல்லாத பாவம்.’

‘இவளுகள சொல்றதுனால எனக்கு என்ன மதினி லாபம், திட்டாந்தரமா சொல்றது பாவம்தான். கண்ணால கண்டத சொல்றன், அன்னக்கி லயன்ல எல்லாரும் வேலைக்குப் போயாச்சு ஒரு சுடு குஞ்சி கிடையாது. அவ வீட்லயும் தாயும் மகளும் வீட்டப் பூட்டிட்டு கம்பெனிக்குப் போய்ட்டாக. நல்ல உச்சி மத்தியானம், ரெண்டு முருங்கக்காய் புடுங்கலாம்னு தொரட்டிக் கம்ப வச்சிக்கிட்டு

நம்ம மச்சு மேல ஏறி நான் நிக்கறத அவ பாக்கல. மொதல்ல தாய்க்காரி வந்து கதவத் தெறந்தா, சரி கம்பெனில கட்ட இருந்திருக்காது, இல்ல மருந்து காஞ்சிருக்காது அதுதான் வீட்டுக்குப் போய்ட்டு வருவம்னு வந்திருக்கா போலருக்கு அப்பிடினு நெனச்சிக்கிட்டு நானும் கெம்பாம இருந்துட்டன். கொஞ்ச நேரத்துல அந்தப் பய வந்து சைக்கிள நம்ம கடவுக்குள்ள நிப்பாட்டிட்டு வீட்டுக்குள்ள போனான். மகக்காரிகூட அந்தப்பய சேந்திருக்கிறது எனக்குத் தெரியும், அவளக் காணும், தாய்க்காரி பைய்ய காப்பி போட அடுப்பு பத்த வைக்க பேப்பரு தேடுற பாவனையா ஆள் ஊசாட்டம் பாத்தா, நான்தான் முழிக்கிற முழியிலேயே கண்டுக்கிட்டன, அரவமில்லாம மச்சு மேல ஒழிஞ்சுக்கிட்டன், நம்ம லயன்ல யாரும் இல்லனு தெரிஞ்ச ஒடன விசுக்னு வீட்டுக்குள்ள போன சிறுக்கி கதவப் பூட்டிக்கிட்டா, தேவிடியா முண்ட எங்கிட்ட எத்தன பத்தினி வேஷம் போட்ருக்க, எத்தனை பேர்த்த எப்பிடியெல்லாம் உப்புப் போடாம பேசியிருக்க அப்பிடின்னு மனசுக்குள்ள நெனச்சிக்கிட்டு பட்டுனு கீழ எறங்கி, கதவ தட்டுனா பயல பாயில உக்கார வச்சிக்கிட்டு காப்பி போடுற பாவனையா நடிச்சிட்டே கதவத் தெறப்பா, நம்ம நடிக்காத நடிப்பா அப்பிடின்னு படார்னு ஒரே எத்தா எத்துனம் பாருங்க மூங்கில் தெப்பக் கதவு சடக்னு தொறந்துக்கிருச்சு, பாத்தா சிறுக்கியும் பயலும் நடு வீட்ல பாய் விரிச்சு நெற அம்மணமா ஒரே பாயில கெடக்காக, அந்தானக்கி தடாபுடானு எந்திரிச்சு சேலையவும் அள்ளிக்கிட்டு ஓடியாந்து கால்ல விழுந்தா கண்டார ஓளி, நான்தான் தலயக் கவுந்துகிட்டு விக்கிப் போயி வந்தன்.'

பொன்னுத்தாயால் ஜீரணிக்க முடியவில்லை. உறவுமுறைகள் எல்லாம் தகர்ந்து நாகரிகம் என்கிற பேரில் எப்படியெல்லாம் சீரழிகிறது என்று எண்ணினாள். இங்கே நாகரிகம் வெறும் துணிமணிகளிலும் சிங்காரிப்பதிலும் பேச்சிலும்தான் போலும் என்று நினைத்துக்கொண்டாள். அவளுக்குத் தலை சுற்றியது.

'இந்தச் சிறுக்கிகளவிட நான் எவ்வளவோ ஓசத்தி மதினி. ஒவ்வொருத்தியோட சரித்திரமும் நம்ம கைக்குள்ள. எவளாவது கீச்பூச்னா குட்ட ஒடச்சு, புட்டுபுட்டு வச்சு கரும்புள்ளி செம்புள்ளி குத்தி கழுதமேல ஏத்தி மணல் பெட்டி அடிச்சிருவன், இவுகதான் இப்பிடின்னு நெனைக்காதீக, பணக்காரப் பயக வீட்லயும் இத விட நூறு மடங்கு அசிங்கம் நடக்கு, ஆனா வெளில தெரியாது. மோட்ரு சைக்கிளும், பட்டுச் சேலையும், காரும், பங்களாவும்தான் நம்ம கண்ணுக்குத் தெரியுது, மத்தத நம்ம கண்ணு பாக்காதபடி மறச்சிறாக

பணக்காரப் பயகலும் சிறுக்கிகளும், நீங்க நல்ல தண்ணி எடுக்கப் போறீகளே, அந்த அடி பம்புக்கு எதுத்தாப்ல ஒரு பெரிய மாடி வீடு இருக்கு பாத்தீகளா, மஞ்சக் கலர்ல பெயிண்டு அடிச்சிருக்கும், எந்நேரமும் ஒரு கறுப்பு கலர் மோட்ரு பைக் நிக்கும், அந்த வீட்டுக்காரன் கவுர்மென்ட்ல பெரிய ஆபீஸரா இருக்கானாம். ஆளு பாத்தா அழகேந்திரன் தோத்துப் போவான், சிவப்புனா அப்பிடி சிவப்பு, பொண்டாட்டியும் அவனை விட சிவப்பு சுருட்ட முடி பாக்க சினிமாக்காரி மாதிரி இருப்பா, கல்யாணம் முடிஞ்சு சரியா ஒரு வருசம்கூட ஆகல, இந்த சுருட்டமுடிக்காரியோட கூடப் பெறந்த தம்பிக்கு, பக்கத்து ஊருலருந்து பொண்ணு எடுத்திருக்கு, அந்தப் பொண்ணோட அப்பன், அவனும் ஏதோ ஆபிசுல வேல பாக்கிற பயதான், ஆள் கறுப்புனா அப்பிடிக் கறுப்பு அண்டங் காக்கா தோத்துப் போகும், வயசும் மூப்பு, மகள கெட்டிக் குடுத்திருக்காமின்னா பாத்துக்கிறவேண்டிதான. அவன் நம்ம மருமகனோட அக்கா வீடுன்னு வரப்போக இருந்த பய, இந்தச் சிறுக்கிய எப்பிடியோ வசத்துக்குக் கொண்ட்டு வந்துட்டான். ஒரு நாள் ராத்திரி எங்கயோ ஊருக்குப் போனவரு ஒருநாள் முந்தியே வந்திட்டாரு. வந்து கதவத் தட்டுனா, நடுச்சாமம் ஒரே சண்டக்காடு அநதப் பய சைக்கிளப் போட்டுட்டு பெற வாசல் வழியா ஓடிட்டான், இவரு குக்கிப் போனாரு, விக்னனுமில்லாம வெறச்சமினுமில்லாம, கல்யாணமாகி நெற வர ஒரு வருசம்கூட ஆகல, வெளில தெரிஞ்சா ஊர்ச்சனம் என்ன இவனத்தான் பொட்டப்பயனு பேசும்னு, அவளோட தங்கச்சிய கூட்டியாந்து ரெண்டாந்தாரம் மாதிரி சேர்த்து வச்சிட்டா, அன்னையிலருந்து மூத்தவ கூட பேச்சுக் கெடையாது, எளையவ கூடத்தான் சகலமும், பாக்கிறவுகளுக்கு வெளில ஒன்னும் தெரியாது. மூத்தவ புள்ள கண்டங்கரேர்னு அண்டக் காக்கையாப் பெறந்தது பொம்பளப் புள்ள, அப்பிடியே அந்தக் கருவாப்பயல உரிச்சு வச்சது மாதிரி அடையாளப் புள்ள பெத்துப் போட்டுட்டா பாதகத்தி. அந்தப் புள்ளயும் பெரிய மனுஷியாகி வீட்லதானிருக்கு. ஆனா ஒருநாக்கூட அந்த மனுசன் தொட்டுத் தூக்னது கெடையாது. அவளும் அப்பான்னு கூப்பிட்டது கிடையாது, இப்பவும் இவரு ஆபீஸ் போனப் பெறவு அந்தக் கருவாப்பய வாரான் போறான் தங்கச்சிக் காரியும் கண்டுக்கிறது கெடையாது. அவன் வந்த ஒடன எங்கயாவது கடைக்குப் போறது மாதிரி வெளில போயிருவா அவுக காலமும் ஓடியடையுது.'

'எளையவளுக்குப் புள்ள கொல்லி கெடையாதா பாப்பா.'

'கடவுளு நல்லவங்களத்தான் சோதிப்பான் போலும். அந்த

மகராசனுக்கு எளையவ கிட்டருந்து ஒரு புழுபூச்சிகூடப் பெறக்கல, என்னைக்காவது புல்லா குடிச்சிட்டு வந்து இங்க ஒரு பாட்டம் அழுது பொலம்பிட்டுப் போவாரு, பாக்க பாவமா இருக்கும், சொத்து இருக்கு மூனு தலை மொறைக்கு காணும். சொத்து இருந்து என்ன செய்ய மனசுல நிம்மதியில்லயே.'

'பாக்கப்போனா ஆம்பளக மேலேயே குத்தமில்ல.'

'எல்லாத்துக்கும் இந்தப் பொட்டச்சிகதான் காரணம். சினிமாவ பாத்துட்டு அது மாதிரியே ஆடனும், பாடனும்னு நாயா அலையிறா, பயக வசமா மாட்டிக்கிறான்.'

பாப்பா சொன்ன விஷயங்கள் எல்லாமே உண்மைகள்தான் என்பதை உணர பொன்னுத்தாய்க்கு பல வருடங்கள் பிடித்தது. காலாற நடந்து கடும் வெய்யிலில் காய்ந்து, கண் சிவக்க கிணற்றில் நீந்திக் குளித்து, கை நீட்டுகிற தூரத்தில் குடும்பத்திற்குத் தேவையான எல்லாவற்றையும் பெற்று வாழ்ந்தவள் இன்று ஒரு இணுக்கு கறிவேப்பிலைக்கும், ஒரு கொத்தமல்லிச் செடிக்கும் காத தொலவட்டு போய்க் கூட்டத்தோடு கூட்டமாய் நின்று கடைக் காரனிடம் வாய் கொடுக்க மனசு கூசியது. அவளுக்கு சில நேரங்களில் சிய்யென்றிருந்தது.

'நித்தோம் சக்கையைப் போல இந்த சோத்துப் பருக்கைய தின்னுட்டு இந்த ஜனங்க எப்பிடித்தான் அலையுதோ நமக்கு காலோஞ்சு வருது, இட்லி தோசன்னா கை கால் ஓயிரதுமில்லாம காதடைக்கி, கண்ணு பஞ்சடைக்கி.'

அவள் காட்டுக் கம்மங்கஞ்சிக்கும் பச்சைக் குருதவாலிக் கஞ்சிக்கும் ஏங்கினாள். போனமாசம் ஊரிலிருந்து வந்திருந்த பேச்சிக் கிழவியிடம் சொல்லி சீனியம்மாளிடமிருந்து வாங்கிக் கொடுத்துவிட்ட காட்டுக் கம்மங்கஞ்சியை வயிராறக் குடித்தாள். பீர்க்கங்காய்க்காக நாயாய் அலைந்தும் அது கிடைக்கவே இல்லை. அதன் ருசியே தனிதான். போக்கத்த தக்காளியும் கத்தரிக்காயும் தின்னு தின்னு நாக்கே சொரணையத்துப் போச்சு என்று சொல்லி நாக்கை நீட்டி நீட்டிக் காட்டினாள். ஒரு நாளைக்கு ஊருக்குப் போய் சீனிமத்தையிடம் சொல்லி கேப்பை திரித்து களிக்கிண்டி கருவாட்டுக் குழம்பு வைத்து வயிறு நிறைய சாப்பிட வேண்டும் என்று நினைத்துக்கொண்டாள். கம்பெனிக்குப் போகிற பெரிய சோலைக்கும் இளையவன் அழகுக்கும் ரெயிலுக்கு வேலைக்குப் போகிற மூத்தவன் சந்திரனுக்கும் சோறு பொங்கவும், துணி மணிகள் துவைக்கவும்

அவளுக்கு நேரம் சரியாயிருந்தது. எப்போதாவது கொஞ்சம் நேரங் கிடைக்கும் போது பாப்பாவிடம் வாய் கொடுத்துவிட்டு அவள் சொல்கின்ற வண்டி வண்டியான கதைகளையும், பொம்பிளைகளின் பொரணிகளையும் கேட்ப தோடு சரி. அவை எல்லாமே ஆம்பிளை பொம்பிளைகளின் சோரம் போன கதைகளாகத்தான் இருக்கும்.

சில வருசங்களுக்கு முன்னால் அவள் வளையல் போட்ட கதையை ரொம்பவும் ரசனையாய்ச் சொல்லிக் கொண்டிருந்தாள். பொன்னுத்தாய் சிரிக்க சிரிக்க கேட்டுக்கொண்டிருந்தாள்.

‘இந்த எடத்துல நான் ஒக்காந்திருக்கன், இங்கிட்டு மேலவீட்டு சிமிட்டி, அந்தப் பக்கம் மேஸ்திரியோட வப்பாட்டி, பின்னால லாரி டைவரோட ரெண்டாங் குடியா, அந்தா கெடக்கே அம்மி அதுமேல மூனு புள்ளய விட்டுட்டு காலேசுப் பையனோட ஓடியாந்து பெறகு அவனும் விட்டுட்டுப் போயி ஓட்டப்பல்லு கணக்குப் பிள்ளையோட தொடுப்பா இருந்தாள அலங்காரி இத்தன பேரும் ஒக்காந் திருக்கோம். வளையல்காரப் பய வந்தான். வந்தா வளையல் வேணுமான்னு கேட்டுட்டு வேண்டாமின்னா பேசாம போக வேண்டியதான, பெய மகனுக்குப் போதாத காலம் பாருங்க.’

‘வளைய்ய்ய்யல்... வளைய்யல்... வளைய்ய்யல் ஏம்மா வளையல் போடலியா வளையல்.’

‘இங்க ஒருத்தருக்கும் வளையல் வேண்டாமிய்யா, மனுசரு படற பாட்ல வளையல் இல்லாம சோறு எறங்க மாட்டேங்கு தாக்கும், வகுறு கூழுக்கு அழுகும்போது கொண்ட பூவுக்கு அழுதுச்சாம், அது மாதிரி நமக்கு வளையல் கேக்கு தாக்கும் வளையல், அங்கிட்டுக் கொண்ட்டு போங்கய்யா.’

‘யெம்மா கொண்ட எதுக்கு அழுதுச்சு.’

‘கொண்ட பூவுக்கு அழுதுச்சு.’

‘கொண்ட கொண்டனு திரும்பத் திரும்ப கேட்டான், சரி இன்னக்கி இந்தப்பய யார் மொகத்தல முழிச்சிட்டு பெட்டியைத் தூக்கிட்டு வந்தானோனு நெனச்சிட்டு நா பேசாம வேடிக்க பாத்துட்டே ஒக்காந்துருக்கன்.’

‘என்னம்மா அப்பிடிச் சொல்றீக, காலம் போற போக்குல நீங்க சுத்த நாப்பதாமாண்டா இருப்பீக போலருக்கே, குடிக்க கஞ்சி இல்லன்னாலும் இப்ப வளையல் இல்லாம ஆரு இருக்கா, இந்த செவத்தக்கா கையப் பாருங்க வெறிச்சினு இருக்கு கருவளையல்

கைக்கு ரெண்டு போட்டுப் பாருங்க சில்லுனு இருக்கும், இந்த சங்கிலிக்கார அக்காவுக்குப் போட்டா சரோஜாதேவி தோத்துப் போவா, வளக் கொண்டக் காரக்கா பழசக் கழட்டித் தூர எறிங்க, புதுசு மாட்டிக்கிட்டா புதுப்பொண்ணு காதவழிக்கு ஓடனும்.'

'இவ்வளவும் பேச விட்டுட்டு பைய்யகிட்ட வந்தன், ஓம்ம வளையல்ல இவ்வளவு விசேஷம் இருக்கா, அப்ப இங்க கொண்டாரும், இப்பிடி ஒக்காரும்.'

பாப்பா எல்லாரையும் பார்த்து கண்சிமிட்டிவிட்டு கால்நீட்டிப் பக்கத்தில் உட்கார்ந்தாள். வளையல்காரன் அவள் முன்னால் உக்காந்து பெட்டியைத் திறந்தான். ஒவ்வொருவருக்கும் என்ன என்ன வளையல் வேண்டுமோ அவ்வளவையும் போட்டுக்கிறச் சொன்னாள். வளையல் போட்டுக்கொண்ட எல்லோரும் ஒவ்வொருவராய் மற்றவர்களிடம் காட்டி காட்டி அழகு பார்த்துக் கொண்டிருந்தார்கள். கடேசியாய் பாப்பா கை நீட்டினாள். அவள் வலது கையை நீட்டி விரல்களை வாழைப்பூவாய்ச் சேர்த்து வைத்துக்கொண்டாள். தன் இடது கையால் அவளின் மணிக் கட்டைப் பிடித்துக்கொண்டு வலது கையால் வளையல்களை எடுத்து விரல்களின் கூப்பிய நுனியில் வைத்து அளவு பார்த்தான் வளையல்காரன். கைக்கு ஆறு வீதம் போட்ட பிறகு, கடைசி வளையலை அவன் போட்டபோது சடாரென்று பாப்பா கையை நீட்டியபடியே முன்பக்கம் சரியவும் மணிக்கட்டைப் பிடித்திருந்த வளையல்காரனின் கை அவளின் மார்பகங்களை இடித்துவிட்டது. நிறை சம்மணமிட்டு உட்கார்ந்திருந்த வளையல்காரன் பாப்பா இடித்த இடியில் மல்லாக்க சாயவும், பாப்பா அவன்மேல் விழுந்து அமுக்கவும் சரியாய் இருந்தது.

'தூ...க் குடிச்சா மகன் வளையல் போடுறன் வளையல் போடுறமின்னு மணிக்கையவும் வெரலையும் நசுக்கு நசுக்குனு நசுக்கி உள்ளயும் தள்ளாம வெளியயும் எடுக்காம, ந... கி மகன் வெடுக்னு இழுத்து மடியில வேற போட்டுக்கிட்டு என்னைய கேவலப் படுத்தனுமின்னா வந்திருக்க எடுங்கடி வெளக்குமாத்த.'

பாப்பாவின் சேல முந்தானை விலகி அவன் முகத்தை யெல்லாம் மூடிக்கொள்ள அவள் மல்லுக்கட்டி எடுத்தாள், வளையல்காரன் பெட்டியைத் தூக்கிக்கொண்டு கடவு வழியாய் ஓடிய ஓட்டத்தை பாப்பா நடித்துக் காட்டிய போது பொன்னுத்தாய் விழுந்து விழுந்து சிரித்தாள்.

'அன்னக்கி போனவன்தான் மதினி, அந்தப் பய இன்னக்கி வர

எங்க கண்ணுல தட்டுப்படல, கழுதப் பயல எங்கயாச்சும் பாத்தா ஒரு அம்பது ரூவாய கையில குடுத்திறனும்னு நானும் தேடித் தேடிப் பாக்கன் ஆள் கண்ணுல காணுவனேங்கான்.'

'ஒன்னயக் கண்டு ஒளிஞ்சுக்கிருவான் போலருக்கு, நிய் அம்பது குடுத்தாலும் வாங்க மாட்டான் நூறு குடுத்தாலும் வாங்க மாட்டான், ஆள விட்டா போதும் தாயின்னு ஓடிப் போயிருவான். இனி ஏழு ஜென்மத்துக்கும் இந்தப் பக்கம் தல வச்சுப் படுக்கக்கூட மாட்டான்.'

ரொம்ப நாளைக்குப் பிறகு முத்தையா ஊருக்கு வந்திருந்தான். எப்படியாவது அவனைத் தீர்த்துக் கட்டிவிட வேண்டும் என்று கங்கணம் கட்டிக்கொண்டிருந்த வரதம்பட்டிக்காரர்களுக்குத் தோதாப் போயிற்று. நாலைந்து நாட்களாக ஊசாட்டம் பார்த்தார்கள். ஆள் அமையவில்லை. கங்காணியின் தோட்டத்தில் அருகு எடுப்பு வேலை. சிலம்பு வாத்தியார் ராமுக்கிழவனும் கருமலையானும் ஒரு கம்பி ஆள். கிழவன் கம்பி போட கருமலையான் மணவெட்டியால் இழுத்து இழுத்து அருகுகளை எடுத்து வீசிக்கொண்டிருந்தான். பக்கத்தில் மொன்னையனும் முத்தையாவும் ஒரு கம்பி ஆள். முத்தையா தான் ராமேஸ்வரம் போயிருந்ததையும் கடலுக்குள் ரெயில் போகிற அதிசயத் தையும், ரசனையாய்ச் சொல்லிக் கொண்டிருந்தான். பேச்சு சுவாரச்சியத்தில் வேலை மும்முரமாய் நடந்தது. மூன்று பக்கமும் வனாந்திரமாய் வளர்ந்து கண்ணங் கரேலென்று பொதி தள்ளி கதிராய் நிற்கும் இறவைச் சோளம். மத்தியான வெய்யில். கரும்புத் தோட்டமாய் வளர்ந்து நிற்கும் சோளக் கதிர்களில் ஒட்டியிருக்கும் மரத்தூள் போன்ற பொட்டுக் களில் மொய்த்துக் கொண்டு தேன் எடுக்கும் வண்டுகளின் ரீங்காரம்.

பெருவாய்க்காலுக்குள் ஒளித்து வைத்திருக்கும் அரிவாள்களும் வேல்க் கம்புகளும் உச்சி வெய்யில் பட்டு பளபளத்தன. கருமலையானின் பெரிய பித்தளை தூக்குவாளி பொலியோர ஆமணக்கில் தொங்கியது. சோத்துக்குப் பதில் ஈரத்துணியில் சுற்றி நெல் உமியில் வைக்கப்பட்ட நாட்டு வெடிகுண்டுகள் உள்ளே இருந்தன. கங்காணியின் தோட்டத்திற்கு குப்பை கொண்டுவந்து தட்டி விட்டுப்போகும் மாட்டுவண்டி போகவும் வரவும் ஆக இருந்தது. தூரத்தில் உழுதுகொண்டிருந்த டிராக்டரின் சத்தம் இலேசாய்க் கேட்டது. சோளத்தில் மறைவிலேயே வந்து நின்ற மாட்டு வண்டியை முத்தையா அப்போதுதான் கவனித்தான். அவன் நிமிர்வதற்குள் வண்டிக்குள் ஒளிந்திருந்த அஞ்சாறு பேர் நிலத்தில்

குதித்தார்கள். அத்தனை பேரும் வரதம்பட்டிக்காரர்கள். எல்லோர் கைகளிலும் பளபளக்கும் அரிவாள்களும் வேல்க் கம்புகளும்.

சிலம்பு வாத்தியார் ராமுக்கிழவனும் மொன்னையனும் பம்பரமாய்ச் சுழன்றார்கள். சிலம்பு விளையாட்டு இருவருக்கும் கை கொடுத்தது. உழவு கட்டியின் கால் இடறலில் மொன்னையன் பித்துக் காலுடன் உயிரை வெறுத்து கம்பு கட்டினான். முத்தையா வேல்க்கம்பை வைத்துக்கொண்டு மாட்டு வண்டியைச் சுற்றிச் சுற்றி வந்தவனை விரட்டினான். அவன் நிற்கிற மாடுகளுக்குள் போய் மறைந்துகொள்வதும், வண்டிப் பைதாவின் ஆரக் கால்களுக்குள் நின்றுகொள்வதுமாக விளையாட்டு காட்டினான். முத்தையாவால் அவனை ஒன்றும் செய்ய முடியவில்லை. முத்தையா கீழே குனிந்து மாடுகளின் கவுட்டுக்குள் எட்டிப் பார்த்தான். முத்தையாவைக் குத்தப் போகிற வெறியில் அவன் மாட்டின் விலாவில் வேல்க் கம்பைச் சொருகினான். மேக்காவில் தும்பு பூட்டப்பட்டு வண்டி யோடு நின்ற கங்காணியின் மாடு ம்மா... என்று அலறிக்கொண்டு கீழே சாய்ந்தது. அதன் குடல்கள் தொங்கிக் கொண்டிருக்க ரத்தம் பீச்சியடித்தது. நொடிப்பொழுதில் தன்னை மறந்தவன், மாட்டின் வயிற்றிலிருந்து வேல்க் கம்பை உருவி எடுப்பதற்குள் முத்தையா முந்திக்கொண்டான். முத்தையாவின் வேல்க்கம்பு அவன் கழுத்தில் பாய்ந்து மேல் வாக்காக நாடியில் முட்டி நின்றது. அவன் பயங்கரமாகச் சத்தம் போட்டுக் கொண்டு கீழே சாய்ந்தான். அடுத்த குத்து நெஞ்சில் இறங்கி கரிசல் மண்ணில் நறுக்கென்று ஊன்றி நின்றது. அவன் கண் முழிகள் பிதுங்க முனங்கிக்கொண்டே உயிரைவிட்டான். வரதம்பட்டிக் காரர்கள் திசைக்கொருவராய் ஓடிக் கொண்டிருந்தார்கள். மூன்று பேரும் அவர்களை ரொம்ப தூரம் விரட்டிப் போய்விட்டு திரும்பிக் கொண்டிருந்தார்கள். ராமுக் கிழவனும் மொன்னையனும் நா உலர்ந்து கால்கள் தள்ளாட மேல் மூச்சு கீழ் முச்சு வாங்க நடந்து வந்தார்கள். திடீரென்று முத்தையா ஓவென்று அழுது கூப்பாடு போட்டான். அவர்கள் அப்போதுதான் கருமலையானைத் தேடினார்கள். அவனை எங்கேயுமே காண வில்லை.

தூரத்திலிருந்து பார்க்க மாட்டு வண்டியோரம் ஒரு ஆள் நிற்பது அரிச்சலாய்த் தெரிந்தது. அவர்கள் கிட்டத்தில் போய்ப் பார்த்த போது கருமலையான் கை-கால்கள் வெடவெடத்து நடுங்க நின்று கொண்டிருந்தான். அவன் மேலெல்லாம் சகதியாய் ஒட்டியிருந்தது.

‘சிரிக்கவில்ல இவனையும் தீத்துக் கட்டிட்டு அந்த ஊர்ப் பயக

கொன்னுட்டாங்கன்னு ஊர்ல சொல்லிருவோம், விடுங்களே தாயோளிய உசுரோட இவன விடவே கூடாது.'

மொன்னையனும் வாத்தியார் ராமுக்கிழவனும் திமிறித் திமிறிப் பாய்ந்தார்கள். அவர்கள் இரண்டு பேரையும் பிடித்து நிறுத்து வதற்கு முத்தையாவுக்குப் பெரிய சங்கடமாகப் போய்விட்டது. கருமலையான் ஓடி ஓடி ஒளிந்தான்.

'ஓடிப் போயி வேட்டக் கையில எடுத்தியே, எறிய வேண்டிய தான, என்ன மயித்துக்கு சோளத் தட்டைக்குள்ள போயி ஒழியனும்.'

'எறியனும்னு வெளியில எடுத்திட்டன், கைகால் நடுங்கி தம்பயம் வந்திருச்சு, வெடிச்சிட்டாலும் சங்கட்டம், வெடிக்கலனாலும் சங்கட்டம், அதுதான் பேசாம ஓடிப்போயி சோளத் தட்டைக்குள்ள பெருவாய்க்கால்ல குப்புறடிக்கப் படுத்துக் கிட்டன்.'

மொன்னையன் விட்ட ஒரு எத்தில் கருமலையான் உழவு கட்டிக்குள் குப்புற விழுந்து எழுந்தான். முத்தையா ஓடிப் போய் மொன்னையனைப் பிடித்துக்கொண்டான்.

'ஒடம்பு வச்சிருக்கியே ஒரு ஊருக்கு அறுத்துப் போடுறாப்ல, என்ன மயித்துக்கு இந்த ஒடம்பு, நாங்க மூனு பேரும் ஈரக்கொலைய கையில ஏந்திட்டு மல்லுக் கட்டிக்கிட்டு கெடக்க, குசுவினிப் பய ஒளிஞ்சு கெடந்துட்டு மயிரு போச்சுனு எந்திரிச்சு வாரயே, கண்ண மூடிக்கிட்டு எறிஞ்சிருந்தா இப்ப நாலஞ்சு பயகள காவு குடுத்திருக்க லாம்ல்ல. இனிமேப்பட இப்பிடி இருந்தா நாந்தான் ஒன்னைய வெட்டி காவு குடுப்பன் தெரிஞ்சுக்கோ, உசுரு என்னல மசுரு உசுரு ஆபத்துல விட்டுட்டு ஓடுற உசுரு. அந்த உசுரு இருந்தா என்ன போனா என்ன, வா ஒம் பொண்டாட்டி இருளி கிட்டச் சொல்லி தூ... ச் சீலையால அடிக்கச் சொல்றன், அப்பவாது புத்தி வருதான்னு பாப்பம்.'

அத்தனை வசவுகளுக்கும் கருமலையான் வாயே திறக்க வில்லை. அவன் எதையோ பறிகொடுத்தவனைப் போல சவமாய் நடந்து வந்தான். ஊருக்குள் விஷயம் கசிந்து பொம்பிள்ளைகளின் மடிகளில் கணக்கும் எறி கற்கள். அவர்கள் எல்லோரும் கூட்டமாய் மடத்தின் முன் கூடியிருந்தார்கள். இரவு வெகு நேரம் சத்தம் போட்டுப் பேசிக்கொண்டிருந்தார்கள்.

'வரதம்பட்டிக்காரங்க நம்ம கங்காணிப்பய வண்டிலதான வந்திருக்காங்க, தாயோளி இவன மொதல்ல தீத்துக் கட்டாம இன்னியும் ஊருக்குள்ள வச்சிருக்கோம் பாரு, அந்தப் பயல தீட்டிட்டா எல்லாம் சரியாப் போகும்.'

கூட்டம் அதே வேகத்தோடு கங்காணியின் வீட்டைப் பார்த்து ஓடியது.

நடுச்சாமத்தில் முத்தையா வீட்டைத் தட்டினான். பொன்னுத் தாய் தான் வீட்டைத் திறந்தாள். அவள் இந்த நேரத்தில் முத்தையா வைப் பார்த்ததும் அவன் நிற்கும் கோலத்தையும் பார்த்துப் பதறிப் போனாள்.

‘என்ன மாமா இன்னியாரம் நடுச்சாமத்துல, உள்ள வாங்க, உட்காருங்க.’

‘தம்பிய எங்க.’

‘ராத்திரியில எப்பவும் கம்பெனிலதான் படுத்துக்கிருவாக.’

‘பிள்ளைக.’

‘எளைய பய அழகுக்கு ராத்திரி வேல, போயிருக்கான். மூத்தவன் சந்திரன் உள்ள படுத்திருக்கான்.’

‘சந்திரன எழுப்பு.’

முத்தையா பெரியசோலையிடமும் சந்திரனிடமும் சொல்லி விடை பெற்றுப் போகும்போது பொழுதுவிடிய அச்சாரமாய் கிழக்கு வெளுத்து தெரிந்தது. வீயென்னா மானாவின் புதுமில்லில் மிசின்கள் ஓடும் சத்தம் காதைப் பிளந்தது. அசையாமல் நின்ற பெரிய சோலையையும் சந்திரனையும் தடதடத்துச் சென்ற ரெயிலின் சத்தம் அசைய வைத்தது. மிசின்களின் சத்தமும் ரெயில் போன அதிர்வும் சேர்ந்து பூமியே அதிர்ந்து நகர்வதைப் போலிருந்தது. பெரியசோலை தான் படுத்து உறங்கிய பாய்க்கு அடியிலிருந்து சூரிக்கத்தியை எடுத்து இடுப்பில் சொருவினான். சந்திரன் சொன்னான்:

‘அய்யா அத எங்கிட்டக் குடுங்க.’

பெரியசோலை சந்திரனையே உற்றுப் பார்த்தான். அவன் மௌனமாய் நின்றுகொண்டிருந்தான். மிசின்கள் ஓடும் சத்தம் தொடர்ந்து கேட்டுக்கொண்டேயிருந்தது.

ஐஐ

குறிப்புகள்

குறிப்புகள்

குறிப்புகள்

படித்துவிட்டீர்களா?
சோ. தர்மன் எழுதிய பிற நாவல்கள்
☙

சூல்
பக்கம்: *512*, விலை: ₹ 580
ISBN: 978 81 7720 264 9

☙

கூகை
பக்கம்: *336*, விலை: ₹ 400
ISBN: 978 81 7720 269 4

☙